ಪರಿಮಳದ ಪಡಸಾಲೆ

ಎಸ್. ದಿವಾಕರ್ ಪ್ರಪಂಚಕ್ಕೊಂದು ಪ್ರವೇಶಿಕೆ

ಸಂಪಾದಕರು

ರಘುನಾಥ ಚ.ಹ. । ಕರ್ಕಿ ಕೃಷ್ಣಮೂರ್ತಿ । ವಿಶಾಖ ಎನ್. । ಪದ್ಮನಾಭ ಭಟ್ ಶೇವ್ಕಾರ

ವೀರಲೋಕ

ವೀರಲೋಕ ಬುಕ್ಸ್ ಪ್ರೈ.ಲಿ.
#207, 2ನೇ ಮಹಡಿ, 3ನೇ ಮೇನ್, ಚಾಮರಾಜಪೇಟೆ,
ಬೆಂಗಳೂರು-560018. ಮೊಬೈಲ್: 70221 22121
ಇಮೇಲ್: veeralokabooks@gmail.com
ವೆಬ್‌ಸೈಟ್: www.veeralokabooks.com

PARIMALADA PADASAALE
An entry into the world of **S. Diwakar**
Edited by Raghunatha Cha Ha, Karki Krishnamurthy, Vishakha N and Padmanabha Bhat

Published by:
VEERALOKA BOOKS PVT. LTD.
207, 2nd Floor, 3rd Main
Chamarajpet, Bengaluru-560018

Mobile: +91 7022122121
E-mail: veeralokabooks@gmail.com

Price: Rs. 190
Pages: 158
First Impression: 2023

Paper used: 70 GSM NS Maplitho
Book size: 16cms X 24cms

ISBN: 978-93-94942-66-0

Cover Photo: Dinesh Maneer
Cover page Design by: Apara
Inner pages design by: Ishwar Badiger

VEERALOKA CREW
Anand Rach – Anantha Kunigal – RajVishnu
Govind Vishnu
Vishwajith – Mamatha – Parvathi
Sai Raghav

ಪರಿವಿಡಿ

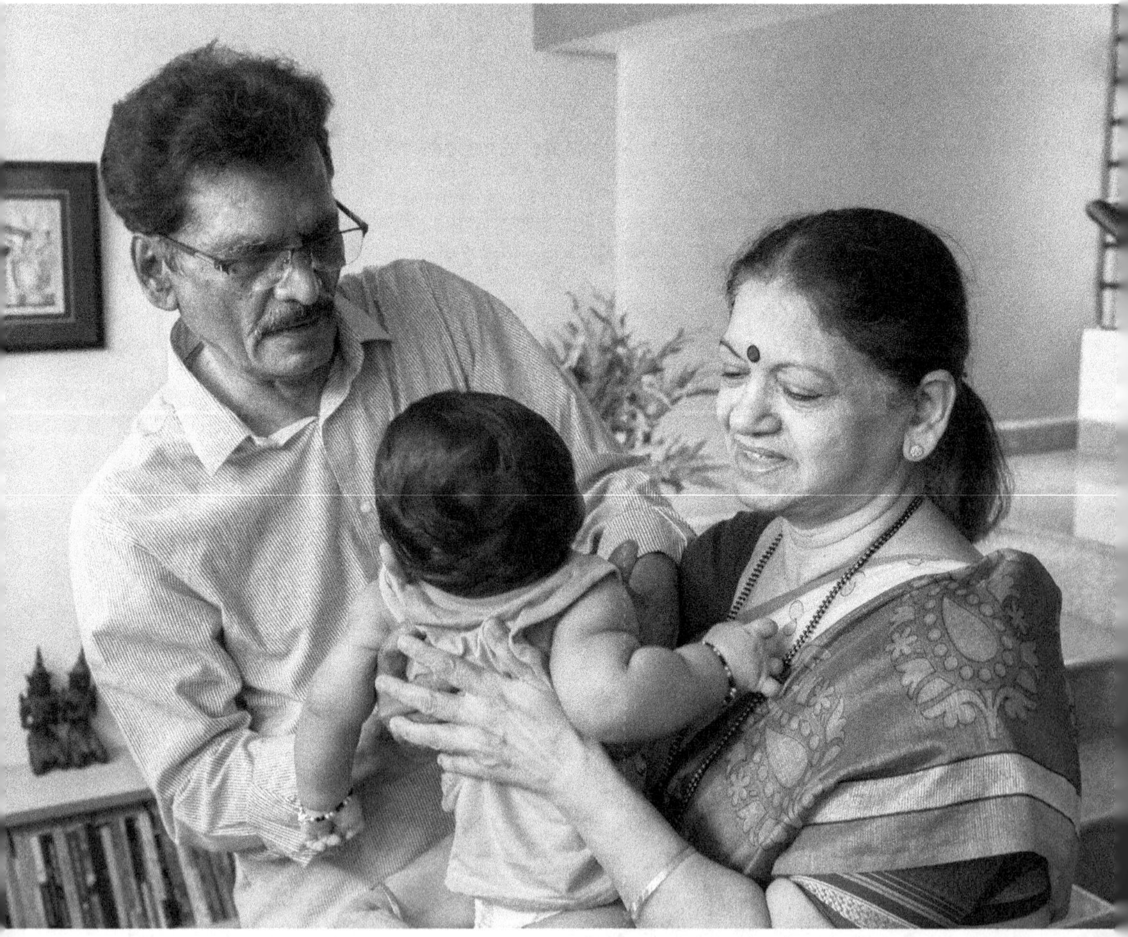

ಫೋಟೋ: ದಿನೇಶ ಹೆಗಡೆ ಮಾನೀರ್

ಪರಿಮಳದ ಪಡಸಾಲೆಯಲ್ಲಿ, ಪ್ರೀತಿಯಿಂದ...

ಆಲ್ಪ್ಸ್ ಪರ್ವತದ ತಪ್ಪಲಿನಲ್ಲಿ ನೀರುನಿಡಿಯಿಲ್ಲದ, ಸದಾ ಉರಿಬಿಸಿಲಿಲ್ಲಿ ಬೇಯುತ್ತಿದ್ದ ಒಂದು ಬೆಂಗಾಡು. ಅಲ್ಲಿ ದಿಕ್ಕುತಪ್ಪಿದವನಂತೆ ಓಡಾಡುತ್ತಿದ್ದ ನಿರೂಪಕನಿಗೆ ಎಲ್‌ಜೆಯಾರ್ ಬುಫಿ ಎನ್ನುವ ಕುರಿಗಾಹಿ ಹಿರೀಕ ಎದುರಾಗುತ್ತಾನೆ; ದಾಹ ತಣಿಸುತ್ತಾನೆ. ಆ ರಾತ್ರಿ, ಬುಫಿಯ ಮನೆಯಲ್ಲಿ ಆ ಅಭ್ಯಾಗತ ಉಳಿಯುತ್ತಾನೆ. ಒಂದು ಚೀಲದಲ್ಲಿದ್ದ ಓಕ್ ಬೀಜಗಳನ್ನು ಸುರಿಯುವ ಮುದುಕ, ರಾಶಿಯಿಂದ ಉತ್ತಮ ಬೀಜಗಳನ್ನು ಬೇರ್ಪಡಿಸಿ ತೆಗೆದಿಟ್ಟುಕೊಳ್ಳುತ್ತಾನೆ. ಮರುದಿನ ಬೆಳಗ್ಗೆ ಆ ಬೀಜಗಳನ್ನು ಗುಡ್ಡದ ಬಯಲಲ್ಲಿ ಬಿತ್ತುತ್ತಾನೆ. ತನ್ನದಲ್ಲದ ಜಾಗದಲ್ಲಿ ಹಸುರಿನ ಕನಸು ಕಾಣುವ ಬುಫಿಯ ಕುರಿತು ನಿರೂಪಕನಿಗೆ ಆಶ್ಚರ್ಯ. ಆ ವೇಳೆಗಾಗಲೇ ಆ ಬಯಲಲ್ಲಿ ಬುಫಿಯ ಶ್ರಮದಿಂದಾಗಿ ಒಂದು ಲಕ್ಷ ಇಪ್ಪತ್ತು ಸಾವಿರ ಬೀಜಗಳು ಕಣ್ಣುಬಿಟ್ಟಿವೆ. ಬುಫಿಯ ಕೆಲಸದಿಂದ ನಿರೂಪಕ ಅದೆಷ್ಟು ಆಕರ್ಷಿತನಾಗುತ್ತಾನೆಂದರೆ, ಆ ನಿರ್ಜನ ಪ್ರದೇಶದಲ್ಲಿ ಹಸಿರು ಮತ್ತು ನೀರು ತುಂಬಿಕೊಳ್ಳುವುದನ್ನು, ಮುಂದೊಮ್ಮೆ ಆ ಪ್ರದೇಶ ಕೃಷಿ ಭೂಮಿಯಾಗಿ ಸುಖ ಸಂತೋಷಗಳನ್ನು ಅನುಭವಿಸುವ ಹಳ್ಳಿಗಳಾಗಿ ರೂಪಾಂತರಗೊಳ್ಳುವುದನ್ನು ನೋಡಲು ಮತ್ತೆ ಮತ್ತೆ ಅಲ್ಲಿಗೆ ಹೋಗುತ್ತಾನೆ. ನಮ್ಮ ಸಾಲುಮರದ ತಿಮ್ಮಕ್ಕನನ್ನು ನೆನಪಿಸುವ ಜ್ಞಾನ್ ಜ್ಷಿಯಾನೋ ಎನ್ನುವ ಫ್ರೆಂಚ್ ಕಥೆಗಾರನ 'ದಿ ಮ್ಯಾನ್ ಹೂ ಪ್ಲ್ಯಾಂಟೆಡ್ ಟ್ರೀಸ್' ಹೆಸರಿನ ಈ ಕಥೆ, ಎಸ್. ದಿವಾಕರ್ ಅವರ 'ಜ್ಞಾನ್ ಜ್ಷಿಯಾನೋ ಮತ್ತು ಸಾಲುಮರದ ತಿಮ್ಮಕ್ಕ' ಎನ್ನುವ ಪ್ರಬಂಧದಲ್ಲಿ ಬಳಕೆಯಾಗಿದೆ. ಗುಡ್ಡಪ್ರದೇಶದಲ್ಲಿ ಹಸಿರಿನ ಕನಸು ಕಂಡು, ಅದನ್ನು ನನಸುಗೊಳಿಸಲಿಕ್ಕಾಗಿ ದುಡಿಯುವ ಬುಫಿಯ ಪ್ರಸಂಗವನ್ನು ಓದುವಾಗ ಥಟ್ಟನೆ ನೆನಪಾಗುವುದು, ಆ ಕಥೆಯನ್ನು ಕನ್ನಡದಲ್ಲಿ ನಮಗೆ ದಾಟಿಸುತ್ತಿರುವ ದಿವಾಕರ್ ಅವರೇ. ದಶಕಗಳಿಂದ ದಿವಾಕರ್ ಅವರು ಮಾಡುತ್ತಾ ಬಂದಿರುವುದು ಬುಫಿಯ ಸ್ವಾರ್ಥರಹಿತ ಕೆಲಸವನ್ನೇ. ದಾರಿ ತಪ್ಪಿ ಬಂದ ನಿರೂಪಕನ ದಾಹ ತಣಿಸಿ, ಜೀವನಪಾಠವೊಂದನ್ನು ಕಲಿಸಿದ ಬುಫಿಯಂತೆ ದಿವಾಕರ್ ತಮ್ಮ ಸಂಪರ್ಕಕ್ಕೆ ಬಂದವರೆಲ್ಲರಿಗೂ ಸಾಹಿತ್ಯದ ಅಂತರ್ಜಲವನ್ನು ಹನಿಸುತ್ತಿದ್ದಾರೆ. ಸದಾ ಕಾಲ ಸಾಹಿತ್ಯವನ್ನೇ ಉಸಿರಾಡುವಂತೆ ಕಾಣಿಸುವ ದಿವಾಕರ್, ತಮ್ಮ ಸಂಪರ್ಕಕ್ಕೆ ಬಂದವರನ್ನೂ ಸಾಹಿತ್ಯಿಕವಾಗಿ ಕ್ರಿಯಾಶೀಲರಾಗಿ ಇರುವಂತೆ ಒತ್ತಾಯಿಸುತ್ತಾರೆ. ಇದೆಲ್ಲ ಪ್ರಜ್ಞಾಪೂರ್ವಕ ಕೆಲಸವಾಗಿರದೆ, ಅವರ ಹೃದಯದ ಸಹಜ ತರಂಗವೇ ಸಾಹಿತ್ಯವಾಗಿಬಿಟ್ಟಿದೆ.

ದಿವಾಕರ್ ಅವರೊಂದಿಗಿನ ಒಡನಾಟವೆಂದರೆ, ಸಾವಿರ ಸಾವಿರ ಕಥನಗಳೊಂದಿಗಿನ ಒಡನಾಟವಲ್ಲದೆ ಬೇರೇನೂ ಅಲ್ಲ. ವಿಶ್ವದ ಯಾವುದೋ ಭಾಷೆಯ, ಯಾವುದೋ ಬರಹಗಾರನ ಆ ಕಥನಗಳನ್ನು, ದಿವಾಕರ್ ಮೂಲಕ ಕನ್ನಡದ ಓದುಗರು ದಶಕಗಳಿಂದ ತಮ್ಮದಾಗಿಸಿಕೊಳ್ಳುತ್ತಾ ಬಂದಿರುವುದು ಆಧುನಿಕ ಕನ್ನಡ ಸಾಹಿತ್ಯದ ಅಪೂರ್ವ ವಿದ್ಯಮಾನಗಳಲ್ಲೊಂದು. ಇತರರ

ಕಥೆಗಳನ್ನು ಹೇಳುವುದಕ್ಕೆ ಮಾತ್ರ ದಿವಾಕರ್ ಅವರ ಕಥನಪ್ರತಿಭೆ ಸೀಮಿತವಾಗಿಲ್ಲ; ಸ್ವತಃ ಅವರೇ ಅನನ್ಯ ಕಥೆಗಾರರು. ಸಮರ್ಥ ಕವಿ, ಪ್ರಬಂಧಕಾರರೂ.

ಪತ್ರಿಕೋದ್ಯಮ ಮತ್ತು ಸಾಹಿತ್ಯ ದಿವಾಕರ್ ಅವರ ಕೊಡುಗೆ ಸಂದಿರುವ ಎರಡು ಕ್ಷೇತ್ರಗಳು. ಎರಡೂ ಕ್ಷೇತ್ರಗಳಲ್ಲಿ ಅತ್ಯುತ್ತಮವಾದುದನ್ನು ಸಾಧಿಸಿದ ಯಶಸ್ಸು ಅವರದು. 'ಸುಧಾ' ಹಾಗೂ 'ಮಲ್ಲಿಗೆ' ಪತ್ರಿಕೆಗಳಲ್ಲಿ ಪತ್ರಕರ್ತರಾಗಿ ಅವರು ಅನೇಕ ಬರಹಗಾರರನ್ನು ರೂಪಿಸಿದ್ದೇ ಅಲ್ಲದೆ, ಅವರ ಬರಹಗಳಿಗೆ ಹೊಸ ರೂಪವನ್ನೂ ನೀಡಿದರು. ಕಥೆ, ಕಾದಂಬರಿಗಳಿಗೆ ಹೊಸ ರೂಪ ನೀಡುವ ಮೂಲಕ ನಿಜವಾದ ಅರ್ಥದಲ್ಲಿ 'ಸಂಪಾದಕ'ನ ಕೆಲಸ ಮಾಡಿದವರು ಅವರು. ಕನ್ನಡದ ಪ್ರಮುಖ ಲೇಖಕಿ ವೈದೇಹಿ ಅವರು ತಮ್ಮ ಬರವಣಿಗೆಯ ಆರಂಭದ ದಿನಗಳಲ್ಲಿ, 'ಜಾನಕಿ' ಎನ್ನುವ ತಮ್ಮ ನಿಜವಾದ ಹೆಸರಿನಲ್ಲಿ ಬರೆಯಲು ಹಿಂಜರಿದಾಗ, ಅವರಿಗೆ ವೈದೇಹಿ ಎನ್ನುವ ನಾಮಕರಣ ಮಾಡಿದ್ದು ದಿವಾಕರ್ ಅವರೇ. ಪತ್ರಿಕೆಗಳಲ್ಲಿ ಕೆಲಸ ಮಾಡುವಾಗ ಅತ್ಯುತ್ತಮ ನುಡಿಚಿತ್ರಗಳನ್ನು ಬರೆದಿದ್ದ ಅವರು, ಇತರ ಲೇಖಕರಿಂದಲೂ ವಿಶಿಷ್ಟವಾದುದನ್ನು ಬರೆಸಿದರು. ಯಶವಂತ ಚಿತ್ತಾಲರು 'ಸಾಹಿತ್ಯ, ಸೃಜನಶೀಲತೆ ಮತ್ತು ನಾನು' ಎನ್ನುವ ಲೇಖನಮಾಲೆಯನ್ನು 'ಮಲ್ಲಿಗೆ'ಯಲ್ಲಿ ಬರೆಯಲು ಹಾಗೂ ಗಿರಡ್ಡಿ ಗೋವಿಂದರಾಜರು 'ಮರೆಯಬಾರದ ಹಳೆಯ ಕಥೆಗಳು' ಸರಣಿಯನ್ನು ರೂಪಿಸಲು ದಿವಾಕರ್ ಅವರ ಒತ್ತಾಸೆಯೇ ಕಾರಣ. ಕಥೆಗಾರ ಚಿತ್ತಾಲರು 'ಲಬಸಾ'ಗಳ (ಲಯಬದ್ಧ ಸಾಲುಗಳು) ಮೂಲಕ ಕವಿಯಾದುದು ದಿವಾಕರ್ ಆಗ್ರಹದಿಂದಲೇ. ಹೀಗೆ, ಬರೆಸಿದ್ದು ಒಂದು ಕಡೆಯಾದರೆ, ಒಳ್ಳೆಯ ಬರವಣಿಗೆ ಪ್ರಕಟವಾದಾಗ ಅದನ್ನು ಸಂಭ್ರಮಿಸುವ, ತಮ್ಮ ಗೆಳೆಯರೊಂದಿಗೆ ಹಂಚಿಕೊಳ್ಳುವ ಕೆಲಸವನ್ನೂ ದಿವಾಕರ್ ಮಾಡಿದರು. ಯುವ ಕವಿ–ಕಥೆಗಾರರ ಒಳ್ಳೆಯ ಕೃತಿಗಳು ಪ್ರಕಟವಾದಾಗ ತಮ್ಮ ಬರವಣಿಗೆಗಿಂತಲೂ ಹೆಚ್ಚು ಪ್ರೇಮದಿಂದ ದಿವಾಕರ್ ಸಂಭ್ರಮಿಸುವುದನ್ನು ಅವರ ಸಂಪರ್ಕಕ್ಕೆ ಬಂದವರೆಲ್ಲರೂ ಬಲ್ಲರು. ಯುವಬಳಗವನ್ನು ಕಟ್ಟಿಕೊಂಡೇ ದಿವಾಕರ್ ಅವರು ಆಯೋಜಿಸಿದ್ದ ಕಾವ್ಯಹಬ್ಬಗಳನ್ನೂ ಅವರ ದಣಿವರಿಯದ ಪ್ರಯೋಗಶೀಲತೆಯ ಭಾಗವಾಗಿಯೇ ನೋಡಬೇಕು. ವಿವಿಧ ಕ್ಷೇತ್ರಗಳ ಪ್ರಸಿದ್ಧರು ಕವಿತೆಗಳನ್ನು ವಾಚಿಸಿದ 'ನಾದಲೀಲೆ', 'ಚೈತ್ರೋದಯ' ಹಾಗೂ 'ಗುಲ್‌ಮೊಹರ್' ಕಾರ್ಯಕ್ರಮಗಳು, ದ.ರಾ. ಬೇಂದ್ರೆ, ಜಿ.ಎಸ್. ಶಿವರುದ್ರಪ್ಪ ಹಾಗೂ ಕೆ.ಎಸ್. ನಿಸಾರ್ ಅಹಮದ್ ಅವರಿಗೆ ಸಂದ ಗೌರವವಷ್ಟೇ ಆಗಿರಲಿಲ್ಲ; ಕನ್ನಡ ಕಾವ್ಯವನ್ನು ಜನಮುಖಿಗೊಳಿಸುವ ಪ್ರಯೋಗಗಳೂ ಆಗಿದ್ದವು.

ದಿವಾಕರ್ ಅವರಿಗೆ ಯಶವಂತ ಚಿತ್ತಾಲರು ಬರೆದ ಪತ್ರವೊಂದರಲ್ಲಿನ, 'ಯಾವಾಗಲೂ ಉಳಿದವರ ಪ್ರತಿಭೆಯ ಬಗೆಗೇ ಕಾಳಜಿ ವಹಿಸುವುದರಲ್ಲಿ ತನ್ನ ಪ್ರತಿಭೆಗೆ ಇಷ್ಟೊಂದು ನಿರಾಸಕ್ತನಾದ ಇನ್ನೊಬ್ಬ ಲೇಖಕನನ್ನು ನಾನಿನ್ನೂ ಕಂಡಿಲ್ಲ!' ಎನ್ನುವ ಮಾತು ದಿವಾಕರ್ ಅವರೊಂದಿಗೆ ಒಡನಾಡಿದ ಬಹುತೇಕರ ಅಭಿಪ್ರಾಯವೂ ಹೌದು. ಈ ನಿಸ್ವಾರ್ಥದಿಂದಲೇ ಬೇರೆ ಬೇರೆ ದೇಶಗಳ ಕಥೆಗಳನ್ನು ಕನ್ನಡಕ್ಕೆ ತರಲು ಅವರಿಗೆ ಸಾಧ್ಯವಾಗಿದೆ; ಸ್ವಂತ ಬರವಣಿಯಷ್ಟೇ, ಅಥವಾ ಅದಕ್ಕೂ ಮಿಗಿಲೆಂದು ಅನುವಾದಗಳನ್ನು ನೋಡುವುದು ಸಾಧ್ಯವಾಗಿದೆ.

ಮಿತ್ರರ ಬರವಣಿಗೆಗೆ ಪ್ರೇರಣೆಯಾಗುವುದು ಮಾತ್ರವಲ್ಲದೆ, ಅವರ ಕೃತಿಗಳ ಪ್ರಕಟಣೆಗೂ ದಿವಾಕರ್ ನೆರವಾಗಿದ್ದಾರೆ. ನಿಸಾರ್ ಅಹಮದ್‌ರ 'ನಿತ್ಯೋತ್ಸವ' ಸಂಕಲನ ಬಾಕಿನ ಅವರ 'ಲಿಪಿ ಪ್ರಕಾಶನ'ದಡಿ ಪ್ರಕಟಗೊಳ್ಳಲಿಕ್ಕೆ ದಿವಾಕರ್ ಅವರದೇ ಒತ್ತಾಸೆ. ಗೋಪಾಲಕೃಷ್ಣ ಅಡಿಗರ ಕವಿತೆಗಳು ಮೊದಲ ಬಾರಿಗೆ 'ಸಮಗ್ರ ಕಾವ್ಯ' ಹೆಸರಿನಲ್ಲಿ ಪ್ರಕಟಗೊಳ್ಳಲಿಕ್ಕೆ, ಆ ಮೂಲಕ ಕನ್ನಡದಲ್ಲಿ 'ಸಮಗ್ರ ಕಾವ್ಯ' ಪರಿಕಲ್ಪನೆ ಆರಂಭಗೊಳ್ಳುವುದರ ಹಿಂದೆ ಇದ್ದುದೂ ದಿವಾಕರ್ ಅವರ ಸೃಜನಶೀಲ ಉತ್ಸಾಹವೇ.

ಎಪ್ಪತ್ತೊಂಬತ್ತು ವರ್ಷಗಳನ್ನು ದಾಟಿ ಎಂಬತ್ತರ ಕ್ಲಬ್ಬಿಗೆ ದಿವಾಕರ್ ಕಾಲಿಡುತ್ತಿರುವ ಸಂದರ್ಭದಲ್ಲಿ ಹಿಂತಿರುಗಿ ನೋಡಿದರೆ, ಸಂಖ್ಯೆಯ ದೃಷ್ಟಿಯಿಂದ ಅವರ ಸ್ವಂತ ಬರವಣಿಗೆಯ ಪ್ರಮಾಣ ದೊಡ್ಡದಾಗಿಯೇನೂ ಕಾಣುವುದಿಲ್ಲ. ಆದರೆ, ಗುಣಮಟ್ಟ ಹಾಗೂ ಪ್ರಯೋಗಶೀಲತೆಯ ದೃಷ್ಟಿಯಿಂದ ಅವರು ಕನ್ನಡದ ಪ್ರಮುಖ ಲೇಖಕರ ಸಾಲಿಗೆ ಸೇರಿರುವವರು. ಅವರ ಕತೆಗಳು ಕನ್ನಡ ಕಥಾಲೋಕದ ಹೊಳಪನ್ನು ಹೆಚ್ಚಿಸಿದ್ದರೆ, ಅನುವಾದಗಳು ಕಥನದ ಹಲವು ಸಾಧ್ಯತೆಗಳನ್ನು ಪರಿಚಯಿಸಿವೆ. ಬರೆದುದೆಲ್ಲವೂ ಭಿನ್ನವಾಗಿರಬೇಕು ಎನ್ನುವ ದಿವಾಕರ್ ಹಂಬಲ, ಸೃಜನಶೀಲ ಬರಹಗಾರನೊಬ್ಬನ ಉತ್ಕಟ ತುಡಿತದಂತೆ, ಬರವಣಿಗೆಯ ಸಾಧ್ಯತೆಗಳ ಕುರಿತ ಎಂದಿಗೂ ತೀರದ ಕುತೂಹಲದಂತೆ ಭಾಸವಾಗುತ್ತದೆ.

ದಿವಾಕರ್ ಅವರೊಂದಿಗೆ ಒಡನಾಡಿದ ಎಲ್ಲರೂ ಒಂದಲ್ಲಾ ಒಂದು ಬಗೆಯಲ್ಲಿ ಅವರಿಂದ ಸಂತೋಷ ಪಡೆದವರೇ. 'ಕನ್ನಡ ಸಾಹಿತ್ಯದ ವಾತ್ಸಲ್ಯ ಪರಂಪರೆ'ಯ ನಮ್ಮ ಕಾಲದ ಧಾರೆಯಂತೆ ಕಾಣಿಸುವ ದಿವಾಕರರ ಸ್ನೇಹಸುಧೆಯಲ್ಲಿ ಮಿಂದವರು ಒಬ್ಬಿಬ್ಬರಲ್ಲ. ಆ ವಾತ್ಸಲ್ಯದ ಸವಿಯನ್ನುಂಡ ನಮ್ಮೊಳಗೆ, ನಾವು ಪಡೆದ ಸಂತೋಷವನ್ನು ಬಹಿರಂಗವಾಗಿ ವ್ಯಕ್ತಪಡಿಸುವ ಆಸೆ ಸುಪ್ತವಾಗಿತ್ತು; ದಿವಾಕರ್ ಅವರನ್ನು ಅಭಿನಂದಿಸುವ ಸಂತೋಷಕೂಟವೊಂದನ್ನು ಆಯೋಜಿಸುವುದು ನಮ್ಮ ಬಹುದಿನಗಳ ಕನಸಾಗಿತ್ತು. ಆ ಹಂಬಲಕ್ಕೆ ನೀರೆರೆದವರು ಪಂಡಿತ್ ಪರಮೇಶ್ವರ ಹೆಗಡೆ. ದೇಶದ ಪ್ರಖ್ಯಾತ ಹಿಂದೂಸ್ತಾನಿ ವಿದ್ವಾಂಸರಲ್ಲೊಬ್ಬರಾದ ಪಂ. ಪರಮೇಶ್ವರ ಹೆಗಡೆ ಹಾಗೂ ದಿವಾಕರರಿಗೆ ಸಂಗೀತದ ಕಾರಣದಿಂದಾಗಿಯೇ ಸ್ನೇಹ. ಆ ಸ್ನೇಹದ ಕಾರಣದಿಂದಾಗಿಯೇ, ಕೊರೊನಾ ಕಾಲಘಟ್ಟದಲ್ಲಿ ದಿವಾಕರ್ ಭಾವಗೀತೆಗಳನ್ನು ಬರೆಯುವಂತಾಯಿತು ಹಾಗೂ ಆ ಗೀತೆಗಳು ಪರಮೇಶ್ವರ ಹೆಗಡೆ ಅವರ ಮನಸ್ಸಿನಲ್ಲಿ ಅನುರಣನಗೊಳ್ಳುವಂತಾಯಿತು. ಹಾಡಿನಬಳ್ಳಿ ಹಬ್ಬತೊಡಗಿದಾಗ, ಅದಕ್ಕೊಂದು ಸ್ಪಷ್ಟರೂಪು ಕೊಡುವ ಹಂಬಲ ಪರಮೇಶ್ವರ ಹೆಗಡೆ ಅವರ ಮನಸ್ಸಿನಲ್ಲಿ ಮೂಡಿತು. ತಮ್ಮ ಶಿಷ್ಯರಿಂದ ಭಾವಗೀತೆಗಳನ್ನು ಹಾಡಿಸುವ ಮೂಲಕ ದಿವಾಕರ್ ಅವರಿಗೆ ಹುಟ್ಟುಹಬ್ಬದ ಉಡುಗೊರೆ ನೀಡಬೇಕೆನ್ನುವ ಆಸೆ ಯಾವ ಕ್ಷಣದಲ್ಲಿ ಅವರ ಮನಸ್ಸಿನಲ್ಲಿ ಮೂಡಿತೋ, ಆ ಕ್ಷಣದಲ್ಲೇ 'ನಮ್ಮ ದಿವಾಕರ್' ಪರಿಕಲ್ಪನೆಯೂ ಮೊಳೆಯಿತೆನ್ನಬೇಕು. ಸಂಗೀತ ಸಂಭ್ರಮ ಸಾಹಿತ್ಯ ಸಂಭ್ರಮವೂ ಆಗಬೇಕೆನ್ನುವ ಪರಮೇಶ್ವರ ಹೆಗಡೆ ಅವರ ಅಭಿಲಾಷೆ ನಮ್ಮ ಬಹುದಿನಗಳ ಹಂಬಲ ಕಾರ್ಯರೂಪಕ್ಕೆ ಬರಲು ನೆಪವಾಯಿತು. ದಿವಾಕರ್ ಅವರ ದೀರ್ಘ ಕಾಲದ ಒಡನಾಡಿಗಳಾದ ಎಂ.ಎಸ್. ಶ್ರೀರಾಮ್ ಹಾಗೂ ಸಚ್ಚಿದಾನಂದ ಹೆಗಡೆ 'ನಮ್ಮ ದಿವಾಕರ್' ಕಾರ್ಯಕ್ರಮದ ಭಾಗವಾದರು, ಅಂತರ್ಜಲವಾಗಿ ಪರಿಣಮಿಸಿದರು.

'ನಮ್ಮ ದಿವಾಕರ್' ಸಂಭ್ರಮ ಒಂದು ದಿನಕ್ಕೆ ಸೀಮಿತವಾಗದೆ, ಮತ್ತೆ ಮತ್ತೆ ಎದೆಗೆ ತಾಕುವ ನವಿಲುಗರಿಯಾಗಿ ಪರಿಣಮಿಸಬೇಕು ಎನ್ನುವ ಯೋಚನೆಯೇ 'ಪರಿಮಳದ ಪಡಸಾಲೆ'ಯ ರೂಪು ತಳೆದಿದೆ. ದಿವಾಕರ್ ಅವರನ್ನು ಅಭಿನಂದಿಸುವ ಸಂದರ್ಭದಲ್ಲಿ ರೂಪುಗೊಂಡಿದ್ದರೂ, ಈ ಕೃತಿ ಅಭಿನಂದನಾ ಮಾದರಿಗಳ ಚೌಕಟ್ಟನ್ನು ಮೀರಿ ಓದುಗಸ್ನೇಹಿ ಆಗಿರಬೇಕೆನ್ನುವುದು ಹಾಗೂ ಪ್ರಕಟಗೊಂಡ ಸಂದರ್ಭದಾಚೆಗೂ ಪ್ರಸ್ತುತಗೊಳ್ಳುವಂತೆ ಇರಬೇಕೆನ್ನುವುದು ನಮ್ಮ ಅಪೇಕ್ಷೆಯಾಗಿತ್ತು. ಆ ಬಯಕೆ ಕಾರ್ಯರೂಪಕ್ಕೆ ಬರುವ ನಿಟ್ಟಿನಲ್ಲಿ ಸಂಪಾದಕೀಯ ಬಳಗ ತೆಗೆದುಕೊಂಡ ಐದು ಮುಖ್ಯ ತೀರ್ಮಾನಗಳು ಹೀಗಿವೆ:

1. ಪುಸ್ತಕದ ಗಾತ್ರ ಓದುಗರಿಗೆ ಭಯ ಹುಟ್ಟಿಸುವಂತಿರದೆ, ಸುಮಾರು 150 ಪುಟಗಳ ಆಸುಪಾಸಿನಲ್ಲಿ ರೂಪುಗೊಳ್ಳುವುದು.

2. ವೈಯಕ್ತಿಕ ವಿವರಗಳ ಬದಲು ಸಾಹಿತ್ಯ ಸ್ಪಂದನಗಳ ಮೂಲಕ ದಿವಾಕರ್ ಅವರ ಅನನ್ಯತೆಯನ್ನು ಕಟ್ಟಿಕೊಡಲು ಪ್ರಯತ್ನಿಸುವುದು.

3. ವಿಸ್ತೃತ ಸಂದರ್ಶನದ ಮೂಲಕ ದಿವಾಕರ್ ಅವರ ವಿವಿಧ ಆಸಕ್ತಿಗಳನ್ನು ದಾಖಲಿಸುವುದು.

4. ದಿವಾಕರ್ ಬರವಣಿಗೆಯ ವೈವಿಧ್ಯ ಹಾಗೂ ಅನನ್ಯತೆ ಸೂಚಿಸುವಂತೆ ಅವರ ಆಯ್ದ ಕಥೆ, ಕವಿತೆ, ಪ್ರಬಂಧ, ಅನುವಾದಗಳನ್ನು ಬಳಸಿಕೊಳ್ಳುವುದು.

5. ವಿನ್ಯಾಸ ಜಡವಾಗದಂತೆ, ಅದೇ ಕಾಲಕ್ಕೆ ಕಸರತ್ತೂ ಆಗದಂತೆ ಕೃತಿಯನ್ನು ರೂಪಿಸುವುದು. ಈ ವಿನ್ಯಾಸದ ಭಾಗವಾಗಿ, ದಿವಾಕರ್ ಅವರ ಬರಹಗಳು ಹಾಗೂ ಸಂದರ್ಶನದ 'ಕೇಳು' ಹಾಗೂ 'ನೋಡು' ಪಠ್ಯಗಳನ್ನು ಆನ್‌ಲೈನ್‌ಗೆ ಅಳವಡಿಸಿ, ಅವುಗಳ ಸಂಪರ್ಕದ 'ಕ್ಯುಆರ್ ಕೋಡ್'ಗಳನ್ನು ಪುಸ್ತಕದಲ್ಲಿ ನೀಡುವುದು.

'ಪರಿಮಳದ ಪಡಸಾಲೆ' ಕೃತಿ ಎಸ್. ದಿವಾಕರ್ ಅವರ ಸಾಹಿತ್ಯಲೋಕಕ್ಕೆ ಒಳ್ಳೆಯ ಪ್ರವೇಶಿಕೆ ಆಗಬಲ್ಲದೆನ್ನುವುದು ನಮ್ಮ ನಂಬಿಕೆ. ಕನ್ನಡದ ಪ್ರಮುಖ ಬರಹಗಾರರೊಬ್ಬರ ವ್ಯಕ್ತಿತ್ವದ ಚೆಲುವು ಹಾಗೂ ಸಾಹಿತ್ಯ ಸಾಧನೆಯನ್ನು ತಿಳಿಯಲು ಈ ಕೃತಿ ಕೈಗನ್ನಡಿಯಂತಿದೆ. 'ನಮ್ಮ ದಿವಾಕರ್' ಅವರನ್ನು ಸಂಭ್ರಮಿಸುವ 'ಪರಿಮಳದ ಪಡಸಾಲೆ' ಕೃತಿಯನ್ನು ರೂಪಿಸುವ ಪ್ರಕ್ರಿಯೆ ನಮಗೆ ನೀಡಿದ ಸಂತೋಷ ದೊಡ್ಡದು. ದಿವಾಕರ್ ಸಾಹಿತ್ಯದ ಕುರಿತಂತೆ ವಿಸ್ತೃತ ಪ್ರತಿಕ್ರಿಯೆಗಳನ್ನು ಬರೆಯಲು ನಾವು ಕೇಳಿದ ಬರಹಗಾರರು, ತಮ್ಮ ಒತ್ತಡದ ನಡುವೆಯೂ ಕ್ಲುಪ್ತ ಅವಧಿಯಲ್ಲಿ ಲೇಖನಗಳನ್ನು ಕೊಡುವ ಮೂಲಕ ಪಡಸಾಲೆಯಲ್ಲಿನ ಪರಿಮಳದ ಮೌಲ್ಯ ಹೆಚ್ಚಿಸಿದ್ದಾರೆ. ಈ ಕೃತಿಗಾಗಿಯೇ ದಿವಾಕರ್ ಹೊಸತೊಂದು ಕತೆ (ಗತ) ಬರೆದುಕೊಟ್ಟಿದ್ದಾರೆ. ಈ ವಿಶೇಷಾಂಕದಲ್ಲಿ ಯಶವಂತ ಚಿತ್ತಾಲರು ದಿವಾಕರರಿಗೆ ಬರೆದ ಪತ್ರವೊಂದನ್ನು ಬಳಸಿಕೊಂಡಿದ್ದೇವೆ. ದಿವಾಕರರ ಕಥನ ಪ್ರತಿಭೆ ಹಾಗೂ ವ್ಯಕ್ತಿತ್ವದ ಚೆಲುವಿಗೆ ಚಿತ್ತಾಲರು ಎಳೆದ ಅಡಿಗೆರೆಯಂತಿರುವ ಆ ಪತ್ರ, ಈ ವಿಶೇಷ ಸಂಚಿಕೆಯಲ್ಲಿನ ಬಣ್ಣದ ಗರಿಯಂತಿದೆ.

ಸಾಹಿತ್ಯದ ವಿದ್ಯಾರ್ಥಿಗಳನ್ನು ಹಾಗೂ ಓದುಗ ಸಹೃದಯರನ್ನು ಸಾಹಿತ್ಯದ ಪ್ರಯೋಜನಗಳ ಕುರಿತ ಜಿಜ್ಞಾಸೆ ಒಂದಲ್ಲಾ ಒಂದು ಸಂದರ್ಭದಲ್ಲಿ ಕಾಡಿಯೇ ಕಾಡುತ್ತದೆ. ಕೀರ್ತಿ ಹಾಗೂ ಧನಲಾಭಗಳನ್ನು ಸಾಹಿತ್ಯದ ಪ್ರಯೋಜನಗಳನ್ನಾಗಿ ಕಾವ್ಯಮೀಮಾಂಸೆ ಗುರ್ತಿಸುತ್ತದೆ. ಸದ್ಯದ ಸಂದರ್ಭದಲ್ಲಂತೂ ಕನ್ನಡದ ಬರಹಗಾರ ಬರವಣಿಗೆಯನ್ನು ನೆಚ್ಚಿ ಬದುಕುವುದು ಅಸಾಧ್ಯ. ಸಾಹಿತಿಗಳ ಬಗ್ಗೆ ಸಮಾಜದಲ್ಲಿ ರೂಪುಗೊಳ್ಳುತ್ತಿರುವ ಅಸಹನೆಯನ್ನು ಗಮನಿಸಿದರೆ, ಕೀರ್ತಿಲಾಭ ಎನ್ನುವುದು ಕೂಡ ಸದ್ಯದ ಸಂದರ್ಭದಲ್ಲಿ 'ವ್ಯಂಗ್ಯ'ವಾಗಿ ಕಾಣಿಸುತ್ತದೆ. ಇಂಥ ಸಂದರ್ಭದಲ್ಲಿ ಸಾಹಿತ್ಯಪ್ರೀತಿ ನಮಗೆ ಏನನ್ನಾದರೂ ತಂದುಕೊಡಬಲ್ಲುದೆಂದರೆ ಅದು ಮನುಷ್ಯಪ್ರೇಮವನ್ನಷ್ಟೇ. ದಿವಾಕರ್ ಅವರ ಸಾಹಿತ್ಯಪ್ರೀತಿಯ ಕೇಂದ್ರದಲ್ಲಿರುವುದೂ ಅದೇ – ಮಾನವೀಯತೆ, ವಾತ್ಸಲ್ಯ. ರಾಜಕಾರಣದಲ್ಲಿನ ಕೊಳಕುತನ ಸಮಾಜದಲ್ಲೂ ಸಾಹಿತ್ಯದಲ್ಲೂ ಪ್ರತಿಫಲನಗೊಳ್ಳುತ್ತಿರುವ ಸಂದರ್ಭದಲ್ಲಿ, ದಿವಾಕರ್ ಅವರ ಸಾಹಿತ್ಯಪ್ರೇಮ ಒಂದು ಮೌಲ್ಯದ ರೀತಿಯಲ್ಲಿ ಅಸಾಧಾರಣ ಸಂಗತಿಯಾಗಿ ಕಾಣಿಸುತ್ತದೆ. ದಿವಾಕರ್ ವ್ಯಕ್ತಿಯಷ್ಟೇ ಅಲ್ಲ – ಮಾನವೀಯತೆಯ ಅಭಿವ್ಯಕ್ತಿಯಾದ ಸಾಹಿತ್ಯಪ್ರೀತಿಯ ರೂಪಕ, ವಿರಳ ಮೌಲ್ಯ. 'ನಮ್ಮ ದಿವಾಕರ್', 'ನಮ್ಮ ಪ್ರೀತಿಯ ದಿವಾಕರ್' ಎಪ್ಪತ್ತೊಂಬತ್ತು ವರ್ಷಗಳನ್ನು ಪೂರೈಸಿ, ಎಂಬತ್ತರ ಕ್ಲಬ್ಬಿಗೆ ಕಾಲಿಡುತ್ತಿರುವ ಸಂದರ್ಭದಲ್ಲಿ 'ಪರಿಮಳದ ಪಡಸಾಲೆ'ಯನ್ನು ಅವರಿಗೆ ಪ್ರೀತಿಯಿಂದ ಅರ್ಪಿಸುತ್ತಿದ್ದೇವೆ; ಪಡಸಾಲೆಯಲ್ಲಿನ ಪರಿಮಳ ದಿವಾಕರರನ್ನೂ ಒಳಗೊಂಡಂತೆ ನಮ್ಮೆಲ್ಲರನ್ನೂ ನಿರಂತರವಾಗಿ ಆವರಿಸಿಕೊಳ್ಳಲಿ ಎನ್ನುವ ಹಂಬಲದೊಂದಿಗೆ.

–ಸಂಪಾದಕೀಯ ಬಳಗ

ಧನ್ಯವಾದಗಳು

◆ಪಂಡಿತ್ ಪರಮೇಶ್ವರ ಹೆಗಡೆ ◆ಜಯಶ್ರೀ ಕಾಸರವಳ್ಳಿ ◆ಎಂ.ಎಸ್. ಶ್ರೀರಾಮ್
◆ಎಂ.ಎಸ್. ಆಶಾದೇವಿ ◆ವಿವೇಕ ಶಾನಭಾಗ ◆ಅಪಾರ ◆ಸಚ್ಚಿದಾನಂದ ಹೆಗಡೆ
◆ಅಶೋಕ ಹೆಗಡೆ ◆ಎನ್.ಎ.ಎಂ. ಇಸ್ಮಾಯಿಲ್ ◆ವೀರಕಪುತ್ರ ಶ್ರೀನಿವಾಸ
◆ರಾಜೇಂದ್ರ ಚೆನ್ನಿ ◆ಗುರುಪ್ರಸಾದ್ ಕಾಗಿನೆಲೆ ◆ಸುಶೀಲಾ ಪುನೀತಾ ◆ಈಶ್ವರ ಬಡಿಗೇರ
◆ಜಿ.ಎಸ್. ಭಾಸ್ಕರ್ ◆ಎಸ್. ಸುರೇಂದ್ರನಾಥ್ ◆ದಿನೇಶ ಹೆಗಡೆ ಮಾನೀರ್
◆ರಮೇಶ್ ಅರವಿಂದ್ ◆ಯೋಗರಾಜ ಭಟ್ ◆ಅಚ್ಯುತ ಕುಮಾರ್ ◆ಜಯಲಕ್ಷ್ಮಿ ಪಾಟೀಲ್
◆ಕಾವ್ಯಾ ಕಡಮೆ ◆ನಂದಕುಮಾರ್ ಜಿ.ಕೆ. ◆ನವ್ಯಾ ಕಡಮೆ ◆ಸ್ಪರ್ಶ ಆರ್.ಕೆ.
◆ಬಾದಲ್ ನಂಜುಂಡಸ್ವಾಮಿ ◆ಜಬೀವುಲ್ಲಾ ಎಂ. ಅಸದ್

ಪ್ರಕಾಶಕರ ಮಾತು

ಕೇವಲ ಓದುಗನಾಗಿದ್ದಾಗ 'ಸಾಹಿತ್ಯಲೋಕ ಎನ್ನುವುದು ಜೇನುಗೂಡು, ಓದುಗನಿಗೆ ಸಿಹಿ ನೀಡುವುದಕ್ಕಾಗಿಯೇ ಆ ಜೇನುಗಳು ಒಟ್ಟಾಗಿರುತ್ತವೆ' ಎಂದು ಭಾವಿಸಿದ್ದ ನನಗೆ, ಪ್ರಕಾಶಕನಾದ ನಂತರ ಒಂದೊಂದೇ ಒಳಮರ್ಮಗಳ ದರ್ಶನವಾಗುತ್ತಿದೆ. ಅವುಗಳು ದಿಗಿಲುಗೊಳಿಸುತ್ತಿವೆ. ಇತ್ತೀಚೆಗಷ್ಟೇ ಪ್ರೀತಿಯ ಆಹ್ವಾನದ ಮೇರೆಗೆ ಒಂದು ಪುಸ್ತಕ ಬಿಡುಗಡೆ ಸಮಾರಂಭದಲ್ಲಿ ಭಾಗಿಯಾಗಿದ್ದೆ. ಸಾಹಿತ್ಯಲೋಕದೊಂದಿಗೆ ಒಂದೂವರೆ ವರ್ಷದ ಒಡನಾಟ ಇರುವುದರಿಂದ ಯಾವುದೇ ಪುಸ್ತಕ ಬಿಡುಗಡೆ ಸಮಾರಂಭಕ್ಕೆ ಹೋಗಲಿ, ಅಲ್ಲೊಂದಷ್ಟು ಪರಿಚಿತರು ಇದ್ದೇ ಇರುತ್ತಾರೆ. ಇಲ್ಲೂ ಕೂಡ ಪರಿಚಿತರು ಸಿಗುವರೆಂಬ ನಂಬಿಕೆಯಿತ್ತು. ಆದರೆ ಅದು ಸುಳ್ಳಾಗಿತ್ತು.

ಅಚ್ಚರಿ ಎಂದರೆ 'ಕರೆದಾತ'ನೊಬ್ಬನ ಹೊರತಾಗಿ ಉಳಿದವರೆಲ್ಲರಿಗೂ ನಾನು ಅಪರಿಚಿತ. ಒಂದೂವರೆ ವರ್ಷದಲ್ಲಿ 65 ಕೃತಿಗಳನ್ನು ಪ್ರಕಟಿಸಿ, 45000 ಕೃತಿಗಳನ್ನು ಮಾರಾಟ ಮಾಡಿ, ಹತ್ತಕ್ಕೂ ಹೆಚ್ಚು ಕಾರ್ಯಕ್ರಮಗಳನ್ನು ಆಯೋಜಿಸಿರುವೆ. ಸಾವಿರಾರು ಸಾಹಿತ್ಯಾಸಕ್ತರ ಜೊತೆ ಒಡನಾಡಿರುವೆ. ಆದರೆ, ಅಲ್ಲಿನ ಆ ಇನ್ನೂರು ಜನರನ್ನು ನನಗೆ ತಲುಪಲು ಆಗಿರಲೇ ಇಲ್ಲ. ಅವರೂ ನನ್ನ ಹತ್ತಿರ ಸುಳಿದಿರಲಿಲ್ಲ. ಯಾಕೆ ಹೀಗೆ? ಸಾಹಿತ್ಯಲೋಕ ಜೇನುಗೂಡಿನಂತಿಲ್ಲ ಎಂಬ ಸತ್ಯ ನನ್ನ ಅರಿವಿಗೆ ಈಗೀಗ ಬರುತ್ತಿದೆ. ಸಾಹಿತ್ಯಲೋಕ ವರ್ಗಗಳಾಗಿ ಹಂಚಿಹೋಗಿದೆ ಎನ್ನುವ ಕಟು ಸತ್ಯ ಬಾಧಿಸುತ್ತಿದೆ. ನನಗೇ ಗೊತ್ತಿಲ್ಲದಂತೆ ನನ್ನನ್ನೂ ಈ ಗ್ರೂಪಿಸಂ ವರ್ತುಲಕ್ಕೆ ಸೇರಿಸಿಬಿಟ್ಟಿದ್ದಾರಲ್ಲ ಎನ್ನುವ ವಿಷಾದ ಕಾಡುತ್ತಿದೆ. 'ಅವರ ಪುಸ್ತಕ ಇವರು ಓದಲ್ಲ, ಇವರ ಪುಸ್ತಕ ಅವರು ಮುಟ್ಟಲ್ಲ' ಎನ್ನುವ ವಾತಾವರಣ ಸೃಷ್ಟಿಯಾಗಿದೆ. ಹಾಗಾಗಿ ಅವರಿಗೆ ಇವರು, ಇವರಿಗೆ ಅವರು ಅಪರಿಚಿತರಾಗಿ ಉಳಿದುಬಿಟ್ಟಿದ್ದಾರೆ ಅನಿಸುತ್ತಿದೆ.

ಪರಿಸ್ಥಿತಿ ಹೀಗಿರುವಾಗ ಪ್ರಕಾಶನ ಸಂಸ್ಥೆಯೊಂದು ಇನ್ನಷ್ಟು ಪಾರದರ್ಶಕವಾಗಿರಬೇಕಾದ, ಎಲ್ಲರನ್ನೂ ಒಳಗೊಳ್ಳಬೇಕಾದ ಅಗತ್ಯ ತುಸು ಹೆಚ್ಚೇ ಇದೆ ಎಂದು ಭಾವಿಸಿದ್ದೇನೆ. ಹೇಗೆಂದರೆ, ಪ್ರಕಾಶನ ಸಂಸ್ಥೆಯನ್ನು ಸಿನಿಮಾ ಥಿಯೇಟರಿನ ಹಾಗೆ ಇಟ್ಟುಕೊಳ್ಳಬೇಕಿದೆ. ಅಲ್ಲಿ ಯಾವ ಸಿನಿಮಾ ಬೇಕಾದರೂ ಬರಬಹುದು, ಯಾವುದೇ ಪ್ರೇಕ್ಷಕನಾದರೂ ವೀಕ್ಷಿಸಬಹುದು. ನನ್ನದೇನಿದ್ದರೂ ಥಿಯೇಟರ್, ಪರದೆ, ಧ್ವನಿ ವ್ಯವಸ್ಥೆಯನ್ನು ಸರಿಯಾದ ಸ್ಥಿತಿಯಲ್ಲಿಡುವುದಷ್ಟೇ!

ವೀರಲೋಕದ ಇದುವರೆಗಿನ ಕೃತಿಗಳಿಗಿಂತ ‘ಪರಿಮಳದ ಪಡಸಾಲೆ’ ತುಸು ವಿಭಿನ್ನ ಮತ್ತು ವಿಶೇಷ ಏಕೆಂದರೆ, ಇದು ಎಸ್. ದಿವಾಕರ್ ಅವರ ಪ್ರಪಂಚದೊಳಗಿನ ಪ್ರವೇಶಿಕೆ. ದಿವಾಕರ್ ಅವರು ನನಗೆ ಪರಿಚಯವಾಗಿದ್ದು ‘ಸುಗಂಧಿ’ ಎಂಬ ವಿಶೇಷಾಂಕವನ್ನು ಹೊರತರುವ ಹೊತ್ತಿನಲ್ಲಿ. ಸುಗಂಧಿಯು ವಿಶೇಷಾಂಕಗಳ ಪರಂಪರೆಯಲ್ಲಿಯೇ ಒಂದು ವಿಶೇಷ ಕೃತಿ. ನನ್ನ ಒಂದೂವರೆ ದಶಕದ ಸನ್ಮಿತ್ರರಾದ ಕರ್ಕಿ ಕೃಷ್ಣಮೂರ್ತಿಯವರು ಸುಗಂಧಿಯ ಸಂಪಾದಕರಾಗಿ ಅನೇಕ ಪ್ರಯೋಗಗಳನ್ನು ಅದರಲ್ಲಿ ಮಾಡಿದ್ದರು. ಈಗಲೂ ಆ ಕೃತಿಯನ್ನು ಹಿಡಿದು ಕೂತರೆ ಕೆಳಗಿಡಲು ಮನಸಾಗುವುದೇ ಇಲ್ಲ. ಅಂತಹ ಮಹತ್ತರ ವಿಶೇಷಾಂಕಕ್ಕೆ ದಿವಾಕರ್ ಅವರು ಲೇಖನವೊಂದನ್ನು ಕೊಟ್ಟು ಹಾರೈಸಿದ್ದರು. ಹಾಗೆ ಅವರು ನನ್ನ ಸಂಪರ್ಕಕ್ಕೆ ಬಂದಿದ್ದರು. ಈ ನಾಲ್ಕೈದು ವರ್ಷದಲ್ಲಿ ಅವರೊಂದಿಗೆ ನಾಲ್ಕೈದು ಬಾರಿ ಮಾತನಾಡಿರಬಹುದು ಅಷ್ಟೇ. ಆದರೆ ಅವರೂ, ಅವರ ಓದು, ಕಥೆಗಳು, ಬರಹಗಳು, ನೆನಪಿನ ಶಕ್ತಿ, ಸನ್ನಡತೆಗಳ ಬಗ್ಗೆ ನೂರಾರು ಬಾರಿ ಕೇಳಿಸಿಕೊಂಡು ಪುಳಕಿತನಾಗಿದ್ದೇನೆ. ಎಂತಹ ಸುದೈವ ಅಂದರೆ, ಅಂತಹ ಮೇರು ಚೇತನದ ‘ಪರಿಮಳದ ಪಡಸಾಲೆ’ ಕೃತಿಯನ್ನು ನಮ್ಮದೇ ಸಂಸ್ಥೆಯು ಪ್ರಕಾಶಿಸುತ್ತಿದೆ. ಇಷ್ಟು ವರ್ಷಗಳ ನಂತರ ಮತ್ತದೇ ನನ್ನ ಪ್ರೀತಿಯ ಕರ್ಕಿ ಕೃಷ್ಣಮೂರ್ತಿಯವರು, ರಘುನಾಥ ಚ ಹ, ವಿಶಾಖ ಎನ್ ಹಾಗೂ ಪದ್ಮನಾಭ ಭಟ್ ಈ ಹೊತ್ತಿಗೆಯ ಸಂಪಾದಕೀಯ ಬಳಗದಲ್ಲಿದ್ದಾರೆ. ಕನ್ನಡದ ಮಟ್ಟಿಗೆ ಈ ತರಹದ ಅಭಿನಂದನಾ ಗ್ರಂಥ ಇದೇ ಮೊದಲು ಎನ್ನುವಂತೆ ರೂಪುಗೊಂಡಿದೆ. ಈ ಕೃತಿಯು ಇದರಲ್ಲಿರುವ ವಿಷಯದ ಸತ್ವದಿಂದಾಗಿ ನಿಮ್ಮನ್ನು ಕಾಡಿದರೆ, ಇಲ್ಲಿರುವ ವಿಶೇಷ ಪ್ರಯೋಗಗಳಿಂದಾಗಿ ನಿಮ್ಮ ಹುಬ್ಬೇರುವಂತೆ ಮಾಡುತ್ತದೆ. ಇದರಾಚೆಗೆ ನಾನು ಏನೂ ಹೇಳಬಯಸುವುದಿಲ್ಲ; ಏಕೆಂದರೆ ಓದಿನ ಸುಖ ನಿಮ್ಮದಾಗಬೇಕಿದೆ.

ವೀರಕಪುತ್ರ ಶ್ರೀನಿವಾಸ
ವೀರಲೋಕ ಬುಕ್ಸ್.

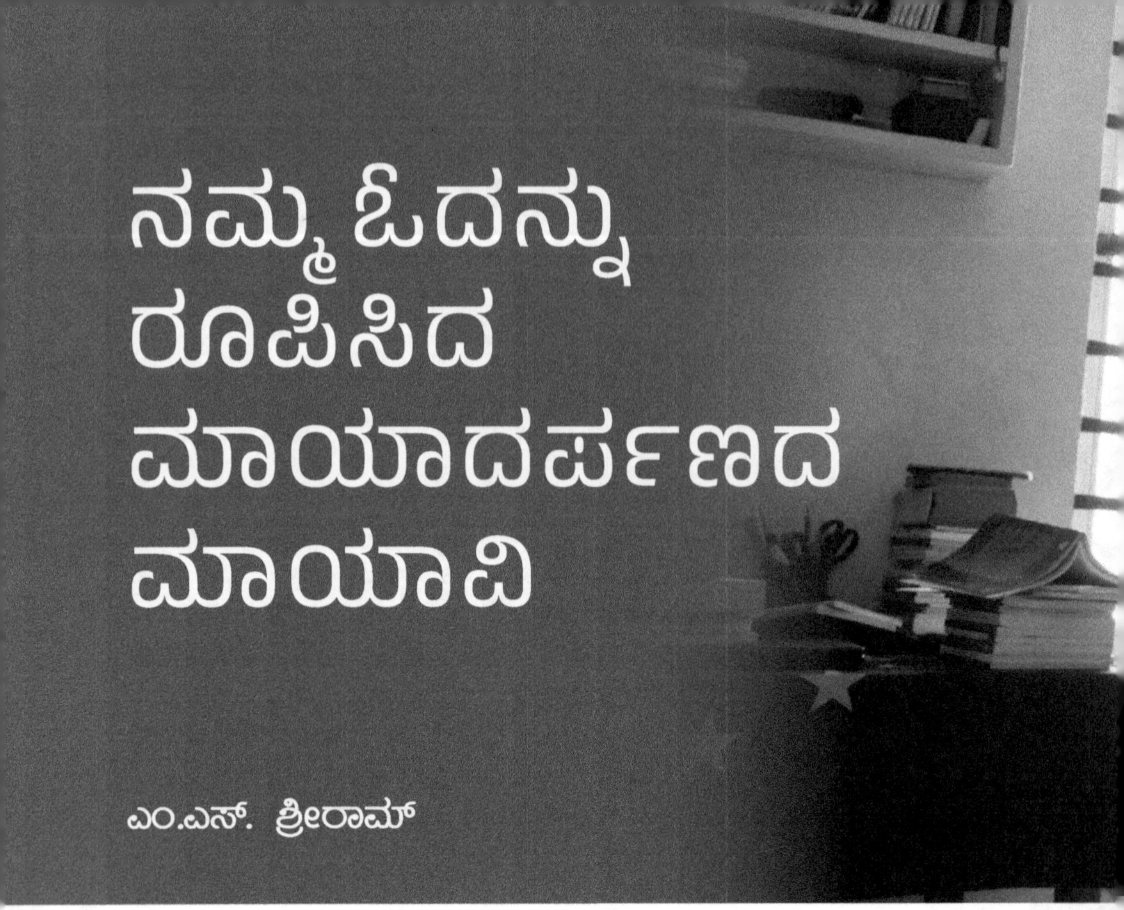

ನಮ್ಮ ಓದನ್ನು ರೂಪಿಸಿದ ಮಾಯಾದರ್ಪಣದ ಮಾಯಾವಿ

ಎಂ.ಎಸ್. ಶ್ರೀರಾಮ್

ವ್ಯಕ್ತಿ | ಸ್ಫೂರ್ತಿ

ನಾನು ಕನ್ನಡದಲ್ಲಿ ಬರೆಯಲು ಪ್ರಾರಂಭಿಸಿದ ದಿನಗಳಲ್ಲಿ ಎಸ್. ದಿವಾಕರ್ ಅವರ ಪರಿಚಯವಾಯಿತು. ನಾನಾಗಿಯೇ ಪತ್ರಿಕೆಯ ಕಾರ್ಯಾಲಯಗಳಿಗೆ ಹೋಗಿ ಸಂಪಾದಕರನ್ನು ಭೇಟಿ ಮಾಡುತ್ತಿದ್ದೆ. ಇದಕ್ಕೆ ಕಾರಣವಿತ್ತು. ನನ್ನ ಬರವಣಿಗೆಯ ಬಹುತೇಕ ಭಾಗ ಪ್ರಕಟವಾಗುತ್ತಿರಲಿಲ್ಲ. ಹೀಗಾಗಿ ಸಂಪಾದಕ ವರ್ಗದವರನ್ನು ಭೇಟಿ ಮಾಡಿ, ನನ್ನ ಬರವಣಿಗೆಯನ್ನು ಹೇಗೆ ಉತ್ತಮಪಡಿಸಿಕೊಳ್ಳಬಹುದು ಎಂದು ತಿಳಿವ ಕಾತರ ನನ್ನಲ್ಲಿತ್ತು. ಆದರೆ ಹಾಗೆ ನೇರವಾಗಿ 'ನನ್ನ ಬರವಣಿಗೆಯನ್ನು ನೀವೇಕೆ ಪ್ರಕಟಿಸುತ್ತಿಲ್ಲ?' ಎಂದು ಕೇಳುವುದಕ್ಕೆ ಸಂಕೋಚವೂ ಮುಜುಗರವೂ ಆಗುತ್ತಿತ್ತು. ನೇರವಾಗಿ ಕೇಳದೇ, ಅವರುಗಳೊಂದಿಗೆ ಸಂವಾದ ನಡೆಸುವ ಪ್ರಕ್ರಿಯೆಯಿಂದಾಗಿ ಕೆಲವು ಒಳನೋಟಗಳು ಬರಬಹುದು ಎನ್ನುವ ಗಟ್ಟಿ ನಂಬಿಕೆಯಿತ್ತು. ನಾನು ಕನ್ನಡ ಭಾಷೆ ಮತ್ತು ಸಾಹಿತ್ಯವನ್ನು ಔಪಚಾರಿಕವಾಗಿ ಓದಿದವನಲ್ಲ. ಆದರೂ ಬರೆಯುವ, ಮತ್ತು ಬರವಣಿಗೆಗೆ ಮನ್ನಣೆ ಬೇಕು ಎನ್ನುವ ತವಕ. ಹೀಗಾಗಿ ಆಗಿನ ದಿನಗಳಲ್ಲಿ ಅನೇಕ ದಿಗ್ಗಜ ಬರಹಗಾರರ ಸಂಗಡ ಸಮಯ ಕಳೆಯುವುದು ಮಾತನಾಡುವುದು ನನ್ನ ಪ್ರಿಯ ಚಟುವಟಿಕೆಯಾಗಿತ್ತು. ಹೀಗೆ ನನಗೆ ಪರಿಚಯವಾದವರು ದಿವಾಕರ್. 'ಪ್ರಜಾವಾಣಿ' ಕಾರ್ಯಾಲಯದ ಮೂರನೆಯ ಮಹಡಿಯಲ್ಲಿ, ಒಂದು ಕ್ಯೂಬಿಕಲ್‌ನಲ್ಲಿ ಮಿತಭಾಷಿಗಳಾದ ಜಿ.ಎಸ್. ಸದಾಶಿವ ಕೂರುತ್ತಿದ್ದರು.

ಅವರು ಆಗ 'ಮಯೂರ' ಪತ್ರಿಕೆಯ ಉಸ್ತುವಾರಿ ನೋಡಿಕೊಳ್ಳುತ್ತಿದ್ದರು. ಪಕ್ಕದಲ್ಲಿ ಸಾಲಾಗಿ ಇದ್ದ ಮೇಜುಗಳಲ್ಲಿ ಎಚ್.ಎನ್. ಆನಂದ, ನಾಗೇಶ ಹೆಗಡೆ ಮತ್ತು ದಿವಾಕರ್ ಕೂತಿರುತ್ತಿದ್ದರು. ನಂತರದ ದಿನಗಳಲ್ಲಿ ಅಲ್ಲಿಗೆ ಶರತ್ ಕಲ್ಕೋಡ್ ಕೂಡಾ ಸೇರಿದರೆಂದು ನೆನಪು.

ಗಮ್ಮತ್ತಿನ ವಿಷಯವೆಂದರೆ, 'ವಾರೆನೋಟ' ಎನ್ನುವ ಕಾಲಂ ಬರೆಯುತ್ತಿದ್ದ ಆನಂದ, ವಿಜ್ಞಾನದ ಬಗ್ಗೆ ಬರೆಯುತ್ತಿದ್ದ ನಾಗೇಶ ಹೆಗಡೆಯವರೊಂದಿಗೆ ಮಾತನಾಡುವುದು ಸರಳವಾದರೂ, ಗೆಳೆತನ ಬೆಳೆದದ್ದು ದಿವಾಕರ್ ಜೊತೆ. ದಿವಾಕರ್ ಜೊತೆ ಮಾತುಕತೆಯಾಗುತ್ತಿತ್ತು ನಿಜ, ಆದರೆ ಅದು ಸರಳ ವ್ಯವಹಾರವಲ್ಲ. ಹರಟೆಯ ಮೂಡಿನಲ್ಲಿ ಆಗಾಗ ದಿವಾಕರ್ ಇರುತ್ತಿದ್ದರಾದರೂ, ಅವರಿಂದ ಮೆಚ್ಚುಗೆಯ ಮಾತು ಪಡೆಯುವುದು ಸುಲಭದ ಮಾತಾಗಿರಲಿಲ್ಲ. ಜೊತೆಗೆ ದಿವಾಕರ್ ಯಾವ ಹಿಂಜರಿಕೆಯೂ ಇಲ್ಲದೇ, ಕುಹಕ, ವ್ಯಂಗ್ಯ ಎಲ್ಲವನ್ನೂ ಬಳಸಿ ನಮ್ಮನ್ನು ಸ್ತಬ್ಧಗೊಳಿಸುತ್ತಿದ್ದರು. ಆದರೂ ದಿವಾಕರ್ ಗೆಳೆತನ ಬೆಳೆಯಲು ಕಾರಣ, ಸಾಹಿತ್ಯದ ಬಗೆಗೆ ಅವರಿಗಿದ್ದ ಪ್ಯಾಷನ್ ಮತ್ತು ಅವರ ಓದಿನ ವಿಸ್ತಾರವೆಂದೇ ಹೇಳಬೇಕು. ಈ ಗೆಳೆತನ ಬೆಳೆದಂತೆ, ಎಂ.ಜಿ. ರಸ್ತೆಯ ಅವರ ಕಾರ್ಯಾಲಯಕ್ಕೆ ಹೋಗುವುದು, ದಿನದ ಸಮಯವಾದರೆ ಪಕ್ಕದ ಕಾಫಿಹೌಸಿನಲ್ಲಿ ಕಾಫಿ, ಮಧ್ಯಾಹ್ನದ ಊಟ ಅಥವಾ ಸಂಜೆಯ ಆಫೀಸು ಮುಗಿಯುವ ಸಮಯಕ್ಕೆ ಹೋದರೆ ಅಲ್ಲಿಂದ ನೇರವಾಗಿ ಕೆ.ಕೆ.ಎಸ್. ಮೂರ್ತಿಯವರ ಸೆಲೆಕ್ಟ್ ಬುಕ್ ಷಾಪಿಗೆ ನಡಿಗೆ. ಅಲ್ಲೊಂದಿಷ್ಟು ಹೊತ್ತು ಪುಸ್ತಕಗಳ ಮಾತುಕತೆ. ಕಾಫಿ.

ದಿವಾಕರ್ ನನ್ನ ರಚನೆಗಳ ಬಗ್ಗೆ ನೇರವಾಗಿ ಎಂದಾದರೂ ಟಿಪ್ಪಣಿ ಮಾಡಿದ್ದರೇ ಎಂದು

ನಾನು ನೆನಪು ಮಾಡಿಕೊಳ್ಳಲು ಪ್ರಯತ್ನಿಸುತ್ತಿದ್ದೇನೆ. ಮಾಡಿದ್ದಿರಬಹುದು, ಆದರೆ ಅದು ನನಗೆ ನೆನಪಿಗೆ ಬರುತ್ತಿಲ್ಲ. ಆದರೂ ದಿವಾಕರ್ ನನ್ನ ಸಾಹಿತ್ಯವನ್ನು ರೂಪಿಸುವಲ್ಲಿ ಪ್ರಮುಖ ಪಾತ್ರವನ್ನು ವಹಿಸಿದ್ದರಲ್ಲಿ ಯಾವುದೇ ಅನುಮಾನವಿಲ್ಲ. ಅವರು ಪ್ರತಿ ಸಂದರ್ಭಕ್ಕೂ ಒಬ್ಬ ಬರಹಗಾರ, ಆತ ಅಥವಾ ಆಕೆಯ ಬರವಣಿಗೆ, ಶೈಲಿ, ಮಹತ್ವ, ಎಲ್ಲದರ ಬಗ್ಗೆ ಸಹಜ ಸಂಭಾಷಣೆಯಲ್ಲಿ ಹೇಳುತ್ತಿದ್ದರು. ಒಂದು ಅರ್ಧ ಗಂಟೆಯ ಮಾತುಕತೆಯಾದರೆ – ಹತ್ತಿಪ್ಪತ್ತು ಪುಸ್ತಕಗಳ ಬಿಬ್ಲಿಯೋಗ್ರಫಿ ನಮಗೆ ಸಿಗುತ್ತಿತ್ತು. ಅದರ ಜೊತೆಗೆ ದಿವಾಕರ್ ಬರೆಯಲು ಅಂದುಕೊಂಡ, ಬರೆಯಬಹುದು ಅನ್ನಿಸುವ ಅನೇಕ ಕಥೆಗಳನ್ನು ವಿವರಿಸುತ್ತಿದ್ದರು. ಎಲ್ಲದರಲ್ಲೂ ಒಂದು ರೀತಿಯ ಪ್ರಯೋಗಶೀಲತೆ ಮತ್ತು ಹೊಸತನ.

ಅವರು ಏನನ್ನೂ ಮರೆಯುತ್ತಿರಲಿಲ್ಲ ಎಂದು ಹೇಳಿದರೆ ಏನೂ ಹೇಳಿದಂತಾಗುವುದಿಲ್ಲ. ಸಾಮಾನ್ಯವಾಗಿ ನಾವುಗಳು ಓದಿದ್ದರಲ್ಲಿ ಉತ್ತಮವಾದದ್ದನ್ನು ನೆನಪಿನಲ್ಲಿಟ್ಟುಕೊಳ್ಳುತ್ತೇವೆ. ಅದನ್ನು ನೆನಪಿನಲ್ಲಿಟ್ಟುಕೊಳ್ಳಲು ಸಹಾಯಕವಾಗುವುದು, ಉತ್ತಮ ಸಾಹಿತ್ಯದ ಬಗ್ಗೆ ಮತ್ತೆ ಮತ್ತೆ ಮಾತಾಡಿ ನಮ್ಮ ಮನಸ್ಸಿನಲ್ಲಿ ಅದರ ಮರು ಓದು, ಮತ್ತು ಮರುಟಿಪ್ಪಣಿಗಳನ್ನು ಮಾಡಿಕೊಳ್ಳುತ್ತಿರುತ್ತೇವೆ. ಸಂಭಾಷಣೆಗಳಲ್ಲಿ ಅವುಗಳ ಉಲ್ಲೇಖವಿರುತ್ತದೆ. ಬರವಣಿಗೆಯಲ್ಲಿ ಅದನ್ನು ಉಲ್ಲೇಖಿಸಲು ಪ್ರಯತ್ನಿಸುತ್ತೇವೆ. ಆದರೆ ಕೆಟ್ಟ ಅಥವಾ ಇಷ್ಟವಾಗದ ಸಾಹಿತ್ಯದ ವಿವರಗಳು ನೆನಪಿರುವುದಿಲ್ಲ. ಒಂದು ಕಥೆ ಅಥವಾ ಕಾದಂಬರಿ ಕೆಟ್ಟದ್ದೆಂದು ಹೇಳಿ ಅಲ್ಲಿಗೆ ಅದನ್ನು ನಮ್ಮ ಸ್ಮೃತಿಪಟಲದಿಂದ ದೂರ ತಳ್ಳುತ್ತೇವೆ. ಆದರೆ ದಿವಾಕರ್ ಹಾಗಲ್ಲ. ಅವರು ಓದಿದ, ಅವರಿಗಿಷ್ಟವಾಗದ ಸಾಹಿತ್ಯವನ್ನೂ ಎಲ್ಲ ವಿವರಗಳೊಂದಿಗೆ ತಮ್ಮ ನೆನಪಿನಲ್ಲಿಟ್ಟುಕೊಳ್ಳುವ ಅಗಾಧ ಶಕ್ತಿ ಅವರಿಗೆ ದಕ್ಕಿದೆ. ಇದು ವರವೋ ಶಾಪವೋ ತಿಳಿಯದಾದರೂ, ನಮ್ಮಂತಹವರಿಗಂತೂ ಇದು ಎಂಬರಾಸಿಂಗ್ ಆಗಬಹುದಾದ ವಿಷಯ. ನಾನು ಆರಂಭದ ದಿನಗಳಲ್ಲಿ ಬರೆದಿರಬಹುದಾದ ಬಾಲಿಶ ಬರಹಗಳನ್ನು ನಾನೇ ಮರೆತು ಮುಂದುವರೆಯುವ ಯೋಚನೆಯಲ್ಲಿದ್ದರೆ, ಅಕಸ್ಮಾತ್ ಆಗಿ ದಿವಾಕರ್ ಅದನ್ನು ನೆನಪಿಸಿ ಮುಜುಗರಕ್ಕೆ ಒಡ್ಡುವುದು ಉಂಟು. ಹೀಗಾಗಿಯೇ ಜಗತ್ತಿನ ಅತ್ಯುತ್ತಮ ಸಾಹಿತ್ಯವನ್ನು ಓದಿ ಅರಗಿಸಿಕೊಂಡ ದಿವಾಕರ್, ಎಚ್.ಕೆ. ಅನಂತರಾಯರ ಪತ್ತೇದಾರಿ ಕಾದಂಬರಿಗಳೊಂದಿಗೂ ಎಂಗೇಜ್ ಆಗಲು ಸಾಧ್ಯವಿತ್ತು.

ಸಂಪಾದಕ ದಿವಾಕರ್

ಇದು ಸಾಲದೆಂಬಂತೆ ಪತ್ರಿಕೆಯಲ್ಲಿ ಅದರಲ್ಲೂ ಸೃಜನಶೀಲ ಬರವಣಿಗೆಯನ್ನು ಪರಿಶೀಲಿಸಿ ಪ್ರಕಟಿಸುವ ವಿಭಾಗದಲ್ಲಿ ದಿವಾಕರ್ ಅನೇಕ ವರ್ಷಗಳ ಕಾಲ ಇದ್ದದ್ದರಿಂದ, ಅವರಿಗೆ ಅನೇಕ ಲೇಖಕರ ಅಪ್ರಕಟಿತ ಹಸ್ತಪ್ರತಿಗಳನ್ನು ಓದುವ ಸೌಲಭ್ಯವೂ ಇತ್ತು. ಹೀಗಾಗಿ ನಾವುಗಳು ದಿವಾಕರ್ ಮುಂದೆ ಒಂದು ರೀತಿಯ ವಿಚಿತ್ರ ನಗ್ನಾವಸ್ಥೆಯಲ್ಲಿ ನಮ್ಮೆಲ್ಲರ ತುರಿಕೆ ಹುಣ್ಣುಗಳನ್ನು ತೋರಿಸಿಕೊಂಡು ಅವರ ನೆನಪಿನ ಶಾಪಕ್ಕೆ ಒಳಗಾಗುವುದು ಸಹಜ ಮಾತಾಗಿತ್ತು.

ದಿವಾಕರ್ ಅವರಲ್ಲಿ ಮತ್ತೊಂದು ಅದ್ಭುತ ಗುಣವಿದೆ. ಸಂಭಾಷಣೆಯಲ್ಲಿ ಯಾವುದೇ ವ್ಯಕ್ತಿಯನ್ನು ಒಳ್ಳೆಯವರು–ಕೆಟ್ಟವರು ಎನ್ನುವ ಬೈನರಿಯಲ್ಲಿ ಅವರು ಸುಲಭವಾಗಿ ವಿಂಗಡಿಸಿ, ಜನರ ವ್ಯಕ್ತಿತ್ವದ ಬಗ್ಗೆ ಖಾಸಗಿ ಸಂಭಾಷಣೆಗಳಲ್ಲಿ ನಮ್ಮೆಲ್ಲರಂತೆ ಅವರೂ ಟಿಪ್ಪಣಿ ಮಾಡುತ್ತಾರೆ. ಹೀಗೆ ನಾವು ಇಷ್ಟಪಡದ ವ್ಯಕ್ತಿಯ ಸಾಹಿತ್ಯ ಅಥವಾ ಮೀಡಿಯೋಕರ್ ಎಂದು ಈಗಾಗಲೇ ತೀರ್ಮಾನಿಸಿರುವವರ ಸಾಹಿತ್ಯವನ್ನು ಕಡೆಗಣಿಸುವುದು ಸಹಜ ಮಾನವ ಪ್ರವೃತ್ತಿ. ಆದರೆ ದಿವಾಕರ್, ತೀವ್ರವಾಗಿ ರಾಜಿಯಾದ, ಪ್ರಾಮಾಣಿಕರಲ್ಲದವರ ಬರವಣಿಗೆಯಲ್ಲೂ ಯಾವುದಾದರೂ ಬ್ರಿಲಿಯೆನ್ಸ್ ಕಂಡರೆ ಅದನ್ನು ಹೆಕ್ಕಿ ಆ ಬಗ್ಗೆ ವಸ್ತುನಿಷ್ಠವಾಗಿ ತಮ್ಮ ಪ್ರಾಮಾಣಿಕ

ಮೆಚ್ಚುಗೆಯನ್ನು ಸೂಚಿಸುತ್ತಾರೆ. ಲೇಖಕ ಬೇರೆ, ಆತ ಅಥವಾ ಆಕೆ ಬರೆದ ಸಾಹಿತ್ಯ ಬೇರೆ. ಬರವಣಿಗೆಯ ನಂತರ ಆ ಸಾಹಿತ್ಯ ಜನರಿಗೆ ಸಂದದ್ದೇ ಹೊರತು ಲೇಖಕರಿಗಲ್ಲ ಎನ್ನುವ ರೀತಿಯಲ್ಲಿ ಸಾಹಿತ್ಯವನ್ನು ಲೇಖಕರ ಹೆಸರಿನ ಹಂಗಿನಿಂದ ಬೇರ್ಪಡಿಸಿ ಹಂಸಕ್ಷೀರ ನ್ಯಾಯ ಒದಗಿಸುವ ಗುಣ ಅವರಿಗಿದೆ. ಬಹುಶಃ ಅವರು ಸಾಹಿತ್ಯವನ್ನು ಓದುವಾಗ ಎಲ್ಲವನ್ನೂ ಮರೆತು ಪಥ್ಯಕ್ಕೇ ಬದ್ಧರಾಗಿರುತ್ತಾರೇನೋ. ಈ ರೀತಿಯ ವಸ್ತುನಿಷ್ಠತೆಯಿಂದಾಗಿಯೇ ಅವರು ಮೊದಲಿಗೆ 'ಮಲ್ಲಿಗೆ' ಮತ್ತು ನಂತರ 'ಸುಧಾ' ಪತ್ರಿಕೆಯಲ್ಲಿ ಅನೇಕ ಹೊಸ ಬರಹಗಾರರನ್ನು ಯಾವುದೇ ಎಗ್ಗಿಲ್ಲದೇ ಪ್ರಕಟಿಸಿ ಪ್ರೋತ್ಸಾಹಿಸಿದರು.

'ಮಲ್ಲಿಗೆ'ಯಲ್ಲಿ ಚಿತ್ತಾಲರಿಂದ ಬರೆಸಿದ 'ಸಾಹಿತ್ಯ, ಸೃಜನಶೀಲತೆ ಮತ್ತು ನಾನು' ಎನ್ನುವ ಸರಣಿ ಚಿತ್ತಾಲರ ಬೇರೊಂದೇ ಆಯಾಮವನ್ನು ನಮಗೆ ಪರಿಚಯಿಸಿತ್ತು. ಅದು ಚಿತ್ತಾಲರ ಸ್ನೇಹದತ್ತಲೂ ದಿವಾಕರ್ ಅವರನ್ನು ಒಯ್ದಿತ್ತು. ಚಿತ್ತಾಲರು ಬೆಂಗಳೂರಿನ ಜನರ ಬಗ್ಗೆ ಆಪ್ಯಾಯತೆಯಿಂದ, ಪ್ರೀತಿಯಿಂದ ನೆನಪು ಮಾಡಿಕೊಳ್ಳುತ್ತಿದ್ದ ಹೆಸರುಗಳಲ್ಲಿ ದಿವಾಕರ್ ಹೆಸರು ಪ್ರಮುಖವಾದದ್ದು.

ದಿವಾಕರ್ ಪರಿಚಯದ ನಂತರ ಹೈದರಾಬಾದಿನಲ್ಲಿ ಪರಿಚಯವಾದವರು ಎಚ್. ಕೆ.ಅನಂತರಾವ್. ಅನಂತರಾವ್ ಸ್ನೇಹ ನಿಭಾಯಿಸುವುದು ಸುಲಭದ ಮಾತಲ್ಲ. ಹೆಚ್ಚು ಮಾತನಾಡುವ, ಆತ್ಮಲೋಲುಪತೆಯಿಂದ ಕೂಡಿದ, ಎಚ್.ಕೆ. ಅವರ ಮನಸ್ಸಿನಲ್ಲಿ ಅದ್ಭುತ ಕಥೆಗಳಿರುತ್ತಿದ್ದುವಾದರೂ, ಅದನ್ನು ಬರೆಯುವ ವೇಳೆಗೆ ದೊಡ್ಡ ದುಃಸ್ವಪ್ನವಾಗುತ್ತಿತ್ತು. ಅನಂತರಾವ್ ಅವರ ಕೈಬರಹ ಎಷ್ಟು ಪ್ರತ್ಯೇಕವಾಗಿತ್ತೆಂದರೆ, ಅವರು ಬರೆದದ್ದನ್ನು ಓದಲು ಅವರಿಗೇ ಸಾಧ್ಯವಾಗುತ್ತಿರಲಿಲ್ಲ. ಕನ್ನಡನಾಡಿನಿಂದ ದೂರವಿದ್ದ ಎಚ್.ಕೆ. ಮೊದಲಿಗೆ ತಮ್ಮ ಬರಹದ ಕರಡನ್ನು ತಯಾರಿಸಿ, ಅದನ್ನು ಯಾರಿಗಾದರೂ ಡಿಕ್ಟೇಟ್ ಮಾಡಿ ಹಸ್ತಪ್ರತಿಯನ್ನು ತಯಾರಿಸುತ್ತಿದ್ದರು. ಹೈದರಾಬಾದಿನಲ್ಲಿ ಅನಂತರಾಯರ ಡಿಕ್ಟೇಷನ್ ಕೇಳಿ ಕಾಗದಕ್ಕಿಳಿಸಬಹುದಾದ ವ್ಯಕ್ತಿಯ ಕನ್ನಡ ಹೇಗಿದ್ದಿರಬಹುದು? ಆ ಅಂಥ ಹಸ್ತಪ್ರತಿಯನ್ನು ಹಿಡಿದು, ತಿದ್ದಿ, ಓದುಗರು ಮೆಚ್ಚುವಂತೆ ಮಾಡುವ ಕೆಲಸದ ಚಡಪಡಿಕೆಯನ್ನು ನಾನು ಕೇವಲ ಊಹಿಸಬಲ್ಲೆನಷ್ಟೇ. ಆದರೆ ಅನಂತರಾಯರನ್ನೇ ಪ್ರಮೇಯವಾಗಿಟ್ಟುಕೊಂಡು ಮಿಕ್ಕ ಪತ್ತೇದಾರಿ ಕಾದಂಬರಿಗಳ ಬಗ್ಗೆ, ಉತ್ತಮ ಲೇಖಕರ ಬಗ್ಗೆ ಮಾತನ್ನು ತಿರುಗಿಸುತ್ತಿದ್ದರು. ದಿವಾಕರ್‌ಗೆ ಪತ್ತೇದಾರಿ ಪ್ರಕಾರದಲ್ಲೂ ತೀವ್ರ ಆಸಕ್ತಿಯಿತ್ತು. ಓದು ಮತ್ತು ಸಣ್ಣ ವಿಚಾರಗಳ ನೆನಪಿನ ಆಧಾರದಿಂದಲೇ, ಒಮ್ಮೆ ದೀಪಾವಳಿ ಅಥವಾ ಯುಗಾದಿ ವಿಶೇಷಾಂಕದಲ್ಲಿ ಕನ್ನಡದ ದಿಗ್ಗಜರಿಂದ ಪತ್ತೇದಾರಿ ಸಾಹಿತ್ಯಕ್ಕೆ ಸಂಬಂಧಿಸಿದ ಲೇಖನಗಳನ್ನು ಬರೆಯಿಸಿದ್ದರು. ಶಿವರಾಮ ಕಾರಂತರು ಎರಡು ಪತ್ತೇದಾರಿ ಕಾದಂಬರಿಗಳನ್ನು ಬರೆದಿದ್ದರು ಎನ್ನುವ ವಿಷಯವನ್ನು ಪತ್ತೆ ಹಚ್ಚಿ, ಅವರ ಕೈಲೂ ಒಂದು ಲೇಖನ ಬರೆಯಿಸಿದ್ದು ನೆನಪಿದೆ. ಅದಕ್ಕೆ ಕಾರಂತರು ಕೊಟ್ಟಿದ್ದ ಹೆಸರು: ಪತ್ತೆಯ ದಾರ – ಪೋಣಿಸುವುದು ಏನನ್ನು?

ವಿಶ್ವ ಸಾಹಿತ್ಯ ದರ್ಶನ

ದಿವಾಕರ್ ಅವರ ಒಡನಾಟದಿಂದ ನನಗೆ ವಿಶ್ವ ಸಾಹಿತ್ಯದ ಬಾಗಿಲುಗಳು ತೆರೆದವು. ನೊಬೆಲ್ ಪ್ರಶಸ್ತಿ ಪಡೆದ ಐವತ್ತು ಲೇಖಕರ ಒಂದೊಂದು ಕಥೆಯನ್ನು ಆಯ್ದು ಅನುವಾದಿಸಿ ಒಂದು ಸಂಕಲನವಾಗಿ ಪ್ರಕಟಿಸುವುದು ಸರಳವಾದ ಮಾತೇನೂ ಅಲ್ಲ. ಹೀಗೇ 'ಕಥಾಜಗತ್ತು' ಎನ್ನುವ ಮಹತ್ವದ ಪುಸ್ತಕವನ್ನು ದಿವಾಕರ್ ರೂಪಿಸಿದ್ದರು. ಅದರ ಜೊತೆಗೆ ನವಕರ್ನಾಟಕ ಪ್ರಕಾಶನದವರು ಪ್ರಕಟಿಸಿದ 'ವಿಶ್ವ ಸಾಹಿತ್ಯ ಮಾಲೆ'ಯಲ್ಲಿ ಕೆಲವು ಕಾದಂಬರಿಗಳನ್ನೂ ದಿವಾಕರ್ ಅನುವಾದಿಸಿ ಕೊಟ್ಟಿದ್ದರು. ಸಾಹಿತ್ಯದ ಬಗೆಗಲ್ಲದೇ, ಅನುವಾದದ ಬಗ್ಗೆ ನನ್ನ ಧೋರಣೆ

ರೂಪುಗೊಳ್ಳಲೂ ದಿವಾಕರ್ ಅವರೇ ಕಾರಣವೆನ್ನಬಹುದು. ಅವರಿಗೆ ಲೇಖಕರ ಹೆಸರುಗಳು ಎಷ್ಟು ಸರಳವಾಗಿ ನೆನಪಿರುತ್ತಿದ್ದುವೋ, ಅಷ್ಟೇ ಗಟ್ಟಿಯಾಗಿ ಅನುವಾದಕರ ಹೆಸರು-ಶೈಲಿಗಳನ್ನು ನೆನಪು ಮಾಡಿಟ್ಟುಕೊಂಡಿರುತ್ತಿದ್ದರು.

ವಿಶ್ವಸಾಹಿತ್ಯದಲ್ಲಿ ದಿವಾಕರ್ ಅವರಿಗೆ ಪ್ರಿಯವಾದದ್ದು ಲ್ಯಾಟಿನ್ ಅಮೆರಿಕನ್ ಸಾಹಿತ್ಯ. ಲ್ಯಾಟಿನ್ ಅಮೆರಿಕನ್ ಸಾಹಿತ್ಯ ಮತ್ತು 'ಮ್ಯಾಜಿಕ್ ರಿಯಲಿಸಂ' ಎಂದರೆ ತಕ್ಷಣಕ್ಕೆ ಮನಸ್ಸಿಗೆ ಬರುತ್ತಿದ್ದ ಹೆಸರು ಗೇಬ್ರಿಯಲ್ ಗಾರ್ಸಿಯಾ ಮಾರ್ಕೇಸನದ್ದು. ಆದರೆ ದಿವಾಕರ್ ಇನ್ನೂ ವಿಸ್ತೃತವಾದ ಸಾಹಿತ್ಯವನ್ನು ಓದಿದ್ದಲ್ಲದೇ, ನಮ್ಮಲ್ಲಿ ಹಂಚಿಕೊಳ್ಳುತ್ತಿದ್ದರು. ದಿವಾಕರ್ ಅವರ ಸ್ನೇಹವಲಯದಲ್ಲಿ ಸೇರಿದ ನಂತರ ಅವರು ತಮ್ಮಲ್ಲಿದ್ದ ಹಲವು ಉತ್ತಮ ಪುಸ್ತಕಗಳನ್ನು ನನ್ನೊಂದಿಗೆ ಹಂಚಿಕೊಂಡಿದ್ದರು. ವಾಕ್ಲಾವ್ ಹವೆಲ್, ಹಾರ್ಹೆ ಲೂಯಿ ಬೋರ್ಹೆಸ್, ಇಸಾಬೆಲ್ ಅಯೆಂಡೆ, ಯಆವೋ ರೋಸಾ, ಇಸಿಡರೋ ಬ್ಲಾಸ್ಟಿನ್ – ಈ ಎಲ್ಲ ಹೆಸರುಗಳನ್ನು ನಮಗೆ ಪರಿಚಯಿಸಿದವರೇ ದಿವಾಕರ್. ಅಯೆಂಡೆಯ 'ಹೌಸ್ ಆಫ್ ದ ಸ್ಪಿರಿಟ್ಸ್' ಯಾವ ರೀತಿಯಲ್ಲಿ ಮಾರ್ಕೇಸಿಯನ್ ಪರಂಪರೆಗೆ ಸೇರುತ್ತದೆ ಎನ್ನುವುದನ್ನು ಎಷ್ಟು ಪ್ಯಾಷನೇಟ್ ಆಗಿ ಹೇಳುತ್ತಿದ್ದರು ಎನ್ನುವುದನ್ನು ಮರೆಯಲು ಸಾಧ್ಯವೇ ಇಲ್ಲ. ದಿವಾಕರ್‌ಗೆ ಈ ಭಾಷೆ ಮತ್ತು ಸಾಹಿತ್ಯದ ಬಗ್ಗೆ ಇದ್ದ ಆಸಕ್ತಿ, ಅವರನ್ನು ಸ್ಪ್ಯಾನಿಷ್ ಭಾಷೆ ಕಲಿಯಲು ಪ್ರೇರೇಪಿಸಿತ್ತು. ಆ ಲೇಖಕರ ಹೆಸರಿನ ಸರಿ ಉಚ್ಚಾರ ಹೇಗಿರಬೇಕೆಂದು ನಮಗೆ ಸರಿಯಾಗಿ ತಿಳಿಹೇಳುತ್ತಿದ್ದರು.

ಈ ಎಲ್ಲ ಲೇಖಕರು ಒಂದೆಡೆಗಿದ್ದರೆ, ದಿವಾಕರ್ ಮನಸ್ಸಿನಲ್ಲಿ ವಿಶಿಷ್ಟ ಸ್ಥಾನ ಪಡೆದಿದ್ದವನು ಅಮೆರಿಕದ ದಕ್ಷಿಣಭಾಗಕ್ಕೆ ಸಂದಿದ್ದ ವಿಲಿಯಂ ಫಾಕ್ನರ್. ಫಾಕ್ನರನ ಕಾದಂಬರಿ ಮತ್ತು ಕಥೆಗಳ ಕಟ್ಟುವಿಕೆಯ ಬಗ್ಗೆ ನಮಗೆ ಹೊಸ ಒಳನೋಟಗಳು ಮತ್ತು ವಿಶೇಷ ಆಸಕ್ತಿ ಬಂದದ್ದೇ ದಿವಾಕರ್ ಅವರ ಜೊತೆಗಿನ ಒಡನಾಟದಿಂದ. ಕನ್ನಡ ಸಾರಸ್ವತ ಲೋಕದಲ್ಲಿ ವಿಶ್ವ ಸಾಹಿತ್ಯದ ಓದು, ಮುಖ್ಯವಾಗಿ ಕಮೂ, ಕಾಫ್ಕಾ, ಸಾರ್ತ್ರ್, ಮತ್ತು ಅಸ್ತಿತ್ವವಾದದತ್ತ ಕೇಂದ್ರೀಕೃತವಾಗಿದ್ದ ಸಮಯದಲ್ಲಿ ದಿವಾಕರ್ ನಮಗೆ ಮ್ಯಾಜಿಕ್ ರಿಯಲಿಸಂ ಬಗ್ಗೆ ಆಸಕ್ತಿ ಬೆಳೆಸಿಕೊಳ್ಳುವಂತೆ ಪ್ರೇರೇಪಿಸಿದರು. ಅವರು ನಿಜಕ್ಕೂ ಆ ಬಗ್ಗೆ ಹೆಚ್ಚಿನ ಟಿಪ್ಪಣಿಗಳನ್ನು ಬರೆದು ಮೀಮಾಂಸೆಯ ಮೂಲಕ ಆ ಸಾಹಿತ್ಯವನ್ನು ಪರಿಚಯಿಸಿದವರಲ್ಲ. ಬದಲಿಗೆ ಅನುವಾದಗಳ ಮೂಲಕ ಆ ಕೃತಿಗಳನ್ನು ಒದಗಿಸಿಕೊಟ್ಟು ನೇರವಾಗಿ ಆ ಕೃತಿಗಳನ್ನು ಆಸ್ವಾದಿಸಲು ಕಾರಣೀಭೂತರಾದರು.

'ಮಾಯಾದರ್ಪಣ'ದ ಕಥೆ

ನನ್ನ ಓದನ್ನು ರೂಪಿಸುವಲ್ಲಿ ದಿವಾಕರ್ ಅವರ ಪಾತ್ರ ಹಿರಿದಾದದ್ದು. ಗೇಬ್ರಿಯಲ್ ಗಾರ್ಸಿಯಾ ಮಾರ್ಕೆಸ್, ಐಸಾಕ್ ಬಾಷೆವಿಸ್ ಸಿಂಗರ್, ಹಾರ್ಹೆ ಲೂಯಿ ಬೋರ್ಹೆಸ್ – ಈ ಎಲ್ಲ ಮಹನೀಯರ ಸಾಹಿತ್ಯವನ್ನು ನನಗೆ ಪರಿಚಯಿಸಿ ಓದಿಸಿದವರೇ ದಿವಾಕರ್. ಒಂದು ರೀತಿಯಲ್ಲಿ ನನ್ನೊಳಗೇ ಒಂದು ಪಂದ್ಯದಲ್ಲಿ ನಾನು ತೊಡಗಿದ್ದೆ. ಸೆಲೆಕ್ಟ್ ಬುಕ್ ಷಾಪಿನ ಮೂರ್ತಿ ಅಥವಾ ಪ್ರೀಮಿಯರ್ ಶಾನಭಾಗರಲ್ಲಿ ಹೋಗಿ ಗಂಟೆಗಟ್ಟಲೆ ಸಮಯ ಕಳೆದು, ಬಗೆಬಗೆದು ಪುಸ್ತಕಗಳನ್ನು ಹೆಕ್ಕಿ, ಓದಿ, ಬಿಮ್ಮಿನಿಂದ ದಿವಾಕರ್ ಬಳಿಗೆ ಹೋದರೆ ಆ ಪುಸ್ತಕ, ಅದರ ಲೇಖಕ, ಆತನ ಬಗ್ಗೆ ಇರಬಹುದಾದ ವಿಮರ್ಶೆ, ವಿವಾದ, ಎಲ್ಲವೂ ಅವರಿಗೆ ಮೊದಲೇ ಗೊತ್ತಿರುತ್ತಿತ್ತು. ಅನೇಕ ಬಾರಿ ಪ್ರಯತ್ನಿಸಿದರೂ ನಾನು ದಿವಾಕರ್ ಜೊತೆ ಈ ವಿಷಯದಲ್ಲಿ ಸೋಲು ಕಾಣದ ಸಂದರ್ಭವಿಲ್ಲ. ಅನೇಕ ಬಾರಿ ದಿವಾಕರ್ 'ನನಗೆ ಆಸಕ್ತಿ ಕಮ್ಮಿಯಾಗುತ್ತಿದೆ. ನನ್ನ ಹತ್ತಿರ ಇರುವ ಪುಸ್ತಕಗಳನ್ನು ಕೊಟ್ಟುಬಿಡುತ್ತಿದ್ದೇನೆ. ಹೆಚ್ಚು ಓದುತ್ತಿಲ್ಲ' ಎಂದು ಹೇಳಿದರೂ ಅವರ ವಿಸ್ತಾರ ಕಮ್ಮಿಯಾಗಿಲ್ಲ.

1980ರ ದಶಕದ ಎರಡನೇ ಭಾಗದಲ್ಲಿ ದಿವಾಕರ್ ಅವರ ಪ್ರೋತ್ಸಾಹದ ಮೇರೆಗೆ ನಾವುಗಳೆಲ್ಲ

ಸೇರಿ ಕನ್ನಡದಲ್ಲಿ ಸಾಹಿತ್ಯಿಕ ತ್ರೈಮಾಸಿಕವನ್ನು ತರಬೇಕು ಎಂದು ಯೋಚಿಸಿದ್ದೆವು. ಇದಕ್ಕೆ ಮೂಲ ಪ್ರೇರಣೆ ದಿವಾಕರ್ ಮತ್ತು ಅವರ ಮಸ್ತಿಷ್ಕದಲ್ಲಿದ್ದ ಅಸಂಖ್ಯ ಐಡಿಯಾಗಳ ಪರಿಣಾಮ. ಬೆಂಗಳೂರಿಗೆ ಬರುವ ಮೊದಲು ನಾನು ಹೈದರಾಬಾದಿನಲ್ಲಿದ್ದೆ. ಅಲ್ಲಿನ 'ಕರ್ನಾಟಕ ಸಾಹಿತ್ಯ ಮಂದಿರ'ದ ವಾರ್ತಾಪತ್ರವನ್ನು ನಾವುಗಳು ಒಂದು ಸಾಹಿತ್ಯ ಪತ್ರಿಕೆಯಾಗಿ ನಡೆಸುತ್ತಿದ್ದೆವು. ಆ ಪತ್ರಿಕೆಯನ್ನು ಸಂಪಾದಿಸುತ್ತಿದ್ದವರು ಗೋನವಾರ ಕಿಶನ್ ರಾವ್. ಜೊತೆಗೆ ಗೆಳೆಯರಾದ ಅರವಿಂದ ಸಂಗಂ, ಪ್ರಹ್ಲಾದ ಜೋಶಿ, ಪವನ್ ಕುಮಾರ್ ಮಾನ್ವಿ, ಎಲ್ಲರೂ ಪತ್ರಿಕೆಯ ಹಿನ್ನೆಲೆಯಲ್ಲಿ ಕೆಲಸ ಮಾಡುತ್ತಿದ್ದರು. ಪತ್ರಿಕೆಯನ್ನು ತಿಂಗಳಿಗೊಮ್ಮೆ ಪ್ರಕಟಿಸುವ ಸವಾಲುಗಳ ಬಗ್ಗೆ ನನಗೆ ಸ್ವಲ್ಪ ಅರಿವಿತ್ತು. ಜೊತೆಗೆ ಲೇಖಕರು, ಅವರಿಗೆ ಕೊಡಬೇಕಾದ ಸಮಯ ಮತ್ತು ಡೆಡ್‌ಲೈನುಗಳ ಅರಿವೂ ಇತ್ತು. ಆದರೆ ಇಲ್ಲಿ ನಾವು ಯೋಜಿಸಿದ್ದೇ ಬೇರೆ. ಮೂರು ತಿಂಗಳಿಗೊಮ್ಮೆ ಪತ್ರಿಕೆ ಬರಬೇಕು. ನವ್ಯ ಸಾಹಿತ್ಯಕ್ಕೆ ಪೂರಕವಾಗಿ ಹೇಗೆ ಅಡಿಗರ 'ಸಾಕ್ಷಿ' ಪತ್ರಿಕೆಯಿತ್ತೋ ಹಾಗೇ 'ಮ್ಯಾಜಿಕ್ ರಿಯಲಿಸಂ' (ಅದ್ಭುತರಮ್ಯ ಕಥನಕ್ಕೆ) ಈ ನಮ್ಮ ಪತ್ರಿಕೆಯಿರಬೇಕೆಂದು ನಾವು ಯೋಚಿಸಿದ್ದವು. ದಿವಾಕರ್ ಜೊತೆ ಈ ಪ್ಲಾನಿಂಗಿನ ಭಾಗವಾಗಿದ್ದ ಗೆಳೆಯರು ವಿವೇಕ ಶಾನಭಾಗ, ನರಹಳ್ಳಿ ಬಾಲಸುಬ್ರಹ್ಮಣ್ಯ ಮತ್ತು ಎಂ.ಎಸ್. ವ್ಯಾಸರಾವ್. ವ್ಯಾಸರಾವ್ ಆಗ ಎಂ.ಜಿ. ರಸ್ತೆಯಲ್ಲಿ 'ಪ್ರಜಾವಾಣಿ' ಕಾರ್ಯಾಲಯದಿಂದ ದೂರವೇನೂ ಇಲ್ಲದ ಶೃಂಗಾರ್ ಕಾಂಪ್ಲೆಕ್ಸ್‌ನ ಆದಿ ಭಾಗದಲ್ಲಿದ್ದ ಯೂಕೋ ಬ್ಯಾಂಕಿನಲ್ಲಿ ಕೆಲಸ ಮಾಡುತ್ತಿದ್ದರು. ವಿವೇಕ, ಯೂನಿಲಿವರ್‌ನಲ್ಲಿ ಕೆಲಸ ಮಾಡುತ್ತಿದ್ದರು. ನಾನು ಐಐಎಂನಲ್ಲಿ ನನ್ನ ಡಾಕ್ಟರೇಟ್ ಮಾಡುತ್ತಿದ್ದೆ. ಸಮಯ ಸಿಕ್ಕಾಗಲೆಲ್ಲ ಎಲ್ಲರೂ ಸೇರಿ ಪತ್ರಿಕೆಯ ಬಗ್ಗೆ ಮಾತನಾಡುವುದೇ. ಅದಕ್ಕೆ 'ಮಾಯಾದರ್ಪಣ' ಎಂದು ಹೆಸರು ಕೊಟ್ಟಿದ್ದೆವು. ಎಂ.ಜಿ. ರಸ್ತೆಯಲ್ಲಿನ ಬೃಂದಾವನ್ ಹೋಟೆಲು ಮತ್ತು ವಿಕ್ಟೋರಿಯಾಗಳಲ್ಲಿ, ಇಂಡಿಯನ್ ಕಾಫಿಹೌಸಿನಲ್ಲಿ ಅನೇಕ ಬಾರಿ ಸೇರಿ ಚರ್ಚಿಸಿದ್ದೆವು. ಮೊದಲ ಸಂಚಿಕೆಗೆ ಆಗುವಷ್ಟು ಲೇಖನಗಳನ್ನೂ ಸಂಗ್ರಹಿಸಿದ್ದೆವು.

ನಮ್ಮ ಒತ್ತಾಯದ ಮೇರೆಗೆ ಆಗ ಮುಂಬೈನಲ್ಲಿದ್ದ ಜಯಂತ ಕಾಯ್ಕಿಣಿ 'ಧೂಳು' ಎನ್ನುವ ಅದ್ಭುತ ಶಬ್ದಚಿತ್ರವನ್ನು ಬರೆದುಕೊಟ್ಟಿದ್ದರು. "ಕವಿತೆ ಅಣ್ಣ ಗಂಗಾಧರ ಚಿತ್ತಾಲರಿಗೆ ಸಂದದ್ದು, ನಾನು ಬರೆಯುವುದಿಲ್ಲ" ಎನ್ನುತ್ತಲೇ ಚಿತ್ತಾಲರು 'ಬ್ಯಾಂಡ್‌ಸ್ಟಾಂಡಿನ ಬಂಡೆಗಳು' ಎನ್ನುವ ಕವಿತೆಯನ್ನ ಬರೆದು ಕೊಟ್ಟರು. ಆದರೆ ಅವರು ಅದನ್ನು ಕವಿತೆ ಎಂದು ಕರೆಯದೇ 'ಲಬಸಾ' ಎಂದು ಕರೆದರು (ಲಬಸಾ ಎಂದರ ಲಯಬದ್ಧ ಸಾಲುಗಳು!). ದಿವಾಕರ್ ಐಡಿಯಾಗಳಲ್ಲಿ ಒಂದು, ಇಡೀ ಸಂಚಿಕೆಯಲ್ಲಿ ಮಹತ್ವದ ಲೇಖಕರ ಬುಕ್‌ಲೆಂಗ್ತ್ ಸಂದರ್ಶನ ಮಾಡಬೇಕು ಎನ್ನುವ ಆಸೆ. ಅದಕ್ಕೆ ಅವರು ಅನೇಕ ವಿದೇಶೀ ಪತ್ರಿಕೆಗಳ ಉದಾಹರಣೆಯನ್ನು ನಮಗೆ ಕೊಡುತ್ತಿದ್ದರು. 'ಸಲ್ಮಾಗುಂಡಿ' ಎನ್ನುವ ಪತ್ರಿಕೆಯಲ್ಲಿ ಮಿಲನ್ ಕುಂದೆರಾನ ಸಂದರ್ಶನ ಮತ್ತು ಅನೇಕ ಲೇಖನಗಳೂ ಬಂದಿದ್ದುವು. ಹೀಗೇ ಒಬ್ಬ ಲೇಖಕನಿಗೆ ಮುಡಿಪಾಗಿ ಒಂದು ಇಡೀ ಸಂಚಿಕೆಯನ್ನು ತರಬೇಕು, ಕವಿಗಳ ಕೈಲಿ ಕಥೆ ಬರೆಯಿಸಬೇಕು... ಹೀಗೆಲ್ಲಾ ಹೊಸ ಆಲೋಚನೆಗಳು ಅವರಿಗೆ ಬರುತ್ತಿದ್ದುವು. ಪತ್ರಿಕೆ ಯಾವ ರೂಪುರೇಷೆ ಪಡೆಯಬಹುದು ಎನ್ನುವುದಕ್ಕೆ ನಮ್ಮೆಲ್ಲರಲ್ಲಿ ಐಡಿಯಾಗಳಿದ್ದುವು.

ಆ ಪತ್ರಿಕೆ ಹೊರಬರಲಿಲ್ಲ. ವಿವೇಕ ಶಾನಭಾಗರಿಗೆ ಲಂಡನ್ನಿಗೆ ವರ್ಗವಾಯಿತು. ನನ್ನ ಡೆಸರ್ಟೇಶನ್ನಿನ ಕೆಲಸ ಹೆಚ್ಚಾಯಿತು. ದಿವಾಕರ್ ಬೆಂಗಳೂರಿನಿಂದ ಅಮೆರಿಕನ್ ಕಾನ್ಸುಲೇಟ್‌ನಲ್ಲಿ ಕೆಲಸ ಮಾಡಲು ಚೆನ್ನೈಗೆ ಹೋದರು. ಹೀಗೆ ಅದು ಅಲ್ಲಿಗೇ ನಿಂತುಬಿಟ್ಟಿತು. ಆದರೆ ದಿವಾಕರ್ ಯಾವಾಗಲೂ ಹೇಳುತ್ತಿದ್ದರು – 'ಒಳ್ಳೆಯ ವಿಚಾರಗಳು ಇರಬೇಕು. ಅಷ್ಟೇ. ಅವುಗಳು ಅಂತರಿಕ್ಷಕ್ಕೆ ಹೋಗಿ, ಮತ್ತೆ ಎಲ್ಲೋ ಕಾರ್ಯರೂಪಕ್ಕಿಳಿಯುತ್ತವೆ ಎಂದು ಬೋರ್ಹೆಸ್ ಹೇಳಿದ್ದಾನೆ'. ಅದು

ಹಾಗೇ ಆಯಿತು ಎನ್ನಿಸುತ್ತದೆ. ಆ ಸಮಯಕ್ಕೆ ಬಂದ ನನ್ನ ಮೊದಲ ಕಥಾಸಂಕಲನಕ್ಕೆ ನಾನು 'ಮಾಯಾದರ್ಪಣ' ಎಂದು ಹೆಸರು ಕೊಟ್ಟೆ. ಅ ಪುಸ್ತಕವನ್ನು ವಿವೇಕ ಮತ್ತು ದಿವಾಕರ್‌ಗೆ ಅರ್ಪಿಸಿದ್ದೆ. ಅದರ ಬಿಡುಗಡೆಗೆ ಅದ್ಭುತರಮ್ಯ ಸಾಹಿತ್ಯವನ್ನು ಬರೆಯುತ್ತಿದ್ದ ಎಂ.ಎಸ್.ಕೆ. ಪ್ರಭು ಬಂದಿದ್ದರು. ಅನೇಕ ವರ್ಷಗಳ ನಂತರ ವಿವೇಕ ಶಾನಭಾಗರು 'ದೇಶಕಾಲ' ಎನ್ನುವ ಸಾಹಿತ್ಯ ಪತ್ರಿಕೆಯನ್ನು ತಂದರು. ಅದು 'ಮಾಯಾದರ್ಪಣ'ದ ಪರಿಕಲ್ಪನೆಗಿಂತ ಭಿನ್ನವಾಗಿತ್ತಾದರೂ, ಉತ್ತಮ ವಿಚಾರಗಳು, ನಾವು ಯೋಚಿಸಿದ್ದು ಅಂತರಿಕ್ಷಕ್ಕೆ ಹೋಗಿ ವಾಪಸ್ಸಾಗಿತ್ತೇನೋ. ನರಹಳ್ಳಿ ಬಾಲಸುಬ್ರಹ್ಮಣ್ಯ ತಮ್ಮ ಮಹಾಪ್ರಬಂಧಕ್ಕೆ ಕೆ.ಎಸ್. ನರಸಿಂಹಸ್ವಾಮಿ ಅವರ ಕವಿತೆಗಳನ್ನು ವಸ್ತುವನ್ನಾಗಿ ಆಯ್ಕೆ ಮಾಡಿಕೊಂಡರು. ಅದರ ಭಾಗವಾಗಿ ನರಸಿಂಹಸ್ವಾಮಿಯವರ ಒಂದು ದೀರ್ಘ ಸಂದರ್ಶನ ಮಾಡಿ, 'ನುಡಿಮಲ್ಲಿಗೆ' ಎನ್ನುವ ಬುಕ್ ಲೆಂಗ್ತ್ ಸಂದರ್ಶನವನ್ನು ಪ್ರಕಟಿಸಿದರು.

ಆಗ್ಗೆ ಜಯಂತ ಕಾಯ್ಕಿಣಿಯ ಸಣ್ಣ ಕಥೆಗಳ ಸಂಕಲನ 'ದಗಡೂ ಪರಬನ ಅಶ್ವಮೇಧ' ಹಸ್ತಪ್ರತಿಯಲ್ಲಿತ್ತು. ಪ್ರಕಾಶಕರು ಸಿಗುತ್ತಿರಲಿಲ್ಲ. ಆಗ ನಾವೆಲ್ಲರೂ ಸೇರಿ ಹಣ ಹಾಕಿ, ಸಹಕಾರಿ ತತ್ವಾನುಸಾರ ಅದನ್ನು ಪ್ರಕಟಿಸಿದ್ದೆವು! ಅದರಿಂದ ಸ್ವಲ್ಪ ಲಾಭವನ್ನೂ ಆರ್ಜಿಸಿದೆವೆನ್ನಿ. 'ಮಾಯಾದರ್ಪಣ' ಪತ್ರಿಕೆಗೆಂದು ಸೇರಿದ ನಾವುಗಳು ಮಾಡಿದ ಒಂದೇ ಪ್ರಕಟಣೆ ಜಯಂತರ ಕಥಾಸಂಕಲನ!

ಗೆಳೆಯರ ಗುಂಪು

'ಮಾಯಾದರ್ಪಣ'ದ ಗುಂಪು ದಿವಾಕರ್ ಗೆಳೆಯರ ಗುಂಪಿನ 2.0 ಎನ್ನಬಹುದೇನೋ. ಅವರ ಮೊದಲ ಗುಂಪು ಗಾಂಧಿಬಜಾರಿನ ಗುಂಪಿರಬಹುದು. ಹಾಗೆಂದು ನಮಗೆ ಆಗಾಗ ಅವರ ಒಡನಾಟದಿಂದ ಅನ್ನಿಸುತ್ತಿತ್ತು. ಗಾಂಧಿಬಜಾರಿನಲ್ಲಿ ಸುಮತೀಂದ್ರ ನಾಡಿಗರ ಪುಸ್ತಕದಂಗಡಿಯಿತ್ತು. ಗೋಪಾಲಕೃಷ್ಣ ಅಡಿಗರು, ಗೋಪಾಲಕೃಷ್ಣ ಪೈ, ನಿಸಾರ್ ಅಹಮದ್ ಮತ್ತು 'ಲಿಪಿ ಮುದ್ರಣ'ದ ಬಾಕಿನ ಭಿನ್ನ ಸಮಯಗಳಲ್ಲಿ ಅಲ್ಲಿ ಸೇರುತ್ತಿದ್ದರು ಅನ್ನಿಸುತ್ತದೆ. ಆ ಗುಂಪಿನ ಸ್ವರೂಪ ಹೇಗಿತ್ತೆನ್ನುವುದು ಗೊತ್ತಿಲ್ಲವಾದರೂ, ದಿವಾಕರ್ ಆ ಬಗ್ಗೆ ಅನೇಕ ಘಟನೆಗಳನ್ನು ವಿವರಿಸುತ್ತಿದ್ದರು. ಆ ದಿನಗಳಲ್ಲಿ ದಿವಾಕರ್ 'ಇತಿಹಾಸ' ಎನ್ನುವ ಸಿನಿಮಾವನ್ನು ನಿರ್ದೇಶಿಸಿ ಆರ್ಥಿಕ ಮುಗ್ಗಟ್ಟಿನಲ್ಲಿದ್ದರು. ಅವರು ಆ ಬಗ್ಗೆ ಎಂದೂ ಏನೂ ಮಾತಾಡಿರಲಿಲ್ಲವಾದರೂ, 'ಇತಿಹಾಸ' ಚಿತ್ರಕ್ಕೆ ಸೆನ್ಸಾರ್ ಸರ್ಟಿಫಿಕೇಟ್ ಸಿಕ್ಕಾಗ ತಮ್ಮ ಖುಷಿಯನ್ನು ತೋರಿಸಿಕೊಂಡಿದ್ದರು. ಅದು ಬಿಟ್ಟರೆ ಅವರು ಆ ಬಗ್ಗೆ ಹೆಚ್ಚು ಮಾತಾಡಿದ್ದು ಇಲ್ಲ. ಬಹುಶಃ ಒಂದು ತಲೆಮಾರಿನ ನಂತರದ ನಾವುಗಳು ಹಳೆಯ ಬ್ಯಾಗೇಜ್ ಇಲ್ಲದ ಗೆಳೆಯರಾಗಿ ದಿವಾಕರ್ ಅವರಿಗೆ ಸಿಕ್ಕಿರಲಿಕ್ಕೆ ಸಾಕು.

ಅಷ್ಟು ನಿಕಟವಾಗಿ ದಿವಾಕರ್ ಜೊತೆ ಓಡಾಡಿದ್ದರೂ, ಸಾಹಿತ್ಯವನ್ನು ಮೀರಿ ದಿವಾಕರ ಅವರ ಇಷ್ಟಾಇಷ್ಟಗಳೇನಿರಬಹುದು ಎನ್ನುವುದು ನಮಗೆ ಗೊತ್ತೇ ಇಲ್ಲ. ಉದಾಹರಣೆಗೆ, ನಾವು ಹೋಟೆಲಿಗೆ ಹೋದಾಗ ಅವರ ಇಷ್ಟದ ತಿಂಡಿ ಯಾವುದು, ಅವರಿಗೆ ಸಿಹಿ ಪದಾರ್ಥಗಳು ಇಷ್ಟವೋ ಇಲ್ಲವೋ ಎನ್ನುವ ಯಾವುದೇ ವಿವರಗಳು ನಮಗೆ ಗೊತ್ತಿಲ್ಲ. ಅದನ್ನು ಗಮನಿಸುವುದಕ್ಕೆ ಅವಕಾಶವಿಲ್ಲದಂತೆ ತೀವ್ರವಾಗಿ ಸಾಹಿತ್ಯದ ಚರ್ಚೆಗೆ ದಿವಾಕರ್ ಇಳಿಯುತ್ತಿದ್ದುದರಿಂದ ಮಿಕ್ಕವೆಲ್ಲವೂ ಗೌಣವಾಗಿಬಿಡುತ್ತಿದ್ದುವು. ಆದರೆ ಅವರಿಡೀ ಏರಿಳಿತದಲ್ಲಿ ಅವರ ಜೊತೆಗೆ ನಿಂತು ಸಂಭಾಳಿಸಿದವರು ಜಯಶ್ರೀ.

ದಿವಾಕರ್‌ಗೆ ಸಾಹಿತ್ಯದ ಬಗ್ಗೆ ಇರುವ ಆಳವಾದ ಒಳನೋಟಗಳು, ಸಂಗೀತ ಮತ್ತು ಸಿನಿಮಾಗಳ

ಬಗ್ಗೆಯೂ ಇದೆ. ಬೇಂದ್ರೆಯವರ ಅನೇಕ ಕವಿತೆಗಳಿಗೆ ದಿವಾಕರ್ ರಾಗಸಂಯೋಜನೆ ಮಾಡಿದ್ದಾರೆ. 'ಮಲ್ಲಿಗೆ'ಯಲ್ಲಿದ್ದಾಗ ಅನೇಕ ಪುಸ್ತಕಗಳ ಮುಖಪುಟಗಳನ್ನೂ ವಿನ್ಯಾಸ ಮಾಡಿದ್ದರು. ನಮ್ಮ ನಡುವೆ ಓಡಾಡುತ್ತಿರುವ ಜೀನಿಯಸ್‌ಗಳಲ್ಲಿ ದಿವಾಕರ್ ನಿಜಕ್ಕೂ ಪ್ರಮುಖರು ಎನ್ನುವುದರಲ್ಲಿ ಅನುಮಾನವಿಲ್ಲ.

ದಿವಾಕರ್ ಚೆನ್ನೈಗೆ ಹೋದ ನಂತರ ಅವರ ಸಂಪರ್ಕ ಕಡಿಮೆಯಾಯಿತು. ನಾನೂ ಒಂದು ರೀತಿಯಲ್ಲಿ ಹೊರನಾಡಿಗನಾಗಿಬಿಟ್ಟೆ. ಆಣಂದ, ಹೈದರಾಬಾದು, ಅಹಮದಾಬಾದುಗಳೆಂದು ಅನೇಕ ವರ್ಷಕಾಲ ಕರ್ನಾಟಕದಿಂದ ಹೊರಗೇ ಉಳಿದುಬಿಟ್ಟಿದ್ದೆ. ಆದರೆ ದಿವಾಕರ್ ಜೊತೆಗೆ ಆಗಾಗ ಮಾತುಕತೆ, ಭೇಟಿ ಆಗುತ್ತಲೇ ಇತ್ತು. ಅವರು ಎಷ್ಟೇ ಕಷ್ಟದಲ್ಲಿರಲಿ, ಯಾವುದೇ ತೊಂದರೆಯಲ್ಲಿರಲಿ, ಮಾತುಕತೆ ಕಡೆಗೂ ಸಾಹಿತ್ಯದತ್ತಲೇ ತಿರುಗುತ್ತಿತ್ತು.

ಇಂದಿಗೂ ದಿವಾಕರ್ ತಮ್ಮಲ್ಲಿರುವ ಉತ್ಸಾಹವನ್ನು ಲವಲೇಶವೂ ಕಳೆದುಕೊಂಡಿಲ್ಲ. ಅವರು ಪ್ರಕಟಿಸಿರುವ ಪುಸ್ತಕಗಳ ಪಟ್ಟಿಯನ್ನು ಮತ್ತು ಅವರ ಮನಮಸ್ತಿಷ್ಕದಲ್ಲಿರುವ ಐಡಿಯಾಗಳನ್ನು ಬೆರಗಿನಿಂದ ನೋಡಬಹುದಷ್ಟೇ. ಅದರಲ್ಲಿರುವ ವೈವಿಧ್ಯ, ಆಳ, ಮತ್ತು ಅಗಲ ಅಳೆಯುವುದಕ್ಕೆ ಸಾಧ್ಯವಾಗುವುದಿಲ್ಲ. ಅವರ ಕುಹಕ ಮತ್ತು ವ್ಯಂಗ್ಯದ ಮೊನಚನ್ನು ತುಸು ಕಡಿಮೆ ಮಾಡಿದ್ದಾರೆನ್ನಿಸುವುದಕ್ಕೆ ನಾನೂ ಹಿರಿಯ ನಾಗರಿಕನಾಗಿರುವುದು ಕಾರಣವೋ, ನನ್ನ ಸಾಹಿತ್ಯ ಅವರ ಮಾಪನದಲ್ಲಿ ತುಸು ಉತ್ತಮವಾಗಿರುವುದು ಕಾರಣವೋ ತಿಳಿಯದು. ಆದರೂ ಯಾವುದಾದರೂ ಬರವಣಿಗೆಯನ್ನು ದಿವಾಕರ್ ಕೈಗೆ ನೀಡಬೇಕಾದರೆ ಅವರು ಅದನ್ನು ಒಪ್ಪುತ್ತಾರೋ ಇಲ್ಲವೋ ಎನ್ನುವ ಹಿಂಜರಿಕೆ ಇದ್ದೇ ಇರುತ್ತದೆ.

ಔಪಚಾರಿಕವಾಗಿ ನನಗೆ ಗುರುಗಳಾಗಿರದಿದ್ದರೂ, ನನ್ನ ಓದು-ಬರವಣಿಗೆಯನ್ನು ರೂಪಿಸಿದ ಗುರುಗಳು ಅವರು ಎಂದು ಹೇಳುವುದಕ್ಕೆ ನನಗೆ ನಿಜಕ್ಕೂ ಹೆಮ್ಮೆಯಾಗುತ್ತದೆ. ಈ ಗುರುಗಳಿಗೆ ಸ್ಕೂಟರ್ ಓಡಿಸುವುದನ್ನು ಕಲಿಸಿ ಗುರುದಕ್ಷಿಣೆಯ ಅಲ್ಪಭಾಗವನ್ನು ಸಲ್ಲಿಸಿದೆನೇನೋ. ಈ ಎಲ್ಲ ಒಡನಾಟಗಳಲ್ಲಿ ದಿವಾಕರ್ ಜೊತೆಜೊತೆಗೇ ನಿಂತು ತಮ್ಮ ಮುಕ್ತ ಮಾತು, ಸಾಹಿತ್ಯದ ಅರಿವಿನಿಂದ ನಮ್ಮನ್ನು ಪ್ರೀತಿಯಿಂದ ನೋಡಿದವರು ಜಯಶ್ರೀ. ಇಬ್ಬರೂ ಆರೋಗ್ಯದಿಂದ ನೂರ್ಕಾಲ ನಮ್ಮೊಂದಿಗಿರಲಿ, ನಮ್ಮ ಬದುಕನ್ನು ಸಮೃದ್ಧಗೊಳಿಸಲಿ, ಸಾಹಿತ್ಯ ರಚನೆಯೊಂದಿಗೆ ಸಂವಾದವನ್ನೂ ಮುಂದುವರೆಸಲಿ ಎಂದು ಹಾರೈಸುತ್ತೇನೆ.

●

ಘಟನೆ

ಎಸ್. ದಿವಾಕರ್ | ಕತೆ

ಇಡೀ ರಾತ್ರಿ ಎಷ್ಟು ಜೋರಾಗಿ ಬೋರೆಂದು ಗಾಳಿ ಬೀಸಿತೆಂದರೆ ಬಾಗಿಲ ಹಲಗೆಗಳು ಕಟಕಟವೆಂದು ಮೇಲಿಂದ ತೂಗುಬಿದ್ದಿದ್ದ ಬಲ್ಬು ಉಯ್ಯಾಲೆಯಾಡಿತು. ದಿನವೆಲ್ಲಾ ಹೂವುಗಳ ಜೊತೆಗೇ ಇರುತ್ತಿದ್ದ ನನಗೆ ಅವೊತ್ತು ರಾತ್ರಿ ತುಂಬ ಹೊತ್ತು ನಿದ್ದೆ ಬರಲಿಲ್ಲ. ಹಿಂದಿನ ಸಾಯಂಕಾಲ ಗಂಗವಾರದ ಬಸ್ಸಿನಲ್ಲಿ ಬಂದ ಒಂದು ಬುಟ್ಟಿ ಹೂವು ತನ್ನ ವಾಸನೆಯಿಂದ ಅಂಗಡಿಯ ಬೇರೆಲ್ಲ ಹೂವುಗಳ ವಾಸನೆಯ ಜೊತೆ ಪೈಪೋಟಿಗಿಳಿದಂತಿತ್ತು. ಅದು ಯಶೋದಮ್ಮನವರ ಮಗಳ ಸೀಮಂತಕ್ಕಾಗಿ ಅವರು ಒಂದು ವಾರಕ್ಕೆ ಮುಂಚೆಯೇ ಹೇಳಿಟ್ಟಿದ್ದ ಕೆಂಡಸಂಪಿಗೆ ಹೂವಿನ ಮೂರು ಬುಟ್ಟಿಗಳು. ಆ ಬುಟ್ಟಿಗಳ ನಡುವೆ ಮಲಗಿದ್ದವನಿಗೆ ಯಾವ ಕಡೆ ತಿರುಗಿದರೂ ರಪ್ಪೆಂದು ಮೂಗಿಗೆ ಬಡಿಯುತ್ತಿದ್ದ ಆ ಕಟು ವಾಸನೆಯಿಂದಾಗಿ ನನ್ನ ಕಣತಲೆ ಸಣ್ಣಗೆ ನೋಯತೊಡಗಿತು. ಮೇಲೆದ್ದವನು, ಆದದ್ದಾಗಲಿ ಎಂದುಕೊಂಡೇ ಆ ಮೂರು ಬುಟ್ಟಿಗಳ ಮೇಲೆ ನಾಲ್ಕೈದು ಗೋಣಿತಾಟುಗಳನ್ನು ಹೊದಿಸಿದೆ. ಉಹ್ಞೂಂ, ಇಡೀ ಅಂಗಡಿಗೆ ಅಂಗಡಿಯೇ ಬೇರೆಲ್ಲ ಹೂವುಗಳ ವಾಸನೆಗಳನ್ನು ಹಿಮ್ಮೆಟ್ಟಿಸಿ ಕೆಂಡಸಂಪಿಗೆಯ ಪರಿಮಳವೊಂದನ್ನೇ ಉಸಿರಾಡುತ್ತಿರುವಾಗ ಮಾಡುವುದೇನು? ಅಂದು ಹುಣ್ಣಿಮೆಯಿರಬೇಕು. ದೀಪಗಳಿಲ್ಲದ ಆ ರಾತ್ರಿಯಲ್ಲಿ ಬಾಗಿಲ

ಹಲಗೆಗಳ ನಡುವಣ ಸೀಳಿನಿಂದ ಬಿಸಿಲುಕೋಲಿನಂತೆ ನುಸುಳಿ ಬರುತ್ತಿದ್ದ ಬೆಳುದಿಂಗಳು. ಎಲ್ಲೋ ದೂರದಲ್ಲಿ ನಾಯಿಯೊಂದು ಬೊಗಳಿದ್ದನ್ನು ಬಿಟ್ಟರೆ ಎಲ್ಲೆಲ್ಲೂ ನಿಶ್ಶಬ್ದ. ಆದರೆ ಅಂಗಡಿಯೊಳಗೆ ಹಾಗಿರಲಿಲ್ಲ. ಕೆಂಡಸಂಪಿಗೆಯ ಪರಿಮಳವೇ ನನ್ನ ಪಾಲಿಗೊಂದು ಚೀತ್ಕಾರದಂತಿತ್ತು.

ರಾತ್ರಿ ಎರಡೋ ಮೂರೋ ಗಂಟೆ. ಹೊರಗೆ ಏನೋ ಗುಸುಗುಸುವೆಂದಂತೆ, ಯಾರೋ ಸಣ್ಣಗೆ ನರಳಿ ತಕ್ಷಣ ತಣ್ಣಗಾದಂತೆ, ಏನನ್ನೋ ನೆಲದ ಮೇಲೆ ದರದರನೆ ಎಳೆದಂತೆ.... ಏನಿರಬಹುದು ಎಂದು ಹಲಗೆಯ ಸಂದಿನಲ್ಲಿ ಕಣ್ಣಿಟ್ಟರೆ ಮಬ್ಬು ಮಬ್ಬು ಬೆಳಕಿನಲ್ಲಿ ಮೂರು ಮಂದಿ ಒಂದು ಮೂಟೆಯಂಥದ್ದೇನನ್ನೋ ದರದರನೆ ಎಳೆದುಕೊಂಡು ಬಂದು ನಮ್ಮ ಅಂಗಡಿಯ ಮೆಟ್ಟಿಲ ಮುಂದೆಯೇ ಹಾಕಿದರು. ಒಬ್ಬನ ಬಾಯಲ್ಲಿ ಬೀಡಿ ಹೊಗೆಯಾಡುತ್ತಿದ್ದ ಹಾಗಿತ್ತು. ಕಣ್ಣಿಗೆ ಕತ್ತಲು ಕವಿದಂತಾಗಿ ಗಡಗಡನೆ ನಡುಗಿದೆ. ಚಾಪೆಯ ಮೇಲೆ ಉರುಳಿಕೊಂಡರೂ ಎದೆ ಡವಗುಟ್ಟುವುದು ನಿಲ್ಲಲಿಲ್ಲ. ಹಾಗೇ ಹೊರಳಾಡುತ್ತ ಸ್ವಲ್ಪ ಹೊತ್ತು ಕಳೆದ ಮೇಲೆ ಮತ್ತೆ ಮೇಲೆದ್ದು ಕಳ್ಳಹೆಜ್ಜೆಯಿಡುತ್ತ ಹೋಗಿ ಹಲಗೆಗಳ ಸಂದಿಯಲ್ಲಿ ನೋಡಿದರೆ ಅದು ಮೆಟ್ಟಿಲ ಬಳಿ ಹಾಗೇ ಬಿದ್ದಿತ್ತು. ಅವರು ಯಾರೂ ಇರಲಿಲ್ಲ. ಏನಿರಬಹುದು ಎಂಬ ಕುತೂಹಲದಲ್ಲಿ ಒಂದು ಹಲಗೆಯನ್ನು ಸರಿಸಿ ಕಣ್ಣಲ್ಲಿ ಕಣ್ಣಿಟ್ಟು ನೋಡುತ್ತಿರುವಾಗ ಇದ್ದಕ್ಕಿದ್ದಂತೆ ಜೋರಾಗಿ ಬೀಸಿದ ಗಾಳಿ ಎದುರು ಬದಿಯಿಂದ ಒಣಗಿದೆಲೆಗಳನ್ನು ತಳ್ಳಿಕೊಂಡು ಬಂದು ಅದರ ಬಳಿಯೇ ಹಾಕಿತು. ಆಕಾಶದ ತುಂಬ ಥಳಥಳ ಹೊಳೆಯುತ್ತಿರುವ ನಕ್ಷತ್ರಗಳು. ಬಗ್ಗಿ ನೋಡಿದೆ. ಉಹೂಂ, ಮೂಟೆಯಲ್ಲ. ಯಾರೋ ಕಾಲು ಮಡಿಚಿಕೊಡು ಮಲಗಿರುವಂತೆ.... ಒಂದು ಕೈ ಮೆಟ್ಟಿಲ ತುದಿಯನ್ನು ಹಿಡಿದುಕೊಂಡಿರುವಂತೆ.... ಪ್ಯಾಂಟು ಷರ್ಟು ಮಣ್ಣುಮಣ್ಣಾದಂತೆ.... ಮನಸ್ಸಿನಲ್ಲಿ ಅಯ್ಯೋ ಎಂದುಕೊಂಡದ್ದು ಜೋರಾಗಿ ಬೀದಿಗೆ ಬೀದಿಯೇ ಪ್ರತಿಧ್ವನಿಸಿದಂತೆ.... ಒಂದೆರಡು ಕ್ಷಣಗಳ ನಂತರ ಮೈಯುದ್ದಕ್ಕೂ ಕಂಪಿಸುತ್ತ ಮೇಲೆದ್ದವನು ಅತ್ತಿತ್ತ ನೋಡಿ, ಎಲ್ಲಿ ಬಿದ್ದುಬಿಡುತ್ತೇನೋ ಎಂಬ ಭಯದಲ್ಲಿ ಹಿಂದುಹಿಂದಕ್ಕೆ ಒಂದೊಂದೇ ಹೆಜ್ಜೆಯಿಡುತ್ತ ಅಂಗಡಿಯೊಳಕ್ಕೆ ಬಂದು, ಬಾಗಿಲ ಹಲಗೆಯನ್ನು ಸರಿಯಾಗಿಟ್ಟು ಚಾಪೆಯ ಮೇಲೆ ಹೇಗೆ ಉರುಳಿಕೊಂಡೆನೋ...

ಬೆಳಗಾಗುವ ಹೊತ್ತಿಗೆ ಅದೆಷ್ಟು ವರ್ಷ ಕಳೆದುಹೋಗಿತ್ತೋ... ನನ್ನನ್ನು ಇನ್ನು ಕಾಯಿಸಬಾರದೆನ್ನುವಂತೆ ಚೆನ್ನಪ್ಪ ಬಂದ. ಸಾಹೇಬರೂ ಬಂದರು. ಊರ ಮಂದಿ ಕೂಡ ಯಾವುದೋ ಬಲಿಪಶುವಿನ ವಾಸನೆ ಹಿಡಿದ ತೋಳಗಳಂತೆ ಒಬ್ಬೊಬ್ಬರಾಗಿ ಬಂದು ನೆರೆದರು. ಯಾರು ಸತ್ತವನು? ಯಾರಿಗೂ ಅವನ ಗುರುತು ಹತ್ತಲಿಲ್ಲ. ಆಸಾಮಿ ಭುವನಗಿರಿಯವನೇ ಅಲ್ಲವೆಂದು ಸಾಬೀತಾಯಿತು. ಒಂದೆರಡು ಗಂಟೆ ಕಾಯಿಸಿದ ಮೇಲೆ ಪೋಲಿಸರು ಬಂದು ಮಹಜರು ನಡೆಸಿದರು. ಹೆಣ ಆಸ್ಪತ್ರೆಗೆ ಹೋಯಿತು.

ಅವತ್ತು ಇಡೀ ಊರು ಕಣ್ಣು ತೆರೆದುಕೊಂಡೇ ಸಾಯುತ್ತ ಬಿದ್ದಿರುವ ಇನ್ನೊಂದು ಹೆಣದಂತೆ ಕಾಣುತಿತ್ತು. ಭುವನಗಿರಿಯಲ್ಲಿ ಸದಾ ಶಾಂತವಾಗಿಯೇ

ಇರುತ್ತಿದ್ದ ಬೀದಿ ಅದು. ಎರಡೂ ಕಡೆ ಅಲ್ಲೊಂದು ಇಲ್ಲೊಂದು ಅಂಗಡಿಗಳನ್ನು ಬಿಟ್ಟರೆ ಎಲ್ಲ ಸಣ್ಣ ಪುಟ್ಟ ಮನೆಗಳು. ನಮ್ಮ ಅಂಗಡಿಯ ಎದುರಲ್ಲೇ ಎತ್ತರವಾಗಿ ಬೆಳೆದ ಗುಲ್‌ಮೊಹರ್ ಮರವಿತ್ತು. ಒಮ್ಮೆ ಹೈಸ್ಕೂಲು ಮೇಷ್ಟರು ಕೋದಂಡರಾಮಯ್ಯನವರು ಅಂಗಡಿಗೆ ಬಂದವರು ಆಗಷ್ಟೇ ಹೂಬಿಟ್ಟಿದ್ದ ಆ ಮರವನ್ನು ನೋಡುತ್ತಾ, ಅದನ್ನು ನೀವೇ ನೆಟ್ಟಿದ್ದಲ್ಲವೇ ಸಾಹೇಬರೇ ಎಂದು ಕೇಳಿದ್ದರು. ಅದಕ್ಕೆ ಸಾಹೇಬರು ಸುಮ್ಮನೆ ನಕ್ಕುಬಿಟ್ಟಿದ್ದರಷ್ಟೆ. ಆ ಬೀದಿಯಲ್ಲಿ ಇನ್ನೂ ಮೂರು ಮರಗಳಿದ್ದವು. ಒಂದು ಹಲಸಿನದು, ಇನ್ನೊಂದು ಮತ್ತಿ, ಮತ್ತೊಂದು ಬೇವು.

ಹೆಸರಿಲ್ಲದ ನಮ್ಮ ಹೂವಿನಂಗಡಿ ಒಂದು ಬೀದಿ ಕೊನೆಯಾಗಿ ಇನ್ನೊಂದು ಬೀದಿ ಪ್ರಾರಂಭವಾಗುವ ಒಳ್ಳೆ ಆಯಕಟ್ಟಿನ ಜಾಗದಲ್ಲಿತ್ತು. ದೊಡ್ಡ ಅಂಗಡಿಯೇನಲ್ಲ. ದಿನವೂ ಬೆಳಗ್ಗೆ ಏಳು ಗಂಟೆಗೆ ನಾನು, ಚೆನ್ನಪ್ಪ ಬೀಗ ತೆಗೆದು ಬಾಗಿಲಿನ ಆರು ಉದ್ದುದ್ದ ಹಲಗೆಗಳನ್ನು ಕಳಚಿ ಎಡಗಡೆಯ ಗೋಡೆಗೊರಗಿಸಿ ನಿಲ್ಲಿಸುತ್ತಿದ್ದೆವು. ಹೆಚ್ಚುಕಡಮೆ ಅದೇ ಸಮಯಕ್ಕೆ ಸಾಹೇಬರು ಪೇಟೆಬೀದಿಗೆ ಬಂದು ಅಂಗಡಿಗಳ ಸೂರುಗಳಲ್ಲಿರುತ್ತಿದ್ದ ಪಾರಿವಾಳಗಳಿಗೆ ಕಾಳು ಚೆಲ್ಲಿ ಅವು ಗೂಂಕರಿಸುತ್ತ ಕಾಳು ತಿನ್ನುವುದನ್ನು ಸ್ವಲ್ಪ ಹೊತ್ತು ನೋಡಿ, ಆಮೇಲೆ ಅಂಗಡಿಗೆ ಬಂದವರೇ ಬೀದಿಯ ನಲ್ಲಿಯಿಂದ ಒಂದು ಬಕೀಟಿನಲ್ಲಿ ನೀರು ತುಂಬಿಕೊಂಡು ತರುತ್ತಿದ್ದರು. ಚೆನ್ನಪ್ಪ ಅಂಗಡಿಯ ಹೊಸ್ತಿಲಿನಿಂದ ಬೀದಿಯವರೆಗೂ ಹಾಸಿದ್ದ ಉದ್ದನೆಯ ಕಲ್ಲು ಚಪ್ಪಡಿಗಳಿಗೆ ಒಂದು ಮಗ್ಗಿನಿಂದ ನೀರು ಎರಚುತ್ತಿದ್ದ. ಆಮೇಲೆ ನಾವಿಬ್ಬರು ಎರಡು ಕಬ್ಬಿಣದ ಸರಳುಗಳನ್ನು ನೆಲದಲ್ಲಿ ನಿಲ್ಲಿಸಿ ಹಿಡಿದುಕೊಂಡರೆ ಅದರ ಮೇಲೆ ಸಾಹೇಬರೇ ಒಳಗೆ ಸುತ್ತಿಟ್ಟಿರುತ್ತಿದ್ದ ನೀಲಿ ಟಾರ್ಪಾಲನ್ನು ಹೊದಿಸುತ್ತಿದ್ದರು.

ಅಂಗಡಿಯೊಳಗೆ ಇದ್ದದ್ದು ಒಂದು ಮೇಜು, ಬೆನ್ನು ಮುರಿದ ಒಂದು ಕುರ್ಚಿ, ಎರಡು ಪುಟ್ಟ ಪುಟ್ಟ ಪ್ಲಾಸ್ಟಿಕ್ ಸ್ಟೂಲುಗಳು, ಗೋಡೆಗೆ ಆನಿಸಿಟ್ಟ ಒಂದು ಬೆಂಚು. ಗೋಡೆಯ ಮೇಲೆ ದೇವನಹಳ್ಳಿ ಕೋಆಪರೇಟಿವ್ ಸೊಸೈಟಿಯ ಮಹಾಲಕ್ಷ್ಮೀ ಚಿತ್ರವುಳ್ಳ ಕ್ಯಾಲೆಂಡರು. ಮೂಲೆಯಲ್ಲಿ ಬೆತ್ತದ ಬುಟ್ಟಿ, ಗೋಣಿ ಮತ್ತು ಪ್ಲಾಸ್ಟಿಕ್ ಚೀಲಗಳು; ಬೆಂಚಿನ ಒಂದು ಅಂಚಿನಲ್ಲಿ ಪೇರಿಸಿಟ್ಟ ಹಳೆಯ ಪತ್ರಿಕೆಗಳು, ದಾರದ ಉಂಡೆಗಳು; ಒಂದು ಬಾಕ್ಸಿನಲ್ಲಿ ರಬ್ಬರ್ ಬ್ಯಾಂಡು.

ಅಂಗಡಿ ಇಟ್ಟಿದ್ದವರು ಅಬ್ದುಲ್ ಗಫೂರ್ ಸಾಹೇಬರು. ಇಷ್ಟು ವರ್ಷಗಳ ಮೇಲೆ ನೆನಪುಮಾಡಿಕೊಂಡರೂ ಅವರ ನಿಲುವು ಇನ್ನೂ ಕಣ್ಣಿಗೆ ಕಟ್ಟಿದಂತಿದೆ. ಮೊಳಕಾಲು ಮುಟ್ಟುವಷ್ಟು ಉದ್ದವಾಗಿರುವ ಬಿಳಿಯ ಜುಬ್ಬ, ಹಸಿರು ಚೌಕಳಿ ಲುಂಗಿ, ಕಾಲಿಗೆ ಲೇಸ್ ಇಲ್ಲದ ಷೂಸು; ಹಿಂದಕ್ಕೆ ಬಾಚುತ್ತಿದ್ದ ಕೂದಲಿನಿಂದಾಗಿ ತುಂಬ ಅಗಲವಾಗಿರುವ ಹಣೆ, ನೀಳವಾದ ಮೂಗು, ಎದೆಯವರೆಗೆ ಬೆಳೆದ ಕಪ್ಪು ಬಿಳಿ ಕೂದಲ ಗಡ್ಡ. ಸದಾ ನಗುನಗುತ್ತ ಆತ್ಮವಿಶ್ವಾಸದಿಂದ ಇದ್ದವರು ಒಮ್ಮೆಯಾದರೂ ಸಿಟ್ಟುಮಾಡಿಕೊಂಡದ್ದನ್ನು ಯಾರೂ ಕಂಡವರಿಲ್ಲ. ನಾನು ಕೆಲಸಕ್ಕೆ ಸೇರಿಕೊಂಡ ದಿನವೇ ನನಗೆ ಸಾಹೇಬರು ಸುಮ್ಮನೆ ಕೂರುವ ಆಸಾಮಿಯಲ್ಲವೆಂದು ತಿಳಿದುಹೋಯಿತು. ಗಾಡಿಗಳಲ್ಲಿ ಬಂದ ಹೂವುಗಳನ್ನು ಇಳಿಸಿಕೊಳ್ಳುವರು, ಬುಟ್ಟಿಯ ಗುಲಾಬಿ ಹೂಗಳಿಗೆ ನೀರು ಚಿಮುಕಿಸುವರು, ಮಂಕರಿಯ ತುಳಸಿ ಬಾಡಬಾರದೆಂದು ಒದ್ದೆ ಬಟ್ಟೆ ಕಟ್ಟುವರು, ಬಿಡುವಿದ್ದಾಗಲೆಲ್ಲ ಹೂಕಟ್ಟುವರು. ಒಂದು ಪುಟ್ಟ ಪಾತ್ರೆಯ ನೀರಿನಲ್ಲಿರುವ ಉಂಡೆಯಿಂದ ಸೆಳೆದ ದಾರಕ್ಕೆ ಎದುರಲ್ಲೇ ರಾಶಿಯಾಗಿದ್ದ ಹೂವುಗಳಲ್ಲಿ ಒಂದೊಂದನ್ನೇ ಎತ್ತಿಕೊಂಡು ಬಲಗೈಯ ಎರಡು ಬೆರಳುಗಳಿಂದ ಸರಸರನೆ ಪೋಣಿಸುವುದನ್ನು ನೋಡುವುದೇ ಚೆಂದ. ವಧುವರರಿಗೆ ಹಾಕುವ ಮಲ್ಲಿಗೆ ಹಾರವಾದರಂತೂ ಸರಿಯೆ. ಅವರು ರಟ್ಟೆಗಾತ್ರ ಮುತ್ತು ಪೋಣಿಸಿದಂತೆ ಮಲ್ಲಿಗೆ ಮೊಗ್ಗುಗಳನ್ನು ಪೋಣಿಸಿ, ಐದೈದು ಇಂಚಿಗೂ ಮರುಗದ ತೆನೆ ಗುಲಾಬಿ ಹೂಗಳನ್ನು ಕಟ್ಟಿ, ಮೇಲೆ ಮಿನುಗುಟ್ಟುವ ಸುನೇರಿ ಎಳೆಗಳನ್ನು ಇಳಿಬಿಟ್ಟು

ಅಂಗಡಿಯ ಛಾವಣಿಯಿಂದ ತೂಗುತ್ತಿರುವ ಕಬ್ಬಿಣದ ರಾಡಿಗೆ ನೇತುಹಾಕಿದರೆ ಮುಗಿಯಿತು, ಅದೆಲ್ಲಿರುತ್ತಿದ್ದವೋ ಜೇನುನೊಣಗಳು ಗುಯ್ಯೆಂದು ಬಂದು ಮುತ್ತಿಕೊಳ್ಳುತ್ತಿದ್ದವು.

ಆ ಅಂಗಡಿಯಲ್ಲಿ ಕೆಲಸಕ್ಕೆ ಸೇರಿಕೊಳ್ಳುವವರೆಗೂ ನನಗೆ ಹೂವು ಹೇಗೆಲ್ಲ ಉಪಯೋಗವಾಗುತ್ತದೆ, ಜನ ಯಾಕೆ ಅಷ್ಟೆಲ್ಲ ಹೂವು ಕೊಂಡುಕೊಳ್ಳುತ್ತಾರೆ ಅಂತ ಗೊತ್ತಿರಲಿಲ್ಲ. ಹೂವಿಗಾಗಿ ದಿನವೂ ಬರುತ್ತಿದ್ದ ಕೆಲವು ಗಿರಾಕಿಗಳಿಗೆ ನೂರು ಗ್ರಾಮಿನಿಂದ ಹಿಡಿದು ಒಂದೆರಡು ಕೆಜಿಯವರೆಗೆ ಬಿಡಿಹೂವು ಬೇಕಾದರೆ ಇನ್ನು ಕೆಲವರಿಗೆ ಒಂದೋ ಎರಡೋ ಮೊಳ ಕಟ್ಟಿದ ಹೂವು ಬೇಕಾಗುತ್ತಿತ್ತು. ಅದು ಬಹುಮಟ್ಟಿಗೆ ದೇವರ ಪೂಜೆಗೆ ಅಥವಾ ಮುಡಿಯುವುದಕ್ಕೆ. ಆದರೆ ಮಗುವಿನ ತೊಟ್ಟಿಲ ಶಾಸ್ತ್ರಕ್ಕೆಂದೋ ಮೈನೆರೆದ ಹೆಣ್ಣಿನ ಒಸಗೆಗೆಂದೋ ಗೃಹಪ್ರವೇಶಕ್ಕೆಂದೋ ಮದುವೆ ಮುಂಜಿಗಳಿಗೆಂದೋ ಬುಟ್ಟಿಗಟ್ಟಲೆ ಹೂವಿಗೆ ಆರ್ಡರು ಕೊಡುತ್ತಿದ್ದವರೇನೂ ಕಡಮೆಯಿರಲಿಲ್ಲ. ಒಮ್ಮೊಮ್ಮೆ ಮೆರವಣಿಗೆಯಲ್ಲಿ ಶವವನ್ನು ಕೊಂಡೊಯ್ಯುವವರು ಕೂಡ ಎಪ್ಪತ್ತು ಎಂಬತ್ತು ಮಾರು ಚೆಂಡುಹೂವು ಕೊಂಡುಕೊಳ್ಳುತ್ತಿದ್ದರು. ಗಣೇಶನ ಹಬ್ಬ ಬಂದರೆ ನಮಗೆ ತಾವರೆ ಮೊಗ್ಗುಗಳನ್ನು ಪೂರೈಸುವುದೇ ದೊಡ್ಡ ಕೆಲಸವಾಗುತ್ತಿತ್ತು.

ಅಂಗಡಿಯಲ್ಲಂತೂ ಬೆಂಚಿನ ಮೇಲೆ, ನೆಲದಲ್ಲಿ, ಮೆಟ್ಟಿಲ ಮೇಲೆ, ಬಾಗಿಲಿನಲ್ಲಿ ಎಲ್ಲೆಲ್ಲೂ ಹೂವೇ. ಬುಟ್ಟಿಗಳಲ್ಲಿ, ಮಂಕರಿಗಳಲ್ಲಿ ತುಂಬಿಕೊಂಡ ಸೇವಂತಿಗೆ, ಡೇರೆ, ಕನಕಾಂಬರ, ಮಲ್ಲಿಗೆ, ಗುಂಡುಮಲ್ಲಿಗೆ, ಇರುವಂತಿಗೆ, ಜಾಜಿ, ಸುಗಂಧರಾಜ, ಸಂಪಿಗೆ, ಕಣಗಿಲೆ, ಕಾಕಡಾ, ಕರ್ಣಕುಂಡಲ, ಜಾಲಾರಿ, ನಂದಬಟ್ಟಲು, ಮರುಗ, ತುಳಸಿ, ಪಚ್ಚೆ, ಬಿಲ್ವಪತ್ರೆ.... ಪೋಣಿಸಿ ಸರ ಮಾಡಿದ, ಕುಚ್ಚಾಗಿ ಕಟ್ಟಿದ, ಹಾರಗಳಾಗಿ ತೂಗುಬಿದ್ದ, ಅಂದವಾಗಿ ಜೋಡಣೆಗೊಂಡು ಬುಕೆಯಾದ, ಮಾರು ಮಾರಾಗಿ ಸುತ್ತಿಕೊಂಡ ಹೂವುಗಳು; ಒಂದು ಸುತ್ತು ಎರಡು ಸುತ್ತು ಐದು ಸುತ್ತು ಅರಳಿದ, ಉದ್ದ ಪಕಳೆಗಳ, ಪಕಳೆಗಳಲ್ಲೂ ನಕಾಶೆಯಂಥ ಬಣ್ಣದ ಗೆರೆಗಳಿರುವ, ನಡುವಲ್ಲಿ ನಸುವೇ ಬಾಗಿರುವ ಕೇಸರವುಳ್ಳ, ತುದಿಯಲ್ಲಿ ಗೋಲಾಕಾರದ, ಗುಂಡುಗುಂಡಾದ, ಮುಟ್ಟಿದರೆ ಬಾಡುವಷ್ಟು ಮೃದುವಾದ, ಮಗುವಿನ ಬೆರಳಿನಷ್ಟು ನಯವಾದ, ಪಾರಿವಾಳದ ಪುಚ್ಛದಂತೆ ಮಿನುಗುಟ್ಟುವ, ದಿಕ್ಕುದಿಕ್ಕಿಗೂ ವಿವಿಧ ವಾಸನೆಗಳನ್ನು ಎರಚುವ, ಬಗೆಬಗೆಯ ಬಣ್ಣಗಳಿಂದಲೇ ಕಿರಿಚಿಕೊಳ್ಳುವ ಹೂವು. ಇನ್ನು ಆ ಬಣ್ಣಗಳೊ! ಬಿಳಿ ಕೆಂಪು ಕಂದು ಹಳದಿ ನೀಲಿ ಬಣ್ಣಗಳಲ್ಲೂ ಅದೆಷ್ಟು ವೈವಿಧ್ಯ! ಗುಲಾಬಿಯನ್ನೇ ತೆಗೆದುಕೊಳ್ಳಿ. ಮುಳ್ಳುಗಳಿರುವ ಹಸಿರು ಕಡ್ಡಿಯ ತುದಿಯಲ್ಲಿ ಐದಾರು ಹಸಿರೆಲೆಗಳ ನಡುವೆ ನಿಧಾನವಾಗಿ ತುಟಿ ಬಿಚ್ಚಿದಂತೆ ತುಸುವೇ ಅರಳಿರುವ ಅಥವಾ ಅರಳಿ ಅರಳಿ ದಳಗಳು ಹಿಂದಕ್ಕೆ ಮಡಿಸಿಕೊಳ್ಳುವ ಕೆಂಪು, ಕಡುಗೆಂಪು, ಗುಲಾಬಿ, ಹಳದಿ, ಕಾವಿ ಬಣ್ಣಗಳ ಹೂವು. ಆ ಹೂವುಗಳಿಂದ ಹೊಮ್ಮಿಯೂ ಹೊಮ್ಮದಂತೆ ಸೂಸುತ್ತಿರುವ ನವುರಾದ ಪರಿಮಳ. ನೀರು ಚಿಮುಕಿಸಿದರೆ ಹಿಂದೆ ಹಿಂದೆ ಬಾಗುವ ಪಕಳೆಗಳ ಮೇಲೆ ಗುಂಡಗೆ ಮುತ್ತಿನಂತೆ ನಿಲ್ಲುವ ಹನಿಗಳು.

ಮುಳಬಾಗಿಲು, ವಡಗೇನಹಳ್ಳಿ, ನಲ್ಲೂರು, ಬೂದಿಗೆರೆ, ಹಸಿಗಾಳ, ತಿಂಡ್ಲು, ಗೌರಿಬಿದನೂರು, ಹೀಗೆ ಎಲ್ಲೆಲ್ಲಿಂದಲೋ ಬೆಳಗಿನ ರೈಲಿನಲ್ಲಿ, ಪರಮೇಶ್ವರ ಬಸ್ ಸರ್ವಿಸ್, ಆಂಜನೇಯ ಪ್ರಸನ್ನ,

ಮಾಂಕಾಳಮ್ಮ ಎಕ್ಸ್‌ಪ್ರೆಸ್ ಮುಂತಾದ ಬಸ್ಸುಗಳಲ್ಲಿ ಬರುತ್ತಿದ್ದ ಬುಟ್ಟಿ ಬುಟ್ಟಿ ಹೂವುಗಳನ್ನು ನಾವು ಇಳಿಸಿಕೊಂಡು ಅಂಗಡಿಗೆ ತಂದುಹಾಕುತ್ತಿದ್ದೆವು. ಸಾಹೇಬರು ಮಾತ್ರ ಹೂವುಗಳನ್ನು ಎಷ್ಟು ನಯವಾಗಿ ಸವರಬೇಕು, ಹೇಗೆ ಮೇಲೆತ್ತಬೇಕು, ಎಷ್ಟು ಜಾಗ್ರತೆಯಿಂದ ಕೆಳಗಿಳಿಸಬೇಕು ಎಂದೆಲ್ಲ ನಮಗೆ ಹೇಳಿಕೊಡದ ಒಂದೇ ಒಂದು ದಿನವೂ ಇರಲಿಲ್ಲವೆನ್ನಬೇಕು.

ನಮ್ಮೂರು ಅಣ್ಣೇಶ್ವರದ ಶ್ರೀಕಂಠೇಶ್ವರ ಗುಡಿಯಲ್ಲಿ ವರ್ಷಕ್ಕೆ ಐದಾರು ಸಲವಾದರೂ ಚಂಡೀಹೋಮ ನಡೆಯುತ್ತದೆ. ಒಮ್ಮೆ ಆ ಹೋಮ ಮಾಡಿಸಲು ಭುವನಗಿರಿಯ ಸುಬ್ರಹ್ಮಣ್ಯಶಾಸ್ತ್ರಿಗಳು ಬಂದಿದ್ದರು. ಆಗ ಎಸ್‌ಎಸ್‌ಎಲ್‌ಸಿವರೆಗೆ ಓದಿಯೂ ಏನೂ ಕೆಲಸ ಸಿಕ್ಕದೆ ಮನೆಯಲ್ಲೇ ಇದ್ದ ನನ್ನನ್ನು ನಮ್ಮಪ್ಪ ಅವರ ಮುಂದೆ ನಿಲ್ಲಿಸಿ ಯಾವುದಾದರೂ ಕೆಲಸ ಕೊಡಿಸಬೇಕು ಎಂದು ಕೇಳಿಕೊಂಡರು. ಮುಂದೆ ಕೆಲವೇ ದಿನಗಳಲ್ಲಿ ಸುಬ್ರಹ್ಮಣ್ಯಶಾಸ್ತ್ರಿಗಳು ನನ್ನನ್ನು ಸೇರಿಸಿದ್ದು ಭುವನಗಿರಿಯ ಈ ಅಬ್ದುಲ್ ಗಫೂರ್ ಸಾಹೇಬರ ಅಂಗಡಿಗೆ. ಆಗ ನನಗೆ ಹತ್ತೊಂಬತ್ತು ವರ್ಷ. ಅಲ್ಲಿ ಮೊದಲೇ ಚೆನ್ನಪ್ಪ ಕೆಲಸಕ್ಕಿದ್ದ. ಹೂವು ಕೊಳ್ಳಲು ಬರುವವರೆಲ್ಲ ಸಾಹೇಬರ ಆತ್ಮೀಯರೇ. ಅಂಗಡಿಗೆ ಬಂದವರಿಗೆ ಚೆನ್ನಪ್ಪನನ್ನು ಕಳಿಸಿ ಟೀ ತರಿಸಿ ಕೊಡುತ್ತಿದ್ದರು. ಇನ್ನು ಕೆಲವರಿಗೆ ಮಜ್ಜಿಗೆ. ತುಂಬಾ ಪರಿಚಯದವರಾಗಿದ್ದರೆ ತಾವೇ ಅವರನ್ನು ಬೀದಿಯ ಕೊನೆಯಲ್ಲಿದ್ದ ಉಡುಪಿ ಹೋಟೆಲಿಗೆ ಕರೆದುಕೊಂಡು ಹೋಗುತ್ತಿದ್ದರು.

ಒಂದು ಪ್ರಸಂಗ ನನ್ನ ಮನಸ್ಸಿನಲ್ಲಿನ್ನೂ ನಿಚ್ಚಳವಾಗಿದೆ. ಸಾಹೇಬರು ನನ್ನ ಕೈಗೆ ಎರಡು ಜೊತೆ ಬಾಳೆ ಕಂದುಗಳನ್ನು, ಮಲ್ಲಿಗೆ ಕನಕಾಂಬರ ಹಾರಗಳ ಒಂದು ಚೀಲವನ್ನು, ಬಿಡಿ ಹೂವುಗಳ ಒಂದು ಬುಟ್ಟಿಯನ್ನು ಕೊಟ್ಟು ಬಸವರಾಜಪ್ಪನವರ ಮನೆಗೆ ಕೊಟ್ಟು ಬಾ ಮಗು ಎಂದರು. ಕೋಟೆ ಬೀದಿಯಲ್ಲಿದ್ದ ಬಸವರಾಜಪ್ಪನವರ ಮನೆ ಯಾರಿಗೆ ಗೊತ್ತಿಲ್ಲ? ಅವರು ಮುನಿಸಿಪಲ್ ಕೌನ್ಸಿಲರೆಂದು ಹೆಸರಾಗಿದ್ದವರು. ಮುಖ್ಯ ರಸ್ತೆಯಲ್ಲಿ ಒಂಬತ್ತು ಅಡ್ಡರಸ್ತೆಗಳನ್ನು ದಾಟಿ ಹೋದ ಮೇಲೆ ಹತ್ತನೇ ಅಡ್ಡರಸ್ತೆಯ ದೊಡ್ಡ ಬಂಗಲೆಯೇ ಅವರ ಮನೆ. ಬಾಳೆ ಕಂದುಗಳನ್ನು ಎಡ ಕಂಕುಳಲ್ಲಿಟ್ಟುಕೊಂಡು ಚೀಲ, ಬುಟ್ಟಿಗಳನ್ನು ಎರಡೂ ಕೈಗಳಲ್ಲಿ ಎದೆಗೆ ಅವಚಿಕೊಂಡು ಹೊರಟೆ. ದೊಡ್ಡ ಮನುಷ್ಯರ ಮನೆಗಳಂತೆ ಅವರ ಮನೆಗೂ ಕಬ್ಬಿಣದ ದೊಡ್ಡ ಗೇಟಿತ್ತು. ಮುಂಬಾಗಿಲ ಮೆಟ್ಟಿಲ ಮೇಲೆಯೇ ಮಲಗಿರುವ ಒಂದು ಭಾರಿ ನಾಯಿ. ಅದಕ್ಕೆ ಸರಪಳಿಯೇನೂ ಇದ್ದಂತೆ ಕಾಣದೆ ತುಸು ಹೆದರಿಕೊಂಡೇ ಎರಡು ಬಾರಿ ಗೇಟಿನ ಚಿಲಕ ಅಲ್ಲಾಡಿಸಿದೆ. ಒಂದು ಕ್ಷಣ ಯಾರೂ ಮನೆಯಲ್ಲಿಲ್ಲವೇನೋ ಎಂದೂ ಅನಿಸಿತು. ಮಲಗಿದ ನಾಯಿ ಕಣ್ಣುಬಿಟ್ಟರೂ ಹಂದಾಡಲಿಲ್ಲ; ಅದರ ಬಾಲ ಕೂಡ ಅಲ್ಲಾಡಲಿಲ್ಲ. ಮೊದಲಿನ ಭಯ ಹೋಗಿ ಏಳೆಂಟು ಸಲ ಜೋರಾಗಿ ಚಿಲಕ ಅಲ್ಲಾಡಿಸಿದೆ. ಒಳಗಿನಿಂದ ಚಿಲಕ ಸರಿಸಿದ ಸದ್ದಿನ ಜೊತೆಗೆ ಬಾಗಿಲೂ ಕಿರುಗುಟ್ಟಿ ತೆರೆದುಕೊಂಡಿತು. ಬಸವರಾಜಪ್ಪನವರೇ ಬಾಗಿಲಿನಲ್ಲಿ ಕಾಣಿಸಿಕೊಂಡವರು ನನ್ನನ್ನು ನೋಡಿದ್ದೇ ಓಹೋ, ಗಫೂರ್ ಸಾಹೇಬರು ಕಳಿಸಿದರಾ? ಬಾ ಬಾ ಒಳಕ್ಕೆ ಬಾ ಎಂದವರು ಹಿಂದೆ ತಿರುಗಿ, ನೋಡೂ, ಹೂವು ಬಂತು ಎಂದು ಕೂಗಿ ಹೇಳಿದರು. ಪಡಸಾಲೆಯನ್ನು ದಾಟಿ ನಡುಮನೆಗೆ ಹೋದಾಗ ಅಲ್ಲೊಂದು ಮೂಲೆಯಲ್ಲಿ ರಂಗೋಲಿ ಬಿಡಿಸುತ್ತಿದ್ದ ನಡುವಯಸ್ಸಿನ

ಹೆಂಗಸು, ಆಕೆ ಬಸವರಾಜಪ್ಪನವರ ಹೆಂಡತಿ ಇರಬೇಕು, ಹಿಂತಿರುಗಿ ನನ್ನನ್ನು ನೋಡಿ, 'ಓಹೋ ಬಾಳೆಕಂದೂ ಬಂತು. ಅಲ್ಲಿ ಚಾಪೇ ಮೇಲಿಡಪ್ಪಾ' ಎಂದವರು ನಾನು ಹಿಂತಿರುಗಿ ಹೊರಟದ್ದನ್ನು ನೋಡಿ, ಕೂತ್ಕೋ ಕೂತ್ಕೋ ಎಂದು ಹೇಳಿ ಒಳಗಿಂದ ತಟ್ಟೆಯಲ್ಲಿ ಉಪ್ಪಿಟ್ಟು ತಂದುಕೊಟ್ಟರು. ನಾನು ಬೇಡ ಬೇಡ ಎಂದು ತಿನ್ನತೊಡಗಿದ ಮೇಲೆ ಅವರು ಚೀಲದಿಂದ ಹಾರಗಳನ್ನು ತೆಗೆದು ಎಷ್ಟು ಉದ್ದ ಇವೆಯೆಂದು ಕೈಯಲ್ಲಿ ತೂಗಾಡಿಸಿ ನೋಡಿ ಚೆನ್ನಾಗಿದೆ ಹೂವು. ಸಾಹೇಬರು ಯಾವತ್ತೂ ಕೊಟ್ಟ ಮಾತಿಗೆ ತಪ್ಪಿದವರಲ್ಲ. ಅವರಿಗೆ ಹೇಳಿದರೆ ಮುಗೀತು, ನಾವು ನಿಶ್ಚಿಂತೆಯಿಂದ ಇರಬಹುದು, ಎಂದವರು ನಾಳೆ ಮನೇಲಿ ಸತ್ಯನಾರಾಯನ ಪೂಜೆಯಪ್ಪಾ, ನೀನೂ ಬಾ, ಸಾಹೇಬರಿಗೂ ಬರಲಿಕ್ಕೆ ಹೇಳಿದ್ದೇನೆ ಎಂದರು.

ವರ್ಷದಲ್ಲಿ ಕೆಲವು ಬಾರಿ ಯಾವಯಾವುದೋ ಊರುಗಳಿಂದ ಮದುವೆಗೋ ಮುಂಜಿಗೋ ಹೂವು ಬೇಕೆಂದು ಆರ್ಡರು ಬರುತ್ತಿತ್ತು. ಸಾಮಾನ್ಯ ಸಂದರ್ಭಗಳಾದರೆ ಸಾಹೇಬರು ನಮ್ಮನ್ನೇ ಕಳಿಸುತ್ತಿದ್ದರು. ನಾನು ಅಂಗಡಿಯಲ್ಲಿದ್ದರೆ ಚೆನ್ನಪ್ಪ, ಚೆನ್ನಪ್ಪ ಅಂಗಡಿಯಲ್ಲಿದ್ದರೆ ನಾನು ಹೂವಿನ ಬುಟ್ಟಿಗಳನ್ನು ಬಸ್ಸಿನ ಟಾಪಿಗೇರಿಸಿ ಆಯಾ ಊರುಗಳಿಗೆ ಹೋಗಿ ಕೊಟ್ಟುಬರುತ್ತಿದ್ದೆವು. ಆದರೆ ಗಂಗವಾರದ ಶ್ರೀಕಂಠೇಶ್ವರ ಗುಡಿಯ ಜಾತ್ರೆಗೆ, ಅಣ್ಣೇಶ್ವರದ ಮಾರಮ್ಮನ ಗುಡಿಯ ಪರಿಶೆಗೆ ಸಾಹೇಬರೇ ಖುದ್ದು ಹೂಬುಟ್ಟಿಗಳನ್ನು ಕೊಂಡೊಯ್ಯುತ್ತಿದ್ದರು, ಆ ದಿನಗಳಲ್ಲಿ ಒಂದೆರಡು ದಿನ ಆ ಊರುಗಳಲ್ಲಿಯೇ ಇದ್ದು ಬರುತ್ತಿದ್ದರು. ಅದೇ ರೀತಿ ಅವರು ವರ್ಷದಲ್ಲಿ ಕೆಲವೊಮ್ಮೆ ತಾವೇ ಮುಂದೆ ನಿಂತು ಹೂವು ಸರಬರಾಜು ಮಾಡುತ್ತಿದ್ದದ್ದು ಸೂಲಿಬೆಲೆಯ ದರ್ಗಾಕ್ಕೆ ಅಥವಾ ಬೂದಿಗೆರೆಯ ಚರ್ಚಿಗೆ.

ನಮ್ಮ ಬೀದಿಯಲ್ಲಿ ಕಾಲಿಟ್ಟರೆ ಸಾಕು, ಮೂಗಿಗೆ ಅಡರುವ ಹೂವುಗಳ ವಾಸನೆ. ಅದರಲ್ಲೂ ಮಲ್ಲಿಗೆಯೆಂದರೆ ಗಾಳಿಗೇ ಹುರುಪು ಬರುತ್ತಿತ್ತು. ಇನ್ನೂ ಅರಳದ ಮೊಗ್ಗಾಗಿರಲಿ, ತುಸುವೇ ಬಿರಿದಿರಲಿ ಅಥವಾ ಸಂಪೂರ್ಣವಾಗಿ ಅರಳಿರಲಿ, ಮಲ್ಲಿಗೆಯೆಂದರೆ ಅದರ ಸೊಗಸಿಗೆ, ನವುರಿಗೆ ಸರಿಸಾಟಿಯಾದ ಪರಿಮಳ ಇನ್ನೊಂದಿಲ್ಲ. ಮತ್ತೆ ನಮ್ಮ ಅಂಗಡಿಯಲ್ಲಿ ಮಲ್ಲಿಗೆ, ಇರುವಂತಿಗೆ, ಸೂಜಿ ಮಲ್ಲಿಗೆ, ಜಾಜಿ ಹೂವುಗಳಿಗೆ ಎಂದೂ ಬರವಿರುತ್ತಿರಲಿಲ್ಲ.

ಒಮ್ಮೆ ನಮ್ಮೂರಿನ ಜಯರಾಮಯ್ಯನವರು ತಮ್ಮ ಮಗಳಿಗೆ ಮೊಗ್ಗಿನ ಜಡೆ ಹಾಕಿಸಬೇಕೆಂದು ಮಲ್ಲಿಗೆ ಮೊಗ್ಗುಗಳಿಗೆ ಆರ್ಡರು ಕೊಟ್ಟಿದ್ದರು. ಹಾಗೆ ನೋಡಿದರೆ, ವಿಶೇಷ ಸಂದರ್ಭಗಳಲ್ಲಿ ಹೂವು ಬೇಕಾದಾಗಲೆಲ್ಲ ಅವರು ಸಾಹೇಬರಿಗೇ ಹೇಳುತ್ತಿದ್ದರು. ಒಂದೆರಡು ಸಲ ಅವರು ತಮ್ಮ ಮಗಳನ್ನೆತ್ತಿಕೊಂಡು ಅಂಗಡಿಗೂ ಬಂದದ್ದುಂಟು. ಆಗ ಸಾಹೇಬರು ತುಂಬ ಚೂಟಿಯಗಿದ್ದ ಆ ಮಗುವನ್ನು ಎತ್ತಿಕೊಂಡು, ಅದರ ಕೆನ್ನೆ ಚಿವುಟಿ ಮುದ್ದುಮಾಡಿದ್ದನ್ನು ನಾನೇ ನೋಡಿದ್ದೆ. ಅವೊತ್ತು ಸಾಹೇಬರು ವಿಶೇಷ ಮುತುವರ್ಜಿ ವಹಿಸಿ ತಮಿಳುನಾಡಿನ ಆಂಬೂರಿನಿಂದ ತರಿಸಿದ್ದ ಎರಡು ಬುಟ್ಟಿ ಮಲ್ಲಿಗೆ ಮೊಗ್ಗುಗಳನ್ನು ಒಯ್ಯಲು ಜಯರಾಮಯ್ಯನವರೇ ಅಂಗಡಿಗೆ ಬಂದಿದ್ದರು. ಸಾಹೇಬರು 'ಬುಟ್ಟಿಗಳನ್ನು ಹೊತ್ತುಕೊಂಡು ಜೊತೆಗೇ ಹೋಗಿ ಅವರ ಮನೆಗೆ ಕೊಟ್ಟು ಬಾ' ಎಂದು ನನ್ನನ್ನು ಕಳಿಸಿದರು. ಅವರ ಮನೆಗೆ ಸುಮಾರು ಮುಕ್ಕಾಲು ಗಂಟೆ ದಾರಿ. ಹಿಂದಿನ ರಾತ್ರಿಯ ಮಳೆಯಿಂದಾಗಿ ಬೀದಿಯಲ್ಲಿ ಅಲ್ಲಲ್ಲಿ ನೀರು ನಿಂತು ರಾಡಿಯಾಗಿತ್ತು. ಅವರು ಪಂಚೆಯನ್ನು ಮೇಲೆತ್ತಿ ಕಟ್ಟಿಕೊಂಡು ಸಣ್ಣ ಸಣ್ಣ ಗುಂಡಿಗಳ ನೀರು ಚರಕ್ ಚರಕ್ ಎಂದು ಸದ್ದುಮಾಡುತ್ತಿದ್ದ ತಮ್ಮ ಚಪ್ಪಲಿಗೆ ತಾಗದಂತೆ ದೂರ ದೂರ ಹೆಜ್ಜೆಯಿಡುತ್ತ ಸಾಗುತ್ತಿದ್ದರು. ಮೋಡಗಳನ್ನು ಜಮಾಯಿಸುತ್ತಿದ್ದ ಆಕಾಶದಿಂದ ಸುಯ್ಯೆಂದು ಬೀಸಿಬಂದ ಗಾಳಿ ಅಲ್ಲೇ ಬದಿಯಲ್ಲಿದ್ದ ಬೇವಿನ ಮರವನ್ನು ತೂಗಾಡಿಸಿತು. ನಾವಿಬ್ಬರೂ ಹಾಗೇ ನಡೆದುಕೊಂಡು ಹೋಗಿ ಭದ್ರಕಾಳಿ ಫ್ಲೋರ್ ಮಿಲ್ಲನ್ನು ಮುಟ್ಟುವ ಹೊತ್ತಿಗೆ ಜಯರಾಮಯ್ಯನವರು ಕ್ಷಣ ನಿಂತು ನನ್ನ

ಕಡೆ ತಿರುಗಿದವರು, ಜುಬೇದಾ ಹ್ಯಾಗಿದ್ದಾಳಂತಪ್ಪಾ ಎಂದು ಕೇಳಿದರು. ಯಾರು ಜುಬೇದಾ ಏನು ಎತ್ತ ಒಂದೂ ತಿಳಿಯದ ನಾನು ಬೆಪ್ಪಾಗಿ ಸುಮ್ಮನೆ ಕಣ್ಣು ಕಣ್ಣುಬಿಟ್ಟೆ. ಓಹ್, ಪಾಪ ನಿನಗೆ ಗೊತ್ತಿಲ್ಲಾ ಬಿಡು ಎಂದು ಮುಂದೆ ನಡೆಯತೊಡಗಿದವರು ತಮಗೆ ತಾವೇ ಹೇಳಿಕೊಳ್ಳುವವರಂತೆ, ದೇವರಂಥಾ ಸಾಹೇಬರು ಇಂಥಾ ಪಾಡು ಪಡಬೇಕಾ.... ವಯಸ್ಸಿಗೆ ಬಂದ ಮಗ ಓಡಿಹೋಗಿ ವರ್ಷವಾದರೂ ಪತ್ತೆಯಿಲ್ಲ.... ಈಚೆಗೆ ಜುಬೇದಾ ಹುಚ್ಚುಚ್ಚಾಗಿ ಆಡ್ತಿದಾಳಂತೆ.... ಪಾಪ ಅವಳಾದರೂ ಏನು ಮಾಡಿಯಾಳು.... ಯಾಕೆ ಓಡಿಹೋದ ಎಲ್ಲಿಗೆ ಓಡಿಹೋದ ಎಂದಾದರೂ ತಿಳಿದಿದ್ದರೆ.... ಹೀಗೆ ಏನೇನೋ ಹೇಳುತ್ತಿರುವಾಗಲೇ ಅವರ ಮನೆ ಬಂದಿತ್ತು.

ನಾನು ಅಂಗಡಿಗೆ ವಾಪಸು ಬಂದವನು ಅವರು ಹೇಳಿದ್ದನ್ನು ಗುಟ್ಟಾಗಿ ಚೆನ್ನಪ್ಪನಿಗೆ ಹೇಳಿದೆ. ಅವನಿಗೂ ಆಶ್ಚರ್ಯ. ವಿಚಿತ್ರವೆಂದರೆ ಸಾಹೇಬರು ಒಂದು ದಿನವಾದರೂ ನಮ್ಮ ಜೊತೆ ತಮ್ಮ ಸಂಸಾರದ ಬಗ್ಗೆ ಹೇಳಿಕೊಂಡಿರಲಿಲ್ಲ ; ಒಮ್ಮೆಯೂ ನಮ್ಮನ್ನು ಅವರ ಮನೆಗೆ ಕರೆದುಕೊಂಡು ಹೋಗಿರಲಿಲ್ಲ. ನಾವು ಕೂಡ ಗೋಮಾಳದಂಚಿನಲ್ಲೆಲ್ಲೋ ಅವರ ಮನೆಯಿದೆಯೆಂದು ಗೊತ್ತಿದ್ದರೂ ಆ ಕಡೆ ಹೋಗಿರಲಿಲ್ಲ.

ಮುಂದೆ ಕೆಲವೇ ದಿನಗಳಲ್ಲಿ ದೇವನಹಳ್ಳಿಯ ವೇಣುಗೋಪಾಲಸ್ವಾಮಿ ರಥೋತ್ಸವ ನಡೆಯಿತು. ಸುತ್ತಮುತ್ತಲಿನ ಊರುಗಳಿಂದ ಸಾವಿರಾರು ಮಂದಿ ಬಂದು ನೆರೆಯುತ್ತಿದ್ದ ಉತ್ಸವ ಅದು. ವರ್ಷಕ್ಕೊಮ್ಮೆ ನಡೆಯುವ ಆ ರಥೋತ್ಸವಕ್ಕೆಂದೇ ಕಂದು ಬಣ್ಣ ಬಳಿದುಕೊಂಡು ಸಿದ್ಧವಾಗುತ್ತಿದ್ದ ರಥ. ಅದರ ಆಳೆತ್ತರ ಇದ್ದ ನಾಲ್ಕು ಗಾಲಿಗಳ ಮೇಲೆ ವೇಣುಗೋಪಾಲಸ್ವಾಮಿಯನ್ನು ಕೂರಿಸುವ ನಾಲ್ಕು ಕಂಭಗಳ ಮಂಟಪ. ಒಂದೊಂದು ಕಂಬಗಳಿಗೂ ದೊಡ್ಡ ದೊಡ್ಡ ಬಾಳೆಕಂದುಗಳನ್ನು ಕಟ್ಟಿ, ಮೇಲೆ ಮಾವಿನೆಲೆಗಳ ತೋರಣ ಕಟ್ಟಿ ಬಗೆಬಗೆಯ ಹೂವುಗಳಿಂದ ಸಿಂಗರಿಸುತ್ತಿದ್ದರು. ನೂರು ನೂರೈವತ್ತು ಜನ ಎಳೆಯುತ್ತಿದ್ದ ಆ ರಥ ಬೆಳಗ್ಗೆ ಹನ್ನೊಂದಕ್ಕೆ ಹೊರಟು ಕೋಟೆ ಬೀದಿ, ಪೇಟೆ, ರಾಮಾಂಜನೇಯ ಕುಸ್ತಿ ಅಖಾಡ, ಪೋಸ್ಟಾಫೀಸು ರೋಡು, ತಾಲೂಕು ಕಚೇರಿ, ರೈಲು ಸ್ಟೇಷನ್ನು, ಅಮಲ್ದಾರರ ಮನೆ ಮೊದಲಾದವುಗಳನ್ನು ಸುತ್ತಿ ಮಧ್ಯಾಹ್ನ ಒಂದೂವರೆ ಎರಡು ಗಂಟೆಗೆ ಹಿಂತಿರುಗುತ್ತಿತ್ತು. ಮಂಟಪದಲ್ಲಿ ಇಬ್ಬರು ಪೂಜಾರಿಗಳು ದಾರಿಯುದ್ದಕ್ಕೆ ರಥ ನಿಂತೆಡೆಯಲ್ಲೆಲ್ಲ ಭಕ್ತಾದಿಗಳು ಸಲ್ಲಿಸುತ್ತಿದ್ದ ಹಣ್ಣು ಕಾಯಿಗಳನ್ನು ಪಡೆದು ಮಂಗಳಾರತಿ ಮಾಡುತ್ತಿದ್ದರು, ಆಗಾಗ ದೇವರಿಗೆ ಚಾಮರ ಬೀಸುತ್ತಿದ್ದರು, ಇಲ್ಲವೆ ಸುಮ್ಮನೆ ಕೈಕಟ್ಟಿಕೊಂಡು ನಿಂತಿರುತ್ತಿದ್ದರು. ರೋಡಿನ ಎರಡೂ ಕಡೆ ನೆರೆದಿರುತ್ತಿದ್ದ ಜನರು ಕೈಮುಗಿದುಕೊಂಡು ಗೋವಿಂದಾ ಗೋವಿಂದಾ ಎಂದು ಕೂಗುತ್ತಿದ್ದರು. ಆದರೆ ಅವರಲ್ಲೇ ಕೆಲವರಿಗೆ ಮಂಟಪದಲ್ಲಿ ಕೈಕಟ್ಟಿಕೊಂಡಿರುತ್ತಿದ್ದ ಪೂಜಾರಿಗಳಿಗೆ ಗುರಿಯಿಟ್ಟು ಬಾಳೆಹಣ್ಣು ದವನ ಬೀಸುವುದೆಂದರೆ ಅದೇನೋ ಖುಷಿ. ಹಣ್ಣು ದವನ ಹಾಗೆ ಬಿರುಸಾಗಿ ಬೀಸಿಬಂದು ಬಡಿದದ್ದೇ ಆ ಪೂಜಾರಿಗಳು ನೋವಿನಿಂದ ಮೈಮುಟ್ಟಿಕೊಳ್ಳುತ್ತ ನೆರೆದ ಜನರನ್ನು ಕೆಕ್ಕರಿಸಿಕೊಂಡು ನೋಡುತ್ತಿದ್ದರು. ಹೋದ ವರ್ಷ, ಅದರ ಹಿಂದಿನ ವರ್ಷ ನಾನು ಕೂಡ ಆ ರೀತಿ ಬೀಸಿ ಒಗೆದದ್ದುಂಟು. ಆದರೆ ನಾನು ಎಸೆದದ್ದು ಗುರಿ ಮುಟ್ಟಿರಲಿಲ್ಲ.

ಆ ರಥೋತ್ಸವಕ್ಕೆ ಹತ್ತಾರು ಊರುಗಳಿಂದ ಹೂವು ಹಣ್ಣು ಬರುತ್ತಿದ್ದಿರಬೇಕು. ಆದರೂ ನಮ್ಮ ಭುವನಗಿರಿಯ ಹೂವುಗಳಿಗೆ ವಿಶೇಷ ಬೇಡಿಕೆ ಇರುತ್ತಿತ್ತಷ್ಟೇ ಅಲ್ಲ, ಉತ್ಸವದಲ್ಲಿ ಗಫೂರ್ ಸಾಹೇಬರಿಗೆ ಹಾರ ಹಾಕಿ ಸನ್ಮಾನಿಸುವುದೂ ಇತ್ತು. ಈ ಸಲದ ಉತ್ಸವಕ್ಕಾಗಿ ಕಳೆದ ಎರಡು ದಿನಗಳಲ್ಲಿ ಎಲ್ಲೆಲ್ಲಿಂದಲೋ ಮಲ್ಲಿಗೆ ಗುಲಾಬಿ ಸೇವಂತಿಗೆ ಸುಗಂಧರಾಜ ಹೂವುಗಳಲ್ಲದೆ, ಬಾಳೆಕಂದು ತೆಂಗಿನಕಾಯಿ ಬಾಳೆಹಣ್ಣು ದವನ ಎಲ್ಲವೂ ಅಂಗಡಿಯಲ್ಲಿ ರಾಶಿಯಾಗಿದ್ದವು.

ಮಳೆ ಸುರಿಸಿಬಿಡುವಂತೆ ಮೋಡ ಕವಿದಿದ್ದ ಮಧ್ಯಾಹ್ನ. ಸಾಹೇಬರು ಸ್ಟೂಲಿನ ಮೇಲೆ ಕೂತುಕೊಂಡು ಒಂದು ಕಾಗದದಲ್ಲಿ ಏನೋ ಬರೆಯುತ್ತಿದ್ದರು. ಪಕ್ಕದಲ್ಲೇ ತೂಗುಬಿದ್ದಿದ್ದ

ಏಳೆಂಟು ಸುಗಂಧರಾಜ ಹಾರಗಳಿಗೆ ಮುತ್ತಲೆಂದು ಬೀದಿಯ ಕಡೆಯಿಂದ ಬಂದ ಜೇನು ನೊಣಗಳು ಕೆಲವು ಅವರ ಹಣೆಯನ್ನು ಸೋಕಿದವು. ಅವರು, ಹೂವೆಂದರೆ ಆಯಿತು ಈ ಮುಂಡೇವಕ್ಕೆ ಎನ್ನುತ್ತ ಹಣೆಯೊರೆಸಿಕೊಂಡು ಒಮ್ಮೆ ಕೈಯಾಡಿಸಿದ್ದೇ ಅವು ಗುಯ್ಯೆಂದು ತುಸು ದೂರ ಹಾರಿ ಅಲ್ಲಿಯೇ ಗಿರಕಿ ಹೊಡೆಯತೊಡಗಿದವು.

ಬರುವ ಮಂಗಳವಾರವೇ ಮಹಾಲಯ ಅಮಾವಾಸ್ಯೆ. ಅವೊತ್ತು ತರ್ಪಣ ಕೊಡುವುದಕ್ಕೆ, ಕೊಡಿಸುವುದಕ್ಕೆ ಏನಿಲ್ಲವೆಂದರೂ ದರ್ಭೆ ಬೇಕೇಬೇಕು. ಸುಬ್ರಹ್ಮಣ್ಯಶಾಸ್ತ್ರಿಗಳು ವಾರ ಮುಂಚೆಯೇ ಒಂದು ಮೂಟೆ ದರ್ಭೆಗಾಗಿ ಹೇಳಿಟ್ಟಿದ್ದರು. ಚೆನ್ನಪ್ಪ ಪಶ್ಚಿಮವಾಹಿನಿಯಿಂದ ಮಾಂಕಾಳಮ್ಮ ಎಕ್ಸ್‌ಪ್ರೆಸ್‌ನಲ್ಲಿ ಬರಲಿದ್ದ ದರ್ಭೆಯ ಮೂಟೆ ಇಳಿಸಿಕೊಳ್ಳುವುದಕ್ಕೆ ಹೋಗಿದ್ದ. ಇದ್ದಕ್ಕಿದ್ದಂತೆ ಮಳೆ ಸುರಿದು ಟಾರ್ಪಾಲಿನ ತೂತುಗಳಲ್ಲಿ ಇಳಿದ ನೀರು ಕನಕಾಂಬರ ಬುಟ್ಟಿಯ ಮೇಲೆ ತೊಟ್ಟಿಕ್ಕತೊಡಗಿದ್ದೇ ಸಾಹೇಬರು ಆ ಬುಟ್ಟಿಯ ಮೇಲೆ ತೆಳುವಾದ ಬಿಳಿ ಬಟ್ಟೆಯನ್ನು ಹಾಸಿ, ನಯವಾಗಿ ತುಸುತುಸುವೇ ಒತ್ತಿ ಆ ಬಟ್ಟೆ ಹೀರಿಕೊಂಡ ನೀರನು ಹಿಂಡತೊಡಗಿದರು. ನಾನು ಮಳೆ ಸುರಿಯುತ್ತಿದ್ದರೂ ಸೆಕೆಯಿಂದ ಬೆವರುತ್ತ, ನಿದ್ದೆಗಣ್ಣಿಗೆ ಮುತ್ತುತ್ತಿದ್ದ ಗುಂಗಾಡನ್ನು ಓಡಿಸುತ್ತ ಹೆಚ್ಚುಕಡಮೆ ತೂಕಡಿಸುತ್ತಿದ್ದವನು ಯಾರೋ ಜೋರಾಗಿ ಕೂಗಿದಂತೆನ್ನಿಸಿ ಬೆಚ್ಚಿಬಿದ್ದೆ. ಹೂವು ಕೊಳ್ಳುವವರು ಯಾರೂ ಇಲ್ಲವೆಂದು ಅಂಗಡಿಗೆ ಅಂಗಡಿಯೇ ನಿಡುಸುಯ್ಯುತ್ತಿರುವಾಗ ಹರಿದ ಷರ್ಟು ದೊಗಳೆ ಪಾಯಿಜಾಮ ತೊಟ್ಟು, ಹವಾಯಿ ಚಪ್ಪಲಿ ಮೆಟ್ಟಿಕೊಂಡು ಬಂದವನೊಬ್ಬ ಒಳಗೆ ಕಾಲಿಟ್ಟ. ನೋಡಿದರೆ ಇಪ್ಪತ್ತೈದು ಇಪ್ಪತ್ತಾರು ವರ್ಷದ ಹುಡುಗ. ನಿದ್ದೆಗಣ್ಣಿನಲ್ಲಿದ್ದ ನಾನು ಅಷ್ಟಾಗಿ ಗಮನಿಸದ ಕಾರಣ ಅವನು ಹೇಗಿದ್ದ ಎಂದು ಈಗ ನೆನಪಾಗುತ್ತಿಲ್ಲ. ಆಮೇಲೆ ಅವನಿಗೂ ಸಾಹೇಬರಿಗೂ ಏನೇನೋ ಮಾತುಕತೆಯಾಯಿತು. ಬಂದವನು ಅತ್ತಿತ್ತ ಕೈಬೀಸುತ್ತ ತುಸು ಜೋರಾಗಿಯೇ ಮಾತಾಡಿದ. ಅವನು ಮಾತಾಡಿದ್ದು ಕನ್ನಡವಲ್ಲವಾದ್ದರಿಂದ ನನಗೇನೂ ಅರ್ಥವಾಗಲಿಲ್ಲ. ಇದ್ದಕ್ಕಿದ್ದಂತೆ ಸಿಟ್ಟು ಮಾಡಿಕೊಂಡು ಹೊರಟುಬಿಟ್ಟ ಅವನನ್ನು ಕೈಹಿಡಿದು ನಿಲ್ಲಿಸಿದ ಸಾಹೇಬರು ಅವನ ಕೈಗೆ ಇನ್ನೂ ಘಮಘಮವೆನ್ನುತ್ತಿದ್ದ ಕಡುಗೆಂಪು ಬಣ್ಣದ ಒಂದು ಬುಟ್ಟಿ ಗುಲಾಬಿ ಹೂವು ಕೊಟ್ಟರು. ಅದನ್ನು ಎರಡೂ ಕೈಗಳಿಂದ ಎತ್ತಿಕೊಂಡು ಅಂಗಡಿಯಾಚೆಗೆ ಹೋದ ಅವನು, ಅದೇನನ್ನಿಸಿತೋ, ಮತ್ತೆ ಹಿಂತಿರುಗಿ ಬಂದು ಸಾಹೇಬರ ಕಾಲಬಳಿಯೇ ಆ ಬುಟ್ಟಿಯನ್ನು ನೆಲಕ್ಕೆ ಕುಕ್ಕಿ, ಎಷ್ಟೋ ವರ್ಷಗಳ ಸ್ನೇಹಿತರು ಅಪ್ಪಿಕೊಳ್ಳುವಂತೆ ಅವರನ್ನು ಬಲವಾಗಿ ಅಪ್ಪಿಕೊಂಡ. ಅದೇ ಹೊತ್ತಿಗೆ ಅಂಗಡಿಯ ಬಾಗಿಲಲ್ಲಿ ದರ್ಭೆಯ ಮೂಟೆ ಹೊತ್ತುಕೊಂಡು ಬಂದ ಚೆನ್ನಪ್ಪನನ್ನು ನೋಡಿ ಅವನು ಓಡಿಹೋದದ್ದಕ್ಕೂ ಚೆನ್ನಪ್ಪ ಆ ಮೂಟೆಯನ್ನು ಕೆಳಗೆ ಹಾಕಿ ಹೋ ಎಂದು ಕೂಗಿಕೊಂಡದ್ದಕ್ಕೂ ಸಾಹೇಬರು ತಲೆಸುತ್ತಿಬಂದವರಂತೆ ಹಿಮ್ಮುಖವಾಗಿ ದೊಪ್ಪೆಂದು ಬಿದ್ದದ್ದಕ್ಕೂ ಸರಿಯಾಯಿತು. ಚೂರಿಯೊಂದು ಸಾಹೇಬರ ಹೊಟ್ಟೆಯಲ್ಲೇ ನೆಟ್ಟುಕೊಂಡಿದ್ದು, ಅಲ್ಲಿಂದ ದಳದಳನೆ ಚಿಮ್ಮಿ ಚಿಮ್ಮಿ ಕೆಳಕ್ಕೆ ಸುರಿದು ನೆಲದಲ್ಲಿ ಹರಿಯುತ್ತಿದ್ದ ರಕ್ತದಲ್ಲಿ ಗುಲಾಬಿಗಳೂ ಸೇರಿ ಯಾವುದು ರಕ್ತ, ಯಾವುದು ಗುಲಾಬಿ ಎಂದು ಗೊತ್ತಾಗದಂತೆ ಕಂದು ಬಣ್ಣದ ಕಾಲುವೆಯಾಗುತ್ತಿತ್ತು.

ಆಮೇಲೆ? ವರ್ಷಗಳು ಕಳೆದವು. ಕಾಲದಲ್ಲಿ ಆ ಘಟನೆ ಹಿಂದುಳಿಯಿತೆಂದು ಅನ್ನಿಸಿದರೆ

ಮುಂದೇನಾದರೂ ಆಗಬೇಕಲ್ಲ. ಇಪ್ಪತ್ತೆಂಟು ವರ್ಷಗಳ ನಂತರ ನಾನೊಂದು ಮದುವೆಗೆ ಹೋಗಬೇಕಾಯಿತು. ಚಾಮುಂಡೇಶ್ವರಿ ಕಲ್ಯಾಣ ಮಂಟಪದಲ್ಲಿ ನಡೆಯುತ್ತಿದ್ದ ಆ ಮದುವೆಗೆ ಹೋದದ್ದೇ ಅರೆ, ನಮ್ಮ ಹೂವಿನಂಗಡಿ ಇದ್ದದ್ದು ಇಲ್ಲಿಯೇ ಅಲ್ಲವೆ ಎಂದು ಅದೆಷ್ಟು ಆಶ್ಚರ್ಯವಾಯಿತೆಂದರೆ ಕೂಡಲೇ ನನ್ನ ಮನಸ್ಸಿನೊಳಗೆ ಧುತ್ತೆಂದು ಎರಡು ಸಂಗತಿಗಳು ಪ್ರತ್ಯಕ್ಷವಾದವು.

ಒಂದು: ಹೊರಗಡೆ ಮಳೆ ನಿಂತ ವಾತಾವರಣ. ಮೋಡಗಳ ಅಂಚಿನಿಂದ ಕೆಳಗೆ ಧುಮುಕುತ್ತಿರುವ ಬಿಸಿಲು. ಅದೆಲ್ಲಿದ್ದವೋ, ಒಂದೇ ಒಂದು ಕ್ಷಣದಲ್ಲಿ ಬೂದುಬಣ್ಣದ, ಕುತ್ತಿಗೆಯ ಸುತ್ತ ಬಣ್ಣಗಳ ಸುನೇರಿಯನ್ನು ಸುತ್ತಿಕೊಂಡಿರುವಂತೆ ಕಾಣುತ್ತಿದ್ದ ಹಿಂಡು ಹಿಂಡು ಪಾರಿವಾಳಗಳು ಹೇಗೆ ಎಲ್ಲ ದಿಕ್ಕುಗಳಿಂದಲೂ ಹಾರಿ ಬಂದು ಪಟಪಟನೆ ರೆಕ್ಕೆ ಬಡಿಯುತ್ತ ಅಂಗಡಿಯ ಮುಂದೆ ಇಳಿದುಬಿಟ್ಟವೆಂದರೆ ಕೆಲವು ಪಾರಿವಾಳಗಳು ಒಂದರ ಮೇಲೊಂದು ಬಿದ್ದವೆನ್ನಬೇಕು. ಪೋಲೀಸರು ಬಂದವರು ಅಂಗಡಿಯೊಳಕ್ಕೆ ಬರಲಾಗದೆ ಉಶ್ ಉಶ್ ಎನ್ನುತ್ತ, ಲಾಠಿ ಬೀಸುತ್ತ ಅವುಗಳನ್ನು ಓಡಿಸಬೇಕಾಯಿತು.

ಎರಡು: ಒಂದೊಂದು ಹೂವಿಗೂ ಒಂದೊಂದು ಪರಿಮಳ ಇರುತ್ತದೆ, ನಿಜ. ಆದರೆ ಬಗೆಬಗೆಯ ಹೂವುಗಳ ಪರಿಮಳಗಳು ಒಂದರೊಳಗೊಂದು ಸೇರಿಹೋದಾಗ ಅದೆಂಥ ವಾಸನೆ ಹೊಡೆಯುತ್ತದೆಯೆಂದು ಯಾರು ತಾನೆ ವಿವರಿಸಬಲ್ಲರು? ನಾನೂ ವಿವರಿಸಲಾರೆ. ಆದರೆ ಅಂಥ ವಾಸನೆಯೊಂದು, ಅಷ್ಟು ವರ್ಷ ಅದೆಲ್ಲಿತ್ತೋ, ಇದ್ದಕ್ಕಿದ್ದಂತೆ ರಪ್ಪೆಂದು ನನ್ನ ಮೂಗಿಗೆ ಬಡಿಯಿತು.

●

ಘಟನೆ
ಕಾವ್ಯಾ ಕಡಮೆ
ಅವರ ಧ್ವನಿಯಲ್ಲಿ

ಗತ

ಎಸ್. ದಿವಾಕರ್ | ಕಥೆ

ರಾಜಣ್ಣನಿಗೆ ಆ ಆಫೀಸು ಹಠಾತ್ತಾಗಿ ನೀರಸವಾದ, ಹಗೆಯನ್ನು ಚೆಲ್ಲುವ, ಅನರ್ಥದಿಂದ ಉಬ್ಬಿಕೊಂಡ ಅಪರಿಚಿತ ಜಾಗವಾಗಿ ತೋರಿತು. ಕುರ್ಚಿ, ಕಡತಗಳ ಜೊತೆ ಟೆಲಿಫೋನ್ ಇದ್ದ ಟೇಬಲ್ಲು, ಹತ್ತಾರು ಫೈಲುಗಳಿದ್ದ ಕಬ್ಬಿಣದ ಅಲಮಾರು, ಗಾಂಧಿ ನೆಹರು ರಾಘವೇಂದ್ರಸ್ವಾಮಿ ಪಟಗಳಿದ್ದ ಗೋಡೆ, ಟೇಬಲ್ಲಿನ ಬಲಗಡೆಗೆ ಬರುತ್ತಿದ್ದವರು ಆಸೀನರಾಗಲೆಂದು ಹಾಕಿದ್ದ ಹಸಿರು ಬಣ್ಣದ ಸೋಫಾ, ಎಲ್ಲವನ್ನೂ ಗಮನಿಸಿದ್ದೇ ಅವನಿಗೆ ಹೊಟ್ಟೆ ತೊಳಸಿದಂತಾಯಿತು. ಹತ್ತಾರು ವರ್ಷ ಕೆಲಸಮಾಡಿದ್ದ ಅವನದೇ ಆಫೀಸಿನಲ್ಲಿ ಇದ್ದಕಿದ್ದಂತೆ ಎಲ್ಲವನ್ನೂ ಕಳೆದುಕೊಂಡವನಂತೆ ಕುರ್ಚಿಯಲ್ಲಿ ಕುಸಿದು ಕುಳಿತ. ಒಂದೆರಡು ನಿಮಿಷವಾಗಿದ್ದೇ ಇಡೀ ಕೊಠಡಿ ಉಸಿರುಗಟ್ಟಿಸುತ್ತಿದೆ ಎನ್ನಿಸಿ, ಒಂದಿಷ್ಟು ಗಾಳಿ ಬೇಕೆಂದು ಹೊರಗೆ ಹೊರಟುಬಿಟ್ಟ.

ಎಲ್ಲರೂ ನಿವೃತ್ತರಾಗಬೇಕಾದ್ದು ನಿಜವಾದರೂ ಅಂದು ಆಫೀಸಿನಲ್ಲಿ ಬೀಳ್ಕೊಡಿಗೆ ಸಮಾರಂಭವಾದಾಗ ಅವನಿಗೆ ಇಷ್ಟು ಬೇಗನೆ ಎಂದು ಆಘಾತ. ಅರವತ್ತು ವರ್ಷಕ್ಕೆ ನಿವೃತ್ತಿಯೆಂದರೆ! ನಿಷ್ಠಾವಂತ ನೌಕರನಾದ ತಾನು, ಸರ್ಕಾರದ ಕೆಲಸ ತಡವಾಗಬಾರದೆಂದು ಭಾನುವಾರಗಳಂದಷ್ಟೇ ಅಲ್ಲ, ರಜಾ ದಿನಗಳಂದೂ ಮೈಮುರಿದು ದುಡಿದಿದ್ದ ತಾನು ಹೀಗೆ ಇದ್ದಕ್ಕಿದ್ದಂತೆ ಕೆಲಸ ಕಳೆದುಕೊಳ್ಳುವುದೆಂದರೆ. ಆ ಕ್ಷಣ ಅವನಿಗೆ ವಿಪರೀತ ಸಿಟ್ಟು ಬಂತು. ಅರವತ್ತು ವರ್ಷಕ್ಕೆ ಮನೆಗೆ ಕಳಿಸುವ ಈ ಕಾನೂನನ್ನು ಯಾವ ಬೋಳೀಮಗ ಮಾಡಿದನೋ ಎಂದು ಅವುಡುಗಚ್ಚಿದ.

ಕಾರ್ಪೊರೇಷನ್ ಆಫೀಸಿನಲ್ಲಿ ಡೆಪ್ಯುಟಿ ಇಂಜಿನಿಯರಾಗಿದ್ದ ರಾಜಣ್ಣ ನಿವೇಶನಗಳ ಪರೀಕ್ಷೆಯಲ್ಲಿ, ಮನೆ, ಅಂಗಡಿ ಮುಂಗಟ್ಟು ಆಫೀಸು ಇತ್ಯಾದಿ ಕಟ್ಟುವುದಕ್ಕೆ ಸಂಬಂಧಿಸಿದ ಪ್ಲಾನುಗಳಲ್ಲಿ, ಕಟ್ಟಿದ ಮೇಲೆ ನಕ್ಷೆಯ ಪ್ರಕಾರ ಕಟ್ಟಲಾಗಿದೆಯೆ

ಎಂದು ತಪಾಸಣೆ ಮಾಡುವುದರಲ್ಲಿ, ವಿದ್ಯುತ್ ನೀರು ಮೊದಲಾದವುಗಳ ಮಂಜೂರಾತಿಗಾಗಿ ದಾಖಲೆ ಪತ್ರಗಳನ್ನು ಪರಿಶೀಲಿಸುವುದರಲ್ಲಿ ಸದಾ ಮುಳುಗಿಹೋಗಿರುತ್ತಿದ್ದವನು. ಆರು ಮನೆಗಳು, ಸಕಲೇಶಪುರದಲ್ಲಿ ಹದಿನೆಂಟೆಕರೆಯ ಫಾರಂ, ಬೇನಾಮಿ ಅಕೌಂಟುಗಳು, ಹೆಂಡತಿ ಸುಜಾತಳ ಮೈಮುಚ್ಚುವಷ್ಟು ಚಿನ್ನ ಮುತ್ತು ವಜ್ರ ಹವಳ ನಗನಾಣ್ಯಗಳು, ಹದಿಮೂರು ಬ್ಯಾಂಕುಗಳ ಲಾಕರುಗಳಲ್ಲಿ ಇರುವ ನಗದು, ಇವನ್ನೆಲ್ಲ ನೆನಪಿಸಿಕೊಳ್ಳುವಾಗಲೆಲ್ಲ ಅವನಿಗೆ ಯಾರಿಗಾದರೂ ಕೇಳಿಸಿಬಿಟ್ಟೀತೆಂದು ಭಯವಾಗುತ್ತಿತ್ತು. ಅವನ ಬೇಕುಬೇಡಗಳನ್ನು ಎಂದೂ ಕಡೆಗಣಿಸದ ಹೆಂಡತಿ ಸುಜಾತ. ಮದುವೆಯಾಗಿ ಗಂಡ ಮತ್ತು ಒಂದು ಮುದ್ದು ಮಗುವಿನೊಡನೆ ದೆಹಲಿಯಲ್ಲಿರುವ ಮಗಳು ಜ್ಯೋತಿ. ಅವಳು ಓಡಿಸುತ್ತಿದ್ದ ಕಾರು ಈಗಲೂ ಮನೆಯ ಗರಾಜಿನಲ್ಲಿ ತುಕ್ಕುಹಿಡಿಯುತ್ತಿದೆ. ಡಾಲರ್ಸ್ ಕಾಲೋನಿಯಲ್ಲಿ ಅವಳಿಗೊಂದು ಬಂಗಲೆ ಕಟ್ಟಿಸಿಕೊಟ್ಟಾಗಿದೆ. ಮಗ ತೇಜಸ್ವಿ ಅಮೆರಿಕದಲ್ಲಿ ಓದುತ್ತಿದ್ದಾನೆ. ಮೊಮ್ಮಕ್ಕಳು ಕೂತು ತಿನ್ನುವುದಕ್ಕೆ ಏನೇನು ಬೇಕೋ ಅದೆಲ್ಲವೂ.

ಅವನಿಗೆ ಈಗ ನಿರಾಸೆಗಿಂತ ಹೆಚ್ಚಾಗಿ ಇನ್ನು ಮುಂದೆ ಹೇಗೆ ಕಾಲ ಕಳೆಯುವುದೆಂಬುದೇ ಒಂದು ಬಗೆಹರಿಯದ ಸಮಸ್ಯೆ. ದಿನ ದಿನವೂ ಅದೇ ಹೊತ್ತಿಗೆ ಹೋಗಿ ಅದೇ ಹೊತ್ತಿಗೆ ಹಿಂತಿರುಗುವ, ಸಹೋದ್ಯೋಗಿಗಳ ಜೊತೆ ಪ್ರಮೋಷನ್, ಮೇಲಧಿಕಾರಿಯ ಮೂಡು, ರಾಜಕೀಯ ವಿದ್ಯಮಾನ, ಅಂದಂದಿನ ಸುದ್ದಿ, ಹೀಗೆ ಅವೇ ಅವೇ ವಿಷಯಗಳನ್ನು ಮಾತಾಡುವ, ಮಧ್ಯೆ ಮಧ್ಯೆ ಕ್ಯಾಂಟೀನಿಗೆ ದೋಸ್ತಿಗಳ ಜೊತೆ ಹೋಗಿ ಟೀ ಕುಡಿಯುವ, ಕೈಬಿಸಿ ಮಾಡುವವರು ಬಂದರೆ ಅವರದೇ ಕಾರಿನಲ್ಲಿ ಅವರು ಕರೆದೊಯ್ಯುವ ಹೋಟೆಲಿಗೋ ಕ್ಲಬ್ಬಿಗೋ ರೆಸಾರ್ಟಿಗೋ ಹೋಗಿ ವ್ಯವಹಾರ ಕುದುರಿಸುವ ನಿತ್ಯರೂಢಿಯಿಂದ ತಪ್ಪಿಸಿಕೊಳ್ಳುವುದು ಹೇಗೆ? ರಾಜಣ್ಣನಿಗೆ ಹೆಚ್ಚುಕಡಮೆ ಪ್ರಜ್ಞೆ ತಪ್ಪಿದಂತಾಯಿತು. ಕಣ್ಣಲ್ಲಿ ನೀರು ತುಂಬಿಕೊಂಡು ದಿಗ್ಭ್ರಮೆಯಿಂದ ಅಷ್ಟು ವರ್ಷ ತನ್ನನ್ನು ರಕ್ಷಿಸಿದ್ದ ಆ ಕಿಷ್ಕಿಂಧೆಯಂಥ ರೂಮನ್ನು ನೋಡಿದ. ಅದೇ ಹೊತ್ತಿಗೆ ಅವನ ಹಳೆಯ ಸಹೋದ್ಯೋಗಿಗಳು ಒಬ್ಬೊಬ್ಬರಾಗಿ ಒಳಗೆ ಬರತೊಡಗಿದರು. ಅವರೆಲ್ಲರ ಮುಖದಲ್ಲಿ ವಿಷಾದವೂ ಸೇರಿದಂತೆ ಬಗೆಬಗೆಯ ಭಾವನೆಗಳು. ಕೆಲವರು ಒಂದೇ ಒಂದು ಮಾತಿಲ್ಲದೆ ಗಟ್ಟಿಯಾಗಿ ಅವನ ಕೈ ಕುಲುಕಿದರು. ಇಬ್ಬರು ಮೂವರು ಹೇಗಿದೆ ಈಗ ಬದುಕು ಎಂದು ಅಣಕಿಸುವಂತೆ ನೋಡಿದರು. ಹೆಡ್ ಕ್ಲರ್ಕ್ ಶಿವರಾಮಯ್ಯನ ಮುಖ ಸತ್ತವನೊಬ್ಬನ ಕುಟುಂಬಕ್ಕೆ ಸಂತಾಪ ಸಲ್ಲಿಸುವಂತೆ ಇತ್ತು. ಸೂಪರಿಂಟೆಂಡೆಂಟು ಲೀಲಾವತಮ್ಮ ಇವನನ್ನು ಓರೆಗಣ್ಣಲ್ಲಿ ನೋಡುತ್ತಲೇ ತಾನು ಹೊಸದಾಗಿ ಮಾಡಿಸಿಕೊಂಡ ಜುಮುಕಿಯನ್ನು ರೋಹಿಣಿಗೆ ತೋರಿಸುತ್ತಿದ್ದಳು.

ನಿವೃತ್ತಿಯಾದ ನಂತರ ಕೆಲವು ದಿನ ಅವನ ಮನಸ್ಸು ಎಲ್ಲವನ್ನೂ ಕಳೆದುಕೊಂಡಂತೆ ಎಷ್ಟು ಖಾಲಿ ಖಾಲಿಯಾಗಿತ್ತೆಂದರೆ ಅದನ್ನು ಸಹಿಸಿಕೊಳ್ಳುವುದೇ ಅಸಾಧ್ಯವಾಯಿತು. ನಿವೃತ್ತಿಯೆನ್ನುವುದು ಅವನ ಅರಿವಿಗೇ ಬರದಂತೆ ಉಂಟಾದ ಸ್ಥಿತಿ. ಆಫೀಸು, ಧೂಳು ತಿನ್ನುವ ದಫ್ತರಗಳು, ಕಗ್ಗಂಟಾಗಿದ್ದ ಫೈಲುಗಳು, ಹೀಗೆ ಯಾವುದೆಲ್ಲ ಅವನನ್ನು ಒಂದಿಷ್ಟೂ ಬಿಡುವಿಲ್ಲದಂತೆ ಸದಾ ಕೆಲಸದಲ್ಲಿ ತೊಡಗಿಸುತ್ತಿರುತ್ತಿದ್ದವೋ ಅವೆಲ್ಲವೂ ಈಗ ಹಠಾತ್ತಾಗಿ ಇಲ್ಲವಾಗಿದ್ದವು.

ಅಲಮಾರಿನ ನಾಲ್ಕು ಖಾನೆಗಳನ್ನು ತುಂಬಿಕೊಂಡಿರುವ ಫೈಲುಗಳು. ಆ ಫೈಲುಗಳಲ್ಲಿ ಅರ್ಜಿಗಳು, ಗುಂಡುಸೂಜಿ ಚುಚ್ಚಿರುವ ವಿವಿಧ ದಾಖಲೆಗಳು, ಹೆಡ್ಡಾಫೀಸಿಗೆ ಕಳಿಸುವುದಕ್ಕಾಗಿ ತಾನೇ ಬರೆದು ಸಹಿ ಮಾಡಿರುವ ಕಾಗದಗಳು; ಎಂಥೆಂಥದೋ ಆಫೀಸುಗಳಲ್ಲಿ ಸುತ್ತಾಡಿ ಯಾರ್ಯಾರದೋ ಕೈಯಿಗಳನ್ನು ದಾಟಿ ಬಂದ, ಹತ್ತಾರು ನಿಬಂಧನೆಗಳನ್ನು ಗೀಚಿಸಿಕೊಂಡ, ಕೆಲವು ಕಡೆ ಕೆಂಪು ಶಾಯಿಯ ಅಡಿಗೆರೆಗಳಿರುವ ಹಾಳೆಗಳ ದಫ್ತರಗಳು. ಇವುಗಳೇನಾದರೂ

ಮಾತಾಡುವಂತಿದ್ದರೆ ಹೇಗಿರುತ್ತಿತ್ತು ಎಂದವನು ಹಿಂದೊಮ್ಮೆ ಯೋಚಿಸಿದ್ದುಂಟು. ಅವುಗಳಿಂದ ಎಂಥ ಅಹವಾಲುಗಳು ಹೊರಡಬಹುದು? ಆಫೀಸಿಗೆ ಸುತ್ತಿ ಸುತ್ತಿ ಬೆಂಡಾದವರ ಗೋಳು, ಹೆಂಗಸರ ನರಳಿಕೆ, ಜಗಳ, ಬಡಿದಾಟ, ಬೈಗುಳ, ಆರೋಪ ಪ್ರತ್ಯಾರೋಪ, ದೂಷಣೆಯ ಧಾಟಿ, ಸುಳ್ಳು ಪ್ರಮಾಣಪತ್ರಗಳು, ಮೇಲಧಿಕಾರಿಗಳ ಗರ್ಜನೆ, ಅಬ್ಬಬ್ಬಾ ಅದನ್ನು ಕಲ್ಪಿಸಿಕೊಳ್ಳುವುದಕ್ಕಿಂತ ಸುಮ್ಮನಿರುವುದೇ ಒಳ್ಳೆಯದು. ನಿಜ ಹೇಳಬೇಕೆಂದರೆ ಆ ದನಿಗಳೆಲ್ಲವೂ ಒಟ್ಟಿಗೆ ದನಿ ಕಳೆದುಕೊಂಡು ಅವನ ಟೇಬಲಿನ ಮೇಲೆ, ಡ್ರಾವರುಗಳಲ್ಲಿ, ಅಲಮಾರಿನಲ್ಲಿ ಹಳದಿಯಾಗುತ್ತಿದ್ದ ದಾಖಲೆಗಳಂತೆ ತಟಸ್ಥವಾಗಿದ್ದವು. ಅವನು ಎದೆ ಭಾರವಾದಂತಾಗಿ ತನ್ನಷ್ಟಕ್ಕೆ ನಕ್ಕ. ಅದೇ ಸಮಯಕ್ಕೆ ಯಾರೋ ಕಪಾಳಕ್ಕೆ ಹೊಡೆದಂತಾಯಿತು.

ನಿವೃತ್ತಿಯ ನಂತರದ ಮೊದಲ ಕೆಲವು ದಿನಗಳನ್ನು ನೆನಪಿಸಿಕೊಂಡರೇ ಇರುಸುಮುರುಸಾಗುತ್ತಿತ್ತು. ಯಾಕಾಗಿ ಬೆಳಗ್ಗೆ ಬೇಗ ಏಳಬೇಕು ಎಂದುಕೊಂಡು ತನ್ನ ಎಂದಿನ ರೂಢಿಗೆ ಬದಲಾಗಿ ಹಾಸಿಗೆಯಲ್ಲೇ ಬಿದ್ದಿರುತ್ತಿದ್ದ. ಒಂದೆರಡು ಗಂಟೆ ಕಳೆದ ಮೇಲೆ ಹಾಗೆ ಬಿದ್ದಿರುವುದೂ ಆಗದೆ ಮೇಲೆದ್ದು ನಿಧಾನವಾಗಿ ಮುಖ ತೊಳೆದು ಸ್ನಾನ ಮಾಡಿ ತಿಂಡಿ ತಿಂದು ಎಂದಿನಂತೆಯೇ ಡ್ರೆಸ್ ಮಾಡಿಕೊಂಡು ಹೊರಗೆ ಹೆಜ್ಜೆಯಿಡುತ್ತಿದ್ದ. ಎಲ್ಲಿಗೆ ಹೋಗುವುದು? ಸಣ್ಣ ಗಲ್ಲಿ ಮುಖ್ಯ ರಸ್ತೆ ಪಾರ್ಕು ದೇವಸ್ಥಾನ ಅಂಗಡಿ ಬೀದಿ ಎಲ್ಲೆಲ್ಲಿ ಹೋದರೂ ಎಲ್ಲವೂ ನೀರಸವಾಗಿ ಆಕಳಿಸುತ್ತಿರುವಂತೆ ಕಾಣಿಸುತ್ತಿದ್ದವು. ಅಂಥ ಸಂದರ್ಭಗಳಲ್ಲಿ ಇದ್ದಬದ್ದ ಉತ್ಸಾಹವೂ ಸೋರಿಹೋದಂತೆ. ಒಂದು ದಿವಸ ದಾರಿ ತಪ್ಪಿದವನ ಹಾಗೆ ಲಾಲ್‌ಬಾಗಿಗೆ ಹೋದ. ಅಲ್ಲಿ ಮಣ್ಣಿನ ಲವಲೇಶವೂ ಇಲ್ಲದ ಹಸಿರು ಲಾನು, ನಾಲ್ಕಾಳು ಕೂಡ ತಬ್ಬಲಾಗದಂಥ ದೊಡ್ಡ ದೊಡ್ಡ ಮರಗಳು, ತಲೆ ಎತ್ತಿಕೊಂಡು ನಗುತ್ತಿರುವ ಗುಲಾಬಿ, ಅಲ್ಲಲ್ಲಿ ತಾರಾಡುತ್ತಿರುವ ಬಣ್ಣಬಣ್ಣದ ಚಿಟ್ಟೆಗಳು, ಇವು ಯಾವುವೂ ಅವನಿಗೆ ಮುದ ತರಲಿಲ್ಲ.

ಒಂದು ದಿನ ಮನಸ್ಸಿಲ್ಲದಿದ್ದರೂ ಕುತೂಹಲ ತಡೆಯಲಾಗದೆ ತನ್ನ ಹಳೆಯ ಆಫೀಸಿಗೆ ಹೋದ. ಅಲ್ಲಿ ತನ್ನ ಜಾಗಕ್ಕೆ ಬೇರೊಂದು ಆಫೀಸಿನಿಂದ ವರ್ಗ ಮಾಡಿಸಿಕೊಂಡು ಬಂದಿದ್ದ

ಸುಮಾರು ಮೂವತ್ತು ಮೂವತ್ತೈದರ ವ್ಯಕ್ತಿ ತನ್ನದೇ ಕುರ್ಚಿಯಲ್ಲಿ ಕೂತಿದ್ದನ್ನು ನೋಡಿ ಅವನ ರಕ್ತ ಕುದಿಯಿತು. ಯಾಕೆಂದರೆ ಅವನ ಜಾಗಕ್ಕೆ ಬಂದಿದ್ದವನಿಂದಾಗಿ ಆ ಆಫೀಸಿನ ಚಹರೆಯೇ ಬದಲಾದಂತಿತ್ತು. ರಾಜಣ್ಣ ನಿರಾಶೆಯಿಂದ ತನ್ನಲ್ಲೇ ಹೇಳಿಕೊಂಡ: ಹೆಂಡತಿ ಮಕ್ಕಳು ಇದ್ದರೂ ತಾನೀಗ ಒಬ್ಬಂಟಿ. ನೂರಾರು ಮಂದಿ ಪರಿಚಯಸ್ಥರಿದ್ದರೂ ಅವರಲ್ಲಿ ತನಗೆ ಹೇಳಿಕೊಳ್ಳುವಂಥ ಒಬ್ಬನೇ ಒಬ್ಬ ಸ್ನೇಹಿತನಿಲ್ಲ. ಕಳೆದ ಮೂವತ್ತೈದು ವರ್ಷಗಳಿಂದ ಮಾಡಿದ ಒಂದೇ ಕೆಲಸವನ್ನು ಬಿಟ್ಟರೆ ಬೇರೆ ಯಾವುದಾದರೂ ನೌಕರಿ ಹಿಡಿಯುವುದಕ್ಕೆ ಬೇಕಾದ ಯೋಗ್ಯತೆಯಿಲ್ಲ. ಹೊಸದೇ ಆದ ಜೀವನವನ್ನು ಪ್ರಾರಂಭಿಸೋಣ ಎಂದರೆ ಸಾಕಷ್ಟು ವಯಸ್ಸೂ ಆಗಿಬಿಟ್ಟಿದೆ.

ರಾತ್ರಿ ಸಾಮಾನ್ಯವಾಗಿ ಬರುತ್ತಿದ್ದ ನಿದ್ದೆ ಬಹುಬೇಗ ಹೊರಟುಹೋಯಿತು. ಮೈ ಹೇಳಿದಂತೆ ಕೇಳದಂತಾಯಿತು. ಹಸಿವು ಇಂಗಿಹೋಯಿತು. ಶಾಂತವಾಗಿರುತ್ತಿದ್ದ ರಾತ್ರಿ ಇದ್ದಕ್ಕಿದ್ದಂತೆ ದೀರ್ಘವಾಗಿ ಮನಸ್ಸಿನಲ್ಲಿ ವಿಚಿತ್ರ ವಿಚಾರಗಳನ್ನು ಹುಟ್ಟಿಸುವ ಮೂಲಕ ಅವನನ್ನು ಕಂಗೆಡಿಸಿತು.

ಒಂದು ದಿನ ಕ್ಲಬ್ಬಿನಲ್ಲಿ ತನ್ನಂಥ ಸ್ನೇಹಿತರ ಜೊತೆ ಕುಡಿಯುತ್ತ ಇಸ್ಪೀಟ್ ಆಡುತ್ತಿರುವಾಗ ಹೊಳೆದ ವಿಚಾರದಿಂದ ಅವನ ಮೈ ಪುಲಕಗೊಂಡಿತು. ಅವತ್ತು ಮನೆಗೆ ಹೋಗುವ ಹೊತ್ತಿಗೆ ಆ ವಿಚಾರಕ್ಕೆ ರೆಕ್ಕೆ ಪುಕ್ಕ ಮೂಡಿ ಅದೆಷ್ಟು ಸಂತೋಷವಾಯಿತೆಂದರೆ ಅವತ್ತು ರಾತ್ರಿ ಎಷ್ಟೋ ದಿನಗಳಿಂದ ಹಸಿದಿರುವವನಂತೆ ಗಡದ್ದಾಗಿ ಊಟ ಮಾಡಿದ. ಸುಜಾತ ಕಡೆಗೂ ಗಂಡ ಮೊದಲಿನಂತಾದ ಎಂದು ಸಮಾಧಾನದ ನಿಟ್ಟುಸಿರುಬಿಟ್ಟಳು. ರಾತ್ರಿ ಹಾಸಿಗೆಯಲ್ಲಿ ಉರುಳಿಕೊಂಡವನಿಗೆ ಎಚ್ಚರವಾದದ್ದು ಮರುದಿನ ಬೆಳಗ್ಗೆಯೇ.

ಆ ವಿಚಾರದಿಂದ ಅದೆಂಥ ಹುರುಪು ಬಂದಿತ್ತೆಂದರೆ ಅವನು ಕೂಡಲೇ ಕುಮಾರಸ್ವಾಮಿ ಲೇಔಟಿನ ಮನೆಯಲ್ಲೋ ದೊಮ್ಮಲೂರಿನ ಬಂಗಲೆಯಲ್ಲೋ ತನ್ನ ಹೊಸ ಪ್ಲಾನನ್ನು ಶುರುಮಾಡಿದರೆ ಹೇಗೆ ಎಂದು ಯೋಚಿಸಿದ. ಅವುಗಳಲ್ಲದೆ ನಗರದ ಬೇರೆ ಬೇರೆ ಭಾಗಗಳಲ್ಲಿ ಹೆಂಡತಿ ಮಕ್ಕಳ ಹೆಸರಿನಲ್ಲಿರುವ ಮನೆಗಳೂ ಸೇರಿ ಎಲ್ಲವನ್ನೂ ಬಾಡಿಗೆಗೆ ಕೊಟ್ಟಾಗಿದೆ; ಬಾಡಿಗೆದಾರರನ್ನು ತಕ್ಷಣ ಬಿಡಿಸಲಾಗುವುದಿಲ್ಲ. ಏನು ಮಾಡುವುದು?

ತನಗೆ ಪರಿಚಯವಿದ್ದವರನ್ನು ವಿಚಾರಿಸಿದ. ಬಾಡಿಗೆಗಿರುವ ಜಾಗಗಳನ್ನು ಪರಿಶೀಲಿಸಿದ. ರಿಯಲ್ ಎಸ್ಟೇಟ್ ಏಜೆಂಟರನ್ನು ಸಂಪರ್ಕಿಸಿದ. ಕಡೆಗೆ ಇನ್‌ಫ್ಯಾಂಟ್ರಿ ರೋಡಿನಲ್ಲಿ ಒಂದು ದೊಡ್ಡ ಮನೆಯೇ ಸಿಕ್ಕಿತು. ತಿಂಗಳಿಗೆ ಇಪ್ಪತ್ತು ಸಾವಿರ ಬಾಡಿಗೆ. ಅದೇನೂ ಹೆಚ್ಚಾಯಿತೆಂದು ಅನ್ನಿಸಲಿಲ್ಲ. ಮನೆ ಮಾಲೀಕ ಮನೆಯನ್ನು ಕ್ಲೀನ್ ಮಾಡಿಸಿಕೊಟ್ಟವನು, ಬೇಕಿದ್ದರೆ ನೀವೇ ಪೇಂಟ್ ಮಾಡಿಸಿಕೊಳ್ಳಿ ಎಂದ. ರಾಜಣ್ಣನಿಗೆ ಆ ಕ್ಷಣ ಪೇಂಟ್ ಮಾಡಿಸಿದರೆ ಒಳ್ಳೆಯದೆಂದು ಅನ್ನಿಸಿದರೂ ಆಮೇಲೆ ಸುಣ್ಣಬಣ್ಣ ಕಾಣದ ಹಳೆಯ ಮನೆಯೇ ತನ್ನ ಆಫೀಸಿಗೆ ಸೂಕ್ತವೆನ್ನಿಸಿತು.

ಒಂದು ಟೇಬಲ್, ಮೂರು ಕುರ್ಚಿಗಳನ್ನು ಕೊಂಡುಕೊಳ್ಳುವುದಕ್ಕಾಗಿ ಇಡೀ ಮಾರುಕಟ್ಟೆಯನ್ನು ಸುತ್ತಿದ. ಕೆಲವು ಅಂಗಡಿಗಳಲ್ಲಿ ತನ್ನ ಹಳೆಯ ಆಫೀಸಿನಲ್ಲಿದ್ದಂಥ ಟೇಬಲು ಕುರ್ಚಿಗಳಿದ್ದರೂ ಅವು ಹೊಚ್ಚಹೊಸದಾಗಿದ್ದವು. ಹಾಗಾಗಿ ಹಳೆ ಬಾಗಿಲು ಕಿಟಕಿ ಕುರ್ಚಿ ಮೇಜು ಮಂಚ ಇತ್ಯಾದಿ ಮಾರುವ ಗುಜರಿಯಂಥ ಅಂಗಡಿಗಳಿಗೆ ಎಡತಾಕಿದ. ಅಂಥ ಒಂದು ಅಂಗಡಿಯಲ್ಲಿ ಅವನಿಗೆ ಪರವಾಗಿಲ್ಲ ಎನ್ನಿಸುವಂಥ ಟೇಬಲು ಕುರ್ಚಿ ಸಿಕ್ಕಿದವು. ಇನ್ನೊಂದು ಅಂಗಡಿಯಲ್ಲಿ ಸಿಕ್ಕಿದ ಒಂದು ಬೆಂಚು ಅವನನ್ನು ಅವನ ಬಾಲ್ಯಕಾಲಕ್ಕೆ ಕರೆದುಕೊಂಡು ಹೋಗುವ ಮೂಲಕ ಹೈಸ್ಕೂಲಿನ ಬೆಂಚುಗಳಲ್ಲಿ ಅವನು ಕೂರುತ್ತಿದ್ದ ಒಂದು ಬೆಂಚನ್ನು ನೆನಪಿಸಿತು. ಅಲ್ಲಿಯೇ ತುಸು ಅಂಚು ಮುರಿದಿದ್ದ, ಏನೋ ಕಪ್ಪಗೆ ಅಂಟಿಕೊಂಡು ಕೊಳಕಾಗಿದ್ದ ಒಂದು ಪ್ಲಾಸ್ಟಿಕ್ ವೇಸ್ಟ್ ಪೇಪರ್ ಬ್ಯಾಸ್ಕೆಟ್ಟೂ ಇತ್ತು. ಅಂಗಡಿಯವ ಅದನ್ನು ನೀರು ಹಾಕಿ ಕ್ಲೀನ್ ಮಾಡಿಕೊಡುತ್ತೇನೆಂದರೂ, ಬೇಡ ಹಾಗೆಯೇ ಇರಲಿ ಎಂದ.

ಏಳೆಂಟು ದಿನ ಪೇಟೆಯ ಮೂಲೆಮೂಲೆಗಳನ್ನು ಸುತ್ತಿ ಎಷ್ಟು ಅಂಗಡಿಗಳನ್ನು ಹುಡುಕಿಕೊಂಡು ಹೋದರೂ ಗಾಂಧಿ ನೆಹರೂ ಪಟಗಳು ಸಿಕ್ಕಲಿಲ್ಲ. ಹಿಂದೆಲ್ಲ ಎಲ್ಲೆಂದರಲ್ಲಿ ಬಿದ್ದಿರುತ್ತಿದ್ದ ಆ ಪಟಗಳು ಏನಾದವು? ಬೇರೆಲ್ಲಾ ಸಿಕ್ಕಿದರೂ ಆ ಫೋಟೋಗಳಿಲ್ಲದೆ ಆಫೀಸನ್ನು ಪ್ರಾರಂಭಿಸುವುದೆ? ನಿರಾಶೆಯಾದರೂ ಪಟ್ಟುಬಿಡದೆ ಹುಡುಕಿಯೇ ಹುಡುಕಿದ. ಅವೆನ್ಯೂ ರೋಡಿನಲ್ಲಿ ಚಿತ್ರಗಳಿಗೆ ಫ್ರೇಮು ಹಾಕುವ ಒಂದು ಅಂಗಡಿಯಲ್ಲಿ ಗಾಂಧಿ ಪಟವೇನೋ ಸಿಕ್ಕಿತು. ಆದರೆ ನೆಹರೂ ಫೋಟೋ ಮಾತ್ರ ಎಲ್ಲಿಯೂ ಕಣ್ಣಿಗೆ ಬೀಳದಿದ್ದಾಗ ಇರಲಿ, ನಿಧಾನವಾಗಿ ಹುಡುಕಿಕೊಳ್ಳೋಣ ಎಂದು ಸಮಾಧಾನ ಮಾಡಿಕೊಂಡ.

ಒಮ್ಮೆ ಸುಜಾತ ಬೀದಿಯಲ್ಲಿ ಹಳೇ ಪೇಪರ್ ಹಳೇ ಪೇಪರ್ ಎಂದು ಕೂಗುತ್ತಾ ಹೋಗುತ್ತಿದ್ದ ಕಂದಸಾಮಿಯನ್ನು ಕರೆದಾಗ ರಾಜಣ್ಣನಿಗೆ ಇವನನ್ನು ಕೇಳಿದರೆ ಹೇಗೆ ಅನ್ನಿಸಿತು. ಅವನು ಶಿವನ್‌ಚೆಟ್ಟಿ ಗಾರ್ಡನ್ನಿನ ಏಳನೇ ಮೇನ್‌ನಲ್ಲಿರುವ ಭುವನೇಶ್ವರಿ ಫ್ರೇಮ್‌ವರ್ಕ್ಸ್ ಎಂಬ ಅಂಗಡಿಯಲ್ಲಿ ಐದಾರು ತಿಂಗಳ ಹಿಂದೆ ತಾನೊಂದು ನೆಹರೂ ಪಟವನ್ನು ನೋಡಿದ್ದಾಗಿ ಹೇಳಿದ.

ಆ ಅಂಗಡಿಯವ ರಾಜಣ್ಣನನ್ನು ತುಂಬಾ ಹೊತ್ತು ಕಾಯಿಸಿ ಹಿಂದಿನ ರೂಮಿನಲ್ಲಿ ರಾಶಿಬಿದ್ದಿದ್ದ ಐವತ್ತು ಅರವತ್ತು ಪಟಗಳನ್ನು ಎತ್ತಿ ಇಳಿಸಿ ಕಡೆಗೂ ಅಡಿಯಲ್ಲಿದ್ದ ನೆಹರೂರ ಪಟವನ್ನು ಹುಡುಕಿ ತೆಗೆದು ಅದಕ್ಕೆ ಅಂಟಿಕೊಂಡಿದ್ದ ಜೇಡರ ಬಲೆಯನ್ನೂ ಏನೂ ಕಾಣದ ಹಾಗೆ ಗಾಜನ್ನು ತುಂಬಿಕೊಂಡಿದ್ದ ಧೂಳನ್ನೂ ಒರೆಸಿ ಎದುರಿಗಿಟ್ಟ. ಆದರೆ ಅದರಲ್ಲಿದ್ದದ್ದು ತನ್ನ ಹಳೆಯ ಆಫೀಸಿನಲ್ಲಿ ಪಟದ ತುಂಬ ಇದ್ದ, ತುಸು ಎಡಕ್ಕೆ ತಿರುಗಿ ಮುಗುಳುನಗುತ್ತಿದ್ದ ನೆಹರೂ ಮುಖವಾಗಿರಲಿಲ್ಲ. ಈ ಪಟದಲ್ಲಿ ಬಿಳಿಯ ಶೇರ್ವಾನಿಯಲ್ಲಿದ್ದ ನೆಹರೂ ನಡೆದುಕೊಂಡು ಬರುತ್ತಿರುವ ಭಂಗಿಯಲ್ಲಿದ್ದರು. ಯಾರೋ ಅವರ ಶೇರ್ವಾನಿಯ ಎಡ ಜೇಬಿನಿಂದ ಹೊರಗಿಣುಕುತ್ತಿದ್ದ ಗುಲಾಬಿಗೂ ಅವರ ತುಟಿಗಳಿಗೂ ಕೆಂಪು ಬಣ್ಣ ಬಳಿದಿದ್ದರು. ಅದೆಷ್ಟು ವರ್ಷಗಳ ಹಿಂದೆಯೋ ಕಟ್ಟುಹಾಕಿದ ಪಟ. ಜಿರಲೆ ಒಳಗೆ ಸೇರಿಕೊಂಡು ನೆಹರೂರ ಟೋಪಿಯ ಒಂದಷ್ಟು ಭಾಗವನ್ನು ತಿಂದುಹಾಕಿತ್ತು.

ಬೇರೆ ಪಟವನ್ನು ಎಲ್ಲಿ ಹುಡುಕುವುದು? ಸದ್ಯಕ್ಕೆ ಇದಾದರೂ ಇರಲಿ ಎಂದುಕೊಂಡ ರಾಜಣ್ಣ 'ನೋಡಪ್ಪಾ, ಪಟ ತುಂಬ ಹಾಳಾಗಿದೆ' ಎಂದ ಚೌಕಾಶಿ ಮಾಡುವವನಂತೆ. ಅಂಗಡಿಯವನು 'ಅಯ್ಯೋ, ಐದೋ ಹತ್ತೋ ಕೊಟ್ಟು ತೊಗೊಂಡು ಹೋಗಿ ಸ್ವಾಮಿ' ಎಂದುಬಿಟ್ಟ.

ಕುಂಕುಮ, ಗಂಧ ಬಳಿದ ಒಂದು ಕಬ್ಬಿಣದ ಅಲಮಾರು; ಅದಕ್ಕೆ ಹೊಂದುವ ದೊಡ್ಡ ಕನ್ನಡಿ; ಗೋಡೆಯ ಮೇಲೆ ಗಾಂಧಿ ನೆಹರೂ ಫೋಟೋಗಳು. ಇನ್ನೊಂದು ಗೋಡೆಗೆ ಬಡಿದ ಒಂದು ಸಣ್ಣ ಸ್ಟ್ಯಾಂಡಿನಲ್ಲಿ ಗಣೇಶ, ರಾಘವೇಂದ್ರಸ್ವಾಮಿಗಳ ಪಟಗಳು; ಬತ್ತಿ ಉರಿಸುವ ಒಂದು ಸಣ್ಣ ದೀಪದ ಕಂಬ; ಅರಿಸಿಣ ಕುಂಕುಮ ಭರಣಿಗಳು; ಮೂಲೆಯಲ್ಲಿ ಕೈ ತೊಳೆಯುವ ಒಂದು ಸಿಂಕು. ಹಸಿರು ಬಣ್ಣದ ಟೇಬಲ್‌ಕ್ಲಾತು ಹೊದೆಸಿದ ಟೇಬಲಿನ ಮೇಲೆ ಎಡಗಡೆಗೆ ಒಂದರ ಮೇಲೊಂದು ಕೂತ ಕೆಲವು ದಫ್ತರಗಳು; ಬಲಗಡೆ ಪೆನ್ನು ಪೆನ್ಸಿಲ್ ರಬ್ಬರು ಕತ್ತರಿ ಚಾಕು ಇಂಚುಪಟ್ಟಿ ಇತ್ಯಾದಿ ಇರುವ ಒಂದು ಜಾರು. ಕೈಗೆ ಸಿಕ್ಕುವ ದೂರದಲ್ಲಿ ನೀರಿನ ಲೋಟ. ಕುರ್ಚಿಯ ಇದಿರಿಗೇ ಒಂದು ಲೆಡ್ಜರು, ಒಂದಷ್ಟು ಬಿಳಿ ಹಾಳೆಗಳು. ಹಳೆಯ ಆಫೀಸಿನಲ್ಲಿ ಹಾಕುತ್ತಿದ್ದಂತೆ ಸ್ವೆಟರನ್ನೋ ಟವಲನ್ನೋ ತೂಗುಹಾಕಬಹುದಾದ ಎತ್ತರದ ಬೆನ್ನಿರುವ ಕುರ್ಚಿ. ಅದರ ಹಿಂದೆ ತುಸು ಮೇಲೆ ಕಳೆದ ವರ್ಷದ ಕರ್ನಾಟಕ ಸರ್ಕಾರದ ಕ್ಯಾಲೆಂಡರು. ಒಟ್ಟಿನಲ್ಲಿ ತಕ್ಕಮಟ್ಟಿಗೆ ಅದು ಹಳೆಯ ಆಫೀಸಿನಲ್ಲಿ ತಾನು ಕೂತುಕೊಳ್ಳುತ್ತಿದ್ದ ಜಾಗದ ಹಾಗೆಯೇ ಕಾಣಿಸಿದ್ದರಿಂದ ಎಷ್ಟೋ ಸಮಾಧಾನವಾಯಿತು.

ಆದರೆ ಒಂದು ವಿಷಯದಲ್ಲಿ ಮಾತ್ರ ತನ್ನದು ಹಳೆಯ ಆಫೀಸಿನ ಹಾಗಿಲ್ಲ ಎನ್ನಿಸಿ ಇರುಸುಮುರುಸಾದದ್ದು ನಿಜ. ಹೌದು, ತನ್ನ ಆಫೀಸಿನಲ್ಲೀಗ ಹಳೆಯ ಆಫೀಸಿನಲ್ಲಿದ್ದ ಹಾಗೆ

ಟೇಬಲಿನ ಮೇಲೆ, ದಫ್ತರಗಳ ಮೇಲೆ ಧೂಳಿರಲಿಲ್ಲ. ಧೂಳಿಲ್ಲದಿದ್ದರೆ ಹೇಗೆ ತಾನೆ ಸರಕಾರೀ ಆಫೀಸಾದೀತು? ಒಂದು ಕ್ಷಣ ಒಂದಷ್ಟು ಮಣ್ಣಿನ ಹುಡಿ ತಂದು ಸಿಂಪಡಿಸಿದರೆ ಹೇಗೆ ಎಂದು ಯೋಚಿಸಿದ. ಉಹ್ಞೂ, ಧೂಳು ತನ್ನಷ್ಟಕ್ಕೆ ತಾನೇ ಬಂದು ಕೂತುಕೊಳ್ಳಬೇಕೇ ಹೊರತು ಅದನ್ನು ತಯಾರಿಸಲಾಗದು ಎಂದು ಹೊಳೆದದ್ದೇ, ಅರೆ, ಇಷ್ಟು ದಿನ ಈ ವಿಷಯ ನನಗೆ ಗೊತ್ತೇ ಇರಲಿಲ್ಲವಲ್ಲ ಎಂದು ದಂಗಾದ.

ಅವತ್ತು ಸಂಜೆಯೇ ಗರಾಜಿನ ಷಟರನ್ನು ಮೇಲೇರಿಸಿದ. ಒಳಗೆ ಅವನ ಮಗಳು ತನ್ನ ಮದುವೆಗೆ ಮುಂಚೆ ಆಗಾಗ ಓಡಿಸುತ್ತಿದ್ದ ಹೊಂಡಾ ಕಾರಿತ್ತು. ಅದರ ಮೇಲೆ ತೆಳ್ಳಗೆ ಹರಡಿಕೊಂಡಿದ್ದ ಹುಡಿಹುಡಿಯಾದ ಧೂಳನ್ನು ಬೆರಳಿನಿಂದ ಬಾಚಿ ಬಾಚಿ ಒಂದು ಕಾಗದದಲ್ಲಿ ಪೊಟ್ಟಣ ಕಟ್ಟಿಕೊಂಡ. ಮರುದಿನ ಹೊಸ ಆಫೀಸಿನಲ್ಲಿ ತನ್ನ ಕುರ್ಚಿಯಲ್ಲಿ ಕೂತು ಆ ಪೊಟ್ಟಣವನ್ನು ಬಿಚ್ಚಿ ಮೆಲ್ಲನೆ ಉಫ್ ಉಫ್ ಎಂದು ಊದಿದ. ಧೂಳು ಅವನಿಗೆ ಕೆಮ್ಮುಂಟುಮಾಡುವಷ್ಟು ಮೇಲೆದ್ದು ನಿಧಾನವಾಗಿ ಕೆಳಗಿಳಿಯುತ್ತ ಅವನ ಟೇಬಲಿನ ಮೇಲೆ ಕೂತುಕೊಂಡಿತು.

ಆಮೇಲೆ ಪ್ರತಿದಿನವೂ ಬೆಳಗ್ಗೆ ಮೊದಲಿನಂತೆ ಮನೆ ಬಿಟ್ಟು ಹೊತ್ತಿಗೆ ಸರಿಯಾಗಿ ತಲುಪಬೇಕೆನ್ನುವವನಂತೆ ಸ್ಕೂಟರಿನಲ್ಲಿ ಜೆ.ಸಿ. ರೋಡು, ಕಾರ್ಪೊರೇಷನ್, ಕೆ.ಆರ್. ಸರ್ಕಲ್, ವಿಧಾನಸೌಧ ಮೂಲಕ ಇನ್‌ಫ್ಯಾಂಟ್ರಿ ರೋಡಿನ ಆಫೀಸಿಗೆ ಹೋಗಿ ತನ್ನ ಸೀಟಿನಲ್ಲಿ ಕೂರುತ್ತಿದ್ದ. ಸಂಜೆ ಅದೇ ಮಾರ್ಗವಾಗಿ ಮನೆಗೆ ವಾಪಸು.

ಆಫೀಸಿನಲ್ಲಿ ಹಿಂದೆ ಅವನು ಏನೇನು ಮಾಡುತ್ತಿದ್ದನೋ ಅದೆಲ್ಲವೂ ಕ್ಷಣಕ್ಷಣಕ್ಕೂ ನೆನಪಾಗುತ್ತಿತ್ತು. ಆಡಳಿತಶಾಹಿಯಲ್ಲಿ ಎಂಥೆಂಥ ಸಮಸ್ಯೆಗಳಿವೆ, ಅವುಗಳನ್ನು ದಾಟಲು ಏನೆಲ್ಲ ನಿಯಮಗಳಿವೆ, ನಿಯಮಗಳಿದ್ದರೂ ತನ್ನ ಆಫೀಸಿಗೆ ಬರುವವರನ್ನು ಹೇಗೆಲ್ಲ ಅಲೆದಾಡಿಸಬೇಕು, ಮೇಲಧಿಕಾರಿ ಏನೇ ತಿಪ್ಪರಲಾಗ ಹಾಕಿದರೂ ಬದಲಾಯಿಸಲಾಗದಂಥ ಡ್ರಾಫ್ಟನ್ನು ಹೇಗೆ ಬರೆಯಬೇಕು, ಇತ್ಯಾದಿ ಕೆಲಸಗಳಲ್ಲಿ ನಿಸ್ಸೀಮನಾಗಿದ್ದ ಅವನು ಪ್ರತಿದಿನವೂ ತಾನು ಮಾಡಬೇಕಾದ ಕೆಲಸಗಳೇನು ಎಂದು ಸ್ವಲ್ಪ ಹೊತ್ತು ಯೋಚಿಸುತ್ತಿದ್ದ. ಆಮೇಲೆ ಪರಿಹರಿಸಬೇಕಾದ ಸಮಸ್ಯೆಗಳು, ಬೇರೆಯವರಿಗಾಗಿ ಬರೆಯಬೇಕಾದ ಅರ್ಜಿಗಳು, ಆ ಅರ್ಜಿಗಳ ಮೇಲೆ ತಾನು ಬರೆಯಬೇಕಾದ ಷರಾ, ಮೇಲಧಿಕಾರಿಯನ್ನು ಕಲ್ಪಿಸಿಕೊಂಡು ಅವನ ಅವಗಾಹನೆಗಾಗಿ ಸಿದ್ಧಪಡಿಸಬೇಕಾದ ಡ್ರಾಫ್ಟು, ಅಂದಂದಿನ ಕಾರ್ಯವನ್ನು ನಮೂದಿಸುವುದಕ್ಕಾಗಿ ತೆರೆಯಬೇಕಾದ ಲೆಡ್ಜರು, ಇತ್ಯಾದಿಯಲ್ಲಿ ಮುಳುಗಿಹೋಗುತ್ತಿದ್ದ. ಒಮ್ಮೊಮ್ಮೆ ಹಿಂದೆಲ್ಲ ಅರ್ಜಿದಾರರನ್ನು ಅಲೆದಾಡಿಸಲು ತನಗೆ ಹೊಳೆಯುತ್ತಿದ್ದ ಐಡಿಯಾಗಳು ತನ್ನ ಮೇಲಧಿಕಾರಿಗಳಿಗೂ ಹೊಳೆಯುತ್ತಿರಲಿಲ್ಲವಲ್ಲ ಎಂದು ಹೆಮ್ಮೆಪಡುತ್ತಿದ್ದುದೂ ಉಂಟು.

ಆಫೀಸಿನಲ್ಲಿ ದಿನವೂ ಕೂತು ಯೋಚಿಸುತ್ತಿದ್ದ ಮತ್ತು ಕೆಲಸವನ್ನೂ ಮಾಡಿಕೊಡುತ್ತಿದ್ದ. ಆದರೆ ಒಮ್ಮೆ ಹಿಂದಿನಂತೆ ತನ್ನ ಕೈ ಬೆಚ್ಚಗಾಗುತ್ತಿಲ್ಲವಲ್ಲ ಎನ್ನಿಸಿದ್ದೇ, ಅರೆ ಇಷ್ಟು ದಿನ ಗೊತ್ತೇ ಆಗಲಿಲ್ಲವಲ್ಲ ಎಂದು ಆಶ್ಚರ್ಯವಾಯಿತು. ಅದರ ಪರಿಣಾಮವಾಗಿ ಹೆಚ್ಚುಕಡಿಮೆ ಒಂದು ವಾರ ನಿದ್ದೆಯೇ ಬರಲಿಲ್ಲ. ಒಂದು ರಾತ್ರಿ ಎಂದಿನಂತೆ ನಿದ್ದೆ ಬರದೆ ಹಾಸಿಗೆಯಲ್ಲಿ ಹೊರಳಾಡುತ್ತಿದ್ದಾಗ ಹಠಾತ್ತಾಗಿ ಮರಿಸ್ವಾಮಿ ನೆನಪಿಗೆ ಬಂದ. ತಾನು ವಾರಕ್ಕೆ ಮೂರು ನಾಲ್ಕು ಸಲ ಹೋಗಿಬರುತ್ತಿದ್ದ ಕ್ಲಬ್ಬಿನಲ್ಲಿ ಕೆಲಸಮಾಡುತ್ತಿದ್ದ ಹುಡುಗ. ಮೊದಲೆಲ್ಲ ಆ ಕ್ಲಬ್ಬಿನಲ್ಲಿ ಅದೆಷ್ಟು ಮಂದಿ ತನ್ನನ್ನು ಭೇಟಿಯಾಗಿ ವ್ಯವಹಾರ ಕುದುರಿಸುತ್ತಿರಲಿಲ್ಲ; ಈಗ ತನ್ನಿಂದ ಸಹಾಯ ಪಡೆದವರಲ್ಲಿ ಎಷ್ಟೋ ಮಂದಿ ಎದುರಿಗೇ ಬಂದರೂ ಸುಮ್ಮನೆ ನಕ್ಕು, ತನ್ನಿಂದ ಆದಷ್ಟು ಬೇಗ ನುಣುಚಿಕೊಂಡು, ಬೇರೆ ಯಾರ ಜೊತೆಗೋ ಏನೋ ಗಹನವಾದದ್ದನ್ನು ಚರ್ಚಿಸುವವರಂತೆ ಕೂರುತ್ತಿದ್ದದ್ದು ನೆನಪಾಗಿ ಮನಸ್ಸಿಗೆ ಪಿಚ್ಚೆನಿಸಿತು.

ಮಾರನೆಯ ದಿನ ಬೆಳಿಗ್ಗೆ ಹನ್ನೊಂದು ಗಂಟೆಗೇ ಕ್ಲಬ್ಬಿಗೆ ಹೋದ. ಅವನ ಅದೃಷ್ಟಕ್ಕೆ ಮರಿಸ್ವಾಮಿಯೇ ಅವನ ಟೇಬಲ್ಲಿಗೆ ಬಂದು, 'ಏನು ಸಾರ್, ಯಾವತ್ತೂ ಬರದವರು ಇವತ್ತು ಇಷ್ಟು ಹೊತ್ತಿಗೇ ಬಂದುಬಿಟ್ಟಿದೀರಿ' ಎಂದು ವಿಚಾರಿಸಿದ ನಗುತ್ತ. ರಾಜಣ್ಣ ಅವನಿಗೆ ಎಷ್ಟು ಸಂಬಳ ಬರುತ್ತಿದೆ ಎಂದು ತಿಳಿದುಕೊಂಡ ಮೇಲೆ ಅವನಿಗಷ್ಟೇ ಕೇಳಿಸುವಂತೆ ಸ್ವಲ್ಪ ಹೊತ್ತು ಮಾತಾಡಿದ. ಮರಿಸ್ವಾಮಿ ಅವನು ಹೇಳಿದ್ದಕ್ಕೆಲ್ಲ ಆಗಲಿ ಎನ್ನುವಂತೆ ತಲೆಯಾಡಿಸಿದ.

ಅದಾದ ಒಂದು ವಾರದ ನಂತರ ರಾಜಣ್ಣ ಮನೆಯ ಅಟ್ಟದಲ್ಲೋ ನೆಲಮಾಳಿಗೆಯಲ್ಲೋ ಅವಿಸಿಟ್ಟಿದ್ದ ನಗದನ್ನು ದಿನದಿನವೂ ಸ್ವಲ್ಪ ಸ್ವಲ್ಪವೇ ತೆಗೆದುಕೊಳ್ಳಬೇಕಾಯಿತು. ಆಶ್ಚರ್ಯವೆಂದರೆ, ಎಂದೆಂದೋ ಯಾರ್ಯಾರಿಂದಲೋ ಪಡೆದುಕೊಂಡ ಹಣದ ಕಟ್ಟನ್ನು ಬಿಡಿಸಿ ಒಂದೊಂದನ್ನೇ ಎಣಿಸಿ ನೋಡಿರಲಿಲ್ಲ. ಈಗ ನೋಡಿದರೆ ನೋಟುಗಳು ಅವೇ ಆದರೂ ಒಂದೊಂದಕ್ಕೂ ಒಂದೊಂದು ಅವತಾರ. ಪಿನ್ನು ಹೊಡೆದ, ರಬ್ಬರ್ ಬ್ಯಾಂಡ್ ಹಾಕಿದ, ದಾರದಲ್ಲಿ ಕಟ್ಟಿದ ಕಟ್ಟುಗಳಲ್ಲಿ ನೂರು ಐನೂರು ನೋಟುಗಳು; ಕೆಲವು ಮಡಿಸೀ ಮಡಿಸೀ ಮಧ್ಯ ಸೀಳುಬಿಟ್ಟಿದ್ದವು. ಇನ್ನು ಕೆಲವು ನೋಟುಗಳ ಅಂಚುಗಳು ಮಡಿಚಿಕೊಂಡಿದ್ದವು. ಮತ್ತೆ ಕೆಲವು ಬಲಬದಿಯ ಬಿಳಿಯ ಜಾಗದಲ್ಲಿ ತೂತಾಗಿದ್ದವು, ಯಾರು ಯಾರಿಂದಲೋ ಪೆನ್ನಿನಲ್ಲಿ ಗೀಚಿಸಿಕೊಂಡಿದ್ದವು ಅಥವಾ ಯಾವಯಾವದೋ ಸೀಲು ಒತ್ತಿಸಿಕೊಂಡಿದ್ದವು. ಕೆಲವಂತೂ ಮುಟ್ಟಿದರೆ ಕೈಯಿಗೆ ಅಂಟಿಕೊಳ್ಳುವಷ್ಟು ಕೊಳಕಾಗಿದ್ದವು. ಒಮ್ಮೆ ಆ ಕಟ್ಟುಗಳಲ್ಲಿ ಕೆಲವನ್ನು ಬಿಡಿಸಿ ಎಣಿಸುತ್ತಿರುವಾಗ ಇವುಗಳನ್ನು ಅದೆಷ್ಟು ಕೈಯಿಗಳು ಮುಟ್ಟಿರಬಹುದು ಎಂದವನು ಯೋಚಿಸಿದ್ದುಂಟು.

ಮರಿಸ್ವಾಮಿಯನ್ನು ತಯಾರು ಮಾಡುವುದಕ್ಕೇ ಎಷ್ಟೋ ದಿನ ಹಿಡಿಯಿತು. ಅವನು ದಿನವೂ ಹತ್ತು ಗಂಟೆಗೆ ಆಫೀಸಿನ ಬಾಗಿಲು ತೆಗೆಯಬೇಕು. ಒಂದೆರಡು ಗಂಟೆಯಾದ ಮೇಲೆ ರಾಜಣ್ಣ ಏನೋ ಬರೆಯುವುದರಲ್ಲಿ ಮುಳುಗಿಹೋಗಿರುವವನಂತೆ ನಟಿಸಬೇಕು. ಆಗ ಮರಿಸ್ವಾಮಿ ಒಬ್ಬ ಅರ್ಜಿದಾರನಂತೆ ಅವನ ಮುಂದೆ ನಿಲ್ಲಬೇಕು. ರಾಜಣ್ಣ ಸ್ವಲ್ಪ ಹೊತ್ತು ತಡೆದು, 'ಯಾರ್ರೀ ರ್ರೀ, ಏನು ಬೇಕಾಗಿತ್ತು?' ಎಂದು ಕೇಳಬೇಕು. ಮರಿಸ್ವಾಮಿ ಮೈಯೆಲ್ಲ ಹಿಡಿ ಮಾಡಿಕೊಂಡು ಮೂರನೇ ಮಜಲೆ ಕಟ್ಟುವುದಕ್ಕೋ ಅಥವಾ ಕಟ್ಟಿದ ಕಮರ್ಶಿಯಲ್ ಬಿಲ್ಡಿಂಗಿನ ಇನ್ಸ್‌ಪೆಕ್ಷನ್ನಿಗೋ ಸಂಬಂಧಪಟ್ಟಂತೆ ಅಂಜುತ್ತಂಜುತ್ತ ಒಂದು ಅರ್ಜಿಯನ್ನು ಮುಂದಿಡಬೇಕು. ರಾಜಣ್ಣ ಅದನ್ನು ತೆಗೆದುಕೊಂಡು ಸುಮ್ಮನೆ ಕಣ್ಣಾಡಿಸಿ, 'ಇದನ್ನ ಡೀಟೈಲಾಗಿ ನೋಡಬೇಕ್ರಿ, ನಾಳೆ ಬನ್ನಿ' ಎಂದು ಹೇಳಬೇಕು. ಮರಿಸ್ವಾಮಿ ಆಗಲಿ ಎನ್ನುವಂತೆ ತಲೆ ಕೊಡವುತ್ತ ಮೇಲೆದ್ದು, ಅಲ್ಲೇ ಸ್ವಲ್ಪ ಹೊತ್ತು ತಾರಾಡಿ, ನಂತರ ಟೀ ತರುವುದಕ್ಕಾಗಿ ಫ್ಲಾಸ್ಕ್ ಹಿಡಿದುಕೊಂಡು ಹೋಟಲಿಗೆ ಓಡಬೇಕು. ಸಂಜೆ ಐದು ಐದೂವರೆಗೆ ಬಾಗಿಲು ಮುಚ್ಚಿ ಬೀಗ ಹಾಕಬೇಕು. ಮರು ದಿನ ರಾಜಣ್ಣ ಬಂದು ತನ್ನ ಸೀಟಿನಲ್ಲಿ ಆಸೀನನಾದ ಮೇಲೆ ತಾನೂ ಕೂತು ಜೇಬಿನಿಂದ ಒಂದು ನೋಟಿನ ಕಂತೆಯನ್ನು ತೆಗೆದು ಅತ್ತ ಇತ್ತ ಯಾರೂ ನೋಡುತ್ತಿಲ್ಲವೆಂದು ಖಚಿತಪಡಿಸಿಕೊಂಡು ಟೇಬಲಿನ ಮೇಲಿಡಬೇಕು. ರಾಜಣ್ಣ ಅದನ್ನು ಸರಕ್ಕನೆ ಎಳೆದುಕೊಂಡು ತನ್ನ ಡ್ರಾವರಿನಲ್ಲಿ ಇಟ್ಟುಕೊಳ್ಳಬೇಕು. ಸಾಮಾನ್ಯವಾಗಿ ಐವತ್ತು ಸಾವಿರದಿಂದ ಎಪ್ಪತ್ತೈದು ಸಾವಿರದವರೆಗೆ ಆಫೀಸಿನಲ್ಲಿಟ್ಟುಕೊಂಡಿರುತ್ತಿದ್ದ ರಾಜಣ್ಣ ದಿನವೂ ಸಂಜೆ ಆಫೀಸು ಮುಚ್ಚುವ ಮುಂಚೆ ನಾಳೆ ಬರಲಿದ್ದ ಅರ್ಜಿದಾರ ಕೊಡಬಹುದಾದಷ್ಟು ಹಣವನ್ನು ಮರಿಸ್ವಾಮಿಯ ಕೈಗೆ ಹಾಕುತ್ತಿದ್ದ. ಅದು ತಾನು ಮಾಡಿಕೊಡಬೇಕಾದ ಕೆಲಸಕ್ಕೆ ತಕ್ಕಂತೆ ಐದು ಹತ್ತು ಸಾವಿರದಿಂದ ಹಿಡಿದು ಇಪ್ಪತ್ತೈದು ಐವತ್ತು ಸಾವಿರದವರೆಗೂ ಇರುತ್ತಿತ್ತು.

ಹೀಗೆ ಎರಡು ಮೂರು ತಿಂಗಳು ನಿರಾತಂಕವಾಗಿ ನಡೆಯಿತು ಆಫೀಸು. ರಾಜಣ್ಣ ಸಾಯಂಕಾಲ ಐದು ಐದೂವರೆಯವರೆಗೂ ಕೆಲಸ ಮಾಡುತ್ತಿದ್ದ. ಒಮ್ಮೊಮ್ಮೆ ಎಂಥದೋ ದಣಿವು, ಆತಂಕ, ಅಸಮಾಧಾನ, ಅತೃಪ್ತಿ. ಹೌದು ತನ್ನ ಆಫೀಸು ಈಗ ಹೆಚ್ಚು ಕಡಿಮೆ ಹಳೆಯ ಆಫೀಸಿನ

ಅದೇ ರೂಮಿನಂತೆ ಇತ್ತು. ಅದರೊಳಗೆ ಧೂಳಿನ ವಾಸನೆ ಶೇಖರವಾಗಲೆಂದು ಎಲ್ಲ ಕಿಟಕಿಗಳನ್ನೂ ಮುಚ್ಚಿರುತ್ತಿದ್ದ. ಆದರೂ ಜನರ ಹೆಜ್ಜೆ ಸದ್ದು, ಅರ್ಜಿದಾರರ ಅಹವಾಲು, ಗದ್ದಲ, ಸಹೋದ್ಯೋಗಿಗಳ ಓಡಾಟ, ಯಾವುದೂ ಇಲ್ಲ. ಮಾತನಾಡುವ ಎಂದರೆ ಮರಿಸ್ವಾಮಿಯನ್ನು ಬಿಟ್ಟು ಇನ್ನೊಂದು ನರಪಿಳ್ಳೆಯಿಲ್ಲ. ಹಳೆಯ ಆಫೀಸಿನಲ್ಲಿ ಒಮ್ಮೊಮ್ಮೆ ಆಫೀಸ್ ಸೂಪರಿಂಟೆಡೆಂಟು ಲೀಲಾವತಮ್ಮ ಮುಡಿದು ಬರುತ್ತಿದ್ದ ಮಲ್ಲಿಗೆಯ ಪರಿಮಳ ಒಂದೆರಡು ಗಂಟೆಯಾದರೂ ಸುಳಿದಾಡುತ್ತಿತ್ತು. ಈಗ ಅದರ ಲವಲೇಶವೂ ಇಲ್ಲದೆ ಆಫೀಸು ತಾನು ನಿಜವಾದ ಆಫೀಸಲ್ಲ ಎಂದು ಮನವರಿಕೆ ಮಾಡುವಂತಿತ್ತು.

ಅದೊಂದು ದಿನ ಬೆಳಗ್ಗೆ ಏಳುವ ಹೊತ್ತಿಗೇ ಸಣ್ಣಗೆ ಶುರುವಾದ ಜಡಿಮಳೆ ಎಂಟು ಗಂಟೆಗೆ ಜೋರಾಗಿ ಬೀದಿ ಬೀದಿಗಳಲ್ಲಿ ನೀರು ಹರಿಯತೊಡಗಿತು. ರಾಜಣ್ಣ ತಿಂಡಿ ತಿಂದವನೇ ಪ್ಯಾಂಟು ಷರ್ಟು ತೊಡತೊಡಗಿದ್ದನ್ನು ಗಮನಿಸಿದ ಸುಜಾತ ಈಪಾಟಿ ಮಳೆ ಸುರೀತಿದ್ದರೂ ಹೊರಟುಬಿಟ್ಟಿದ್ದೀರಲ್ಲ, ಇವತ್ತಾದರೂ ಮನೇಲಿರಬಾರದೇ? ರಿಟೈರಾದಮೇಲೂ ಅದೇನು ರಾಜಕಾರ್ಯವೋ ಎಂದು ತುಸು ಗಟ್ಟಿದನಿಯಲ್ಲೇ ಅಂದಳು. ರಾಜಣ್ಣ 'ಇಲ್ಲ, ಹೋಗಬೇಕು, ಅರ್ಜೆಂಟ್ ಕೆಲಸ' ಎಂದವನು ಈ ಮಳೆಯಲ್ಲಿ ಸ್ಕೂಟರಿನಲ್ಲಿ ಹೋಗುವುದು ಬೇಡ ಎನ್ನಿಸಿ, ಕೊಡೆ ಹಿಡಿದುಕೊಂಡು ಬೀದಿಗಿಳಿದದ್ದೇ ನಾಲ್ಕು ಹೆಜ್ಜೆ ಹಾಕಿ ಒಂದು ಆಟೋ ಹತ್ತಿದ. ಆಫೀಸು ತಲಪಿದರೂ ಮಳೆ ಬಿಡಲಿಲ್ಲ. ಬಾಗಿಲ ಬಳಿ ಎಂದಿನಂತೆ ಕಾದಿರುತ್ತಿದ್ದ ಮರಿಸ್ವಾಮಿಯ ಪತ್ತೆಯಿಲ್ಲ. ರಾಜಣ್ಣನೇ ಬಾಗಿಲು ತೆರೆದು, ತನ್ನ ಸ್ವೆಟರನ್ನು ಕುರ್ಚಿಯ ಬೆನ್ನಿಗೆ ತೂಗುಹಾಕಿದವನು ಮರಿಸ್ವಾಮಿ ದಿನವೂ ಮಾಡುತ್ತಿದ್ದಂತೆ ಒಂದು ಬಟ್ಟೆ ಹಿಡಿದುಕೊಂಡು ಐದಾರು ಸಲ ಟೇಬಲನ್ನು ಜಾಡಿಸಿದ ಮೇಲೆ ಆಸೀನನಾದ. ಪುಣ್ಯಕ್ಕೆ ಸಾಕಷ್ಟು ದೊಡ್ಡ ಬಿಲ್ಡಿಂಗಿನ ಬ್ಲೂಪ್ರಿಂಟು ಸಲ್ಲಿಸಿದವನೊಬ್ಬನನ್ನು ಸುಲಭವಾಗಿ ಕಲ್ಪಿಸಿಕೊಂಡ. ಅದರಲ್ಲಿ ಕಟ್ಟಡದ ಹಿಂಬದಿಯ ಗೋಡೆಗೂ ಕಾಂಪೌಂಡಿಗೂ ಬಿಡಬೇಕಾದಷ್ಟು ಜಾಗ ಬಿಟ್ಟಿಲ್ಲವಲ್ಲ? ಮೆಜನೈನ್ ಫ್ಲೋರಿಗೆ ಮೊದಲೇ ಅನುಮತಿ ಪಡೆದುಕೊಳ್ಳಲಾಗಿತ್ತೆ? ತಾರಸಿಯಲ್ಲಿ ಕಟ್ಟಬೇಕೆಂದಿರುವುದು ಒಂದೇ ರೂಮಾದರೂ ಅದನ್ನು ಒಂದಿಡೀ ಮಜಲೆಯೆಂದು ಲೆಕ್ಕಕ್ಕೆ ತೆಗೆದುಕೊಂಡರೆ ಹೇಗೆ? ಹಾಲಿ ಇರುವ ಬಿಲ್ಡಿಂಗ್ ನಿರ್ಮಾಣದ ನಿಯಮಗಳನ್ನು ಹೇಗೆಲ್ಲಾ ಅನ್ವಯಿಸಿ ಈ ಬಿಲ್ಡರಿಗೆ ಚಳ್ಳೆಹಣ್ಣು ತಿನ್ನಿಸಬಹುದು ಎಂದು ದೀರ್ಘವಾಗಿ ಯೋಚಿಸಿದವನು 'ಮುಂದಿನ ವಾರ ಬನ್ನಿ, ಗ್ಯಾರಂಟಿ ನಿಮ್ಮ ಫೈಲ್ ಪುಟಪ್ ಮಾಡುತ್ತೇನೆ' ಎಂದು ಹೇಳಿದ. ಅರ್ಜಿದಾರನು ಯಾರೇ ಆಗಿರಲಿ, ಅವನಿಗೆ ತಾನು ಪುಟಪ್ ಮಾಡುವ ಟಿಪ್ಪಣಿಯ ಪದಪದವೂ ಅರ್ಥವಾಗದೆ ಹೋಗಬಹುದು; ಆದರೆ ಅದನ್ನು ಬರೆದ ನಾನು ಮಾತ್ರ ಖಂಡಿತ ಅರ್ಥವಾಗುತ್ತೇನೆ ಎಂದುಕೊಂಡು ನಕ್ಕ.

ನಿರೀಕ್ಷೆಯಂತೆ ಮರಿಸ್ವಾಮಿ ಮಾರನೆಯ ದಿನವೂ ಬರಲಿಲ್ಲ. ಆಮೇಲೆ ನಾಲ್ಕೈದು ದಿನವಾದರೂ ಅವನ ಸುಳಿವಿಲ್ಲದೆ ಹೋದಾಗ ರಾಜಣ್ಣನ ಕಣ್ಣಿಗೆ ಕತ್ತಲೆ ಕವಿದಂತಾಯಿತು. ಎಂಟು ದಿನಗಳ ಹಿಂದೆ ಮರಿಸ್ವಾಮಿ, 'ನೀವು ದಿನವೂ ದಿನವೂ ಸ್ವಲ್ಪಸ್ವಲ್ಪವೇ ದುಡ್ಡು ಕೊಟ್ಟು ಅವತ್ತವತ್ತೇ ತೊಗೊಳ್ಳೋಕಿಂತ ಎರಡು ಮೂರು ಲಕ್ಷ ಕೊಟ್ಟಿರಿ ಸಾರ್. ಅಷ್ಟು ದುಡ್ಡಿದ್ದರೆ ಸುಮಾರು ದಿನ ನಾನೇ ನಿಮ್ಗೆ ಕೊಡ್ತಾ ಹೋಗಬಹುದಲ್ಲ' ಎಂದಾಗ, ಒಳ್ಳೆ ಉಪಾಯ ಎನ್ನಿಸಿ ತಾನು ಮರುದಿನವೇ ಅವನ ಕೈಗೆ ಎರಡು ಲಕ್ಷ ರೂಪಾಯಿ ಹಾಕಿ, ಹುಶಾರು ಎಂದಿದ್ದೆನಲ್ಲವೆ? ಈಗೇನು ಗತಿ? ಹೇಗಾದರೂ ಸರಿ, ಅವನನ್ನು ಪತ್ತೆಹಚ್ಚಬೇಕು. ಅವನು ಕೊಟ್ಟಿದ್ದ ನಂಬರಿಗೆ ಎಷ್ಟು ಸಲ ಕರೆ ಮಾಡಿದರೂ 'ರಾಂಗ್

ನಂಬರ್'; ಅವನ ಗೊರಗುಂಟೆಪಾಳ್ಯದ ರೂಮಿಗೆ ಬೀಗ. ಪೊಲೀಸ್ ಸ್ಟೇಷನ್ನಿಗೆ ಹೋಗಿ ಕಂಪ್ಲೇಂಟ್ ಕೊಡಲೇ ಎಂದು ಯೋಚಿಸಿದ. ಏನೆಂದು ಕೊಡುವುದು?

ಸುಮಾರು ದಿನಗಳಾದ ಮೇಲೆ ಅದೊಂದು ದುರದೃಷ್ಟದ ದಿನ ಬೆಳಿಗ್ಗೆ ಹನ್ನೊಂದು ಗಂಟೆಯ ಹೊತ್ತಿಗೆ ತನ್ನ ಆಫೀಸಿನಲ್ಲಿ ಕೂತಿದ್ದ ರಾಜಣ್ಣ ಅರ್ಜಿದಾರನೊಬ್ಬನನ್ನೂ ಕಲ್ಪಿಸಿಕೊಳ್ಳಲಾಗದೆ, ಮುತ್ತುತ್ತಿದ್ದ ನೊಣವನ್ನೂ ಹೊಡೆಯುವ ಮನಸ್ಸಿಲ್ಲದೆ ಖಿನ್ನನಾಗಿದ್ದಾಗ ಪೋಸ್ಟ್‌ಮ್ಯಾನ್ ಒಂದು ಕಾಗದ ಕೊಟ್ಟು ಹೋದ. ಅದನ್ನು ಬಿಡಿಸಿ ಓದಿದ್ದೇ ಅವನು ಸಂತೋಷದಿಂದ ಹೆಚ್ಚುಕಡಿಮೆ ಕುಣಿದೇಬಿಟ್ಟ ಎನ್ನಬೇಕು. ಮನೆಗೆ ಹೋಗಿ ಊಟ ಮಾಡಿ, ಸ್ವಲ್ಪ ಹೊತ್ತು ಮಲಗಿದ್ದವನು ಮಧ್ಯಾಹ್ನ ನಾಲ್ಕು ಹೊಡೆದದ್ದೇ ಮುಖ ತೊಳೆದು ಕಪ್ಪು ಪ್ಯಾಂಟು, ನೀಲಿ ಶರ್ಟು ತೊಟ್ಟುಕೊಂಡು ರೆಡಿಯಾದ. ಇದೇನು, ಇಷ್ಟು ಬೇಗ ಹೊರಟುಬಿಟ್ಟರು ಕ್ಲಬ್ಬಿಗೆ ಎಂದುಕೊಂಡ ಸುಜಾತ ಕಾಫಿ ತಂದುಕೊಡುತ್ತ 'ಹೊರಗೆ ತುಂಬ ಚಳಿ, ಜ್ವರಗಿರ ಬಂದೀತು, ಜರ್ಕಿನ್ನಾದರೂ ಹಾಕಿಕೊಳ್ಳಿ' ಎಂದಳು. ಅವಳ ಮಾತಿಗೆ ಎದುರಾಡದೆ ರೂಮಿಗೆ ಹೋಗಿ ಜರ್ಕಿನ್ ತೊಟ್ಟುಕೊಂಡು ಬೀದಿಗಿಳಿದ ಸಮಯಕ್ಕೆ ಸರಿಯಾಗಿ ಅವನಿಗೇ ಕಾಯುತ್ತಿದ್ದಂತೆ ಒಂದು ಆಟೋ ಸಿಕ್ಕಿತು. ಅದರಲ್ಲಿ ಕೂತು ಸಿದ್ಧಾರ್ಥ ಹೋಟೆಲಿನ ಮುಂದೆ ಇಳಿದ.

ಅಷ್ಟೇನೂ ಹೆಚ್ಚು ಬೆಳಕಿರದ ಲೌಂಜಿನಲ್ಲಿ ಸೋಫಾದ ಮೇಲೆ ಕೂತಿದ್ದ ಮರಿಸ್ವಾಮಿ ಕೂಡಲೇ ಮೇಲೆದ್ದವನು ಬಾಗಿಲಿನಲ್ಲೇ ರಾಜಣ್ಣನನ್ನು ಎದುರುಗೊಂಡು ನಗುತ್ತ ಅವನ ಕೈ ಕುಲುಕುವುದಕ್ಕಾಗಿ ಕೈ ಚಾಚಿದ. ಹಿಂದೆಂದೂ ಇವನು ಇಷ್ಟು ಸದರವಾಗಿ ವರ್ತಿಸಿರಲಿಲ್ಲವಲ್ಲ ಎಂದು ರಾಜಣ್ಣನಿಗೆ ಅಚ್ಚರಿಯಾಯಿತು.

ಅಲ್ಲಿ ಮರಿಸ್ವಾಮಿಯೊಬ್ಬನೇ ಇರಲಿಲ್ಲ. ಮರಿಸ್ವಾಮಿಯೇ ಮೈಲಾರಣ್ಣ ಎಂದು ಪರಿಚಯ ಮಾಡಿಕೊಟ್ಟ. ಒಬ್ಬ ಠೊಣಪನೂ ಇದ್ದ. ಮುಂದಲೆ ತುಸುವೇ ಬೋಳಾಗಿ ತುಂಬ ಅಗಲವಾಗಿರುವ ಹಣೆ; ದಪ್ಪ ಹುಬ್ಬುಗಳ ನಡುವೆ ಕುಂಕುಮ; ಕೆಂಪು ನರಗಳಿದ್ದ ದೊಡ್ಡ ದೊಡ್ಡ ಕಣ್ಣುಗಳು; ಪೊತ್ತೆ ಮೀಸೆ; ಕುತ್ತಿಗೆಯಲ್ಲಿ ಒಂದು ಬೆರಳಿನಷ್ಟು ದಪ್ಪ ಚಿನ್ನದ ಚೈನು; ಗಂಜಿ ಹಾಕಿ ಇಸ್ತ್ರಿ ಮಾಡಿದ ಬಿಳಿಯ ಖದ್ದರಿನ ಷರ್ಟು, ಅದೇ ಬಟ್ಟೆಯ ಪ್ಯಾಂಟು; ಕಾಲಿಗೆ ಬಿಳಿಯ ಚಪ್ಪಲಿ; ಬಲ ಮುಂಗೈಯಲ್ಲಿ ಏಳೆಂಟು ಸುತ್ತು ಸುತ್ತಿದ ಕಪ್ಪು ಕೆಂಪು ಹಳದಿ ದಾರಗಳು. ಅವನು ಬಾಯಿ ತುಂಬ ನಗುತ್ತ ಕೈಕುಲುಕುತ್ತಿದ್ದಾಗ ರಾಜಣ್ಣನಿಗೆ ಹತ್ತು ಹನ್ನೆರಡು ವರ್ಷಗಳ ಹಿಂದೆ ಎರಡು ಮೂರು ಸಲ ತನ್ನ ಆಫೀಸಿಗೆ ಅಲೆದು ತನ್ನದೊಂದು ಕೆಲಸ ಮಾಡಿಸಿಕೊಂಡಿದ್ದವನೊಬ್ಬನ ನೆನಪಾಯಿತು. ಅವನು ಎಷ್ಟು ಕೊಟ್ಟಿದ್ದ ಎಂದು ನೆನಪಾಗಲಿಲ್ಲ. ಅವನೇ ಇವನೇ? ಹೌದೋ ಅಲ್ಲವೋ ಯಾರಿಗೆ ಗೊತ್ತು?

ಮೂವರೂ ಲಿಫ್ಟಿನಲ್ಲಿ ಆ ಹೋಟೆಲಿನ ಮೂರನೇ ಮಜಲೆಗೆ ಹೋದರು. ಅಲ್ಲಿನ ೩೦೩ನೆಯ ರೂಮಿನ ಬಾಗಿಲು ತೆಗೆದದ್ದೇ ಧಗ್ಗೆಂದು ಹೊತ್ತಿಕೊಂಡ ಬೆಳಕಿನಲ್ಲಿ ರಾಜಣ್ಣನಿಗೆ ಮರಿಸ್ವಾಮಿಯೇ ಒಬ್ಬ ಅಪರಿಚಿತನಂತೆ ಕಾಣಿಸಿದ. ಕಂದು ಬಣ್ಣದ ಸೋಫಾದಲ್ಲಿ ಕೂತುಕೊಳ್ಳುತ್ತಿದ್ದಂತೆಯೇ ಅವನಿಗೂ ಆ ಠೊಣಪನಿಗೂ ಮರಿಸ್ವಾಮಿಯೇ ಒಂದು ಫ್ಲಾಸ್ಕಿನಿಂದ ಎರಡು ಕಪ್ಪುಗಳಿಗೆ ಕಾಫಿ ಬಗ್ಗಿಸಿ ತಂದು ಕೊಟ್ಟ. ರಾಜಣ್ಣ ಕಾಫಿ ಕುಡಿದು ಕಪ್ಪನ್ನು ಟೀಪಾಯಿಯ ಮೇಲೆ ಇಟ್ಟಿದ್ದನೋ ಇಲ್ಲವೋ, ಆ ಠೊಣಪ ಮೇಲೆದ್ದು ಇದ್ದಕ್ಕಿದ್ದಂತೆ ಅವನ ಕಾಲರನ್ನು ಹಿಡಿದುಕೊಂಡು ಆ ರೂಮಿಗೆ ರೂಮೇ ತತ್ತರಿಸುವಂತೆ ಕೂಗತೊಡಗಿದ: 'ಏನಪ್ಪಾ, ಯಾವ್ದೋ ದುಡ್ಡೂ ಅಂತ ನಮ್ ಬ್ರದರ್ನ

ಪೀಡಿಸ್ತಾ ಇದ್ದೀಯಂತೆ. ಯಾವ್ದಯ್ಯಾ ಅದು ದುಡ್ಡು? ಇತ್ನೋಡು, ನೀನೇನು ಅಂತ ನಂಗ್ ಗೊತ್ತಿಲ್ವೇನೋ ಬೇಕೂಫ... ಇತ್ನೋಡು, ನಿನ್ನ ಮನೆ ಎಲ್ಲೈತೆ ಅಂತ ಗೊತ್ತೈತೆ... ಏನೇನ್ ವ್ಯಾವಾರ ಮಾಡಿದೀಯ ಅಂತ ಈ ಬ್ರದರ್‌ಗಷ್ಟೇ ಅಲ್ಲ, ನಂಕೂ ತಿಳದೈತೋ ಬೋಳೀಮಗನೆ... ಇತ್ನೋಡು, ಪೋಲೀಸ್ನೋರ್ಗೆ ಇಡುಕೊಟ್ಟು ಲಾಕಪ್ಗ್ ಆಕಿಸ್ಬಿಡ್ತೀನಿ, ಲಾಕಪ್ಗೆ... ಇತ್ನೋಡು, ಏನಂದ್‌ಕಂಡಿದಿಯಮ್ಮಾ ನನ್ನ... ಇತ್ನೋಡು, ದುಡ್ಡು ಬ್ಯಾಕಂತೆ ದುಡ್ಡು... ಯಾವ್ದೋ ನೀನು ನನ್ ಬ್ರದರ್ರಿಗೆ ಕೊಟ್ಟಿರೋ ದುಡ್ಡು, ಬ್ಯಾವರ್ಸಿ ನನ್‌ಮಗ್ನೆ... ಇತ್ನೋಡು...'

ಕರೆಂಟು ಹೋಯಿತೋ ಅವನೇ ದೀಪವಾರಿಸಿದನೋ, ರೂಮು ಕತ್ತಲೆಯಲ್ಲಿ ಮುಳುಗಿಹೋಯಿತು. ರಾಜಣ್ಣ ರೂಮಿನಿಂದ ತಡವರಿಸುತ್ತ ಹೊರಬಂದು ಲಿಫ್ಟಿನೊಳಗೆ ಕಾಲಿಟ್ಟಾಗ ಅಲ್ಲಿದ್ದ ಒಬ್ಬ ಹೆಂಗಸಿನ ಸೀರೆ ಒಂದು ಕ್ಷಣ ಅವನ ಗಮನ ಸೆಳೆಯಿತು. ಕಡು ನೀಲಿ ಬಣ್ಣದ, ಎರಡು ಬೆರಳು ಜರಿಯಿದ್ದ ಮೈಸೂರು ಸಿಲ್ಕ್ ಸೀರೆ. ತನ್ನ ದೀರ್ಘ ಕಾಲದ ವೃತ್ತಿಯಲ್ಲಿ ಅದನ್ನು ಯಾರು ತನಗೆ ತಂದುಕೊಟ್ಟಿದ್ದು? ಮನಸ್ಸಿನ ಮೂಲೆಮೊಡಕುಗಳನ್ನು ಎಷ್ಟು ಜಾಲಾಡಿದರೂ ನೆನಪಾಗಲಿಲ್ಲ.

ಅವನು ತನಗೆ ಇದ್ದಕ್ಕಿದ್ದಂತೆ ಅಪರಿಚಿತ ಎನ್ನಿಸಿದ ರಸ್ತೆಯನ್ನು, ಕಾಂಪೌಂಡುಗಳೊಳಗಿನ ಬಂಗಲೆಗಳನ್ನು ನೋಡಿದ. ಕೂಡುರಸ್ತೆಗಳ ಫುಟ್‌ಪಾತಿನಲ್ಲಿ ನಿಂತು ಎತ್ತರದ ಕಟ್ಟಡಗಳ ನಡುವೆ ಬಸ್ಸುಗಳು ಮಾಯವಾಗುವುದನ್ನು ಗಮನಿಸಿದ. ಅಂಗಡಿಗಳ ದೀಪಗಳು ಧಗ್ಗೆಂದು ಹೊತ್ತಿಕೊಂಡದ್ದನ್ನೂ ಮನೆಗಳ ಕಿಟಕಿಗಳು ತೆರೆದುಕೊಂಡದ್ದನ್ನೂ ನೋಡಿದ. ಕಬ್ಬಿಣದ ಕಂಬಗಳ ಮೇಲೆ ನಿಲ್ಲಿಸಿದ್ದ ಕೋಕಾಕೋಲಾ, ಬಿಡುಗಡೆಯಾಗಿದ್ದ ಸಿನಿಮಾ, ಸೋಪಿನ ಪುಡಿ, ಐವತ್ತು ಇಂಚು ಟಿವಿ, ಮಾರಾಟಕ್ಕಿರುವ ಫ್ಲಾಟು, ಇತ್ಯಾದಿ ಜಾಹೀರಾತುಗಳನ್ನೂ ದಾಟಿಕೊಂಡು ಹೋಗಿ ಒಂದು ಚೌಕದಲ್ಲಿ ನಿಂತು ಟ್ರಾಫಿಕ್ ಲೈಟುಗಳ ಕಣ್ಣಾಮುಚ್ಚಾಲೆಯನ್ನು ಗಮನಿಸಿದ.

ಮೋಡವೊಂದೂ ಇಲ್ಲದೆ ತಿಳಿಯಾಗಿದ್ದ ಆಕಾಶ ಈಗ ಕಡುಬೂದು ಬಣ್ಣದ ಮೋಡಗಳಿಂದ ಕಪ್ಪಾಗುತ್ತಿತ್ತು. ಎಲ್ಲೆಲ್ಲಿಂದಲೋ ಅರಚುತ್ತಾ ಹಾರಿಬಂದ ಕಾಗೆಗಳು ರಸ್ತೆಯ ಎರಡೂ ಬದಿಯಲ್ಲಿದ್ದ ಎತ್ತರದ ಮರಗಳೊಳಗೆ ತೂರಿಕೊಂಡು ಇನ್ನಷ್ಟು ಗದ್ದಲವೆಬ್ಬಿಸುತ್ತಿದ್ದರೆ ಕಸಕಡ್ಡಿಯನ್ನು ಹಾರಿಸುತ್ತಿದ್ದ ಜೋರುಗಾಳಿ ಮರಗಳನ್ನು ಅಲ್ಲಾಡಿಸಿ ಅವನ ಬೆವರುಗಟ್ಟಿದ ಮುಖಕ್ಕೆ ರಪ್ಪೆಂದು ಬಡಿಯಿತು.

ಕಾಲುಗಳಿನ್ನೂ ನಡುಗುತ್ತಿದ್ದವು. ಇದ್ದಕ್ಕಿದ್ದಂತೆ ಟಪ್ ಟಪ್ ಎಂದು ಬೀಳತೊಡಗಿದ ಹನಿಗಳು ಇನ್ನೇನು ಮಳೆ ಸುರಿಯಲಿರುವ ಸೂಚನೆ ಕೊಟ್ಟವು. ಎದುರಿಗೇ ಖಾಲಿ ಆಟೋಗಳು ಸುಳಿದಾಡುತ್ತಿದ್ದರೂ ಅವುಗಳಲ್ಲಿ ಯಾವುದಾದರೊಂದನ್ನು ಕೈಬೀಸಿ ಕರೆಯುವ ಮನಸ್ಸಾಗಲಿಲ್ಲ. ನಾಲ್ಕು ಹೆಜ್ಜೆ ಹಾಕಿದ್ದನೋ ಇಲ್ಲವೋ, ಜರೋ ಎಂದು ಸುರಿಯತೊಡಗಿದ ಮಳೆ ಒಂದೆರಡು ಕ್ಷಣಗಳಲ್ಲೇ ಅವನನ್ನು ತೋಯಿಸಿಬಿಟ್ಟಿತು.

ಬಸ್ಸು ಕಾರು ಅಟೋಗಳು ಒಂದರ ಬೆನ್ನನ್ನು ಇನ್ನೊಂದು ಗುದ್ದುವಂತೆ ಹಠಾತ್ತಾಗಿ ನಿಂತುಬಿಟ್ಟು ಮುಂದೆ ಹೋಗಲಾಗದೆ ಹಾರನ್ನು ಒತ್ತುತ್ತಿದ್ದರೆ, ಏನು ಕೆಲಸದ ಮೇಲೋ ಸುತ್ತುತ್ತಿದ್ದ ಜನರು ಮಳೆಗೆ ನೆನೆಯಬಾರದೆಂದು ಓಡೋಡುತ್ತ ಮರಗಳ ಕೆಳಗೋ ಅಂಗಡಿ ಮುಂಗಟ್ಟುಗಳ ಮುಂದೆಯೋ ಜಮಾಯಿಸುತ್ತಿದ್ದರು. ಆದರೆ ರಾಜಣ್ಣ ಮಾತ್ರ ನೆಲದಿಂದ ಮೇಲೇಳುತ್ತಿದ್ದ ಮಣ್ಣಿನ ವಾಸನೆಯನ್ನು ಹೀರುತ್ತ ಹೀರುತ್ತ ಒಂದು ಬಗೆಯ ಉಲ್ಲಾಸದಿಂದ ಮಳೆಯಲ್ಲೇ ನಡೆಯುತ್ತಿದ್ದ. ರಸ್ತೆಯ ದೀಪಗಳ ಮಂಕು ಬೆಳಕಿನಲ್ಲಿ ನೆರಳುಗಳನ್ನು ಹೊದ್ದುಕೊಂಡಂತಿದ್ದ ದೊಡ್ಡ ದೊಡ್ಡ ಕಟ್ಟಡಗಳು ನಿದ್ರಿಸುತ್ತಿದ್ದವು.

ಅದೊಂದು ಮನೆಯ ಜಗಲಿಯಲ್ಲಿ ಕಾವಿ ತೊಟ್ಟು ಕೊರಳಿನಲ್ಲಿ ರುದ್ರಾಕ್ಷಿ ಮಾಲೆ ಹಾಕಿಕೊಂಡು,

ಜಟೆ ಕಟ್ಟಿಕೊಂಡಿದ್ದ ಮುದಿ ಸನ್ಯಾಸಿಯೊಬ್ಬ ಬಹುಶಃ ಮಳೆ ನಿಲ್ಲುವುದಕ್ಕಾಗಿ ಕಾಯುತ್ತ ಕೂತಿದ್ದ. ರಾಜಣ್ಣ ಅವನಲ್ಲಿಗೆ ಹೋಗಿ ಅವನ ಕಾಲು ಮುಟ್ಟಿ ನಮಸ್ಕಾರ ಮಾಡಿದವನು ಜೇಬಿಗೆ ಕೈಹಾಕಿ ಕೈಗೆ ಸಿಕ್ಕಿದಷ್ಟನ್ನು ಅವನ ಮುಂದೆ ಸುರಿದ. ಒಂದು ಹೋಟೆಲಿನ ಪಕ್ಕದಲ್ಲಿ ಯಾವುದೋ ಊರಿಂದ ಬಂದು ಹಸಿದುಹೋದವನಂತೆ ಕಾಣುತ್ತಿದ್ದ ಹುಡುಗನೊಬ್ಬ ಮರದ ಕೆಳಗೆ ನಿಂತಿದ್ದ. ಅವನಿಗೆ ಒಂದಷ್ಟು ದುಡ್ಡು ಕೊಟ್ಟು 'ಹಸಕೊಂಡಿರಬೇಡ, ಏನಾದರೂ ತಿನ್ನು' ಎಂದವನು ಅವನು ಹೋಟೆಲಿನೊಳಗೆ ಹೋಗುವುದನ್ನೇ ನೋಡುತ್ತ ಒಂದೆರಡು ಕ್ಷಣ ನಿಂತ. ಕಬ್ಬಾಳಮ್ಮ ಚಿಕನ್ ಸೆಂಟರ್ ನಾಟಿ ಸ್ಟೈಲ್ ಎಂಬ ಬೋರ್ಡಿದ್ದ ಸ್ಟಾಟಿನ ಮುಂದೆ ಎರಡು ನಾಯಿಗಳು ಕಾಲುಗಳನ್ನು ಮುಂಚಾಚಿಕೊಂಡು, ನಾಲಗೆ ಇಳಿಬಿಟ್ಟುಕೊಂಡು ಕೂತಿದ್ದವು. ಅವನು ಆ ಸ್ಟಾಲಿನಿಂದ ನಾಲ್ಕೈದು ಕೋಳಿಕಾಲುಗಳನ್ನು ಕೊಂಡುಕೊಂಡು ಅವುಗಳ ಮುಂದೆ ಹಾಕಿದ. ಅವು ಬಾಲವಾಡಿಸಿಕೊಂಡು ತಿನ್ನತೊಡಗಿದ್ದೇ ಮತ್ತೆ ಮತ್ತೆ ಅವುಗಳ ಮೈಸವರಿದ. ಮುಂದೆ ಒಂದು ಸರ್ಕಲ್ ಸಿಕ್ಕಿತು. ಅಲ್ಲಿ ಟ್ರಾಫಿಕ್ ಲೈಟು ಹಸಿರಾಗುವುದನ್ನೇ ಕಾಯುತ್ತಿದ್ದ ವಾಹನಗಳ ನಡುವೆ ಬೇಡುತ್ತಿದ್ದ ಮಂಗಳಮುಖಿಯಬ್ಬಳು ಇವನನ್ನು ಕಂಡದ್ದೇ ಹತ್ತಿರ ಬಂದಳು. ರಾಜಣ್ಣ ತಕ್ಷಣ ಪ್ಯಾಂಟು ಜೇಬಿಗೆ ಕೈಹಾಕಿ ತನ್ನ ಪರ್ಸನ್ನೇ ಕೊಟ್ಟುಬಿಟ್ಟ. ಆಕೆ ಅವನ ಗಲ್ಲ ಹಿಂಡಿ, ತಲೆ ಸವರಿ, ಬೆನ್ನು ತಟ್ಟಿ ನಿಟಿಕೆ ಮುರಿದಳು. ಮರುಕ್ಷಣ ಅವನ ಕೈಯಲ್ಲಿದ್ದ ಸ್ಮಾರ್ಟ್ ಫೋನ್ ನಾಪತ್ತೆ.

ಹಾಗೆಯೇ ಮುಂದೆ ಮುಂದೆ ನಡೆಯುತ್ತಾ ಹೋದ. ಅವನಿಗೆ ತನ್ನದೀಗ ಖಾಲಿ ಜೇಬೆಂದು ತಿಳಿದೂ ಬೇಸರವಾಗಲಿಲ್ಲ. ಮಳೆ ನಿಂತಿತ್ತು. ಒಂದು ಗೋಡೆಯ ಬಳಿ ಹುರಿದ ಕಡಲೆ ಬೀಜ ಮಾರುತ್ತಿದ್ದ ಮುದುಕಿ ಅರ್ಧ ಒದ್ದೆಯಾದ ಸೀರೆಯಲ್ಲೇ ನಡುಗುತ್ತಿದ್ದಳು. ಅವಳಿಗೆ ತನ್ನ ಜರ್ಕಿನ್ ಬಿಚ್ಚಿಕೊಟ್ಟ. ಅವಳು ಕಕ್ಕಾಬಿಕ್ಕಿಯಾಗಿ 'ಇದೇನು ಸ್ವಾಮೇರೇ' ಎಂದು ಕೂಗಿಕೊಂಡರೂ ಅಲ್ಲಿ ನಿಲ್ಲದೆ ಮುಂದೆ ನಡೆದ. ಆಮೇಲೆ ಒಂದೊಂದಾಗಿ ನೀಲಿ ಶರ್ಟು, ಬಿಳಿ ಬನಿಯನ್ನು, ಕಪ್ಪು ಪ್ಯಾಂಟು...

ಸುಜಾತ ಗಂಡನಿಗೆ ಕಾದೂ ಕಾದೂ ಹಸಿವಾಗಿ ಒಂದಿಷ್ಟು ತಿಂದಂತೆ ಮಾಡಿ ಹಾಲಿನ ಸೋಫಾದಲ್ಲಿ ಕುಕ್ಕರಿಸಿದವಳು ಎಷ್ಟು ಸಲ ಫೋನು ಮಾಡಿದರೂ ಆ ಕಡೆಯಿಂದ ಸ್ವಿಚಾಫ್ ಸ್ವಿಚಾಫ್. ಏನಾಯಿತಪ್ಪ ಇವರಿಗೆ ಎಂಬ ಆತಂಕದಲ್ಲಿ ಕೂತಲ್ಲೇ ಮಂಪರು ಕವಿದು ಇನ್ನೇನು ತೂಕಡಿಸಬೇಕು, ಆಗ ಹೊರಗೆ ನಡೆಯುತ್ತಿದ್ದ ಎಂಥದೋ ಕೋಲಾಹಲದಿಂದ ಧಿಗ್ಗನೆದ್ದಳು. ಬಾಗಿಲು ತೆರೆದರೆ ಆಶ್ಚರ್ಯ. ಮನೆಯ ಮುಂದೆಯೇ ಜಾತ್ರೆಯಂತೆ ಜಮಾಯಿಸಿದ್ದರು ಮಂದಿ. ಅವರೆಲ್ಲರನ್ನೂ ಮೆರವಣಿಗೆಯಲ್ಲಿ ಕರೆತಂದವನಂತೆ ನಿಂತಿದ್ದ ರಾಜಣ್ಣ. ಅವನ ಮೈಯಲ್ಲಿ ಚೆಡ್ಡಿಯಷ್ಟೇ ಇದ್ದರೆ ಕಾಲುಗಳಲ್ಲಿ ಮಾತ್ರ ಕೆಸರು ಮೆತ್ತಿಕೊಂಡ ಶೂಗಳಿದ್ದುವು. ಅವನ ಆ ಸ್ಥಿತಿಯನ್ನು ಕಂಡು ಅಳಬೇಕೋ ನಗಬೇಕೋ ತಿಳಿಯಲಾಗದ ಸುಜಾತ ಏನೋ ಅವಮಾನವಾಗುತ್ತಿದೆ ಎನ್ನಿಸಿ ಮನೆಯೊಳಗೆ ನುಸುಳಿಕೊಂಡಳು. ಅದಾಗ ರಾಜಣ್ಣ ಸಣ್ಣ ಮಗುವಿನಂತೆ ಕಿಲಕಿಲನೆ ನಗುತ್ತ 'ಸುಜಾತಾ...' ಎಂದು ಕೂಗಿದ ಮೃದುವಾಗಿ. ●

ಗತ
ಸ್ಪರ್ಶ ಆರ್.ಕೆ.
ಅವರ ಧ್ವನಿಯಲ್ಲಿ

ಎಸ್. ದಿವಾಕರ್ | ಕತೆ

ಹೆಸರಾಂತ ಗಾಯಕ ಪಂಡಿತ್ ಶಿವರುದ್ರಯ್ಯ ಬಸವನಾಳಮಠರು ಕಚ್ಚೆ ಪಂಚೆ ಉಟ್ಟು ನಶ್ಯದ ಬಣ್ಣದ ಕ್ಲೋಸ್‌ಕಾಲರ್ ಕೋಟು ತೊಟ್ಟು ತಲೆಗೆ ಕೆನೆ ಬಣ್ಣದ ರುಮಾಲು ಸುತ್ತಿಕೊಂಡು ಕೊಲ್ಹಾಪುರಿ ಚಪ್ಪಲಿ ಮೆಟ್ಟಿ ಬಾಯಲ್ಲಿ ಕವಳ ಜಗಿಯುತ್ತ ಮನೆಯ ಮುಂದೆ ನಿಂತ ಕಪ್ಪು ಬಣ್ಣದ ಹಳೆಯ ಮಾರಿಸ್ ಕಾರು ಹತ್ತಿದರೆಂದರೆ ಸಾಕು, ಕೇರಿಯ ಜನರಿಗೆ ಅವರು ಎರಡು ಮೈಲಿ ದೂರದಲ್ಲಿರುವ ರೈಲ್ವೇ ಸ್ಟೇಷನ್ನಿಗೆ ಹೊರಟಿದ್ದಾರೆಂದೇ ಅರ್ಥ. ಸ್ಟೇಷನ್ನಿನಲ್ಲಿ ಆ ಹೊತ್ತಿಗಾಗಲೇ ಅವರ ಮೂವರು ಶಿಷ್ಯರು ಹತ್ತಾರು ಪೆಟ್ಟಿಗೆಗಳನ್ನು ಹೊತ್ತುಕೊಂಡು ಅವರಿಗಾಗಿ ಕಾದಿರುತ್ತಿದ್ದರು.

ಅವರ ಶಿಷ್ಯರಲ್ಲಿ ಕಡೇಕಾರು ಶ್ರೀಧರ ಭಟ್ಟ ಒಬ್ಬ. ಹದಿನೈದು ವರ್ಷಗಳಿಗೂ ಹಿಂದೆ ಆಕಾಶವಾಣಿಯಲ್ಲಿ ಅವರ ಗ್ರಾಮಾಫೋನ್ ರೆಕಾರ್ಡೊಂದನ್ನು ಕೇಳಿದ ಆ ಒಂದು ಅಲೌಕಿಕ ಕ್ಷಣದಲ್ಲಿ ಅವರ ಆ ಗಂಧರ್ವಗಾನಕ್ಕೆ ಮರುಳಾಗಿ ತಾನೂ ಸಂಗೀತ ಕಲಿಯಬೇಕೆಂದು ಬಂದು ಅವರ ಮನೆಯಲ್ಲೇ ಇದ್ದುಬಿಟ್ಟಿದ್ದವನು. ಸುಸಂಸ್ಕೃತ ಮನೆತನದಲ್ಲಿ ಹುಟ್ಟಿ ಬೆಳೆದ, ಸೌಮ್ಯ ಸ್ವಭಾವದ ಹುಡುಗ; ದಿನಕ್ಕೆ ಎಷ್ಟು ಗಂಟೆ ಬೇಕಾದರೂ ರಿಯಾಜ್ ಮಾಡಬಲ್ಲ ಗಟ್ಟಿಗ. ಆದರೂ ಸಂಗೀತಕ್ಕೆ ಬೇಕಾದ ಕಲ್ಪನಾಶಕ್ತಿ ಅವನಿಗಿಲ್ಲವೆಂದು ಬಹುಬೇಗ ಮನಗಂಡ ಪಂಡಿತ್

ಶಿವರುದ್ರಯ್ಯ ಬಸವನಾಳಮಠರು ಸಂಗೀತದ ಜೊತೆಜೊತೆಯಲ್ಲೇ ಅವನಿಗೆ ಬಡಗಿ ಕೆಲಸವನ್ನೂ ಕಲಿಸಿದ್ದುಂಟು. ಹುಡುಗ ಕುರ್ಚಿ, ಮಂಚ ಮಾಡಬಲ್ಲಷ್ಟು ಪಳಗಿದರೂ ಅವರು ಅವನ ಕೈಯಲ್ಲಿ ಮಾಡಿಸುತ್ತಿದ್ದದ್ದು ಕೇವಲ ಮರದ ಪೆಟ್ಟಿಗೆಗಳನ್ನು ಮಾತ್ರ. ಸಂಗೀತ ಕಾರ್ಯಕ್ರಮಕ್ಕಾಗಿ ಅವರು ಲಕ್ನೋಗೋ ಕಲಕತ್ತೆಗೋ ಹೊರಟಾಗ ಅವನು ಕುಡಿಯುವ ನೀರಿನ ಕೊಡವುಳ್ಳ ಪೆಟ್ಟಿಗೆಯ ಜೊತೆ ಬಡಗಿ ಕೆಲಸದ ಹತಾರಗಳನ್ನೂ ಕೊಂಡೊಯ್ಯುತ್ತಿದ್ದ.

ಅವನಿಗೆ ಹೋಲಿಸಿದರೆ ಇನ್ನೊಬ್ಬ ಶಿಷ್ಯ ವೆಂಕಪ್ಪಯ್ಯ ನಾರಾವಿ ಮಹಾ ಪ್ರಚಂಡನೆನ್ನಬೇಕು. ಗುರುವಿನ ಆವಾಜನ್ನು ಅಷ್ಟೇ ಸ್ಫುಟವಾಗಿ ಒಂದೇ ಒಂದು ಬೇಸುರ್ ಇಲ್ಲದೆ ಪಡಿಮೂಡಿಸುವ ಕೌಶಲ್ಯದೊಡನೆ ಹೇಳಿಕೊಟ್ಟದ್ದನ್ನು ತಕ್ಷಣ ಗ್ರಹಿಸಬಲ್ಲ ಪ್ರತಿಭಾವಂತ. ಈಚೆಗಂತೂ ಅವನು ಸುರ್ ಹಚ್ಚದಿದ್ದರೆ ತಮ್ಮ ಬೈಠಕ್‌ಗೆ ಕಳೆಕಟ್ಟಲಾರದೆಂದು ಅವರಿಗೇ ಅನ್ನಿಸುವುದಿದೆ. ಇನ್ನು ಬಲವಂತಪ್ಪ ಹೂಗಾರನಾದರೋ ತಮ್ಮದೇ ಊರ ಬಳಿಯಲ್ಲಿರುವ ಹಾವೇರಿಯವನು; ಹತ್ತಾರು ವರ್ಷ ರಾಣೇಬೆನ್ನೂರಿನ ಉಸ್ತಾದ್ ದಸ್ತಗೀರ್ ಸಾಹೇಬರ ಸೇವೆ ಮಾಡಿ ಯಾರೂ ಶಹಬ್ಬಾಶ್ ಎನ್ನುವಂಥ ತಬಲಾ ವಾದಕನಾಗಿ ಹೆಸರುಮಾಡಿದವನು. ಏಳೆಂಟು ವರ್ಷಗಳ ಹಿಂದೆ ಪಂಡಿತ್ ಶಿವರುದ್ರಯ್ಯ ಬಸವನಾಳಮಠರು ಒಂದು ಬೈಠಕ್ಕಿನಲ್ಲಿ ರಾಗಾಲಾಪ ಮಾಡುತ್ತ ಒದೊಂದೇ ಸ್ವರಗಳನ್ನು ಕೂಡಿಸಿ ಕೂಡಿಸಿ ನಿರೂಪಿಸಿದ ಬದ್ಧತ್‌ಗೆ ಅವನ ಲಯಕಾರಿ ಅದೆಷ್ಟು ಸಮರ್ಪಕವಾಗಿತ್ತೆಂದರೆ ಅವರೇ ಮೆಚ್ಚಿ ಅಹುದೆಂದದ್ದುಂಟು. ಆಮೇಲೊಂದು ದಿನ ಯಾರುಯಾರೋ ಗವಾಯಿಗಳ ಬೆನ್ನುಬಿದ್ದು ವಿದ್ಯಾ ಯಾಕ ಹಾಳುಮಾಡಿಕೋತೀಯೋ ಮಂಗ್ಯಾ, ಇನ್ನುಮ್ಯಾಲ ನಮ್ಮ ಕೂಡೇ ಇರವಲ್ಯಾಕ ಎಂದು ಅವನನ್ನು ತಮ್ಮ ತಂಡಕ್ಕೇ ಸೇರಿಸಿಕೊಂಡರು.

ಪಂಡಿತ್ ಶಿವರುದ್ರಯ್ಯ ಬಸವನಾಳಮಠ ಬೈಠಕ್ಕಿಗಾಗಿ ಮುಂಬಯಿ, ಕಲಕತ್ತೆಗಳಂಥ ದೊಡ್ಡ ದೊಡ್ಡ ಷಹರುಗಳಿಗೆ ಹೋದಾಗ ದುಬಾರಿ ಹೋಟಲುಗಳಲ್ಲೇ ತಂಗುತ್ತಿದ್ದದ್ದು. ಕಳೆದ ವಾರವಷ್ಟೆ ಮುಂಬಯಿಯ ಷಣ್ಮುಖಾನಂದ ಹಾಲಿನಲ್ಲಿ ಅವರ ಬೈಠಕ್ ಇತ್ತು. ಬೈಠಕ್ಕನ್ನು ಏರ್ಪಡಿಸಿದ್ದವರು ಅವರನ್ನು ಶಿಷ್ಯರ ಸಮೇತ ತಾಜ್‌ಮಹಲ್ ಪಂಚತಾರಾ ಹೋಟೆಲಿನಲ್ಲಿ ಇಳಿಸಿದ್ದರು. ಅಂದು ಬೆಳಿಗ್ಗೆಯಷ್ಟೆ ಮುಂಬೈಯನ್ನು ತಲಪಿ ಆ ಹೋಟಲಿನಲ್ಲಿ ಇಳಿದುಕೊಂಡ ಪಂಡಿತ್‌ರು ತಮ್ಮ ಸ್ನಾನ, ಜಪತಪಗಳನ್ನು ಮುಗಿಸಿದರು. ಆಮೇಲೆ ಅದೇಕೋ ಅವರಿಗೆ ಅಲ್ಲಿನ ಉಪಾಹಾರ ಹಿಡಿಸಲಿಲ್ಲ. ರೂಮಿನಲ್ಲಿ ಕವಳ ಹಾಕಿಕೊಂಡು ಸುಮ್ಮನೆ ಕೂತುಬಿಟ್ಟವರು ಇದ್ದಕ್ಕಿದ್ದಂತೆ ಕಡೇಕಾರು ಶ್ರೀಧರ ಭಟ್ಟನಿಗೆ ಉಪ್ಪಿಟ್ಟು ಮಾಡೋ ಎಂದರು. ಅವನು ಒಂದು ಪೆಟ್ಟಿಗೆಯಲ್ಲಿದ್ದ ಸ್ಟೌವನ್ನು ಹೊರಗೆ ತೆಗೆದು ಹಚ್ಚಿ ಮತ್ತೊಂದು ಪೆಟ್ಟಿಗೆಯಲ್ಲಿ ತಂದಿದ್ದ ರವೆ ಪೊಟ್ಟಣ, ಉಳ್ಳಾಗಡ್ಡಿ, ಸಾಸಿವೆ, ಎಣ್ಣೆ, ಉಪ್ಪು ಎಲ್ಲ ಅಣಿಮಾಡಿಕೊಂಡದ್ದಾಯಿತು. ಸ್ವಲ್ಪ ಸಮಯದ ನಂತರ ಆ ಸ್ಟೌವ್ ಹೊರಡಿಸುತ್ತಿದ್ದ ಸದ್ದು ಕಣ್ಣುಮುಚ್ಚಿಕೊಂಡು ಕೂತಿದ್ದ ಗುರುಗಳ ತಲ್ಲೀನ ಸ್ಥಿತಿಗೆ ಭಂಗ ತಂದಿತು. ಅಥವಾ ಆ ಪಂಚತಾರಾ ಹೋಟೆಲಿನ ಕಾರಿಡಾರಿನಲ್ಲಿ ತಿರುಗಾಡುತ್ತಿರಬಹುದಾದ ಯಾರಿಗಾದರೂ ಆ ಸದ್ದು ಕೇಳಿಸಿಬಿಟ್ಟೀತೆಂಬ ಆತಂಕವೊ? ಏನೋ ಅಂತೂ ಅವರು ಬಲವಂತಪ್ಪ ಹೂಗಾರನಿಗೆ ತಬಲ ಬಡಿಯೋ ಎಂದು ಹೇಳಿ ಧಿದ್... ಧಿಟಧಿಟ... ಕಿಡ... ನಕ ಧಾ... ತರಿ ಕಿಡ... ಎಂದು ಸ್ವತಃ ಮಾರ್ಗದರ್ಶನವನ್ನೂ ಮಾಡಿದರು. ಬಲವಂತಪ್ಪ ಹೂಗಾರ ತೀರ ಉಮೇದಿನಿಂದ ತಬಲ ಬಾರಿಸತೊಡಗಿದ. ಅದರ ಲಯಕ್ಕೆ ಸರಿಯಾಗಿ ಪಂಡಿತ್‌ರ ಮನಸ್ಸಿನ ಯಾವ ಮೂಲೆಯಲ್ಲಿ ಎಂಥ ರಾಗ ಆಕಾರ ಪಡೆಯುತ್ತಿತ್ತೋ ಯಾರಿಗೆ ಗೊತ್ತು? ಅವರು ಎಚ್ಚರದ ಸ್ಥಿತಿಯಲ್ಲಿರುವಾಗಲೆಲ್ಲ ಸಂಗೀತದ ಗುಂಗಿನಲ್ಲೇ ಇದ್ದುಬಿಡುತ್ತಿದ್ದವರಲ್ಲವೆ? ಸಂಗೀತಗಾರರಾದವರಿಗೆ ಇದ್ದಕ್ಕಿದ್ದಂತೆ ಯಾವುದೋ ಸ್ವರ ತನ್ನ ಹೊಸದೊಂದು ಮುಖ ತೋರಿಸಿ ಅದು ಇನ್ನೊಂದು ಸ್ವರಕ್ಕೆ ಖಟಕಾ ಆಗಬಹುದೆಂದು ಹೊಳೆದುಬಿಡುವ ಸಂದರ್ಭಗಳಿಗೇನು ಕೊರತೆಯೆ? ಕಡೇಕಾರು ಶ್ರೀಧರ ಭಟ್ಟ

ಉಪ್ಪಿಟ್ಟು ಮಾಡಿ ಒಂದು ತಾಸಾದರೂ ಗುರುಗಳು ತಮ್ಮ ಭಾವಸಮಾಧಿಯಿಂದ ಎದ್ದು ಬರಲಿಲ್ಲ. ಕಡೆಗೆ ಅವರು ನಿಲ್ಲಿಸು ಎನ್ನುವಂತೆ ಬಲವಂತಪ್ಪ ಹೂಗಾರನಿಗೆ ಸಂಜ್ಞೆ ಮಾಡಿ ಕಣ್ಣು ತೆರೆಯುವ ಹೊತ್ತಿಗೆ ಆ ಉಪ್ಪಿಟ್ಟು ಆರಿಹೋಗಿತ್ತು. ಮತ್ತೆ ಪಂಡಿತ್‌ರು ಆರಿಹೋದದ್ದೇನನ್ನೂ ತಿನ್ನುತ್ತಿರಲಿಲ್ಲ. ಕಡೆಕಾರು ಶ್ರೀಧರ ಭಟ್ಟ ತನ್ನ ಉಪ್ಪಿಟ್ಟಿನ ರುಚಿ ನೋಡಿ ಉಳಿದಿದ್ದನ್ನು ತಬಲಾ ಬಡಿದೂ ಬಡಿದೂ ಬಸವಳಿದುಹೋಗಿದ್ದ ಬಲವಂತಪ್ಪ ಹೂಗಾರನಿಗೆ ಕೊಟ್ಟು ಸ್ಟೌವನ್ನೂ ಪಾತ್ರೆಪರಡಿಗಳನ್ನೂ ಮತ್ತೆ ಅವುಗಳಿಗೆ ಸಂಬಂಧಪಟ್ಟ ಆಯಾ ಪೆಟ್ಟಿಗೆಯಲ್ಲಿರಿಸಿ ಬೀಗ ಹಾಕಿದ.

ಪೆಟ್ಟಿಗೆಯೆಂದರೇನು ಒಂದೆರಡೆ? ಅಲ್ಲಲ್ಲ, ಹತ್ತಾರು. ಪಂಡಿತ್ ಶಿವರುದ್ರಯ್ಯ ಬಸವನಾಳಮಠರಿಗೆ ಆ ಪೆಟ್ಟಿಗೆಗಳ ಹುಚ್ಚು ಯಾವಾಗ ಹಿಡಿಯಿತೋ ನಿಖರವಾಗಿ ಹೇಳುವುದು ಕಷ್ಟ. ಬಹುಶ: ಇಪ್ಪತ್ತೈದು ವರ್ಷಕ್ಕೂ ಹಿಂದೆ ಇರಬೇಕು. ಬೈಠಕ್ಕಿಗೆಂದು ದಿಲ್ಲಿದೇಶಾಂತರಕ್ಕೆ ಹೋಗುತ್ತಿದ್ದ ಅವರಿಗೆ ಅದೇಕೋ ಬೇರೆ ಬೇರೆ ಊರುಗಳ ನೀರು ಒಗ್ಗಿಬರುತ್ತಿರಲಿಲ್ಲ. ಒಂದೊಮ್ಮೆ ಗ್ವಾಲಿಯರ್‌ಗೆ ಹೋದವರು ಅಲ್ಲಿನ ನೀರು ಕುಡಿದದ್ದೇ ಚಳಿಜ್ವರದ ಶೀಕಾಗಿ ಅವೊತ್ತಿನ ಬೈಠಕ್ ಕ್ಯಾನ್ಸಲ್ ಮಾಡಿ ಮಲಗಿಬಿಟ್ಟದ್ದುಂಟು. ಆಮೇಲೆ ತಾವು ಹೋದಲ್ಲೆಲ್ಲ ತಮ್ಮ ಧಾರವಾಡದ ನೀರನ್ನೇ ಜೊತೆಗೆ ಕೊಂಡೊಯ್ದರೆ ಹೇಗೆ ಎಂಬ ವಿಚಾರ ಬಂತು. ಸರಿ, ಮುಂದೊಂದು ದಿನ ಇಂದೋರಿಗೆ ಹೊರಟಾಗ ಅವರ ಜೊತೆ ಪ್ರಯಾಣ ಮಾಡಲು ನೀರು ತುಂಬಿದ ಒಂದು ಬಿಂದಿಗೆಯೂ ಸಿದ್ಧವಾಗಿತ್ತು. ಅದನ್ನೊಂದು ಚೀಲದಲ್ಲಿರಿಸಿಕೊಂಡು ಕೊಂಡೊಯ್ದಿದ್ದರು. ಸುಮಾರು ಅದೇ ಸಮಯದಲ್ಲೇ ಇರಬೇಕು, ಅವರು ಕಡೇಕಾರು ಶ್ರೀಧರಭಟ್ಟನಿಗೆ ಬಡಗಿ ಕೆಲಸ ಕಲಿಯುವಂತೆ ಉಜ್ಜುಗಿಸಿದ್ದು. ಈ ಗುರುಗಳಿಗಾಗಿ ಅವನು ಮೊದಲು ಮಾಡಿಕೊಟ್ಟದ್ದು ಅದೇ ನೀರಿನ ಬಿಂದಿಗೆಯನ್ನು ಇಡಬಹುದಾದ ಒಂದು ಪೆಟ್ಟಿಗೆ. ಆ ಪೆಟ್ಟಿಗೆ ಇನ್ನೂ ಹತ್ತಾರು ಪೆಟ್ಟಿಗೆಗಳ ಜೊತೆಗೂಡುವುದಕ್ಕೆ ಬಹು ಕಾಲವೇನೂ ಬೇಕಾಗಲಿಲ್ಲ. ಆಶ್ಚರ್ಯದ ಸಂಗತಿಯೆಂದರೆ ಪಂಡಿತ್ ಶಿವರುದ್ರಯ್ಯ ಬಸವನಾಳಮಠರಿಗೆ ಹೊಸ ಹೊಸ ಪೆಟ್ಟಿಗೆಗಳ ಅಗತ್ಯ ಬೀಳುತ್ತಿದ್ದದ್ದು ಅವರು ಹಾಡುವುದಕ್ಕೆಂದು ಯಾವುದಾದರೂ ಷಹರಕ್ಕೆ ಹೋದಾಗಲೇ. ಮೊದಮೊದಲು ಕಡೇಕಾರು ಶ್ರೀಧರಭಟ್ಟನಿಗೆ ಕಂಡು ಕೇಳರಿಯದ ಶಹರದಲ್ಲಿ ಮರಮುಟ್ಟು ಹುಡುಕುವುದೇನೂ ಸುಲಭವಾಗಿರಲಿಲ್ಲ.

ಕಳೆದ ಹತ್ತು-ಹನ್ನೆರಡು ವರ್ಷಗಳಲ್ಲಿ ಅವನು ತನ್ನ ಗುರುಗಳ ಆಣತಿಯಂತೆ ತಯಾರಿಸಿರುವ ಪೆಟ್ಟಿಗೆಗಳಿಗೆ ಲೆಕ್ಕವಿಲ್ಲ. ಅವರು ಹೋದೆಡೆಯಲ್ಲೆಲ್ಲ ಜತೆಗಿರಬೇಕಾಗಿದ್ದ ನೀರು ತುಂಬಿದ ತಾಮ್ರದ ಬಿಂದಿಗೆಗೊಂದು ಪೆಟ್ಟಿಗೆಯಂತೂ ಸರಿಯೇ. ಅದರ ಜೊತೆಗೆ ಅವರ ತಾನ್‌ಪುರಕ್ಕೆ ಒಂದು ಪೆಟ್ಟಿಗೆ, ದೇವರ ಪಟಗಳಿಗೆ ಒಂದು ಪೆಟ್ಟಿಗೆ, ಛತ್ರಿಗೊಂದು ಪೆಟ್ಟಿಗೆ, ಗ್ಯಾಸ್ ಸ್ಟೋವ್‌ಗೆ ಒಂದು ಪೆಟ್ಟಿಗೆ, ಒಂದರೊಳಗೊಂದು ಜೋಡಿಸಬಹುದಾದ ಏಳು ತಪ್ಪಲೆಗಳಿಗೆ ಒಂದು ಪೆಟ್ಟಿಗೆ, ಒಂದು ಬಾಣಲೆ, ಮೂರು ತಟ್ಟೆ, ಮೂರು ಲೋಟಗಳಿಗೆ ಒಂದು ಪೆಟ್ಟಿಗೆ, ರೈಲು ಚೆಂಬಿಗೂ ಒಂದು ಪೆಟ್ಟಿಗೆ. ಅಲ್ಲದೆ ಬಟ್ಟೆಬರೆ, ಕ್ಷೌರದ ಹತಾರಗಳು, ಸೋಪು, ಹಲ್ಲುಪುಡಿ, ಇತ್ಯಾದಿ ತುಂಬಿಕೊಂಡ ಒಂದು ಸೂಟ್‌ಕೇಸ್ ಇರುತ್ತಿತ್ತಲ್ಲ, ಅದನ್ನೂ ಒಂದು ಪೆಟ್ಟಿಗೆಯೆನ್ನಿ ಬೇಕಾದರೆ. ಸಾಲದ್ದಕ್ಕೆ ಸದಾ ಪಂಡಿತ್‌ರ ಬಳಿ ಎಲೆ ಅಡಿಕೆ ಸುಣ್ಣ ತಂಬಾಕಿನ ಒಂದು ಪುಟ್ಟ ಬೆಳ್ಳಿ ಪೆಟ್ಟಿಗೆಯಂತೂ ಇದ್ದೇ ಇರುತ್ತಿತ್ತು. ಇನ್ನು ಆ ಒಂದೊಂದು ಪೆಟ್ಟಿಗೆಗೂ ಒಂದೊಂದು ಬೀಗ. ಕಡೇಕಾರು ಶ್ರೀಧರ ಭಟ್ಟ ಆ ಎಲ್ಲ ಬೀಗಗಳ ಬೀಗದೆಸಳಿಗೆಂದೇ ವಿಶೇಷವಾದೊಂದು ಪೆಟ್ಟಿಗೆಯನ್ನು ತಯಾರಿಸಿದ್ದ.

ಯಾವಯಾವದೋ ಶಹರಗಳಲ್ಲಿ ಪಂಡಿತ್ ಶಿವರುದ್ರಯ್ಯ ಬಸವನಾಳಮಠರ ಮನಸ್ಸಿಗೆ ಬಂದದ್ದೇ ಅವರು ಪೆಟ್ಟಿಗೆಯೊಂದನ್ನು ತಯಾರಿಸುವಂತೆ ಅವನಿಗೆ ಹುಕುಂ ಕೊಡುತ್ತಿದ್ದರು. ಎಷ್ಟೋ ಸಲ ತೋಪಡ ಹೊಡೆದ ಮರದ ಪಿಸುರು ತೆಗೆಯುವುದಕ್ಕೂ ಸಮಯವಿಲ್ಲದೆ ಅವನು

ಪೆಟ್ಟಿಗೆಯನ್ನು ಮಾಡಿ ಗುರುಗಳಿಗೆ ಒಪ್ಪಿಸುತ್ತಿದ್ದ. ಇನ್ನು ಅದರ ಮೈಯನ್ನು ನುಣುಪುಗೊಳಿಸಿ ವಾರ್ನಿಶ್ಶನ್ನೋ ಬಣ್ಣವನ್ನೋ ಹಚ್ಚಿ ಒಪ್ಪಮಾಡುತ್ತಿದ್ದದ್ದು ಧಾರವಾಡಕ್ಕೆ ಹಿಂತಿರುಗಿದ ಮೇಲೆಯೇ.

ಪೆಟ್ಟಿಗೆಯ ಮಾತು ಬಂದಾಗ ಇನ್ನೊಂದು ಸಂಗತಿಯನ್ನೂ ಹೇಳಿಬಿಡಬೇಕೇನೊ. ಈಚೆಗೆ ಪ್ರತಿಯೊಂದು ಬೈಠಕ್‌ನಲ್ಲೂ ಪಂಡಿತ್‌ರಿಗೊಂದು ವಿಶಿಷ್ಟ ಅನುಭವವಾಗುತ್ತಿತ್ತು. ಅವರು ವಾದಿ ಸಂವಾದಿ ಸ್ವರಗಳನ್ನು ಅನುನಯದಿಂದ ನೇವರಿಸಿ, ಆ ಹೊತ್ತಿನ ಮನೋಭಾವಕ್ಕೆ ತಕ್ಕಂತೆ ಹುರಿಗೊಳಿಸಿ ದುರ್ಗಾ ರಾಗವನ್ನೋ ತಿಲಂಗ್ ರಾಗವನ್ನೋ ಮಂದ್ರದಿಂದ ತಾರಸ್ಥಾಯಿಯವರೆಗೆ ಲಂಬಿಸುತ್ತಾ ಆಲಾಪಿಸತೊಡಗಿದಂತೆ ಪಕ್ಕಡ್‌ಗಳು ಕರುಣಿಸಿದ ಆ ನಾದಸುಖವೇ ಅವರಿಗೊಂದು ದೊಡ್ಡ ಪೆಟ್ಟಿಗೆಯಂತಾಗುತ್ತಿತ್ತು. ಆಮೇಲೆ ಆ ದೊಡ್ಡ ಪೆಟ್ಟಿಗೆಯೊಳಗೆ ಲಯಾನುಸಾರಿಯಾದ ಬೋಲ್‌ತಾನುಗಳ ಇನ್ನೊಂದು ಪೆಟ್ಟಿಗೆ ಕೂತುಕೊಳ್ಳುತ್ತಿತ್ತು. ಆ ಪೆಟ್ಟಿಗೆಯೊಳಗೂ ಹಾಡಿನ ವೇಗಕ್ಕೆ ದ್ವಿಗುಣವಾಗಿ, ಕ್ರಮೇಣ ಮಾತ್ರೆಗೆ ಎಂಟೆಂಟರ ಪ್ರಕಾರ ಧಾಂಗುಡಿಯಿಡುವ ತಾನುಗಳ ಮತ್ತೊಂದು ಪೆಟ್ಟಿಗೆ. ಹೀಗೆ ಒಂದರೊಳಗೊಂದು ಸೇರಿಹೋದ ಮೂರು ಪೆಟ್ಟಿಗೆಗಳ ಒಂದೇ ಪೆಟ್ಟಿಗೆಯಂತಾಗುತ್ತಿತ್ತು ಅವರ ಆವಾಜ್.

ಮೊನ್ನೆ ರಾತ್ರಿ ಪಂಡಿತ್ ಶಿವರುದ್ರಯ್ಯ ಬಸವನಾಳಮಠ ರೈಲಿನಲ್ಲಿ ಹೊರಟದ್ದು ಬೆಂಗಳೂರಿಗೆ. ಎಂದಿನಂತೆ ಫಸ್ಟ್ ಕ್ಲಾಸ್ ರೈಲುಡಬ್ಬಿಯಲ್ಲಿ ಅವರಿಗೊಂದು ಸೀಟು ಕಾದಿರಿಸಲಾಗಿತ್ತು. ಶಿಷ್ಯರು ಮೂವರೂ ಪಕ್ಕದ ಡಬ್ಬಿಯಲ್ಲಿ. ದಾರಿಯುದ್ದಕ್ಕೂ ಗುಡ್ಡ, ಬಯಲು, ಕಣಿವೆ, ಹಳ್ಳ-ಎಲ್ಲವೂ ಕತ್ತಲಿನಲ್ಲಿ ಮುಳುಗಿಹೋಗಿದ್ದುವು; ಅಲ್ಲಲ್ಲಿ ಕಾಣಿಸಿಕೊಳ್ಳುತ್ತಿದ್ದ ಹಳ್ಳಿ, ಪಟ್ಟಣಗಳು ಕೂಡ ಬೀದಿ ದೀಪಗಳ ಬೆಳಕಿನಲ್ಲಿ ಮಸುಕು ಮಸುಕು; ರೈಲು ನಿಂತಲ್ಲೆಲ್ಲ ಜನವೋ ಜನ. ಪಂಡಿತ್‌ರ ಕಣ್ಣು ಇವನ್ನೆಲ್ಲ ತುಂಬಿಕೊಳ್ಳುತ್ತಿದ್ದರೂ ಅವರ ಮನಸ್ಸಿನಲ್ಲಿ ಮಾತ್ರ ಅವರೇ ಸೃಷ್ಟಿಸಿಕೊಂಡ ಸುರೇಲಿ ಮೊಳಗುತ್ತಿತ್ತು. ಅವರ ಕೃಪೆಗಾಗಿ ಹಂಬಲಿಸುತ್ತಿದ್ದಂತಿದ್ದ ಚಾಂದನಿ ಕೇದಾರ್, ಶಹನಾ ಕಾನಡಾ, ಹಂಸ್ ಕಲ್ಯಾಣ್, ಸಾರಂಗ್-ಹೀಗೆ ಅವರಿಗೆ ಪ್ರಿಯವಾದ ರಾಗಗಳು ತುಂಬ ಹೊತ್ತಿನವರೆಗೆ ಒಂದಾದಮೇಲೊಂದರಂತೆ ತಮ್ಮ ಲಾಸ್ಯವನ್ನು, ವೈಯ್ಯಾರವನ್ನು ಬೀರಿ ಬೀರಿ ಮರೆಯಾಗುತ್ತಿದ್ದುವು. ರಾತ್ರಿ ಹನ್ನೆರಡೂವರೆ ಒಂದು ಗಂಟೆ ಇರಬಹುದು. ಪಕ್ಕದ ಡಬ್ಬಿಯಲ್ಲಿದ್ದ ಅವರ ಶಿಷ್ಯರು ಅಷ್ಟು ಹೊತ್ತಿಗೆ ನಿದ್ದೆಮಾಡಿಬಿಟ್ಟಿರಲಿಕ್ಕೆ ಸಾಕು. ಆದರೆ ಈ ಗುರುವಿಗೆ ನಿದ್ದೆ ಹತ್ತಬೇಕಲ್ಲ. ಡಬ್ಬಿಯಲ್ಲಿ ರೈಲು ಓಡುತ್ತಿರುವ ಸದ್ದನ್ನು ಬಿಟ್ಟು ಬೇರೆಲ್ಲ ನಿಶ್ಶಬ್ದ, ನಿಶ್ಚಲ. ಎಷ್ಟೇ ಬಿಗಿಯಾಗಿ ಕಣ್ಣು ಮುಚ್ಚಿದರೂ ಬರೀ ಮಂಪರು. ಹೊರಗಿನ ಸಂಪರ್ಕ ಕಡಿದುಕೊಂಡ ಡಬ್ಬಿಯಲ್ಲಿ ಅವರೇ ದೀಪ ಆರಿಸಿದ ಮೇಲೆ ಕುರುಡುಗತ್ತಲೆ. ರೈಲು ಸಾಗಿದಂತೆ ಕಿಟಕಿಗಳ ಮೂಲಕ ಸರಕ್ಕನೆ ತೂರಿಬಂದು ಮರುಕ್ಷಣ ಮಾಯವಾಗುವ ಬೀದಿ ದೀಪಗಳ ಬೆಳಕು.

ಪಂಡಿತ್ ಶಿವರುದ್ರಯ್ಯ ಬಸವನಾಳಮಠರಿಗೆ ಇದ್ದಕ್ಕಿದ್ದಂತೆ ರೈಲು ಓಡುತ್ತಿರುವ ಆ ಸದ್ದೇ ಒಂದು ಬಗೆಯ ಆಧಾರ ಶ್ರುತಿಯಾಯಿತು. ಅದನ್ನು ಕಿವಿಗೆ ತುಂಬಿಕೊಳ್ಳುತ್ತ ಕಣ್ಣು ಮುಚ್ಚಿಕೊಂಡರು. ಈಗ ಮಿಂಚಿ ಮಾಯವಾಗುತ್ತಿದ್ದ ಬೆಳಕೂ ಇಲ್ಲವಾಗಿ ಕತ್ತಲಷ್ಟೇ ಮೌನವನ್ನು ಉದ್ದೀಪಿಸುವಂತಿತ್ತು. ಅವರು ಮನಸ್ಸಿನಲ್ಲೇ ರೈಲಿನ ಆ ಆಧಾರ ಶ್ರುತಿಯ ಬೆನ್ನುಹತ್ತಿ ತಮ್ಮ ಕಲ್ಪನೆಯ ಮೂಲೆಮೊಡಕುಗಳನ್ನು ತಡವತೊಡಗಿದರು. ಅದಾಗ ಕತ್ತಲೆಯ ಪಾತಾಳದೊಳಗಿಂದ ಷಡ್ಜವೊಂದು ಕೂಗಿಕೊಂಡಂತಾಯಿತು. ಆಗ ರಾತ್ರಿಯ ಕೊನೆಯ ಪ್ರಹರ. ಆ ಷಡ್ಜವನ್ನೇ ಹಿಡಿದುಬಿಟ್ಟರು. ಅದನ್ನು ಸ್ವಲ್ಪ ಹೊತ್ತು ಹತ್ತಿಯನ್ನು ಹಿಂಜುವಂತೆ ತಮ್ಮ ಕೊರಳಿನಲ್ಲಿ ಹಿಂಜಿದರು. ಆಮೇಲೆ ಅದಕ್ಕೆ ಸಂವಾದಿಯಾದ ಕೋಮಲ ರಿಷಭ ಕೂಡಿಕೊಂಡಿತು. ಯಾರೋ ಎಲ್ಲಿಯೋ ಈ ಸ್ವರವನ್ನು ಮೀಟದೆ ಬೆಳಗಾಗುವುದಾದರೂ ಹೇಗೆ ಎನ್ನಿಸಿತು. ಆಮೇಲೆ ಒಂದೊಂದಾಗಿ ಇನ್ನೂ ಕೆಲವು ಸ್ವರಗಳು ಕೂಡಿಕೊಂಡುವು. ಯಾವುದಿದು ಹೊಸ ರಾಗ? ಅವರು ತುಟಿಯಾಡಿಸಿ

ಹಾಡದಿದ್ದರೂ ಅದು ರೈಲಿನ ಆ ಡಬ್ಬಿಯ ತುಂಬ ಝೇಂಕರಿಸತೊಡಗಿತು. ಈಗೊಂದು ಪೆಟ್ಟಿಗೆ ಸಿದ್ಧವಾಗದಿದ್ದರೆ ದೈವಕೃಪೆಯಂತೆ ಅವತರಿಸಿರುವ ಈ ರಾಗವೇ ಪರಾರಿಯಾಗಿಬಿಡಬಹುದೆಂದು ಭಯವಾಯಿತು. ತಕ್ಷಣ ಮೇಲೆದ್ದು ಆ ಕತ್ತಲಿನಲ್ಲಿ ತಡವರಿಸುತ್ತ ಹೋಗಿ ಡಬ್ಬಿಯ ಉದ್ದಕ್ಕೂ ಇದ್ದ ಒಂದೊಂದು ಕಿಟಕಿಯನ್ನೂ ಮುಚ್ಚಿ, ತೆರೆಯೆಳೆದರು. ಈಗ ಮುಚ್ಚಿದ ಪೆಟ್ಟಿಗೆಯ ಹಾಗೆ ಒಳಗೆಲ್ಲ ಕತ್ತಲೋ ಕತ್ತಲು. ಆಹಾ! ರಾಗವೊಂದಕ್ಕೆ ಆಕಾರ ಕೊಡುತ್ತಿರುವ ಈ ಸ್ವರಸಾಮ್ರಾಜ್ಯಕ್ಕೆ ರೈಲುಡಬ್ಬಿಯೇ ಒಂದು ಪೆಟ್ಟಿಗೆಯಾಯಿತಲ್ಲ ಎಂದು ಹಿಗ್ಗಿದರು. ಅಷ್ಟೆ, ಮುಂದಿನ ಕೆಲವೇ ಕ್ಷಣಗಳಲ್ಲಿ ಹೃದಯವಿದ್ರಾವಕವಾದ ಆ ರಾಗಕ್ಕೆ ತಲೆದೂಗುತ್ತಲೇ ಕುಸಿದುಬಿದ್ದರು.

ಮರುದಿನ ಬೆಳಗ್ಗೆ ಐದೂವರೆಯ ಹೊತ್ತಿಗೆ ರೈಲು ಬೆಂಗಳೂರನ್ನು ಮುಟ್ಟಿತು. ಸ್ಟೇಷನ್ನಿನಲ್ಲಿ ಇಳಿಯುವವರ ನೂಕುನುಗ್ಗಲು. ಶಿಷ್ಯರೆಲ್ಲ ದಡಬಡಿಸಿ ಮೇಲೆದ್ದವರು ತಮ್ಮ ಹತ್ತಾರು ಪೆಟ್ಟಿಗೆಗಳನ್ನು ಎತ್ತಿಕೊಂಡು ಪಕ್ಕದ ಡಬ್ಬಿಗೆ ನುಗ್ಗಿದರು. ಅಲ್ಲಿ ನೋಡಿದರೆ ಸೀಟುಗಳ ಮಧ್ಯೆ ಅಂಗಾತ ಮಲಗಿರುವ ಗುರುಗಳು! ಮುಖದ ತುಂಬ ಮಂದಹಾಸ! ಇದೇಕೆ ಇವರು ಸೀಟಿನ ಮೇಲೆ ಮಲಗದೆ ಇಲ್ಲಿ ಎಂದು ಮೂವರಿಗೂ ಆಶ್ಚರ್ಯ. ವೆಂಕಪ್ಪಯ್ಯ ನಾರಾವಿ ಅವರನ್ನು ಎಬ್ಬಿಸುವ ಸಲುವಾಗಿ ಇನ್ನೇನು ಕೆಳಗೆ ಕೂರಬೇಕು, ಅದಾಗ ಕಡೇಕಾರು ಶ್ರೀಧರಭಟ್ಟನಿಗೆ ಗುರುಗಳ ಆ ಮಂದಹಾಸವೇ ಒಂದು ರಾಗವಾಗಿ ತನ್ನನ್ನು ಸ್ಪರ್ಶಿಸಿದಂತಾಯಿತು. ತಕ್ಷಣ ತನ್ನ ಬಡಗಿ ಸಾಮಾನುಗಳಿದ್ದ ಪೆಟ್ಟಿಗೆಯನ್ನು ಮುಟ್ಟಿ ನೋಡಿಕೊಂಡ.

●

ಪೆಟ್ಟಿಗೆ
ಅಚ್ಯುತ್ ಕುಮಾರ್
ಅವರ ಧ್ವನಿಯಲ್ಲಿ

ಅತಿಸಣ್ಣ
ಕಾದಂಬರಿ
ರಮೇಶ್ ಅರವಿಂದ್
ಅವರ ಧ್ವನಿಯಲ್ಲಿ

ಅಮೆರಿಕ । ಇಂಗ್ಲಿಷ್
ನಾರ್ಮನ್ ಮೇಲರ್

ಅತಿಸಣ್ಣ ಕಾದಂಬರಿ

ಅವಳು ಮೊದಲಿಗೆ ಅವನನ್ನು ಮೂರು ದಿನಗಳಲ್ಲೇ ಕೊಂದುಬಿಡಬಲ್ಲೆ ಎಂದುಕೊಂಡಳು.

ಬಹುಮಟ್ಟಿಗೆ ಕೊಂದುಬಿಟ್ಟಳು ಕೂಡ. ಅವನ ಹೃದಯ ಅವಳ ಶುಭಾಶಯಕ್ಕೆ ಏನೇನೂ ಸರಿಸಾಟಿಯಾಗಿರಲಿಲ್ಲ.

ಆಮೇಲೆ ಮೂರು ವಾರ ಬೇಕು ಎಂದುಕೊಂಡಳು. ಅವನು ಸಾಯದೆ ಬದುಕಿದ್ದ.

ಅವಳು ಮತ್ತೆ ಲೆಕ್ಕಾಚಾರ ಮಾಡಿ ಮೂರು ತಿಂಗಳು ಎಂದುಕೊಂಡಳು.

ಮೂರು ವರ್ಷವಾದರೂ ಅವನು ಬದುಕಿಯೇ ಇದ್ದ. ಸರಿ, ಅವರು ಮದುವೆಯಾದರು.

ಅವರ ಮದುವೆಯಾಗಿ ಮೂವತ್ತು ವರ್ಷವಾಗಿದೆ. ಜನರು ಅವರ ಬಗ್ಗೆ ಆತ್ಮೀಯವಾಗಿ ಮಾತಾಡುತ್ತಾರೆ. ಊರಿನಲ್ಲಿ ಅವರು ಆದರ್ಶ ದಂಪತಿ ಎಂದು ಹೆಸರಾಗಿದ್ದಾರೆ.

ಈಗ ಸದಾ ಸಾಯುತ್ತಿರುವವರು ಅವರ ಮಕ್ಕಳು.

●

ಎಸ್. ದಿವಾಕರ್ | ಅನುವಾದ

ಬೀಳುತ್ತಿದ್ದಾಳೆ ಹುಡುಗಿ ಮೇಲಿಂದ ಕೆಳಕ್ಕೆ

ಇಟಾಲಿಯನ್ ಕತೆ । ದೀನೊ ಬುತ್ಸಾತಿ

ಎಸ್. ದಿವಾಕರ್ | ಅನುವಾದ

ಮಾರ್ಥಾ ಹತ್ತೊಂಭತ್ತು ವರ್ಷದ ಹುಡುಗಿ. ಗಗನಚುಂಬಿ ಕಟ್ಟಡದ ಛಾವಣಿಯಿಂದ ನೋಡುತ್ತಿದ್ದವಳಿಗೆ ಕೆಳಗಡೆ ಮಬ್ಬು ಬೆಳಕಿನಲ್ಲಿ ಹೊಳೆಯುತ್ತಿದ್ದ ನಗರವನ್ನು ಕಂಡದ್ದೇ ತಲೆ ಸುತ್ತಿಬಂದಂತಾಯಿತು.

ಮನಮೋಹಕವಾಗಿದ್ದ, ತಾನೇ ತಾನಾಗಿ ರಾರಾಜಿಸುತ್ತಿದ್ದ ಗಗನಚುಂಬಿ ಕಟ್ಟಡ ಆ ಸಂಜೆ ಬೆಳ್ಳಿಯಂತೆ ಹೊಳೆಯುತ್ತಿತ್ತು. ಬೀಸುತ್ತಿದ್ದ ಗಾಳಿ ಕಣ್ಣುಕುಕ್ಕುವಷ್ಟು ಕಡುನೀಲಿಯಾಗಿದ್ದ ಹಿನ್ನೆಲೆಯಲ್ಲಿ ಮೋಡದ ನವುರಾದ ಎಳೆಗಳನ್ನು ಅಲುಗಾಡಿಸುತ್ತಿತ್ತು. ಹಾಗೆ ನೋಡಿದರೆ, ಅದು ಇಡೀ ನಗರ ಉತ್ಸಾಹದಿಂದ ಪುಟಿಯುತ್ತಿದ್ದ ಸಮಯ; ಕುರುಡರಲ್ಲದ ಯಾರೂ ಅದರ ಸೆಳೆತದಲ್ಲಿ ಕೊಚ್ಚಿಕೊಂಡುಹೋಗಬಹುದಾದ ಸಮಯ. ಅಷ್ಟು ಎತ್ತರದಲ್ಲಿ ಗಾಳಿಗೆ ಮೈಯೊಡ್ಡಿಕೊಂಡು ನಿಂತಿದ್ದ ಹುಡುಗಿ ಸೂರ್ಯಾಸ್ತದ ಸಮ್ಮೋಹಿನಿಯ ಬಲೆಗೆ ಬಿದ್ದು ಒದ್ದಾಡುತ್ತಿದ್ದ ಬೀದಿಗಳನ್ನೂ, ಅನೇಕಾನೇಕ ಕಟ್ಟಡಗಳನ್ನೂ, ಬಿಳಿಬಣ್ಣದ ಕಟ್ಟಡಗಳು ಕೊನೆಗೊಂಡು ಸಮುದ್ರದ ನೀಲಿ ಪ್ರಾರಂಭವಾಗುವ ಬಿಂದುವನ್ನೂ ನೋಡಿದಳು. ಮೇಲಿನಿಂದ ನೋಡಿದಾಗ ಸಮುದ್ರ ಮೇಲೆ ಉಕ್ಕುತ್ತಿರುವಂತೆ ಕಾಣಿಸುತ್ತಿತ್ತು. ಪೂರ್ವ ದಿಕ್ಕಿನಿಂದ ರಾತ್ರಿಯ ಪರದೆಗಳು ನುಗ್ಗಿಬರುತ್ತಿದ್ದುದರಿಂದ ನಗರವು ದೀಪಗಳಿಂದ ಮಿಡಿಯುತ್ತ ಮನಸ್ಸಿಗೆ ಹಿತವಾಗುವ ಒಂದು ವಾತಾವರಣವನ್ನು ಸೃಷ್ಟಿಸಿದಂತಿತ್ತು. ನಗರದೊಳಗೆ ಪ್ರಭಾವಶಾಲಿ ಗಂಡಸರು, ಅವರಿಗಿಂತ ಹೆಚ್ಚು ಪ್ರಭಾವಶಾಲಿಗಳಾದ ಹೆಂಗಸರು, ತುಪ್ಪುಳದ ಉಡುಗೆಗಳು, ವಯೊಲಿನ್ನುಗಳು, ಗೋಮೇಧಕದಂತೆ ಫಳಫಳನೆ

ಹೊಳೆಯುವ ಕಾರುಗಳು, ನೈಟ್‌ಕ್ಲಬ್ಬುಗಳ ನಿಯಾನ್ ಸೈನುಗಳು, ಕತ್ತಲು ಕವಿದ ಮಹಲುಗಳ ಮೊಗಸಾಲೆಗಳು, ಚಿಲುಮೆಗಳು, ವಜ್ರಗಳು, ಮೌನ ಧರಿಸಿದ ಹಳೆಯ ಉದ್ಯಾನಗಳು, ಪಾರ್ಟಿಗಳು, ಆಸೆಗಳು, ಪ್ರೇಮ ಪ್ರಕರಣಗಳು, ಎಲ್ಲಕ್ಕಿಂತ ಮಿಗಿಲಾಗಿ, ವೈಭವದ ಕನಸುಗಳನ್ನು ಪ್ರಚೋದಿಸುವ ಸಾಯಂಕಾಲದ ಮನಮೋಹಕ ಮಾಯೆ, ಎಲ್ಲವೂ ಇದ್ದುವು.

ಅದೆಲ್ಲವನ್ನೂ ನೋಡುತ್ತಿದ್ದ ಮಾರ್ಥಾ ತಾನು ಒರಗಿಕೊಂಡಿದ್ದ ರೈಲಿಂಗಿನಾಚೆಗೆ ಮೈಬಾಗಿಸಿ ಎರಡೂ ಕೈಗಳನ್ನು ಬಿಟ್ಟುಬಿಟ್ಟಳು. ಅವಳಿಗೆ ತಾನು ಗಾಳಿಯಲ್ಲಿ ಹಾರುತ್ತಿದ್ದೇನೆ ಎಂದು ಅನ್ನಿಸಿತು. ಆದರೆ ಅವಳು ಬೀಳುತ್ತಿದ್ದಳು. ಗಗನಚುಂಬಿ ಕಟ್ಟಡ ಅದೆಷ್ಟು ಎತ್ತರವಾಗಿತ್ತೆಂದರೆ ನೆಲದಲ್ಲಿದ್ದ ಬೀದಿಗಳು, ಚೌಕಗಳು ತುಂಬಾ ತುಂಬಾ ದೂರದಲ್ಲಿರುವಂತೆ ಕಾಣುತ್ತಿದ್ದವು. ಅವಳು ಅಲ್ಲಿಗೆ ಮುಟ್ಟಬೇಕಾದರೆ ಎಷ್ಟು ಹೊತ್ತು ಬೇಕಾಗುತ್ತಿತ್ತೋ ಯಾರಿಗೆ ಗೊತ್ತು. ಹುಡುಗಿಯಂತೂ ಬೀಳುತ್ತಲೇ ಇದ್ದಳು.

ಆ ಹೊತ್ತಿನಲ್ಲಿ ಮೇಲಿನ ಫ್ಲೋರುಗಳ ಟೆರೇಸುಗಳು ಮತ್ತು ಬಾಲ್ಕನಿಗಳು ವಿವಿಧ ಪಾನೀಯಗಳನ್ನು ಕುಡಿಯುತ್ತ, ಹುಚ್ಚುಚ್ಚಾಗಿ ಮಾತಾಡುತ್ತಿದ್ದ ಶ್ರೀಮಂತರಿಂದ, ಠಾಕುಠೀಕಾಗಿ ಡ್ರೆಸ್ ಮಾಡಿಕೊಂಡ ಜನರಿಂದ ತುಂಬಿಹೋಗಿದ್ದುವು. ಅವರು ಅಲ್ಲಲ್ಲಿ ಗುಂಪುಗಳಾಗಿ ಹರಡಿಕೊಂಡಿದ್ದರು; ಅವರು ಆಡುತ್ತಿದ್ದ ಮಾತುಗಳು ಸಂಗೀತಕ್ಕೆ ಮುಸುಕು ಹಾಕುತ್ತಿದ್ದವು. ಮಾರ್ಥಾ ಅವರನ್ನು ಹಾದುಹೋದಳು. ಅನೇಕ ಮಂದಿ ಅವಳನ್ನು ಗಮನಿಸುವುದಕ್ಕಾಗಿಯೇ ಹೊರಗೆ ನೋಡಿದರು.

ಗಗನಚುಂಬಿಯಲ್ಲಿ ಆ ಬಗೆಯ ಹಾರಾಟ (ಮುಖ್ಯವಾಗಿ ಹುಡುಗಿಯರ ಹಾರಾಟ) ಅಷ್ಟೇನೂ ಅಪರೂಪವಾಗಿರಲಿಲ್ಲ. ಅಂಥ ಹಾರಾಟಗಳು ಬಾಡಿಗೆದಾರರ ಆಸಕ್ತಿಯನ್ನು ಕೆರಳಿಸುವ ಒಂದು ಬಗೆಯ ವಿನೋದವಿಹಾರವಾಗಿದ್ದವು. ಆ ಅಪಾರ್ಟ್‌ಮೆಂಟುಗಳ ಬೆಲೆ ವಿಪರೀತವಾಗುವುದಕ್ಕೆ ಅದೂ ಒಂದು ಕಾರಣ.

***

ಇನ್ನೂ ಸಂಪೂರ್ಣವಾಗಿ ಮುಳುಗಿರದ ಸೂರ್ಯ ಮಾರ್ಥಾಳ ಸರಳ ಉಡುಪನ್ನು ತನ್ನ ಬೆಳಕಿಂದ ಹೊಳೆಯಿಸಲು ಶಕ್ತಿಮೀರಿ ಪ್ರಯತ್ನಿಸುತ್ತಿದ್ದ. ಅವಳು ತೊಟ್ಟಿದ್ದದ್ದು ಅಂಗಡಿಯಲ್ಲಿ ಕೊಂಡುಕೊಂಡ, ಅಷ್ಟೇನೂ ಬೆಲೆಬಾಳದ ಸಾಧಾರಣ ಉಡುಪು. ಆದರೂ ಸೂರ್ಯಾಸ್ತದ ಮಂದಬೆಳಕು ಅದನ್ನು ಹೆಚ್ಚು ಆಕರ್ಷಕವಾಗಿ ಬೆಳಗಿಸಿತ್ತು.

ಕೋಟ್ಯಧೀಶರ ಬಾಲ್ಕನಿಗಳಿಂದ ಹೂವುಗಳನ್ನೂ ಪಾನೀಯಗಳನ್ನೂ ನೀಡುವ ಹಾಗೆ ಅವಳತ್ತ ಚಾಚಿಕೊಂಡವು ಧೀರೋದಾತ್ತ ಕೈಯಿಗಳು. ಮಿಸ್, ನಿಂಗೊಂದು ಡ್ರಿಂಕ್ ಕೊಡಲೆ?.... ಸೊಬಗಿನ ಚಿಟ್ಟೆಯೇ, ನೀನೇಕೆ ನಮ್ಮ ಜೊತೆ ಒಂದೆರಡು ನಿಮಿಷ ನಿಲ್ಲಬಾರದು?

ಮಾರ್ಥಾ ಸಂತೋಷದಿಂದ ನಗುತ್ತ ಹಾರಿದಳು (ಈ ಮಧ್ಯೆ ಅವಳು ಬೀಳುತ್ತಿದ್ದಳೆನ್ನಿ): ಥ್ಯಾಂಕ್ಸ್, ಸ್ನೇಹಿತರೆ. ಸಾಧ್ಯವಿಲ್ಲ. ನಾನು ಅರ್ಜೆಂಟಾಗಿ ಹೋಗಬೇಕು.

ಎಲ್ಲಿಗೆ ಹೊರಟಿದ್ದೀ? ಎಂದು ಕೇಳಿದರು ಅವರು.

ನನ್ನ ಬಾಯಿಂದ ಹೇಳಿಸಬೇಕಾ ಎಂದು ಉತ್ತರಿಸಿದಳು ಮಾರ್ಥಾ, ಗುಡ್-ಬೈ ಹೇಳುವಂತೆ ಆತ್ಮೀಯವಾಗಿ ಕೈಬೀಸುತ್ತ.

ಎತ್ತರವಾದ, ನಸುಗಂದು ಬಣ್ಣದ, ಎದ್ದು ಕಾಣುವಂಥ ಒಬ್ಬ ಯುವಕ ಅವಳನ್ನು ಹಿಡಿದುಕೊಳ್ಳಲೆಂದು ಕೈಚಾಚಿದ. ಅವಳಿಗೆ ಅವನು ಇಷ್ಟವಾದ. ಆದರೂ ಎಷ್ಟು ಧೈರ್ಯ ನಿನಗೆ ಎನ್ನುತ್ತ ದೂರ ಸರಿದಳು. ಅವಳಿಗೆ ಅವನ ಮೂಗಿನ ಮೇಲೊಂದು ಸಣ್ಣ ಪೆಟ್ಟು ಕೊಡುವುದಕ್ಕಷ್ಟೇ ಸಮಯವಿತ್ತು.

ಅಂದರೆ ಚಂದದ ಹುಡುಗರಿಗೆ ತನ್ನಲ್ಲಿ ಆಸಕ್ತಿಯಿದೆ ಎಂದಾಯಿತು. ಅದರಿಂದ ಅವಳಿಗೆ ತೃಪ್ತಿಯೇ ಆಯಿತೆನ್ನಬೇಕು. ತಾನು ಠಾಕುಠೀಕಾಗಿದ್ದೇನೆ ಎಂದುಕೊಂಡು ಸ್ವತಃ ಮಂತ್ರಮುಗ್ಧಳಾದಳು. ಹೂಗಳು ತುಂಬಿದ ಟೆರೇಸುಗಳ ಮೇಲೆ ಬಿಳಿ ಬಟ್ಟೆ ತೊಟ್ಟ ವೆಯ್ಟರುಗಳ ಗಡಿಬಿಡಿಯ ನಡುವೆ, ವಿಚಿತ್ರ ಮಾಧುರ್ಯದ ಹಾಡುಗಳ ನಡುವೆ ಕೆಲವು ನಿಮಿಷ ಅಥವಾ ಅದಕ್ಕೂ ಕಡಿಮೆ ಅವಧಿಯಲ್ಲಿ ಅಲ್ಲೇ ಹಾದುಹೋಗುತ್ತಿದ್ದ (ಮೇಲಿಂದ ಕೆಳಕ್ಕೆ ನೇರ ರೇಖೆಯಲ್ಲಿ ಹೋಗುತ್ತಿದ್ದ) ಹುಡುಗಿಯ ಬಗ್ಗೆ ಒಂದಷ್ಟು ಮಾತುಕತೆಗಳಾದವು. ಕೆಲವರು ಅವಳನ್ನು ತುಂಬ ಚಂದದ ಹುಡುಗಿ ಎಂದರೆ, ಇನ್ನು ಕೆಲವರು ಪರವಾಗಿಲ್ಲ ಎಂದರು. ಎಲ್ಲರಿಗೂ ಅವಳು ಆಸಕ್ತಿ ಹುಟ್ಟಿಸುವಂತೆ ಇದ್ದದ್ದಂತೂ ನಿಜ.

ನಿಂಗೆ ಒಂದಿಡೀ ಆಯುಸ್ಸೇ ಇದೆ. ಯಾಕಿಷ್ಟು ಅವಸರ? ನಿನಗಿನ್ನೂ ಸಮಯವಿದೆಯಮ್ಮಾ. ಸ್ವಲ್ಪ ಹೊತ್ತು ನಮ್ಮ ಜೊತೆ ಇರು. ಸ್ನೇಹಿತರು ಏರ್ಪಡಿಸಿರುವ ಒಂದು ಸಣ್ಣ ಪಾರ್ಟಿ. ನೀನೂ ಮಜವಾಗಿರಬಹುದು ಎಂದು ಹೇಳಿದರು ಅವರು.

ಅವರಿಗೆ ಉತ್ತರಿಸುವ ಪ್ರಯತ್ನವನ್ನೇನೋ ಮಾಡಿದಳು. ಆದರೆ ಗುರುತ್ವಾಕರ್ಷಣೆಯ ಶಕ್ತಿ ಆಗಲೇ ಅವಳನ್ನು ತುಂಬ ವೇಗವಾಗಿ ಕೆಳಗಿನ ಮಜಲೆಗೆ, ಆಮೇಲೆ ಅದಕ್ಕೂ ಕೆಳಗಿನ ಎರಡನೆಯ, ಮೂರನೆಯ, ನಾಲ್ಕನೆಯ ಮಜಲೆಗಳಿಗೆ ಕರೆದೊಯ್ದುಬಿಟ್ಟಿತ್ತು. ಹೇಗೆಂದರೆ ಕೇವಲ ಹತ್ತೊಂಭತ್ತು ವರ್ಷವಷ್ಟೇ ತುಂಬಿರುವ ಹುಡುಗಿಯೊಬ್ಬಳು ಉಲ್ಲಾಸದಿಂದ ಹಾರಾಡುವ ಹಾಗೆ.

ಅವಳನ್ನು ತಳಭಾಗದಿಂದ, ಅಂದರೆ ರಸ್ತೆಯ ಹಂತದಿಂದ, ಪ್ರತ್ಯೇಕಿಸಿದ್ದ ದೂರ ಅಪರಿಮಿತವಾಗಿತ್ತು. ಸ್ವಲ್ಪ ಹೊತ್ತಿಗೆ ಮುಂಚೆಯಷ್ಟೇ ಅವಳು ಕೆಳಗೆ ಬೀಳತೊಡಗಿದ್ದಳು, ಹೌದು. ಆದರೆ ಕೆಳಗಿನ ರಸ್ತೆ ತುಂಬಾ ದೂರದಲ್ಲಿರುವ ಹಾಗೆಯೇ ತೋರುತ್ತಿತ್ತು.

ಈ ಮಧ್ಯೆ, ಸೂರ್ಯ ಸಮುದ್ರದೊಳಕ್ಕೆ ಧುಮುಕಿಬಿಟ್ಟಿದ್ದ. ಅವನೊಂದು ಕೆಂಪಗಿನ, ಹೊಳೆಹೊಳೆಯುವ ಅಣಬೆಯಾಗಿ ಕಣ್ಮರೆಯಾಗುತ್ತಿರುವುದನ್ನು ಕೂಡ ಕಾಣಬಹುದಿತ್ತು. ಅದರ ಪರಿಣಾಮವಾಗಿ ಸೂರ್ಯ ತನ್ನ ಜೀವದುಂಬುವ ಕಿರಣಗಳಿಂದ ಆ ಹುಡುಗಿಯ ಡ್ರೆಸ್ಸನ್ನು ಬೆಳಗಿಸುತ್ತಿರಲಿಲ್ಲ; ಅವಳನ್ನೊಂದು ಮೋಹಕ ಧೂಮಕೇತುವಿನಂತೆಯೂ ಮಾಡುತ್ತಿರಲಿಲ್ಲ. ಗಗನಚುಂಬಿಯ ಕಿಟಕಿಗಳು, ಟೆರೇಸುಗಳು, ಎಲ್ಲವೂ ಬೆಳಕಿನಿಂದ ಹೊಳೆಯುತ್ತಿದ್ದವು. ಮಾರ್ಥಾ ಹಾದುಹೋಗುತ್ತಿರುವಾಗ ಆ ಬೆಳಕಿನ ಪ್ರಕಾಶಮಾನವಾದ ಪ್ರತಿಫಲನಗಳು ಅವಳ ಮೇಲಿಂದ ಜಾರಿಕೊಳ್ಳುತ್ತಿದ್ದವು.

***

ಮಾರ್ಥಾ ಈಗ ಫ್ಲ್ಯಾಟುಗಳ ಒಳಗೆ ಯಾವುದೇ ದುಃಖದುಮ್ಮಾನಗಳಿಲ್ಲದ ಗುಂಪು ಗುಂಪು ಜನರನ್ನು ನೋಡಿದಳು. ಕೆಲವೊಮ್ಮೆ ಕೆಲವು ವ್ಯಾಪಾರ ವಹಿವಾಟುಗಳೂ ನಡೆಯುತ್ತಿದ್ದು ಕಪ್ಪು ಅಥವಾ ನೀಲಿ ಏಪ್ರನ್ನುಗಳನ್ನು ತೊಟ್ಟ ನೌಕರರು ಮೇಜುಗಳ ಮುಂದೆ ಸಾಲು ಸಾಲಾಗಿ ಕುಳಿತಿರುತ್ತಿದ್ದರು. ಅವರಲ್ಲಿ ಅನೇಕರು ಮಾರ್ಥಾಳಷ್ಟೇ ಅಥವಾ ಅವಳಿಗಿಂತ ಹೆಚ್ಚು ವಯಸ್ಸಿನವರಾಗಿದ್ದು ಆ ಹೊತ್ತಿಗೆ ಸಾಕಷ್ಟು ಬಳಲಿದ್ದರು; ಆಗಾಗ ತಾವು ಮಾಡುತ್ತಿದ್ದ ಕೆಲಸಗಳಿಂದ, ಟೈಪ್‌ರೈಟರುಗಳಿಂದ ತಮ್ಮ ಕಣ್ಣುಗಳನ್ನು ಮೇಲೆತ್ತುತ್ತಿದ್ದರು. ಹಾಗೊಮ್ಮೆ ಮೇಲೆತ್ತಿದಾಗಲೇ ಅವರು ಅವಳನ್ನು ನೋಡಿದ್ದು. ಅವರಲ್ಲಿ ಕೆಲವರು ಕಿಟಕಿಯತ್ತ ಓಡಿಬಂದರು. ಎಲ್ಲಿ ಹೋಗ್ತಿದೀಯ? ಅದೂ ಅಷ್ಟು ಬೇಗ ಬೇಗ? ಯಾರು ನೀನು? ಎಂದೆಲ್ಲ ಅವಳತ್ತ ಕೂಗಿಕೊಂಡರು. ಅವರ ಮಾತಿಗಳಲ್ಲಿ ಒಂದು ಬಗೆಯ ಮಾತ್ಸರ್ಯವಿದ್ದಂತಿತ್ತು.

ಕೆಳಗಡೆ ನನಗೋಸ್ಕರ ಕಾಯ್ತಿದಾರೆ. ನಾನು ನಿಲ್ಲುವಂತಿಲ್ಲ. ದಯವಿಟ್ಟು ಕ್ಷಮಿಸಿ ಎಂದವಳು

ಉತ್ತರಿಸಿದಳು. ಕೆಳಗೆ ಬೀಳಬೇಕೋ ಬೇಡವೋ ಎಂಬ ಹೊಯ್ದಾಟದಲ್ಲಿ ಮತ್ತೆ ಅವಳು ನಕ್ಕಳು. ಆದರೆ ಆ ನಗು ಆ ಮೊದಲು ಅವಳು ನಕ್ಕಂತಿರಲಿಲ್ಲ. ರಾತ್ರಿ ಉಪಾಯವಾಗಿ ಕೆಳಗಿಳಿದಿತ್ತು. ಮಾರ್ಥಾಗೆ ಚಳಿಯಾಗತೊಡಗಿತು.

ಈ ಮಧ್ಯೆ ಕೆಳಗೆ ನೋಡುತ್ತಿರುವಾಗ ಕಟ್ಟಡದ ಪ್ರವೇಶದ್ವಾರದಲ್ಲಿ ಪ್ರಕಾಶಮಾನವಾದ ದೀಪಗಳು ಬೆಳಗುತ್ತಿರುವುದನ್ನು ಅವಳು ನೋಡಿದಳು. ಅಲ್ಲಿ ಉದ್ದುದ್ದನೆಯ ಕಪ್ಪು ಕಾರುಗಳು ನಿಲ್ಲುತ್ತಿದ್ದವು (ಮೇಲಿಂದ ಆ ಕಾರುಗಳು ಇರುವೆಗಳಷ್ಟು ಸಣ್ಣಗೆ ಕಾಣುತ್ತಿದ್ದವು); ಗಂಡಸರು ಹೆಂಗಸರು ಆ ಕಾರುಗಳಿಂದ ಇಳಿದದ್ದೇ ಒಳಗೆ ಹೋಗಲು ಕಾತರಿಸುತ್ತಿದ್ದರು. ಆ ಗುಂಪಿನಲ್ಲಿ ಅವಳಿಗೆ ಥಳಥಳನೆ ಹೊಳೆಯುವ ಆಭರಣಗಳು ಕಂಡಂತಾಯಿತು. ಪ್ರವೇಶದ್ವಾರದ ಮೇಲೆ ಪತಾಕೆಗಳು ಹಾರಾಡುತ್ತಿದ್ದವು.

ಹಾಗೆ ನೋಡಿದರೆ ಅವರೊಂದು ದೊಡ್ಡ ಪಾರ್ಟಿ ಕೊಡುತ್ತಿದ್ದರು; ಮಾರ್ಥಾ ಮಗುವಾಗಿದ್ದಾಗಿನಿಂದಲೂ ಕನಸು ಕಾಣುತ್ತಿದ್ದ ಪಾರ್ಟಿ. ಈಗ ಆ ಪಾರ್ಟಿಯನ್ನು ತಪ್ಪಿಸಿಕೊಂಡರೆ ದೇವರೇ ಗತಿ. ಅಷ್ಟು ಕೆಳಗೆ ಅವಳಿಗಾಗಿಯೇ ಸದವಕಾಶವೊಂದು ಕಾಯುತ್ತಿತ್ತು; ಅದೃಷ್ಟ, ರೊಮಾನ್ಸ್, ಅವಳ ಬದುಕಿನ ನಿಜವಾದ ಉದ್ಘಾಟನೆ. ಆದರೆ ಅವಳು ಸಮಯಕ್ಕೆ ಸರಿಯಾಗಿ ಅಲ್ಲಿಗೆ ಹೋಗಬಲ್ಲಳೆ?

ಮಾರ್ಥಾ ತನಗಿಂತ ಸುಮಾರು ಮೂವತ್ತು ಮೀಟರುಗಳಷ್ಟು ಮೇಲೆ ಇನ್ನೊಬ್ಬ ಹುಡುಗಿ ಬೀಳುತ್ತಿರುವುದನ್ನು ನೋಡಿದಳು, ಈರ್ಷ್ಯೆಯಿಂದ. ಆ ಹುಡುಗಿ ಮಾರ್ಥಾಗಿಂತ ಹೆಚ್ಚು ಮುದ್ದಾಗಿದ್ದಳು, ತುಂಬ ಬೆಲೆಬಾಳುವ ಈವ್ನಿಂಗ್ ಗೌನ್ ತೊಟ್ಟಿದ್ದಳು. ಅದೇನು ಕಾರಣವೋ ಏನೊ, ಅವಳು ಮಾರ್ಥಾಗಿಂತ ಹೆಚ್ಚು ವೇಗವಾಗಿ ಕೆಳಗೆ ಬಂದು, ಕೆಲವೇ ಕ್ಷಣಗಳಲ್ಲಿ ಅವಳನ್ನು ಹಾದು, ಇನ್ನೂ ಕೆಳಗೆ ಮಾಯವಾದಳು – ಮಾರ್ಥಾ ಅವಳನ್ನು ಕರೆಯುತ್ತಿದ್ದರೂ ಕೇಳಿಸದವಳಂತೆ. ಸಂಶಯವೇ ಇಲ್ಲ, ಅವಳು ಮಾರ್ಥಾಗಿಂತ ಮೊದಲೇ ಪಾರ್ಟಿಗೆ ಹೋಗಿರುತ್ತಾಳೆ. ಬಹುಶಃ ಮಾರ್ಥಾಗಿಂತ ಮುಂಚೆ ಹೋಗುವುದಕ್ಕಾಗಿ ಮೊದಲೇ ಯೋಜನೆ ಹಾಕಿಕೊಂಡಿದ್ದಳೋ ಏನೊ.

ಆಮೇಲೆ ಮಾರ್ಥಾಗೆ ತಾನಷ್ಟೇ ಒಬ್ಬೊಂಟಿಯಲ್ಲ ಎಂದು ಅರಿವಾಯಿತು. ಗಗನಚುಂಬಿಯ ಅಕ್ಕಪಕ್ಕಗಳಲ್ಲಿ ಇನ್ನೂ ಎಷ್ಟೋ ಹುಡುಗಿಯರು ಹಾರುತ್ತಿರುವ ಉತ್ಸಾಹದಲ್ಲಿ ತಮ್ಮ ವದನಾರವಂದಗಳನ್ನು ಬಿಗಿಮಾಡಿಕೊಂಡು, ನಾವು ಇಲ್ಲಿದ್ದೇವೆ, ನಮ್ಮ ಕಡೆ ನೋಡಿ, ನಮ್ಮನ್ನು ಆದರಿಸಿ, ಈ ಪ್ರಪಂಚ ನಮ್ಮದೇ ಅಲ್ಲವೆ? ಎಂದೆಲ್ಲ ಹೇಳುವಂತೆ ತುಂಬ ಉಲ್ಲಾಸದಿಂದ ಕೈಯಿಗಳನ್ನು ಬೀಸಿಕೊಂಡು ಕೆಳಗೆ ಕೆಳಗೆ ಧುಮ್ಮಿಕ್ಕುತ್ತಿದ್ದರು.

ಅಂದರೆ ಅದೊಂದು ಸ್ಪರ್ಧೆಯೇ ಇರಬೇಕು. ಆ ಹುಡುಗಿಯರೆಲ್ಲರೂ ನವೀನ ಫ್ಯಾಷನ್ ಮಾಡೆಲುಗಳಂತೆ ಚಂದವಾಗಿ ಡ್ರೆಸ್ ಮಾಡಿಕೊಂಡಿದ್ದರು; ಕೆಲವರು ತಮ್ಮ ಬತ್ತಲೆಯ ಭುಜಗಳ ಮೇಲೆ ತುಂಬ ದುಬಾರಿಯಾದ ಸ್ಕಾರ್ಫುಗಳನ್ನು ಬಿಗಿಯಾಗಿ ಸುತ್ತಿಕೊಂಡಿದ್ದರು. ಆದರೆ ಮಾರ್ಥಾ ಮಾತ್ರ ಏನೇನೂ ಚೆನ್ನಾಗಿ ಕಾಣದ ಪುಟ್ಟ ಡ್ರೆಸ್ಸಿನಲ್ಲಿದ್ದಳು. ಮೇಲಿಂದ ಮೊದಲು ಹಾರಿದಾಗ ತುಂಬ ಹುರುಪಿನಿಂದಿದ್ದ ಅವಳಿಗೆ ಈಗ ತನ್ನೊಳಗೆ ಒಂದು ಬಗೆಯ ನಡುಕ ಹುಟ್ಟಿದಂತಾಯಿತು. ಬಹುಶಃ ಚಳಿಯೇನೊ. ಭಯವೂ ಇರಲಿಕ್ಕೆ ಸಾಕು; ಪರಿಹಾರವಿಲ್ಲದೊಂದು ತಪ್ಪು ಮಾಡಿದ ಭಯ.

ರಾತ್ರಿ ತುಂಬ ಹೊತ್ತಾಗಿದೆ ಎನ್ನಿಸಿತು. ಕಿಟಕಿಗಳು ಒಂದೊಂದಾಗಿ ಕತ್ತಲು ತುಂಬಿಕೊಳ್ಳತೊಡಗಿದವು, ಸಂಗೀತದ ದನಿ ಅಪರೂಪವಾಗತೊಡಗಿತು, ಆಫೀಸುಗಳು ಖಾಲಿ ಖಾಲಿಯಾಗಿದ್ದವು; ಹುಡುಗರು ಕಿಟಕಿಯಾಚೆಗೆ ಬಾಗಿ ಕೈಚಾಚುತ್ತಿರಲಿಲ್ಲ. ಎಷ್ಟು ಗಂಟೆ? ಕೆಳಗೆ ಕಟ್ಟಡದ ಪ್ರವೇಶದ್ವಾರದಲ್ಲಿ – ಕಟ್ಟಡ ಈ ಮಧ್ಯೆ ಎಷ್ಟು ದೊಡ್ಡದಾಗಿ ಬೆಳೆದಿತ್ತೆಂದರೆ

ಅದರ ವಾಸ್ತುವಿನ ವಿವರಗಳೆಲ್ಲವನ್ನೂ ಸ್ಪಷ್ಟವಾಗಿ ನೋಡಬಹುದಿತ್ತು – ದೀಪಗಳು ಇನ್ನೂ ಉರಿಯುತ್ತಿದ್ದವು. ಆದರೆ ಕಾರುಗಳ ಭರಾಟೆ ನಿಂತುಹೋಗಿತ್ತು. ಆಗಾಗ ಮುಖ್ಯ ಮಜಲೆಯಿಂದ ಸಣ್ಣ ಸಣ್ಣ ಗುಂಪುಗಳಲ್ಲಿ ಹೊರಗೆ ಬರುತ್ತಿದ್ದ ಜನರು ಸುಸ್ತಾಗಿ ದೂರ ಹೋಗುತ್ತಿದ್ದರು. ಆಮೇಲೆ ಮುಖ್ಯ ದ್ವಾರದ ದೀಪಗಳನ್ನೂ ಆರಿಸಲಾಯಿತು.

ಮಾರ್ಥಾಗೆ ತನ್ನ ಗಂಟಲು ಕಟ್ಟಿದಂತಾಯಿತು. ಅಯ್ಯೋ, ಸಮಯಕ್ಕೆ ಸರಿಯಾಗಿ ತಾನು ಬಾಲ್‌ಗೆ ಹೋಗಲಾಗುವುದಿಲ್ಲವಲ್ಲ. ಮೇಲೆ ನೋಡಿದರೆ ಗಗನಚುಂಬಿಯ ಗೋಪುರ ತುಂಬ ಕ್ರೂರವಾಗಿ ಕಾಣಿಸಿತು ಅವಳಿಗೆ. ಹೆಚ್ಚುಕಡಿಮೆ ಕತ್ತಲಾಗಿಬಿಟ್ಟಿತ್ತು. ಮೇಲಿನ ಮಜಲೆಗಳಲ್ಲಿ ಅಲ್ಲೊಂದು ಇಲ್ಲೊಂದರಂತೆ ಕೆಲವು ಕಿಟಕಿಗಳು ಮಾತ್ರ ಬೆಳಕಿನಿಂದ ಬೆಳಗುತ್ತಿದ್ದವು. ಅವುಗಳಿಗೂ ಮೇಲೆ ಮುಂಬೆಳಗಿನ ಮೊದಲ ಕಾಂತಿ ಪಸರಿಸುತಿತ್ತು.

ಇಪ್ಪತ್ತೆಂಟನೇ ಮಜಲೆಯ ಡೈನಿಂಗ್ ಹಾಲಿನ ಒಂದು ಮೂಲೆಯಲ್ಲಿ ನಲವತ್ತು ವರ್ಷದವನೊಬ್ಬ ಬೆಳಗಿನ ಕಾಫಿ ಕುಡಿಯುತ್ತ ಪತ್ರಿಕೆಯನ್ನು ಓದುತ್ತಿದ್ದ; ಅವನ ಹೆಂಡತಿ ಆ ಜಾಗವನ್ನು ಗುಡಿಸಿ ಒರಸಿ ಮಾಡುತ್ತಿದ್ದಳು. ಸೈಡ್‌ಬೋರ್ಡಿನ ಮೇಲಿದ್ದ ಗಡಿಯಾರ 8.45 ತೋರಿಸುತ್ತಿತ್ತು. ಇದ್ದಕ್ಕಿದ್ದಂತೆ ಒಂದು ನೆರಳು ಆ ಮಹಡಿಯ ಕಿಟಕಿಯನ್ನು ಹಾದುಹೋಯಿತು.

ಆಲ್ಬರ್ತೊ! ನೋಡಿದೆಯಾ, ಈಗ ಹೋದವಳು ಒಬ್ಬ ಹೆಂಗಸು ಎಂದು ಕೂಗಿಕೊಂಡಳು ಅವನ ಹೆಂಡತಿ.

ಯಾರದು? ಅವನು ಪತ್ರಿಕೆಯಿಂದ ತಲೆಯೆತ್ತದೆ ಕೇಳಿದ.

ಒಬ್ಬ ಮುದುಕಿ. ತುಂಬಾ ಸೊರಗಿಹೋದ ಮುದುಕಿ. ಅವಳು ಹೆದರಿಕೊಂಡ ಹಾಗೆ ಕಾಣಿಸಿತಪ್ಪ.

ಯಾವಾಗಲೂ ಹಾಗೇನೆ. ಈ ಕೆಳಗಿನ ಮಹಡಿಗಳಲ್ಲಿ ಕೆಳಗೆ ಬೀಳೋ ಮುದುಕಿಯರಷ್ಟೇ ನಮ್ಮನ್ನು ಹಾದು ಹೋಗ್ತಾರೆ. ನೂರೈವತ್ತನೇ ಮಹಡಿಗೂ ಮೇಲ್ಪಟ್ಟ ಫ್ಲ್ಯಾಟುಗಳಲ್ಲಿರುವವರು ಚಂದದ ಹುಡುಗಿಯರನ್ನು ನೋಡಬಹುದು. ಆ ಫ್ಲ್ಯಾಟುಗಳಿಗೆ ಅಷ್ಟೊಂದು ಬೆಲೆ ಯಾಕೆಂದು ಗೊತ್ತಾಯ್ತಲ್ಲ.

ಆದರೆ ಈ ಫ್ಲ್ಯಾಟುಗಳಲ್ಲಿರೋದರಿಂದಲೂ ಪ್ರಯೋಜನ ಉಂಟು. ಏನಿಲ್ಲವೆಂದರೂ ಅವರು ನೆಲಕ್ಕೆ ಧಡ್ ಅಂತ ಬೀಳೋದನ್ನ ಕೇಳಿಸಿಕೊಳ್ಳಬಹುದಲ್ಲ ಎಂದಳು ಅವನ ಹೆಂಡತಿ.

ಒಂದೆರಡು ನಿಮಿಷ ಏನನ್ನೋ ಆಲಿಸುತ್ತ ನಿಂತ ಅವನು ಈ ಸಲ ಅದೂ ಕೇಳಿಸೋಲ್ಲ ಎಂದು ತಲೆಯಾಡಿಸಿದ. ಆಮೇಲೆ ಇನ್ನೊಂದು ಗುಟುಕು ಕಾಫಿ ಹೀರಿದ.

●

ಬೀಳುತ್ತಿದ್ದಾಳೆ
ಹುಡುಗಿ ಮೇಲಿಂದ
ಕೆಳಕ್ಕೆ
ಯೋಗರಾಜ ಭಟ್
ಅವರ ಧ್ವನಿಯಲ್ಲಿ

ಪುಸ್ತಕ ಓದಿದ್ದಕ್ಕೆ ಪುಸ್ತಕವೇ ಸಾಕ್ಷಿ

ಎಸ್. ದಿವಾಕರ್ | ಪ್ರಬಂಧ

ಡಿವಿಜಿಯವರ 'ವೃತ್ತಪತ್ರಿಕೆ' ಪತ್ರಿಕೋದ್ಯಮವನ್ನು ಕುರಿತು ಇಂದಿಗೂ ಪ್ರಸ್ತುತವಾಗಿರುವ ಒಂದು ಮುಖ್ಯ ಗ್ರಂಥ. ಅದರಲ್ಲಿ ಒಂದೆಡೆ ಅವರು ಪತ್ರಕರ್ತರಾದವರು ಕನ್ನಡ ಭಾಷಾ ಮರ್ಯಾದೆಯನ್ನು ಮರೆಯಬಾರದೆನ್ನುತ್ತ, ಇದಕ್ಕಾಗಿ (ಪತ್ರಕರ್ತರು) ಮಾಡಬೇಕಾದ ವ್ಯಾಸಂಗ ಒಂದಷ್ಟುಂಟು. ಗದುಗಿನ ಭಾರತ, ಜೈಮಿನಿ ಭಾರತ, ನಳಚರಿತ್ರೆ, ಧ್ರುವಚರಿತ್ರೆ ಮೊದಲಾದ ಷಟ್ಪದಿ ಕಾವ್ಯಗಳು ಮತ್ತು ನಮ್ಮಲ್ಲಿ ಹೇರಳವಾಗಿರುವ ಪ್ರಾಚೀನ ಶಾಸನಗಳು - ಈ ಸಾಹಿತ್ಯವು ನಮ್ಮ ಇಂದಿನ ಕನ್ನಡಕ್ಕೆ ಸಮಸಮೀಪವಾಗಿರುತ್ತವೆ. ಅವುಗಳಲ್ಲಿಯ ಭಾಷಾ ಪ್ರಯೋಗಗಳನ್ನು ಗಮನಿಸಿ ನೋಡಿ ಭಾಷಾಸಂಪ್ರದಾಯವನ್ನು ಅಭ್ಯಾಸ ಮಾಡಬಹುದು ಎಂದು ಸೂಚಿಸಿದ್ದಾರೆ. ಹಾಗೆ ಅಭ್ಯಾಸದಲ್ಲಿ ತೊಡಗುವವರು ಕೈಯಲ್ಲೊಂದು ಸೀಸದಕಡ್ಡಿ ಇಟ್ಟುಕೊಂಡಿರಬೇಕೆಂದೂ ಅವರು ಹೇಳಿರುವುದುಂಟು. ಸೀಸದಕಡ್ಡಿ ಅಥವಾ ಪೆನ್ಸಿಲ್ ಯಾಕೆ? ಅಭ್ಯಾಸ ಮಾಡುತ್ತಿರುವಾಗ ಹೊಳೆದ ವಿಚಾರವನ್ನೋ, ಅಭಿಪ್ರಾಯಭೇದವನ್ನೋ, ಸಂದೇಹವನ್ನೋ ಗ್ರಂಥದ ಮಾರ್ಜಿನ್ನಿನಲ್ಲಿ ದಾಖಲಿಸುವುದಕ್ಕೆ.

ಮಾರ್ಜಿನ್ ಎಂದರೇನು? ದ.ರಾ. ಬೇಂದ್ರೆಯವರ ಪ್ರಕಾರ ಮುದ್ರಿತ ಪುಸ್ತಕದ ಖಾಲಿ ಅಂಚು. ಓದುಗರು ಮಾರ್ಜಿನ್ನಿನಲ್ಲಿ ಬರೆದುಕೊಳ್ಳುವ ತಮ್ಮ ಅನಿಸಿಕೆಗಳಿಗೆ 'ಮಾರ್ಜಿನೇಲಿಯಾ' ಎಂಬ ಹೆಸರು ಕೊಟ್ಟವನು ಪ್ರಸಿದ್ಧ ಇಂಗ್ಲಿಷ್ ಕವಿ ಕೋಲ್‌ರಿಜ್. ಓದುವುದನ್ನು ಒಂದು ಚಟವಾಗಿ ಬೆಳೆಸಿಕೊಂಡಿದ್ದ ಅವನಿಗೆ ಪ್ರಬಂಧಕಾರ ಚಾರ್ಲ್ಸ್ ಲ್ಯಾಂಬ್ ಪುಸ್ತಕಗಳನ್ನು ಎರವಲು ಕೊಡುತ್ತಿದ್ದ. ಅವು ಹಿಂತಿರುಗಿ ಬಂದಾಗ ಅವುಗಳ ಪುಟ ಪುಟದಲ್ಲೂ ಕೋಲ್‌ರಿಜ್‌ನ ಟೀಕೆ ಟಿಪ್ಪಣಿಗಳಿರುತ್ತಿದ್ದವು.

'ವುದರಿಂಗ್ ಹೈಟ್ಸ್' ಎಮಿಲಿ ಬ್ರಾಂಟೆ ಬರೆದ ಒಂದು ಪ್ರಸಿದ್ಧ ಕಾದಂಬರಿಯಷ್ಟೆ. ಅದರಲ್ಲಿ ಲಾಕ್‌ವುಡ್‌ಗೆ ನಿದ್ದೆ ಬರದಿದ್ದಾಗ ಅವನು ಕ್ಯಾಥರಿನ್ನಳ ಮಣಕು ವಾಸನೆ ಹೊಡೆಯುವ ಕೆಲವು ಹಳೆಯ ಪುಸ್ತಕಗಳನ್ನು

ತಿರುವಿಹಾಕುತ್ತಾನೆ. ಆ ಪುಸ್ತಕಗಳಲ್ಲಿ ಅವನಿಗೆ ಮುದ್ರಕ ಬಿಟ್ಟ ಪ್ರತಿಯೊಂದು ಸಣ್ಣ ಜಾಗವನ್ನೂ ಆವರಿಸಿಕೊಂಡಿರದ.... ಪೆನ್ನು ಮತ್ತು ಮಸಿಯ ವ್ಯಾಖ್ಯಾನದಿಂದ ತಪ್ಪಿಸಿಕೊಂಡ ಒಂದೇ ಒಂದು ಅಧ್ಯಾಯವೂ ಸಿಕ್ಕುವುದಿಲ್ಲ. ಆ ಕ್ಯಾಥರಿನ್ನಳ ಹಾಗೆಯೇ ವಿಲಿಯಂ ಬ್ಲೇಕ್, ಆರ್ಥರ್ ಕಾನನ್ ಡಾಯ್ಲ್, ವರ್ಜಿನಿಯಾ ವೂಲ್ಫ್, ಜೆರ್‌ಟ್ರೂಡ್ ಸ್ಟೇನ್, ನಾರ್ತ್‌ರಾಪ್ ಫ್ರೈ, ವ್ಲಾದಿಮೀರ್ ನೊಬೊಕೋವ್ ಮೊದಲಾದ ಲೇಖಕ ಲೇಖಕಿಯರು ಕೂಡ ಹೇಗೆಲ್ಲ ಓದುತ್ತಿದ್ದರೆಂಬುದಕ್ಕೆ ಅವರು ಓದಿರುವ ಪುಸ್ತಕಗಳೇ ಸಾಕ್ಷಿಯಾಗಿವೆ.

ಈ ವಿಷಯದಲ್ಲಿ ಕನ್ನಡ ಲೇಖಕರೇನೂ ಹಿಂದುಳಿದವರಲ್ಲ. ಡಿ.ವಿ.ಜಿ.ಯವರಿಗೂ ಮ್ಯಾಕ್ಸಿಂ ಗಾರ್ಕಿಗೂ ಏನು ಸಂಬಂಧ? ನಮ್ಮ ಕಮ್ಯೂನಿಸ್ಟರು ಇಂಥ ಪ್ರಶ್ನೆ ಕೇಳಿದರೆ ಆಶ್ಚರ್ಯವೇನಿಲ್ಲ. ಆದರೆ ಡಿ.ವಿ.ಜಿ.ಯವರು ಅವನನ್ನೂ ಓದಿಕೊಂಡಿದ್ದರೆನ್ನುವುದಕ್ಕೆ ನನ್ನಲ್ಲೇ ಒಂದು ಪುರಾವೆಯಿದೆ. 'ಲಿಟರೇಚರ್ ಅಂಡ್ ಲೈಫ್' ಗಾರ್ಕಿಯ ಪ್ರಮುಖ ಲೇಖನಗಳಿರುವ ಒಂದು ಸಂಕಲನ; 1946ರಲ್ಲಿ ಲಂಡನ್ನಿನ 'ಹುಚಿನ್‌ಸನ್ ಇಂಟರ್‌ನ್ಯಾಷನಲ್ ಆಥರ್ಸ್' ಪ್ರಕಟಿಸಿದ್ದು. ಡಿ.ವಿ. ಜಿ.ಯವರ ಸಂಗ್ರಹದಲ್ಲಿದ್ದ ಈ ಪುಸ್ತಕವನ್ನು ನನಗೆ ಕೊಟ್ಟವರು ಬಿ.ಜಿ.ಎಲ್.ಸ್ವಾಮಿ. ಡಿ.ವಿ.ಜಿ. ಈ ಪುಸ್ತಕವನ್ನು ಅದೆಷ್ಟು ಆಳವಾಗಿ, ಸೂಕ್ಷ್ಮವಾಗಿ ಓದಿದ್ದರೆಂಬುದಕ್ಕೆ ಅವರು ನೀಲಿ ಪೆನ್ಸಿಲಿನಿಂದ ಇದರ ಪುಟಪುಟದಲ್ಲೂ ಎಳೆದಿರುವ ಗೀಟುಗಳನ್ನು ನೋಡಬೇಕು. ಮಾರ್ಜಿನ್ನಿನಲ್ಲಿ ಇಡೀ ಇಡೀ ಪ್ಯಾರಾಗಳಿಗೇ ಮೇಲಿಂದ ಕೆಳಕ್ಕೆ ಎಳೆದಿರುವ ಗೆರೆ. ಕೆಲವು ಪ್ಯಾರಾಗಳಿಗೆ 'ರೈಟ್' ಮಾರ್ಕು. ಕೆಲವು ಸಾಲುಗಳಿಗೆ ಉದ್ದಕ್ಕೂ ಅಡಿ ಗೀಟು. ಪುಸ್ತಕದ ಕೊನೆಯಲ್ಲಿ 'ಗ್ರ್ಯಾಂಡ್ ಗಾರ್ಕಿ' ಎಂಬ ವಿಶೇಷಣ. ಅದೇನು ನಿಜಕ್ಕೂ ಅವರ ಅಭಿಪ್ರಾಯವೋ ಅಥವಾ ವ್ಯಂಗ್ಯಸೂಚಕವೋ ಗೊತ್ತಿಲ್ಲ.

'ಮಂಜೇಶ್ವರದ ಶ್ರೀ ಎಂ. ಗೋವಿಂದ ಪೈ ಅವರ ಕೆಲವು ಪತ್ರಗಳು' ಜಿ.ಪಿ. ರಾಜರತ್ನಂ ಸಂಪಾದಿಸಿರುವ ಪುಸ್ತಕ. ಅದರಲ್ಲಿ ಅವರು 1930ರಷ್ಟು ಹಿಂದೆ ತಾವು ಗೋವಿಂದ ಪೈಗಳನ್ನು ಭೇಟಿಯಾದ ಸಂದರ್ಭ ಹೇಗಿತ್ತೆಂದು ನೆನಪುಮಾಡಿಕೊಳ್ಳುತ್ತ ಬರೆದಿರುವುದನ್ನು ನೋಡಿ: ಅಂದು ಗೋವಿಂದ ಪೈ ಯಾವುದೋ ರಾಶಿಯಿಂದ ಅದೇ ವರ್ಷದ 'ಜಯಕರ್ನಾಟಕ' ಎಳೆದುಕೊಂಡರು. ಅದರಲ್ಲಿ ಪ್ರಕಟವಾಗಿದ್ದ ನನ್ನ 'ಗಂಡುಗೊಡಲಿ'ಯನ್ನು ಬಿಚ್ಚಿದರು. ಅಲ್ಲಲ್ಲೆ ಊದಾಬಣ್ಣದ ಶಾಯಿಯಿಂದ ಏನೇನೋ ಗುರುತುಮಾಡಿದ್ದುದು ಕಂಡೆ. ಇದು ಹೇಗೆ ಎಂದು ಕೇಳಿದರು, ಪುರಾಣದ ಪ್ರಕರಣವನ್ನ; ಇದು ಹೇಗೆ ಸಾಧು ಎಂದರು, ವ್ಯಾಕರಣದ ರೂಪವನ್ನ; ಇದು ಏಕೆ ಎಂದರು, ಛಂದಸ್ಸಿನ ಚ್ಯುತಿಯನ್ನ. ನಾನು ಆಗ ಇನ್ನೂ ಬರವಣಿಗೆಯಲ್ಲಿ 'ಬಚ್ಚ'. ಅವರು ಅಲ್ಲಿನ ಲೋಪದೋಷಗಳನ್ನು ತೆಗೆದು ಆಡಿದ ರೀತಿ, ನನ್ನ ಕುಂದುಗಳನ್ನು ನಾನೇ ಕಂಡುಕೊಂಡಂತೆ ಇತ್ತೇ ಹೊರತು, ಅನ್ಯರು ಯಾರೋ ಎತ್ತಿ ತೋರಿಸಿದಂತೆ ಅಸಮಾಧಾನವಾಗಲಿಲ್ಲ.

ಮುರಳೀಧರ ಉಪಾಧ್ಯ ಹಿರಿಯಡಕ ಸಂಪಾದಿಸಿರುವ 'ಯು.ಆರ್. ಅನಂತಮೂರ್ತಿ' ಎಂಬ ಪುಸ್ತಕದಲ್ಲಿ ಸುಮತೀಂದ್ರ ನಾಡಿಗರು 'ಅನಂತಮೂರ್ತಿಯ ಚಿಂತನಪರ ಗದ್ಯದ ಪ್ರತಿಯೊಂದು ತುಣುಕನ್ನೂ ಓದಿದ್ದೇನೆ. ಅದರಲ್ಲಿ ಬರುವ ಇಂಗ್ಲಿಷ್ ಪದಗಳ ಸುತ್ತಲೂ, ನನ್ನ ಪುಸ್ತಕದಲ್ಲಿ ಸೊನ್ನೆ ಸುತ್ತಿದ್ದೇನೆ. ಹಾಗಂತ ಅವನ ಗದ್ಯ ನನಗೆ ಹಿಡಿಸಿಲ್ಲವೆಂದಲ್ಲ' ಎಂದಿದ್ದಾರೆ. ಅಂದರೆ ಇಂಗ್ಲಿಷ್ ಪದಗಳಿಗೆ ಸಮಾನವಾದ ಕನ್ನಡ ಪದಗಳಿದ್ದೂ ಅವುಗಳನ್ನು ಏಕೆ ಬಳಸಲಿಲ್ಲ ಎಂಬುದಷ್ಟೇ ಇಲ್ಲಿನ ಪ್ರಶ್ನೆಯಲ್ಲವೆ? ಅದೇ ಅನಂತಮೂರ್ತಿಯವರು ಗಿರಿಯವರ 'ಗತಿ ಸ್ಥಿತಿ'ಯ ಬಗ್ಗೆ ಬರೆಯುತ್ತ, ಈ ಕಾದಂಬರಿ ಓದಿ ನನಗಾದ ಸಂತೋಷಗಳನ್ನೆಲ್ಲ ಹೇಳಬೇಕಾದರೆ ಕೃತಿಯಿಂದ ಎಷ್ಟು ಭಾಗಗಳನ್ನು ಉದ್ಧರಿಸಿದರೂ ತೀರದು. ನನ್ನ ಕಾಪಿಯಲ್ಲಿ ಪ್ರತಿ ಪೇಜಿನ ಮೇಲೂ ಗುರುತು ಹಾಕಿಕೊಂಡಿದ್ದೇನೆ. ನನ್ನ ಮನಸ್ಸನ್ನು ಕೃತಿ ಆವರಿಸಿಬಿಟ್ಟಿದೆ ('ಸನ್ನಿವೇಶ') ಎಂದಿರುವುದುಂಟು. ಏನನ್ನು ಗುರುತು ಹಾಕಿಕೊಂಡಿದ್ದಾರೋ ಸ್ಪಷ್ಟವಿಲ್ಲ.

ಹತ್ತಾರು ವರ್ಷಗಳ ಹಿಂದೆ ಗೋಪಾಲಕೃಷ್ಣ ಅಡಿಗರು 'ನೀನೇ ಇಟ್ಟುಕೊ' ಎಂದು ನನಗೆ ಕೊಟ್ಟ ಪುಸ್ತಕ 'ಟಿ.ಎಸ್. ಎಲಿಯಟ್: ದಿ ಮ್ಯಾನ್ ಅಂಡ್ ಹಿಸ್ ವರ್ಕ್'. ಎಲಿಯಟ್ಟನ ಸಾಹಿತ್ಯವನ್ನು ಕುರಿತು ಬೇರೆ ಬೇರೆ ವಿಮರ್ಶಕರು ಬರೆದ ಲೇಖನಗಳಿರುವ ಈ ಪುಸ್ತಕವನ್ನು ಸಂಪಾದಿಸಿದವನು ಅಮೆರಿಕದ ಪ್ರಸಿದ್ಧ ಲೇಖಕ/ವಿಮರ್ಶಕ ಅಲೆನ್ ಟೇಟ್. ಈ ಪುಸ್ತಕದಲ್ಲಿ ಅಡಿಗರು ಮುಖ್ಯವಾಗಿ ಅಮೆರಿಕನ್ ಕವಿ/ವಿಮರ್ಶಕ ಕಾನ್ರಾಡ್ ಐಕೆನ್ ಬರೆದಿರುವ ''Mr. T.S. Eliot is one of the most individual of contemporary poets, and at the same time, anomalously, one of the most 'traditional'' ಎಂಬ ವಾಕ್ಯಕ್ಕೂ ವಿಮರ್ಶಕ ರೆನೆ ವೆಲೆಕ್ ಬರೆದಿರುವ "T.S.Eliot is by far the most important critic of the twentieth century in the English–speaking world. His influence on contemporary taste in poetry is most conspicuous: he has done more than anybody else to promote the 'shift of sensibility' away from the taste of the Georgians' and to revaluate the major figures of English poetry" ಎಂಬ ಸಾಲುಗಳಿಗೂ ಮಾರ್ಜಿನ್ನಿನಲ್ಲಿ ಗೆರೆ ಎಳೆದಿದ್ದಾರೆ. ಕನ್ನಡ ಕಾವ್ಯಾಭ್ಯಾಸಿಗಳಿಗೆ ಈ ಮಾತುಗಳೆಲ್ಲ ಅಡಿಗರಿಗೇ ಅನ್ವಯಿಸುತ್ತವೆಯೆಂದು ಗೊತ್ತು.

ಇವೆಲ್ಲ ಲೇಖಕರಿಗೆ ಸಂಬಂಧಿಸಿದ ಸಂಗತಿಗಳು. ಲೇಖಕರಲ್ಲದವರು ಕೂಡ ಲೇಖಕರಂತೆಯೇ ಗಂಭೀರ ಓದುಗರಾಗಿರಲಿಕ್ಕೆ ಸಾಕು. ಸುಮಾರು ಮೂವತ್ತು ವರ್ಷಗಳ ಹಿಂದೆ ಬೆಂಗಳೂರಿನ 'ಇಂಡಿಯನ್ ಇನ್‌ಸ್ಟಿಟ್ಯೂಟ್ ಆಫ್ ವರ್ಲ್ಡ್ ಕಲ್ಚರ್' ಸಂಸ್ಥೆಯ ಗಂಥಾಲಯದಲ್ಲಿ ಸಾವಿರಾರು ಅತ್ಯುತ್ತಮ ಗ್ರಂಥಗಳಿದ್ದವು. ಅವುಗಳಲ್ಲಿ ಬಹುಪಾಲು ಗ್ರಂಥಗಳನ್ನು ದಾನ ಮಾಡಿದ್ದವರು ಕೆ. ಗುರುದತ್. ಕರ್ನಾಟಕದ ಶಿಕ್ಷಣ ಇಲಾಖೆಯಲ್ಲಿ ಒಬ್ಬ ಅಧಿಕಾರಿಯಾಗಿ ನಿವೃತ್ತರಾಗಿದ್ದ ಅವರು ಕತೆ, ಕಾದಂಬರಿ, ಕಾವ್ಯ ಮುಂತಾದವನ್ನು ಓದಿದ್ದರೆನ್ನುವಂತಿಲ್ಲ. ಅವರು ಓದಿದ್ದೆಲ್ಲ ಸಮಾಜಶಾಸ್ತ್ರ, ತತ್ವಶಾಸ್ತ್ರ, ಭಾಷಾಶಾಸ್ತ್ರ, ಮಾನವಶಾಸ್ತ್ರ, ಇತಿಹಾಸ ಮೊದಲಾದವುಗಳಿಗೆ ಸಂಬಂಧಿಸಿದ, ತದೇಕಚಿತ್ತದ ಓದನ್ನು ಬಯಸುವ ತೀರ ಗಂಭೀರ ಧಾಟಿಯ ಪುಸ್ತಕಗಳು. ಪುಸ್ತಕಗಳಲ್ಲಿ ಅವರ ಸಹಿ ಇರುತ್ತಿರಲಿಲ್ಲ; ಅವರ ಕೊಡುಗೆಯೆಂದು ಸಾರುವ ರಬ್ಬರ್ ಸ್ಟಾಂಪ್ ಮಾತ್ರ ಇರುತ್ತಿತ್ತು. ಮತ್ತೆ ಪುಸ್ತಕದ ತುಂಬ ಅವರದೇ 'ಕೈಚಳಕ'. ನಾಮಪದಗಳಿಗೆ ಕೆಂಪು ಬಣ್ಣದ ಅಡಿಗೀಟು; ವಿಚಾರಗಳಿಗೆ ಹಸಿರು ಬಣ್ಣದ ಅಡಿಗೀಟು, ಪರಿಕಲ್ಪನೆಗಳಿಗೆ ನೀಲಿ ಅಡಿಗೀಟು. ಬಹುಮುಖ್ಯ ವಾಕ್ಯ ಸಮೂಹಕ್ಕೆ ಬೂದುಬಣ್ಣದ ಅಡಿಗೀಟು. ಅವರು ಪುಸ್ತಕವನ್ನು ಓದುವಾಗಲೆಲ್ಲ ವಿವಿಧ ಬಣ್ಣಗಳ ಬಾಲ್ ಪಾಯಿಂಟ್ ಪೆನ್ನುಗಳ ಜೊತೆ ಒಂದು 'ಸ್ಕೇಲು' ಕೂಡ ಸಿದ್ಧವಾಗಿಟ್ಟುಕೊಂಡಿರುತ್ತಿದ್ದರೋ ಏನೊ. ಯಾಕೆಂದರೆ ಅವರ ಅಡಿಗೀಟುಗಳು ಬರಿಗೈಯಲ್ಲಿ ಎಳೆದಂತೆ ಅಡ್ಡಾದಿಡ್ಡಿಯಾಗಿ ಕಾಣುತ್ತಿರಲಿಲ್ಲ; ಒಂದಿಷ್ಟೂ ಅಂಕುಡೊಂಕಿಲ್ಲದೆ ತೀರ ಕರಾರುವಾಕ್ಕಾಗಿರುತ್ತಿದ್ದವು.

ನಮ್ಮಲ್ಲೀಗ ಹಿಂದೆಂದಿಗಿಂತಲೂ ಹೆಚ್ಚು ಆಕರ್ಷಕವಾಗಿರುವ, ಸುಂದರವಾಗಿರುವ ಪುಸ್ತಕಗಳು ಪ್ರಕಟವಾಗುತ್ತಿವೆಯಷ್ಟೆ. ಉಪಯೋಗಿಸಿದ ಕಾಗದ, ಅಕ್ಷರ ವಿನ್ಯಾಸ, ಪುಟ ವಿನ್ಯಾಸ, ಬೈಂಡಿಂಗ್, ಮುಖಪುಟದ ಕಲೆ, ಇವೆಲ್ಲ ಮುದ್ರಕರ ಮತ್ತು ಪ್ರಕಾಶಕರ ಕೌಶಲ್ಯವನ್ನು ತೋರಿಸುತ್ತವೆಯೇ ಹೊರತು ಆ ಪುಸ್ತಕದ ಲೇಖಕನ/ಲೇಖಕಿಯ ಪ್ರತಿಭೆಯನ್ನು ಕಣ್ಣಿಗೆ ಕಾಣುವಂತೆ ಪ್ರಕಟಪಡಿಸುವುದಿಲ್ಲ. ನನ್ನ ದೃಷ್ಟಿಯಲ್ಲಿ ಪುಸ್ತಕ ಎಷ್ಟೇ ಅದ್ದೂರಿಯಾಗಿರಲಿ, ಎಷ್ಟೇ ಹೊಚ್ಚ ಹೊಸದಾಗಿರಲಿ, ಅದರಲ್ಲಿ ಓದುಗರು ತಮಗೆ ಅನ್ನಿಸಿದ್ದನ್ನು ನೇರವಾಗಿಯೋ ಸಂಜ್ಞಾರೂಪದಲ್ಲೋ ಗುರುತುಮಾಡುವುದಿದೆಯಲ್ಲ, ಅದೇ ನಿಜವಾದ ಪುಸ್ತಕ ಪ್ರೀತಿ. ಗ್ರಂಥಾಲಯದವರೋ ನಿಮ್ಮ ಸ್ನೇಹಿತರೋ ನೀವು ಎರವಲು ಪಡೆದ ಪುಸ್ತಕಗಳು ಒಂದಿಷ್ಟೂ ಮುಕ್ಕಾಗದೆ ಶುದ್ಧವಾಗಿಯೇ

ಹಿಂತಿರುಗಬೇಕೆಂದು ನಿರೀಕ್ಷಿಸುವುದು ತಪ್ಪಲ್ಲ. ಹಾಗೆಯೇ ಬೇರೆಯವರಿಂದ ಎರವಲು ತಂದ ಪುಸ್ತಕಗಳೊಳಗೆ ನಾವು ಗೀಚುವಂತಿಲ್ಲ. ಆದರೆ ಪುಸ್ತಕವೊಂದು ನಮ್ಮದೇ ಆದಾಗ, ಅದನ್ನು ನಾವು ಓದುವುದೇ ಹೌದಾದರೆ, ಅದರಲ್ಲಿ ನಮ್ಮ ಪ್ರತಿಕ್ರಿಯೆಯನ್ನು ಮೂಡಿಸುವುದು ತಪ್ಪೇನಲ್ಲ. ಇಷ್ಟಕ್ಕೂ ಪುಸ್ತಕವೊಂದು ನಮ್ಮ ಸ್ವಂತದ್ದಾಗುವುದು ಹೇಗೆ? ನಾವು ಗಮನವಿಟ್ಟು ಓದಿದಾಗ; ಅದರ ಸಾರ ನಮ್ಮ ಅಂತರಂಗದ ಒಂದು ಭಾಗವಾದಾಗ. ಹಾಗೊಂದು ಭಾಗವಾಗಬೇಕಾದರೆ ನಾವು ಪುಸ್ತಕವೊಂದನ್ನು ಓದುತ್ತಿರುವಾಗಲೇ ಅದರೊಳಗೆ ನಮ್ಮ ಪ್ರತಿಕ್ರಿಯೆಯನ್ನೂ ದಾಖಲಿಸುವಂತಾಗಬೇಕು.

ನಮಗೆಲ್ಲರಿಗೂ ಗೊತ್ತಿರುವಂತೆ ಒಂದು ಮುದ್ರಿತ ಗ್ರಂಥದಲ್ಲಿ ಪ್ರತಿಯೊಂದು ಪುಟದಲ್ಲಿಯೂ ಮಾರ್ಜಿನ್ನಿನ ಜೊತೆಗೆ ಮೇಲೆ, ಕೆಳಗೆ ಮತ್ತು ಪಠ್ಯದ ಸಾಲುಗಳ ನಡುವೆ ಖಾಲಿ ಜಾಗವಿರುತ್ತದೆ. ಪುಸ್ತಕದ ಕೊನೆಯಲ್ಲಿ ಒಂದೆರಡಾದರೂ ಖಾಲಿ ಹಾಳೆಗಳಿರುತ್ತವೆ (ಎಂಡ್‌ಪೇಪರ್ಸ್). ಮತ್ತೆ ಪುಸ್ತಕವನ್ನು ಕಚ್ಚಿ ಹಿಡಿದುಕೊಳ್ಳುವುದಕ್ಕಾಗಿ ಮೊದಲ ರಟ್ಟಿಗೂ ಕೊನೆಯ ರಟ್ಟಿಗೂ ಅಂಟಿಸಿರುವ ಎರಡು ಕಾಗದಗಳು (ಫ್ಲೈಲೀವ್ಸ್) ಕೂಡ ಖಾಲಿಯಾಗಿರುತ್ತವೆ. ಈ ಖಾಲಿ ಜಾಗಗಳನ್ನು ಹಾಗೆಯೇ ಬಿಡುವ ಅಥವಾ ಭರ್ತಿಮಾಡುವ ಹಕ್ಕು ಓದುಗರಿಗಲ್ಲದೆ ಬೇರೆ ಯಾರಿಗುಂಟು?

ಸಾಮಾನ್ಯವಾಗಿ ಪುಸ್ತಕಗಳನ್ನು ಕೊಳ್ಳುವವರಲ್ಲಿ ಮೂರು ಬಗೆ. ಮೊದಲ ಬಗೆಯವರು ಕಣ್ಣಿಗೆ ಚಂದ ಕಾಣುವ ದಪ್ಪ ದಪ್ಪ ಪುಸ್ತಕಗಳನ್ನು ಕೊಂಡು ತಮ್ಮ ಮನೆಯ ದಿವಾನಖಾನೆಯನ್ನು ಸಿಂಗರಿಸುವವರು. ಎರಡನೆಯ ಬಗೆಯವರು ತುಂಬ ಪುಸ್ತಕಗಳನ್ನು ಕೊಂಡಿಟ್ಟುಕೊಂಡಿದ್ದರೂ ಕೆಲವನ್ನು ಮಾತ್ರ ಓದಿ, ಹಾಗೆ ಓದಿದ್ದನ್ನೂ ಹಾಳಾಗದಂತೆ ಇಟ್ಟುಕೊಳ್ಳುವವರು. ಮೂರನೆಯ ಬಗೆಯವರಲ್ಲಿ ಕೆಲವೇ ಕೆಲವೋ ಲೆಕ್ಕವಿಲ್ಲದಷ್ಟೋ ಪುಸ್ತಕಗಳಿರಬಹುದು. ಆ ಪುಸ್ತಕಗಳ ರಟ್ಟು ಕಿತ್ತುಹೋಗಿರಬಹುದು, ಅವುಗಳ ಪುಟಗಳು ನಾಯಿಕಿವಿಗಳಾಗಿರಬಹುದು, ಹೊಲಿಗೆಯೋ ಅಂಟೋ ಬಿಚ್ಚಿಕೊಂಡು ಕೆಲವು ಹಾಳೆಗಳೇ ಸಡಲವಾಗಿರಬಹುದು. ಅವು ಮತ್ತೆ ಮತ್ತೆ ಓದಿಸಿಕೊಂಡು ತಮ್ಮ ಸುಸ್ವರೂಪ ಕಳೆದುಕೊಂಡ ಪುಸ್ತಕಗಳು. ಅಂಥ ಪುಸ್ತಕಗಳ ಮಾರ್ಜಿನ್ನಿನ ತುಂಬ ಪೆನ್ಸಿಲಿನಲ್ಲೋ ಪೆನ್ನಲ್ಲೋ ಗೀಚಿರುವ ಬರಹಗಳಿದ್ದರೆ ಆಶ್ಚರ್ಯವಿಲ್ಲ.

ಓದುಗರು ಹೀಗೆ ಗುರುತು ಮಾಡುವುದು ಯಾಕೆ ಅನಿವಾರ್ಯ? ಗುರುತು ಮಾಡುವ ಕ್ರಿಯೆ ಅವರನ್ನು ಓದುವಾಗ ಎಚ್ಚರವಾಗಿಡುತ್ತದೆ. ಓದುವುದೆಂದರೆ, ನಿಜಕ್ಕೂ ಕ್ರಿಯಾಶೀಲವಾಗಿ ಓದುವುದೆಂದರೆ, ಚಿಂತಿಸುವುದೆಂದೇ ಅರ್ಥ. ಚಿಂತನೆ ಅಭಿವ್ಯಕ್ತಗೊಳ್ಳುವುದು ಮಾತುಗಳಲ್ಲಿ ತಾನೆ? ಹಾಗಾಗಿ ಯಾವುದು ಗುರುತು ಮಾಡಿದ ಪುಸ್ತಕವೋ ಅದೇ ಚಿಂತನೆಯನ್ನು ಪ್ರಚೋದಿಸಿದ ಪುಸ್ತಕ. ಮತ್ತೆ ಗುರುತು ಮಾಡುವ ಮೂಲಕವೇ ಓದುಗರು ಮೂಲ ಲೇಖಕನ ವಿಚಾರಗಳನ್ನು ಅಥವಾ ಓದುವ ಪ್ರಕ್ರಿಯೆಯಲ್ಲಿ ತಮ್ಮೊಳಗೆ ಸ್ಫುರಿಸಿದ ಚಿಂತನೆಗಳನ್ನು ನೆನಪಿಟ್ಟುಕೊಳ್ಳಬಹುದು.

'ಮಾರ್ಜಿನೇಲಿಯಾ: ರೀಡರ್ಸ್ ರೈಟಿಂಗ್ ಇನ್ ಬುಕ್ಸ್' ಎಂಬ ಕೃತಿಯ ಲೇಖಕ ಎಚ್. ಜೆ. ಜಾಕ್‌ಸನ್ನನ ಪ್ರಕಾರ ಕೆಲವು ಓದುಗರಿಗೆ ಬೇರೆ ಯಾರೋ ವಿವಿಧ ಶಬ್ದಗಳಿಂದ, ಸಂಜ್ಞೆಗಳಿಂದ ಅಲಂಕರಿಸಿರುವ ಪುಸ್ತಕವನ್ನು ಓದುವಾಗ ಕಿರಿಕಿರಿಯಾಗಬಹುದು. ಆದರೆ ಅಂಥದೇ ಅಭ್ಯಾಸವುಳ್ಳ ಓದುಗರಿಗೆ ಅದೇ 'ಒಂದು ಬಗೆಯ ಮಾತುಕತೆಯಾಗಿ ಸ್ವಗತವನ್ನು ಸಂಭಾಷಣೆಯಾಗಿ ಪರಿವರ್ತಿಸಬಲ್ಲ' ವಿಧಾನವಾಗಬಹುದು.

ನೀವು ಓದಿದ ಪುಸ್ತಕ ನಿಮ್ಮ ಟೀಕೆ ಟಿಪ್ಪಣಿಗಳಿಂದ ತುಂಬಿದ್ದರೆ ನೀವು ಅದನ್ನು ಸೂಕ್ಷ್ಮವಾಗಿ, ಕ್ರಿಯಾಶೀಲವಾಗಿ ಓದಿದ್ದೀರೆಂದೇ ಅರ್ಥ. ಅಂಥ ಪುಸ್ತಕಗಳನ್ನು ನಿಮ್ಮ ಸ್ನೇಹಿತರಿಗೋ ಇತರರಿಗೋ ಎರವಲು ಕೊಡಬಹುದೆ? ಯಾಕೆ ಕೊಡಬಾರದು? ಒಂದು ಮಾತಂತೂ ನಿಜ. ಯಾರೇ ಆಗಲಿ, ನಿಮ್ಮ ಪುಸ್ತಕವನ್ನು ನೀವು ಬರೆದ ಟಿಪ್ಪಣಿಗಳಿಂದ ವಿಚಲಿತರಾಗದೆ ಓದಲಾಗದು.

ಮತ್ತೆ ನೀವು ಸೂಕ್ಷ್ಮವಾಗಿ ಓದಿ, ಎಲ್ಲೆಲ್ಲಿ ಅಗತ್ಯವೋ ಅಲ್ಲೆಲ್ಲ ಟಿಪ್ಪಣಿಸಿದ ಪುಸ್ತಕವಿದೆಯಲ್ಲ, ಅದೊಂದು ಬಗೆಯ ಬೌದ್ಧಿಕ ಡಯರಿ ಇದ್ದಂತೆ; ಅದನ್ನು ಎರವಲು ಕೊಡುವುದೆಂದರೆ ನಿಮ್ಮ ಮನಸ್ಸನ್ನೇ ಎರವಲು ಕೊಟ್ಟಂತೆ.

ಪುಸ್ತಕದೊಳಗೆ ಟೀಕೆ ಟಿಪ್ಪಣಿಗಳನ್ನು ಬರೆಯುವ ಕ್ರಿಯೆ ನಿಮ್ಮ ಓದಿನ ವೇಗವನ್ನು ತಗ್ಗಿಸಬಹುದೆಂಬ ಭಯವೆ? ತಗ್ಗಿಸಬಹುದು. ಅಷ್ಟೇಕೆ ತಗ್ಗಿಸಲೇಬೇಕು. ಅನೇಕರ ದೃಷ್ಟಿಯಲ್ಲಿ ವೇಗವಾಗಿ ಓದುವುದೇ ಬುದ್ಧಿವಂತಿಕೆಯ ಲಕ್ಷಣ; ಅದು ಓದುಗರ ಬೌದ್ಧಿಕತೆಗೊಂದು ಮಾನದಂಡ. ಆದರೆ ಓದುವುದಕ್ಕೆ ನಿರ್ದಿಷ್ಟವಾದ ವೇಗವೇನೂ ಇದ್ದಂತಿಲ್ಲ. ಮತ್ತೆ ನಾವು ಕೇವಲ ಸಂತೋಷಕ್ಕಾಗಿ ಅಥವಾ ಮನೋರಂಜನೆಗಾಗಿ ಓದುವ ಪುಸ್ತಕಗಳೇ ಬೇರೆ. ಆದರೆ ವಿಚಾರಗಳಿಂದ ಸಮೃದ್ಧವಾಗಿರುವ, ಮೂಲಭೂತವಾದ ಬಹುಮುಖ್ಯ ಪ್ರಶ್ನೆಗಳನ್ನು ಎಬ್ಬಿಸಿ, ಅವುಗಳಿಗೆ ಉತ್ತರಗಳನ್ನು ನೀಡುವ ಪುಸ್ತಕಗಳು ತೀರ ಸೂಕ್ಷ್ಮವಾದ, ತದೇಕಚಿತ್ತದ ಓದನ್ನು ಬಯಸುತ್ತವೆ. ಅಂಥ ಪುಸ್ತಕಗಳು ಸುಲಭವಾಗಿ ಓದಿಸಿಕೊಳ್ಳುವುದಿಲ್ಲ. ಸುಲಭವಾಗಿ ಓದಿಸಿಕೊಳ್ಳುವ ಪುಸ್ತಕಗಳು ಒಳ್ಳೆಯ ಪುಸ್ತಕಗಳಾಗಿರಬೇಕಿಲ್ಲ.

ಕೆಲವರು ತಾವು ಓದಿದ ಪುಸ್ತಕಗಳಲ್ಲಿ 'ಒಪ್ಪತಕ್ಕ ವಿಚಾರ', 'ಎಂಥ ಉಪಮೆ!', 'ಆಹಾ!' 'ಶಹಬ್ಬಾಶ್!' ಇತ್ಯಾದಿ ಉದ್ಗಾರಗಳಿಂದ ಹಿಡಿದು ಸುದೀರ್ಘ ಟೀಕೆಯವರೆಗೆ ನಮೂದಿಸಿರುತ್ತಾರೆ. ಇನ್ನು ಕೆಲವರು ಶಬ್ದಗಳ ಬದಲಿಗೆ ಬರೀ ಸಂಜ್ಞೆಗಳನ್ನು ಮಾತ್ರ ಬಳಸಿರುವುದುಂಟು. ಖಾಸಗಿಯಾಗಿಯೇ ಉಳಿದುಬಿಡುವ ಆ ಸಂಜ್ಞೆಗಳು ಅವುಗಳನ್ನು ಬಳಸಿರುವವರಿಗೆ ಮಾತ್ರ ಪತ್ತೆ ಹತ್ತುತ್ತವೆ. ಯಾಕೆಂದರೆ ಆ ಸಂಜ್ಞೆಗಳಲ್ಲಿ ಒಂದೊಂದಕ್ಕೂ ಒಂದೊಂದು ಧ್ವನಿ ಇರುತ್ತದೆ. ನಾನು ಕೂಡ ಪುಸ್ತಕವೊಂದನ್ನು ಓದುತ್ತಿರುವಾಗ ಕೆಲವು ನಿರ್ದಿಷ್ಟ ಸಂಜ್ಞೆಗಳನ್ನೋ ಚಿಹ್ನೆಗಳನ್ನೋ ಬರೆಯುವುದುಂಟು. ಅವುಗಳಲ್ಲಿ ಕೆಲವು: ಮುಖ್ಯವೆನಿಸಿದ ನಾಮಪದಗಳಿಗೆ ಅಡಿಗೀಟು; ಮುಖ್ಯವಾದ ಒಂದು ಪ್ಯಾರಾದ ಅಥವಾ ಅದರ ಕೆಲವು ಸಾಲುಗಳ ಉದ್ದಕ್ಕೂ ಮೇಲಿಂದ ಕೆಳಮುಖವಾಗಿ ಸಾಗುವ ಗೆರೆ; ವಿಷಯವೊಂದು ಗಮನಾರ್ಹ ಎನ್ನಿಸುವಂತಿದ್ದರೆ ಮಾರ್ಜಿನ್ನಿನಲ್ಲಿ ಒಂದು ಚಚ್ಚೌಕಾಕಾರ; ಇನ್ನೂ ಮುಖ್ಯವೆನಿಸಿದರೆ ಒಂದು ವೃತ್ತಾಕಾರ; ಗಮನಿಸಲೇಬೇಕಾದ ವಾಕ್ಯವಾದರೆ, ಅದು ಇನ್ನೇನನ್ನೋ ಸೂಚಿಸುವಂತಿದ್ದರೆ, ಮಾರ್ಜಿನ್ನಿನಲ್ಲಿ ಮೇಲ್ಮುಖವಾಗಿ ಸಾಗಿದ ಗೆರೆಯ ತುದಿಗೊಂದು ನಕ್ಷತ್ರಾಕಾರ; ಮತ್ತೆಂದೋ ನೋಡಲೇಬೇಕಾದ ಪ್ಯಾರಾ ಆದರೆ ಬಸವನಹುಳುವಿನ ಹಾಗೆ ಸುರುಳಿ ಸುತ್ತಿಕೊಂಡ ಚಿಹ್ನೆ; ಅಸ್ಪಷ್ಟವೆನ್ನಿಸಿದರೆ ಪ್ರಶ್ನಾರ್ಥಕ ಚಿಹ್ನೆ; ತೀರ ಅಪರೂಪಕ್ಕೆ ಆಶ್ಚರ್ಯಾರ್ಥಕ ಚಿಹ್ನೆ.

ಮುದ್ರಿತ ಪುಸ್ತಕವೊಂದರಲ್ಲಿರುವ ಖಾಲಿ ಜಾಗ ಓದುಗರ ಪ್ರತಿಕ್ರಿಯೆಗಷ್ಟೇ ಸೀಮಿತಗೊಳ್ಳಬೇಕಿಲ್ಲ. ಅದು ಕೆಲವರ ಸೃಷ್ಟಿಕ್ರಿಯೆಯನ್ನು ಕೂಡ ಪ್ರಚೋದಿಸಬಹುದು. ನಿದರ್ಶನಕ್ಕಾಗಿ ದ.ರಾ. ಬೇಂದ್ರೆಯವರ ಈ ಮಾತುಗಳನ್ನು ನೋಡಿ: ನನ್ನದು ಅವಶ್ಯವಾಗಿ ಭಾವನಿಷ್ಠ – ಸಬ್ಜೆಕ್ಟಿವ್ – ಕಾವ್ಯ. ನನ್ನ ಒಳಗಿನ 'ವ್ಯಕ್ತಿ' ಎಚ್ಚರಗೊಂಡಾಗಲೇ ಕಾವ್ಯ ಒಡಮೂಡಿ ಬರುತ್ತದೆ. ಬರುವಾಗ ಅದು ಭಾವ ಭಾಷೆ ಶಬ್ದ ಲಯ ಗತಿಗಳನ್ನು ಸಂಗಡ ಕರೆದುಕೊಂಡೇ ಬರುತ್ತದೆ. ಬರೆಯಲು ನನಗೆ ಶಾಂತ ಆವರಣ ಬೇಕಿಲ್ಲ. ಏಕಾಂತತೆ ಮಾತ್ರ ಬೇಕು.... ಒಂದು ಹರಕು ಕಾಗದದ ಚೂರು, ಅಥವಾ ಹಳೆಯ ಪುಸ್ತಕ, ಇಲ್ಲವೇ ಲಕೋಟೆಯ ಬೆನ್ನು, ಇಲ್ಲವೇ ಮುದ್ರಿತ ಪುಸ್ತಕದ ಖಾಲಿ ಅಂಚು ನನ್ನನ್ನು ಬರೆಯಲು ಪ್ರೇರಿಸುವದುಂಟು ಎಂದೂ ಹೇಳಿದ್ದಾರೆ. ಅವರು ಹಾಗೆ 'ಮುದ್ರಿತ ಪುಸ್ತಕದ ಖಾಲಿ ಅಂಚು'ಗಳಲ್ಲಿ ಬರೆದಿಟ್ಟಿರುವ ಕವಿತೆಗಳು ಒಂದೆರಡಲ್ಲ.

ಸುಮಾರು ಐವತ್ತು ವರ್ಷಗಳ ಹಿಂದೆ ಕೆಲವರು ಒಂದು ಗ್ರಂಥವನ್ನು ಅದೆಷ್ಟು ಆಳವಾಗಿ ಅಭ್ಯಾಸಮಾಡುತ್ತಿದ್ದರೆಂದರೆ ಅವರಿಗೆ ಟಿಪ್ಪಣಿ ಬರೆಯಲು ಆ ಗ್ರಂಥದ ಖಾಲಿ ಅಂಚುಗಳು

ಏನೇನೂ ಸಾಕಾಗುತ್ತಿರಲಿಲ್ಲ. ಅವರೊಂದು ಮಹಾಕಾವ್ಯವನ್ನೋ ಗಹನವಾದೊಂದು ವೈಚಾರಿಕ ಗ್ರಂಥವನ್ನೋ ಅಭ್ಯಾಸಮಾಡಬೇಕೆಂದು ನಿರ್ಧರಿಸಿದ ತಕ್ಷಣ ಆಯಾ ಗ್ರಂಥಗಳ ಒಂದು ಮುದ್ರಿತ ಪ್ರತಿಯನ್ನು ರಟ್ಟು ಕಟ್ಟುವವನ (ಬೈಂಡರ್) ಬಳಿಗೆ ಕೊಂಡೊಯ್ದು ಅದರ ಹೊಲಿಗೆಯನ್ನು ಸಂಪೂರ್ಣವಾಗಿ ಬಿಚ್ಚಿಸಿ ಒಂದೊಂದು ಮುದ್ರಿತ ಹಾಳೆಯ ಪಕ್ಕದಲ್ಲೂ ಒಂದೊಂದು ಖಾಲಿ ಹಾಳೆಯನ್ನು ಜೋಡಿಸಿ ಮತ್ತೆ ಹೊಲಿಸುತ್ತಿದ್ದರು. ಹಾಗೆ ಜೋಡಿಸಿಟ್ಟ ಖಾಲಿ ಹಾಳೆಗಳು ಟೀಕೆ ಟಿಪ್ಪಣಿ ಬರೆಯುವುದಕ್ಕೆ ಮೀಸಲಾಗಿರುತ್ತಿದ್ದವು. ಅಂಥ ಕೆಲವು ಗ್ರಂಥಗಳನ್ನು ನಾನೂ ನೋಡಿದ್ದೇನೆ. ಈಗ ಹಾಗೆ ಅಭ್ಯಾಸಮಾಡುವವರು ಕೆಲವರಾದರೂ ಇದ್ದಾರೋ ಇಲ್ಲವೋ ಗೊತ್ತಿಲ್ಲ.

ಕೊನೆಯದಾಗಿ ಡಾ. ಪ್ರಭುಶಂಕರರ 'ನಮನ' ಎಂಬ ಪುಸ್ತಕವನ್ನು ನೋಡೋಣ. ಅದರಲ್ಲಿ ಅವರು ನಾ. ಕಸ್ತೂರಿಯವರಿಗೆ ಸಂಬಂಧಿಸಿದ ಲಘು ಪ್ರಸಂಗವೊಂದನ್ನು ದಾಖಲಿಸಿರುವುದು ಹೀಗೆ:

ಕಸ್ತೂರಿಯವರು ಒಂದು ದಿನ ಹೇಳಿದರು: ಪ್ರಭು, ನಾನು ಅಮರನಾಗಿಬಿಟ್ಟೆ ಕಣಯ್ಯ. ಅದಕ್ಕೆ ನಾನು ಹೇಳಿದೆ: ಹೌದು, ಎಷ್ಟೆಲ್ಲ ಒಳ್ಳೆಯ ಪುಸ್ತಕಗಳನ್ನು ಬರೆದಿದ್ದೀರಿ. ಕನ್ನಡ ಸಾಹಿತ್ಯದಲ್ಲಿ ನಿಮ್ಮದು ಅಮರವಾದ ಸ್ಥಾನವೇ. ಅವರು ನಕ್ಕರು: ಆ ಭ್ರಾಂತಿ ನನಗಿಲ್ಲ ಕಣಯ್ಯ. ಪುಟ್ಟಪ್ಪ ತನ್ನ 'ಕೃತ್ತಿಕೆ' ಕವನ ಸಂಕಲನದಲ್ಲಿ 'ಕವಿಯ ತೃಪ್ತಿ' ಅಂತ ಒಂದು ಸಾನೆಟ್ ಬರೆದಿದ್ದಾನೆ. ಅದರಲ್ಲಿ ಮೊದಲ ಪಂಕ್ತಿಯಲ್ಲೇ ನನ್ನ ಹೆಸರು ಸೇರಿಸಿದ್ದಾನೆ. ಆ ಪದ್ಯ ಓದಿದ್ದೀಯಾ? ಓದಿದ್ದೇನೆ. ಬಾಯಲ್ಲೂ ಬರುತ್ತೆ ಎಂದೆ. ಹಾಗಾದರೆ ಹೇಳು ಎಂದರು. ಹೇಳಿದೆ:

ಬಳಿಯಿರುವ ವೆಂಕಯ್ಯ, ಕಂಠಯ್ಯ, ಕಸ್ತೂರಿ
ಶ್ರೀನಿವಾಸರು ಮೆಚ್ಚಿದರೆ ಸಾಕೆನಗೆ ತೃಪ್ತಿ;
ನನ್ನ ಕನ್ನಡ ಕವನಗಳ ಯಶಸ್ಸಿನ ವ್ಯಾಪ್ತಿ.
ಲಂಡನ್ನಿನೊಳಗೂದ ಬೇಕಿಲ್ಲ ತುತ್ತೂರಿ!

ಕಸ್ತೂರಿ ಮುಂದುವರಿದು ಹೇಳಿದರು: ನೋಡಿದೆಯೇನಯ್ಯ! ಪ್ರಭು, ನಾನು ಯಾರು ಎಂದು ಈಗ ಕೆಲವರಿಗಾದರೂ ಗೊತ್ತು. ಮುಂದೆ, ಹತ್ತಾರು ವರ್ಷಗಳು ಕಳೆದ ಮೇಲೆ ಯಾರಿಗೂ ಗೊತ್ತಿರುವುದಿಲ್ಲ. ಕುವೆಂಪು ಜಗದ್ವಿಖ್ಯಾತರಾಗಿರುತ್ತಾರೆ. ಅವರ ಈ ಕವನವನ್ನು ಓದಿದವರು ನನ್ನ ಹೆಸರಿನ ಕೆಳಗೆ ಗೆರೆ ಎಳೆದು ಪಕ್ಕದ ಮಾರ್ಜಿನ್ನಿನಲ್ಲಿ ಯಾರಿವನು ಎಂದು ಪ್ರಶ್ನಾರ್ಥಕ ಚಿಹ್ನೆ ಹಾಕುತ್ತಾರೆ. ಅಷ್ಟು ಸಾಕು ಕಣೋ. ಅದಕ್ಕಿಂತ ಅಮರತ್ವ ಇನ್ನು ಯಾವುದಿದೆಯೋ?

●

ಪುಸ್ತಕ ಓದಿದ್ದಕ್ಕೆ
ಪುಸ್ತಕವೇ ಸಾಕ್ಷಿ
ಜಯಲಕ್ಷ್ಮಿ ಪಾಟೀಲ್
ಅವರ ಧ್ವನಿಯಲ್ಲಿ

ಎಸ್. ದಿವಾಕರ್ | ಪ್ರಬಂಧ

ರೂಪ ರೂಪಗಳನು ದಾಟಿ...

ಸೂರ್ಯಾಸ್ತವಾಗಿ ಮುಸ್ಸಂಜೆ ಮೆಲ್ಲಮೆಲ್ಲನೆ ಅಡಿಯಿಡುತ್ತಿರುವ ಒಂದು ಸಂದರ್ಭವನ್ನು ಊಹಿಸಿಕೊಳ್ಳಿ. ಮಧ್ಯಾಹ್ನದ ಬಿಸಿಲು ಮಾಯವಾಗಿ ದಿಗಂತದಾಚೆಯ ಮೋಡಗಳಿಗೆ ಕಡುಗೆಂಪು, ಕಿತ್ತಳೆ, ನಸು ಹಳದಿ, ಬೂದು ಬಣ್ಣಗಳ ಓಕುಳಿಯಾಗಿದೆ. ಇನ್ನೇನು ಕವಿಯಲಿರುವ ಕತ್ತಲೆಗೆ ಹೆದರಿ ಗೂಡು ಸೇರಲಿರುವ ಕೆಲವೇ ಕೆಲವು ಹಕ್ಕಿಗಳನ್ನು ಹಾರಿಸುತ್ತಿದೆ ಆಕಾಶ. ಅಲ್ಲಾಡದೆ ನಿಂತ ಮರಗಳು ಅಗಾಧ ಮೌನದಲ್ಲಿ ಅದ್ದಿಕೊಂಡಂತಿವೆ. ಬೀಸುತ್ತಿರುವ ಗಾಳಿ ಯಾರದೋ ಪಿಸುಮಾತಿಗೆ ಕಿವಿಗೊಡುತ್ತಿರುವ ಹಾಗೆ ತಟ್ಟನೆ ನಿಂತುಬಿಟ್ಟು ಎರಡೋ ಮೂರೋ ಹಣ್ಣೆಲೆಗಳನ್ನು ಕೆಳಗುದುರಿಸುತ್ತಿದೆ. ಬೇಲಿಯಾಚೆಗೆ ಓಡುತ್ತಿರುವ ನೆರಳು ಇನ್ನೇನು ಕವಿಯಲಿರುವ ಕತ್ತಲೆಯಲ್ಲಿ ಒಂದಾಗಲು ಹವಣಿಸುವಂತಿದೆ. ಇದ್ದಕ್ಕಿದ್ದಂತೆ ಯಾವುದೋ ಹಕ್ಕಿ ಒಮ್ಮೆಗೇ ಚೀರಿ ಸುಮ್ಮನಾಗಿಬಿಟ್ಟಿದೆ. ಇಂಥ ಸಂದರ್ಭವನ್ನು ಊಹಿಸಿಕೊಂಡಾಗ ನಮ್ಮ ಮನಸ್ಸಿನಲ್ಲಿ ಮೂಡುವ ಭಾವನೆ ಯಾವುದು? ಯಾರೂ ಇಲ್ಲವೆಂಬ ಅನಾಥ ಸ್ಥಿತಿಯೆ? ಸುಮಧುರ ಯಾತನೆಯುಂಟುಮಾಡುವ ವಿರಹವೆ? ವಿಷಣ್ಣತೆಯನ್ನು ಉಸಿರಾಡುತ್ತ ಚಲಿಸುತ್ತಿರುವ ಕಾಲವೆ? ಎಲ್ಲವೂ ಮುಗಿದುಹೋಯಿತೆಂಬ ವಿಷಾದವೆ? ಇದ್ದಕ್ಕಿದ್ದಂತೆ ಬಣ್ಣ ಬದಲಾಯಿಸಿದ ಬೆಳಕಿನಲ್ಲಿ ನಕ್ಕರೂ ನಗದಂತಿರುವ ಪ್ರಕೃತಿಯೆ? ಹಿಂದೆಂದೋ ಕಣ್ಣಾರೆ ಕಂಡ ಮುಸ್ಸಂಜೆ ಮನಸ್ಸಿನಲ್ಲಿ ಒಂದು ಚಿತ್ರವಾಗಿ ನಿಂತಿದೆ, ಹೌದು. ಆದರೆ ಅದು ಹೊಮ್ಮಿಸುತ್ತಿರುವ ಭಾವವೇನು ಎಂದು ಕೇಳಿದರೆ ಹೇಳುವುದೇನು? ಕವಿ ಕೆ.ಎಸ್.ನ. ಅವರ ಪಾಲಿಗೆ 'ಬಾನಿನೆತ್ತರ ಹಾರಿದೊಲವಿನ ಕೆಂಪು ಕನಸಿನ ಸುಳಿ' ಅದು. ಅವರೇ ಬರೆದಂತೆ ಮುಸ್ಸಂಜೆ ಬರುವುದು 'ದಿಕ್ಕು ದಿಕ್ಕಿಗೆ ಕಣ್ಣ ತಿರುಗಿಸಿ

ಎದುರು ಗಾಳಿಯನೆದುರಿಸಿ; ಬೇಲಿಯಾಚೆಗೆ ನೆರಳನೋಡಿಸಿ, ಬಳಿಯ ಜಿಂಕೆಯ ಗದರಿಸಿ'. ಹೌದು, ಕವಿಗಳಿಗೆ ಯಾವ ಅನುಭವವನ್ನೂ ಮನವರಿಕೆಮಾಡಿಕೊಡಬಲ್ಲ ರೂಪಕಶಕ್ತಿಯಿದೆ, ವಸ್ತು-ಪ್ರತಿರೂಪಗಳನ್ನು ಸೃಷ್ಟಿಸಬಲ್ಲ ಪ್ರತಿಭೆಯಿದೆ. ಆದರೆ ನಮ್ಮಂಥವರ ಮನಸ್ಸಿಗೆ ಒಂದು ಅನುಭವವಾದದ್ದು ಮಾತಿಗೆ ಸಿಕ್ಕುವುದಿಲ್ಲವಲ್ಲ.

ಸಂಗೀತದ ವಿಷಯ ಹಾಗಲ್ಲ. ಅದು ಬುದ್ಧಿಯ ಯಜಮಾನಿಕೆಯನ್ನು ಬದಿಗೊತ್ತಿ ನೇರವಾಗಿ ಹೃದಯದ ಜೊತೆಗೇ ಮಾತಾಡಬಲ್ಲದು. ಅದರ ಭಾಷೆ ನಾವು ನೀವು ಆಡುವ, ಬರೆಯುವ ಭಾಷೆಯಲ್ಲ. ಅದು 'ವಾಚಾಮಗೋಚರ' (ಮಾತಿಗೆ ಗೋಚರವಾಗದ್ದು); 'ಅನಿರ್ವಚನೀಯ' (ಮಾತಿನಲ್ಲಿ ಹೇಳಲಾಗದ್ದು). ಬಹುಶಃ ಇದೇ ಕಾರಣದಿಂದಲೇ ಅದು ಶುದ್ಧ ಕಲೆ. ತತ್ವಜ್ಞಾನಿ ಆರ್ಥರ್ ಶೋಪೆನ್‌ಹಾವರ್ ಎಲ್ಲ ಕಲೆಗಳೂ ಸಂಗೀತದ ಹಂತವನ್ನು ತಲಪಲು ಹೆಣಗಾಡುತ್ತವೆ ಎಂದ. ಅರ್ಥಪೂರ್ಣವಾದ ಮಾತು. ಯಾಕೆಂದರೆ ಸಂಗೀತವನ್ನುಳಿದು ಬೇರೆಲ್ಲ ಕಲೆಗಳಲ್ಲೂ ಆಕೃತಿಯೂ (ಫಾರಂ), ಆಶಯವೂ (ಕಾಂಟೆಂಟ್) ಪರಸ್ಪರ ಒಂದಾಗುವುದಿರಲಿ, ಹತ್ತಿರ ಕೂಡ ಸುಳಿಯುವುದು ಅಪರೂಪ. ಸಂಗೀತದಲ್ಲಾದರೋ, ಒಂದನ್ನು ಬಿಟ್ಟು ಇನ್ನೊಂದಿಲ್ಲ ಅಥವಾ ಎರಡೂ ಒಂದೇ. ಹಾಗಾಗಿ ಸಂಗೀತವನ್ನು, ಅದರಲ್ಲೂ ನಮ್ಮ ಭಾರತೀಯ ಶಾಸ್ತ್ರೀಯ ಸಂಗೀತವನ್ನು, ವರ್ಣಿಸುವಂಥ ವಸ್ತು-ಪ್ರತಿರೂಪಗಳು ನಮ್ಮ ಭಾಷೆಯಲ್ಲಿ ಸಿಕ್ಕಲಾರವು. ಈ ಮಾತಿಗೆ ಪ್ರಸಿದ್ಧ ಹಿಂದೂಸ್ತಾನಿ ಗಾಯಕ ಪಂಡಿತ್ ಪರಮೇಶ್ವರ ಹೆಗಡೆಯವರು ಇತ್ತೀಚೆಗೆ ನಮಗಾಗಿ ಪ್ರಸ್ತುತಪಡಿಸಿದ ರಾಗ ಮಧುವಂತಿ ಒಂದು ನಿದರ್ಶನವಷ್ಟೆ.

ತೋಡಿ ಕುಟುಂಬಕ್ಕೆ ಸೇರಿದ ಮಧುವಂತಿ ರಾಗ ಸ್ವಭಾವತಃ ಮಧುರವಾದದ್ದು, ರಮ್ಯವಾದದ್ದು; ಅತೀತಭಾವವನ್ನು, ಪ್ರೇಮಯಾಚನೆಯನ್ನು ಸ್ಫುರಿಸುವಂಥದ್ದು. ಆರೋಹಣದಲ್ಲಿ ಸ ಗ ಮ ಪ ನಿ ಸ ಸ್ವರಗಳೂ ಅವರೋಹಣದಲ್ಲಿ ಸ ನಿ ಧ ಪ ಮ ಗ ರಿ ಸ ಸ್ವರಗಳೂ ಧ್ವನಿ ಪಡೆದುಕೊಳ್ಳುವ ಈ ರಾಗ ಮುಲ್ತಾನಿ ರಾಗಕ್ಕೆ ಹತ್ತಿರವಾದದ್ದು. ಯಾಕೆಂದರೆ ಹಾಡುವಾಗ / ನುಡಿಸುವಾಗ ಈ ರಾಗದಲ್ಲಿರುವ ತೀವ್ರ ಮಧ್ಯಮ ಮತ್ತು ಕೋಮಲ ಗಾಂಧಾರ ಸ್ವರಗಳಿಗೆ ಒತ್ತು ಕೊಡದಿದ್ದರೆ ಅಥವಾ ಆ ಸ್ವರಗಳನ್ನು ಕೈಬಿಟ್ಟರೆ ಮಧುವಂತಿ ಸ್ವಲ್ಪಮಟ್ಟಿಗೆ ಮುಲ್ತಾನಿಯಂತೆಯೇ ಕೇಳಿಸಬಹುದು. ವಿಖ್ಯಾತ ಗಾಯಕಿ ಗಿರಿಜಾ ದೇವಿಯವರು ಒಮ್ಮೆ ಈ ಮಧುವಂತಿಯನ್ನು ತಂದೆ ತಾಯಿ ಇಲ್ಲದ ತಬ್ಬಲಿ ರಾಗವೆಂದು ಕರೆದದ್ದಾಗಿ ಹಿಂದೆಲ್ಲೋ ಓದಿದ ನೆನಪು. ಇರಬಹುದೋ ಏನೊ.

ಪಂಡಿತ್ ಪರಮೇಶ್ವರ ಹೆಗಡೆಯವರ ಪ್ರಸ್ತುತಿಯಲ್ಲಿ ಈ ರಾಗ ಒಂದು ಬಗೆಯ ತಬ್ಬಲಿತನದ ಅಥವಾ ಅನಾಥತೆಯ ಆರ್ತಭಾವವನ್ನು ಸ್ಫುರಿಸಿದ್ದಂತೂ ನಿಜ. ಅದು ಸ್ವಲ್ಪಮಟ್ಟಿಗೆ ನಾರ್ವೇಜಿಯನ್ ಕಲಾವಿದ ಎಡ್ವರ್ಡ್ ಮಂಖ್‌ನ ಕೆಲವು ಚಿತ್ರಗಳಲ್ಲಿರುವ ಭಾವ. ಆ ಭಾವಕ್ಕೆ ಹಿನ್ನೆಲೆಯನ್ನು ಒದಗಿಸುವಂತೆ ಈ ಲೇಖನದ ಪ್ರಾರಂಭದಲ್ಲಿರುವ ಮುಸ್ಸಂಜೆಯ ವಿವಿಧ ಚಿತ್ರಗಳು ಕೂಡ ಒಂದಾದ ಮೇಲೊಂದರಂತೆ ನನ್ನ ಮನೋಭಿತ್ತಿಯಲ್ಲಿ ಮೂಡಿದವೆನ್ನಬೇಕು. ಪಂಡಿತರು ಪ್ರಸ್ತುತಪಡಿಸಿದ್ದು ಮಧುವಂತಿಯ ಆಲಾಪವಷ್ಟೆ - ಅದೂ ಮಧ್ಯಮ ಸ್ಥಾಯಿಯಲ್ಲಿ. ಬಂದಿಶ್ ಇರಲಿಲ್ಲ. ಇದ್ದದ್ದು ಮಧ್ಯಮ, ಷಡ್ಜಗಳಂಥ ವಾದಿ-ಸಂವಾದಿ ಸ್ವರಗಳ ಗುಂಜನ; ಜೋಡಿ ಸ್ವರಗಳ ಲಂಘನ; ತೀವ್ರ ಮಧ್ಯಮದ ಆಕ್ರಂದನ. ಸ್ವರ ಸ್ವರಗಳ ವಿಭಿನ್ನ ವಿನ್ಯಾಸಗಳಲ್ಲಿ ಮುಂದುವರಿದ ರಾಗ ಒಮ್ಮೆ ಸಂಜೆಯ ಆಕಾಶದ ವರ್ಣವೈವಿಧ್ಯವನ್ನು ಪಡಿಮೂಡಿಸುವಂತಿದ್ದರೆ, ಇನ್ನೊಮ್ಮೆ ಅನಂತ ಮೌನದಲ್ಲಿ ಹಕ್ಕಿಯೊಂದು ಚೀರಿದಂತೆ ಕೇಳಿಸುವಂತಿತ್ತು; ಮಗದೊಮ್ಮೆ ಇಳಿ ಹಗಲಿನ ನೀರವದಲ್ಲಿ ಮೋಹಿತರಿಬ್ಬರ ಅಂತರಂಗದ ಆಲಾಪವನ್ನು ಅನುರಣಿಸುವಂತಿತ್ತು. ಹೇಗೆಂದರೆ ಬೇಂದ್ರೆಯವರ 'ಕಲ್ಪವೃಕ್ಷವೃಂದಾವನಂಗಳಲಿ' ಎಂಬ ಕವಿತೆಯ ಈ ಕಡೆಯ ಸಾಲುಗಳ ಹಾಗೆ:

ನೋಡುತಿರಲು ಒಳಗಣ್ಣಿನಿದಿರು ನೀ
ಹೇಗೊ ರಾಧೆಯಾದೆ
ಕೇಳುತಿರಲು ಒಳಗಿವಿಯು ಕೊಳಲು ನ-
ನ್ನೊಳಗೆ ಮಾಯವಾದೆ
ನಾನು ನೀನೊ ನೀ ನಾನೊ ಏನೊ ಎನು-
ತೆನುತಲೆಚ್ಚರಾದೆ.

ಅಥವಾ ಪಂಡಿತರ ಆವಾಜಿನಲ್ಲಿ ಮೂಡಿಬಂದ ಮಧುವಂತಿ ಶ್ರವ್ಯಾನುಭವದ ಜೊತೆಜೊತೆಗೇ ನನ್ನ ಮನಸ್ಸಿನಲ್ಲಿ ಮೂಡಿಸಿದ ಈ ಎಲ್ಲ ಮೂರ್ತರೂಪಗಳಿಂದಾಗಿ ಒಂದು ಅಪೂರ್ವ ದೃಶ್ಯಾನುಭವವನ್ನೂ ಕರುಣಿಸಿತೆನ್ನಬಹುದು.

ಸಂಗೀತಲೋಕದ ದಿಗ್ಗಜರಾದ ಭೀಮಸೇನ ಜೋಶಿ ಮತ್ತು ಜಸರಾಜ್ ಇದೇ ರಾಗವನ್ನು ಹಾಡಿದ್ದಾರೆ; ರವಿಶಂಕರ್, ಬಿಸ್‌ಮಿಲ್ಲಾ ಖಾನ್, ಶಿವಕುಮಾರ್ ಶರ್ಮ ಮೊದಲಾದವರು ತಮ್ಮ ತಮ್ಮ ವಾದ್ಯಗಳಲ್ಲಿ ನುಡಿಸಿದ್ದಾರೆ. ರಾಗ ಅದೇ ಆದರೂ ಅವರು ಪ್ರಸ್ತುತಪಡಿಸಿರುವ ರೀತಿ ಮಾತ್ರ ಸಂಪೂರ್ಣವಾಗಿ ವಿಭಿನ್ನ. ಮೊನ್ನೆ ಪಂಡಿತ್ ಪರಮೇಶ್ವರ ಹೆಗಡೆಯವರು ಹಾಡಿದ್ದು ಕೂಡ ಅವರದೇ ಆದ ಮಧುವಂತಿ. ಅದರಲ್ಲಿ ಅವರು ಸಜೀವಗೊಳಿಸಿದ ತೀವ್ರ ಮಧ್ಯಮ ತನ್ನ ಹೃದಯವಿದ್ರಾವಕ ಗುಣದಿಂದಲೇ ನನ್ನನ್ನು ಬಹು ಕಾಲದವರೆಗೆ ಕಾಡಿತೆನ್ನಬೇಕು.

ಪಂಡಿತರ ಮಧುವಂತಿಯನ್ನು ನನ್ನ ಜೊತೆ ಕೇಳಿದ ಇನ್ನೂ ಇಬ್ಬರಲ್ಲಿ ಒಬ್ಬರು ಕವಿ ಎಚ್. ಎಸ್. ವೆಂಕಟೇಶಮೂರ್ತಿ. ಅವರು ಅಂದು ನೇರವಾಗಿ ಕೇಳಿದ್ದಲ್ಲದೆ (ಪ್ರಸಿದ್ಧ ಛಾಯಾಗ್ರಾಹಕ ಜಿ.ಎಸ್. ಭಾಸ್ಕರ್ ಚಿತ್ರೀಕರಿಸಿಕೊಟ್ಟ) ಅದೇ ಪ್ರಸ್ತುತಿಯ ವಿಡಿಯೋವನ್ನು ಮತ್ತೆ ಮತ್ತೆ ಆಲಿಸಿ ಸುಂದರ ಕವಿತೆಯೊಂದನ್ನು ರಚಿಸಿದರು. 'ಒಂದು ಸ್ವರದ ಹಿಂದೆ' ಎಂಬ ಶೀರ್ಷಿಕೆಯಲ್ಲಿರುವ ಆ ಕವಿತೆ ಇದು:

ಒಂದು ಕಣ್ಣ ಹನಿಯಲ್ಲಡಗಿರುವ ನಿಸ್ಸೀಮ ಕಡಲೇ ದಯಮಾಡಿ
ಒಡಮೂಡು. ಕ್ಷಿತಿಜದ ಗೆರೆಯ ಮೇಲೆ ನಿರ್ವಯಲಿನಪಾರದ ಸ
ವಾರಿ ಹೊರಡಲಿ ಮುಗಿವಿರದ ಮಾನಸ ಯಾತ್ರೆಗೆ. ಒಳ ಗುಡಿಯ
ಗಂಟೆ ಹೂವಲ್ಲಿ ನಿಶ್ಶಬ್ದ ಕವಿತೆಯಾತ್ಮ ಸ್ವರ. ಮಾತಳಿದ ಮೇಲೆ
ಹೆಗಡೆ ಹಾಡಿಗೆ ವಲ್ಮೀಕದಲ್ಲಿ ನಾಗಸ್ವರ. ಬಾನೆದೆಯಲ್ಲಿ ತಹತಹ
ತಾರೆ. ಪಟ್ಟೆ ಪೀತಾಂಬರಕ್ಕೆ ನಕ್ಷತ್ರ ರಂಗವಲ್ಲಿಯ ಚುಕ್ಕಿಚಿತ್ತಾರ.
ಚಂದ್ರಗೆರೆಯಡಿ ರೂಪಾತೀತ ಬೆಳುದಿಂಗಳ ಶಿವ. ರೂಹಿಗಾಧಾರ
ಬಟಾಬಯಲು. ಹನಿಯೊಳಗೆ ನಿದ್ರಿಸುತ್ತಿವೆ ರುಂದ್ರ ವಾರ್ಧಿತರಂಗ;
ಕಣ್ತೆರೆಯದ ಮುತ್ತಿನ ಚಿಪ್ಪು. ಶಾರ್ಕಾದಿ ಘೋರ ಜಲಚರ.
ಕೊಲಂಬಸ್ ಹಡಗು. ತೀರದಲ್ಲಿ ಕಂಡದ್ದೇ ಇಂಡಿಯ. ಮೆಲ್ಲಗೆ
ಕಣ್ತೆರೆವ ಕಾಳಿ ಪೂರ್ವಾಂಬರದಲ್ಲಿ. ಖಾಸಗಿ ಕೋಳಿ ಕೂಗಿಗೆ
ಸಾರ್ವತ್ರಿಕ ಬೆಳಗು. ಕೋಗಿಲೆಯೆಂಬುದೊಂದು ಸ್ವರಾನುವರ್ತನೆ.
ಹೆಗಡೆಯೊಂದು ಹಾಡು. ಆಚಾರ್ಯ ಆಕಾರ. ನಾನೊಂದು ಮೌನ
ವಿಲಾಪ. ಅಂಗಳದ ತುಂಬ ಬೆಳಗಿನ ಸೆರಗು. ಉಳಿದಿದ್ದು ಗೌಣ.

ಇದೊಂದು ಸಾನೆಟ್; ಕನ್ನಡದಲ್ಲಿ 'ಸುನೀತ'. ಇದಕ್ಕೆ ನಿರ್ದಿಷ್ಟವಾದ ಒಂದು ಬಂಧವಂತೂ ಇದೆ. ಪಂಡಿತ್ ಪರಮೇಶ್ವರ ಹೆಗಡೆಯವರ ಮಧುವಂತಿಗೆ ಇದ್ದ ಬಂಧ ಯಾವುದು? ಅದು ವಿಮಾನವೊಂದು ಸ್ವಲ್ಪ ದೂರ ಟಾರ್‌ಮ್ಯಾಕಿನಲ್ಲಿ ಓಡಿ, ನಿಧಾನವಾಗಿ ಮೇಲಕ್ಕೆ ಹಾರಿ, ಆಕಾಶದಲ್ಲಿ ಒಂದಷ್ಟು ಸುತ್ತು ಹೊಡೆದು, ಕೊನೆಗೆ ತಾನು ಕೆಳಗಿಂದ ಮೇಲೆ ಹಾರಿದಂತೆಯೇ ಮೇಲಿಂದ ಕೆಳಕ್ಕಿಳಿದು ನೆಲ ಮುಟ್ಟಿ ಟಾರ್‌ಮ್ಯಾಕಿನ ಮೇಲೆ ಓಡುತ್ತಾ ಹೋಗಿ ಕಡೆಗೊಂದು ಕಡೆ ನಿಲ್ಲುವುದಲ್ಲ, ಆ ತರದ ಬಂಧ. ಈ ಸುನೀತಕ್ಕೆ ಹದಿನಾಲ್ಕು ಸಾಲುಗಳ ಒಂದು ಬಂಧವಿದ್ದು ಅದರೊಳಗೇ ಕವಿಯ ಒಟ್ಟು ಆಶಯ ಅತ್ಯಂತ ಸಂಕ್ಷಿಪ್ತವಾಗಿ ವ್ಯಕ್ತಗೊಳ್ಳಬೇಕಾಗಿದೆ. ಕಾವ್ಯವೆನ್ನುವುದು ಬುದ್ಧಿ ಭಾವಗಳ ಒಂದು ಸಾರ್ಥಕ ಸಮ್ಮಿಲನವಷ್ಟೆ. ಅದನ್ನು ಸಾಧಿಸುವುದಕ್ಕಾಗಿ ಕವಿ ಧ್ವನಿಪೂರ್ಣ ಪ್ರತಿಮೆಗಳನ್ನು ಬಳಸುತ್ತಾನೆ. ಈ ಕವಿತೆಯಲ್ಲಿ ಅಂತರಂಗ, ಬಹಿರಂಗಗಳನ್ನು ಬೇರೆ ಬೇರೆಯಾಗಿಡದ, ಅವುಗಳನ್ನು ಒಟ್ಟಿಗೆ ಸ್ಪಷ್ಟಪಡಿಸುವ ಒಂದು ಪ್ರತಿಮಾವಿನ್ಯಾಸವೇ ಇದೆ. ಈ ವಿನ್ಯಾಸದಲ್ಲಿ ಜಡ ಮತ್ತು ಚೈತನ್ಯ ಒಂದರೊಳಗೊಂದು ಸೇರಿಹೋಗುವಂತಿವೆ. ಹಾಗೆ ನೋಡಿದರೆ ಇಡೀ ಕವನವೇ ಒಂದು ಮಾನಸ ಯಾತ್ರೆ. ಈ ಯಾತ್ರೆಯಲ್ಲಿ ಒಂದು ಕಣ್ಣ ಹನಿ, ಅದರೊಳಗಿರುವ ವ್ಯಾಪಕ ಸಮುದ್ರದ ಅಲೆ, ಜಲಚರ, ಬಯಲಂತಿರದ ಅಪಾರ ಬಯಲು ಮೊದಲಾದವುಗಳ ಭೌತಿಕ ಅಸ್ತಿತ್ವದ ಎದುರಿಗೆ ಒಳಗುಡಿ, ಆತ್ಮ, ಸ್ವರ, ಚುಕ್ಕಿ, ಬೆಳುದಿಂಗಳು, ತೀರ, ಇವು ತಹತಹಪಡುತ್ತಾ ಹಿಂದೂಸ್ತಾನಿ ಸಂಗೀತದ 'ಸಮ್'ನಂತೆ ಒಂದೊಂದು ಬಾರಿಗೂ ಒಂದೊಂದು ಧ್ವನ್ಯರ್ಥದ ಆವರ್ತವಾಗಿ ಲಯವಾಗುತ್ತವೆ. ಕೊಲಂಬಸ್‌ನನ್ನು ಉಲ್ಲೇಖಿಸುವ ಈ ಕವಿತೆ ಹಠಾತ್ತಾಗಿ ಅನುಭವಕ್ಕೆ ಬರುವ ಸಂಗೀತವನ್ನು ಹೇಗೋ ಹಾಗೆ ಸೃಷ್ಟಿಕಾರ್ಯದ ಪವಾಡವನ್ನು ಕೂಡ ಪರಿಶೋಧಿಸುವಂತಿದೆ. ಮಾತಳಿದ ಮೇಲಿನ ಮೌನದಲ್ಲಿ, ಅಂದರೆ ಮನಸ್ಸಿನ ಹುತ್ತದಲ್ಲಿ, ಮೂಡುವ ಸ್ವರ ಬಾನಿನ ನಕ್ಷತ್ರಗಳನ್ನು ಮಿಡಿದು, ಬೆಳುದಿಂಗಳನ್ನು ಕರೆಯುತ್ತ, ಅನೂಹ್ಯ, ಅಪಾರ ಸಮುದ್ರವನ್ನು ಮಥಿಸುತ್ತ ಆಕಾಶ ಭೂಮಿಗಳನ್ನು ಒಂದುಮಾಡುವುದೆಂಬ ಕಲ್ಪನೆ ಸಂಗೀತದ ಸಮ್ಮೋಹನಾಸ್ತ್ರಕ್ಕೊಂದು ರೂಪಕವಾಗುತ್ತದೆ. ಕೊಲಂಬಸ್ ಹಡಗು. ತೀರದಲ್ಲಿ ಕಂಡದ್ದೇ ಇಂಡಿಯ. ಮೆಲ್ಲಗೆ ಕಣ್ತೆರೆವ ಕಾಳಿ ಪೂರ್ವಾಂಬರದಲ್ಲಿ. ಖಾಸಗಿ ಕೋಳಿ ಕೂಗಿಗೆ ಸಾರ್ವತ್ರಿಕ ಬೆಳಗು – ಈ ಸಾಲುಗಳ ಧ್ವನಿ ಎಷ್ಟು ಸಮೃದ್ಧವಾಗಿದೆ ನೋಡಿ. ಕೊಲಂಬಸ್ ಪಶ್ಚಿಮದವನು. ಅವನು ಹಡಗಿನ ಮೂಲಕ ಹುಡುಕಹೊರಟದ್ದು ಇಂಡಿಯವೆಂಬ ಪೂರ್ವವನ್ನು. ಅವನದು ಸ್ವಂತ ಸಾಹಸ; 'ಷಾರ್ಕಾದಿ ಘೋರ ಜಲಚರ'ಗಳನ್ನು ದಾಟಬೇಕಾದ ಅದಮ್ಯ ಸಾಹಸ. ಅದರಿಂದ ಅವನು ಕಂಡುಹಿಡಿದದ್ದು ಎಲ್ಲರ ಅನುಭವದ ಒಂದು ಭಾಗವಾಯಿತು. ಅದೇ ರೀತಿ ಪಂಡಿತ್ ಪರಮೇಶ್ವರ ಹೆಗಡೆಯವರ ರಾಗ ಅವರಷ್ಟೇ ನಿರೂಪಿಸಿದ್ದಾದರೂ ಅದರ ಪರಿಪ್ರೇಕ್ಷ್ಯ ಮಾತ್ರ ಎಲ್ಲ ಕೇಳುಗರದು. ಕವಿಗೆ ಕೋಗಿಲೆ ಒಂದು ಸ್ಫೂರ್ತಿಮೂಲವಾದರೆ ಪಂಡಿತರಿಗೆ ಅವರು ಹಿಡಿಯುವ ಸ್ವರವೇ ಸ್ಫೂರ್ತಿಮೂಲ. ಕವಿತೆಯ ಆತ್ಮವೂ ಸ್ವರವೇ. ಆ ಸ್ವರಾನುವರ್ತನೆಯೇ ಪಂಡಿತರನ್ನು ಸಂಗೀತವಾಗಿ ಮಾರ್ಪಡಿಸಿಬಿಟ್ಟಿದೆಯೆಂಬ ವಿಸ್ಮಯವೂ ಇಲ್ಲಿದೆ. ಕವಿ ಎಚ್ಚೆಸ್ವಿ ಇಲ್ಲಿ ಕಲಾಸೃಷ್ಟಿಯನ್ನು ವ್ಯಾಖಾನಿಸುತ್ತಲೇ ವ್ಯಾಖ್ಯಾನಕ್ಕೆ ಸಿಕ್ಕದ ಅದರ ನಿಗೂಢ ಆಯಾಮಗಳನ್ನು ಕೂಡ ಪರಿಶೋಧಿಸುತ್ತಿದ್ದಾರೆಂದು ಅನ್ನಿಸುತ್ತದೆ. 'ವಲ್ಮೀಕದಲ್ಲಿ ನಾಗಸ್ವರ' ಒಂದು ಅದ್ಭುತ ರೂಪಕ. ಇದರಲ್ಲಿ ಶ್ಲೇಷೆಯೂ ಉಂಟು. ಹುತ್ತದಲ್ಲಿ ನಾಗರಹಾವು ಇರುವುದು ಸಹಜ. ನಾಗಸ್ವರ? ಅದೊಂದು ವಾದ್ಯವಷ್ಟೇ ಅಲ್ಲ, ಸಜೀವತೆಯ ಸಂಗೀತವೂ ಹೌದು, ಸಂಕೇತವೂ ಹೌದು. ಇಡೀ ಕವನ ಈ ಬಗೆಯ ರೂಪಕಗಳಲ್ಲಿಯೇ ಮಾತಾಡುತ್ತಿರುವುದರಿಂದ ಒಟ್ಟು ಅರ್ಥ ಇಷ್ಟೇ ಎಂದು ಬಗೆಯಲಾಗದು. ಗೋಪಾಲಕೃಷ್ಣ ಅಡಿಗರು ತಮ್ಮದೊಂದು ಕವನದಲ್ಲಿ

ಸೂರ್ಯೋದಯ, ಸೂರ್ಯಾಸ್ತ, ತಂಗಾಳಿ ತೆವಳಿ
ಸಾಗುವ ಕೊಳ, ಬೀದಿ ಬದಿಯಲ್ಲಿ ನಿಂತು ಬೇಡುವ
ಶತಕ್ಷತ ಕುಂಟ; ಲಕ್ಷಲಕ್ಷ ಕಣ್ಣುಗಳಿಂದ
ಕತ್ತಲನ್ನೇ ಬಗೆವ ನಕ್ಷತ್ರ; ತೆರೆತೆರೆಯ ತೆರೆತೆರೆದು
ನೆಲ ಮೃದಂಗವ ಮಾಡಿ ಧೀಂಕಿಡುವ ತೆಂಕಣ ಗಾಳಿ - ಈ ಎಲ್ಲಕ್ಕೂ

ಅರ್ಥವೇನಿದೆ ಎಂದು ಕೇಳುತ್ತ 'ಅರ್ಥವೇ ಇಲ್ಲ – ಅಥವಾ ಎಲ್ಲವೂ ಅರ್ಥ' ಎಂದಿದ್ದಾರೆ. ಈ ಮಾತು ಅಕ್ಷರಶಃ ಎಚ್ಚೆಸ್ವಿಯವರ ಈ ಕವನಕ್ಕೂ ಸಲ್ಲುತ್ತದೆ. ಪಂಡಿತರ ಗಾಯನ ಈ ಒಂದು ಸಾರ್ಥಕ ಕವನದ ಹುಟ್ಟಿಗೆ ಕಾರಣವಾಯಿತೆನ್ನುವುದು ಕನ್ನಡದ ಪುಣ್ಯ.

ಪಂ. ಪರಮೇಶ್ವರ ಹೆಗಡೆಯವರ ಮಧುವಂತಿಯನ್ನು ಎಚ್ಚೆಸ್ವಿಯವರ ಹಾಗೆಯೇ ಮತ್ತೆ ಮತ್ತೆ ಆಲಿಸಿದವರು ಪ್ರಸಿದ್ಧ ಕಲಾವಿದ ಚಂದ್ರನಾಥ ಆಚಾರ್ಯ. ಆ ರಾಗಕ್ಕೆ ಅವರು ನೀಡಿದ ಅದ್ಭುತ ಪ್ರತಿಕ್ರಿಯೆ ಇಲ್ಲಿರುವ ಈ ಪೇಂಟಿಂಗ್:

ಕವಿತೆಯನ್ನು ಓದುವಂತೆ ಒಂದು ಪೇಂಟಿಂಗನ್ನು ಓದಲಾಗದು. ಯಾಕೆಂದರೆ ಪೇಂಟಿಂಗಿನದು ಕವಿತೆಯ ಭಾಷೆಯಲ್ಲ. ಅದು ಮಾತಾಡುವುದು ಗೆರೆಗಳಲ್ಲಿ, ಬಣ್ಣಗಳಲ್ಲಿ, ಅವಕಾಶದಲ್ಲಿ, ಆಕೃತಿಗಳಲ್ಲಿ. ಇವು ಒಂದೊಂದೂ ಹೇಗೆ ಕಾಣುತ್ತವೆ, ಏನನ್ನು ಕಾಣಿಸುತ್ತವೆ ಎನ್ನುವುದು ಬಹುಮುಖ್ಯ. ಮೊದಲ ನೋಟಕ್ಕೆ ಈ ಪೇಂಟಿಂಗಿನಲ್ಲಿ ಎದ್ದು ಕಾಣುವುದೇನು? ಕ್ಯಾನ್ವಾಸಿನ ಉದ್ದಗಲಕ್ಕೆ ವ್ಯಾಪಿಸಿರುವ ತಿಳಿ ನೀಲಿಯಲ್ಲವೆ? ಸೂಕ್ಷ್ಮವಾಗಿ ನೋಡಿದರೆ ಈ ತಿಳಿ ನೀಲಿಯಲ್ಲೂ ಭಿನ್ನ ಭಿನ್ನ ಛಾಯೆಗಳಿರುವುದನ್ನು ಕಾಣಬಹುದು. ಅಲ್ಲಲ್ಲಿ ಬಿಳಿ ಮೋಡಗಳ ತುಣುಕುಗಳಂತೆ ಹಾಗೂ ಕುಂಚದಿಂದ ಎಳೆದ ದಪ್ಪ ಗೆರೆಯಂತೆ ಅಥವಾ ಕಮಾನಿನಂತೆ ಕಾಣುವ ಬಿಳಿ ಬಣ್ಣವೂ ಉಂಟು. ತಿಳಿ ನೀಲಿಯ ಛಾಯೆಗಳು ಮಬ್ಬು ಕವಿದ ವಾತಾವರಣವೊಂದನ್ನು ಸೂಚಿಸಿದರೆ ಬಿಳಿ ಬಣ್ಣ ಕತ್ತಲಲ್ಲಿ ಮಿಂಚಬಹುದಾದ ಬೆಳ್ಳಿಗೆರೆಗಳನ್ನು ಸಾಂಕೇತಿಸಬಹುದು. ಚಿತ್ರದ ಬಲಬದಿಯಲ್ಲಿ ತುಸು ಮೇಲೆ ಕಾಣಿಸುವ ಮನುಷ್ಯಾಕಾರ ವಾದ್ಯ ಸಂಗೀತದ ಅನುರಣನದಲ್ಲಿ ಮುಳುಗಿಹೋಗಿರುವಂತೆ ಮುಂದೆ ಬಾಗಿದೆ. ಚಿತ್ರದ ಉದ್ದಗಲಕ್ಕೆ ಅಲ್ಲಲ್ಲಿ ಕಣ್ಣಿಗೆ ಬೀಳುವ ನೇರ ಗೆರೆಗಳು ಹಾಗೂ ಕಮಾನಿನಂಥ ಕೆಲವು ರೇಖೆಗಳು ಸಂಗೀತ ಹೊಮ್ಮಿಸುವ ತಂತಿಗಳಂತಿವೆಯಲ್ಲವೆ? ಕೆಳಗೆ ಎಡಬದಿಯಲ್ಲಿ ಎಡಗೈಯನ್ನು ಇಳಿಬಿಟ್ಟುಕೊಂಡ ಒಬ್ಬ ಮನುಷ್ಯ, ಬಲಬದಿಯಲ್ಲಿ ಎಡಗೈಯ ಹಾಗೆಯೇ ಇಳಿಬಿದ್ದಿರುವ ಅವನ ಎಡಗಾಲು - ಇವು ಯಾತನೆಯ ಒಂದು ಮನಃಸ್ಥಿತಿಯನ್ನು ಧ್ವನಿಸಬಹುದಲ್ಲವೆ? ಅವನು ಮಲಗಿಲ್ಲ, ಮೇಲೆ ತೇಲುತ್ತಿರುವವನಂತೆ ಭಾಸವಾಗುತ್ತಾನಲ್ಲವೆ? ವಾಸ್ತವವಾದಿ ಚಿತ್ರಶೈಲಿಯ ವಿವರಗಳೇನೂ ಇಲ್ಲದೆ, ಅಮೂರ್ತತೆಗೇ ಒತ್ತುಕೊಟ್ಟಂತಿರುವ ಈ ಮನುಷ್ಯಾಕಾರದಲ್ಲಿ ಕಪ್ಪು ಬಣ್ಣದ ಕೆಲವು ಬಿಂದುಗಳಿವೆ; ಹೊಟ್ಟೆಯ ಜಾಗದಲ್ಲಿ ಹರಡಿಕೊಂಡಂತಿರುವ ಕಪ್ಪು ಬಣ್ಣವಿದೆ. ಇದೇ ಕಪ್ಪು ಬಣ್ಣ ಚಿತ್ರದ ಮೇಲ್ತುದಿಯಲ್ಲಿ ಕಾರ್ಮೋಡದಂತೆ ವರ್ತಿಸುತ್ತಿರುವುದನ್ನೂ ಗಮನಿಸಬೇಕು. ತಿಳಿ ನೀಲಿಯಿಂದ ಎದ್ದುಬಂದಂತಿರುವ ವಿವಿಧ ಆಕಾರಗಳ ಕಪ್ಪು ಗೆರೆಗಳು ಸಂಗೀತದ ಲಯವನ್ನಷ್ಟೇ ಅಲ್ಲ, ಇಡೀ ಚಿತ್ರದ ಸಂಯೋಜನೆಯನ್ನು ಕೂಡ ನಿರ್ಧರಿಸಿವೆಯೆನ್ನಬೇಕು. ಅದಕ್ಕೆ ಕಾರಣ ರೇಖೆ, ಬಣ್ಣಗಳಲ್ಲೇ ಅಂತರ್ಗತವಾಗಿರುವ ಲಿರಿಸಿಸಂ ಅಥವಾ ಭಾವಗೀತಾತ್ಮಕತೆ. ಸಂಗೀತದಲ್ಲಿ ನೋವನ್ನೋ ಯಾತನೆಯನ್ನೋ ಹೊಮ್ಮಿಸುವ ರಾಗಗಳಿವೆಯಷ್ಟೆ. ಅವು ಕೇಳುಗರಲ್ಲಿ ಅಂಥ ಭಾವವನ್ನುಂಟುಮಾಡಿದರೂ ಅವರನ್ನು ಅಳಿಸುವುದಿಲ್ಲ. ಅದೇ ರೀತಿ ಶೋಕವನ್ನು ಚಿತ್ರಿಸುವ ಒಂದು ಪೇಂಟಿಂಗ್ ಬಣ್ಣಗಳ ಮತ್ತು ಗೆರೆಗಳ ವಿಶಿಷ್ಟ ವಿನ್ಯಾಸದಿಂದಾಗಿ ನೋಡುಗರನ್ನು ಶೋಕದಲ್ಲಿ ಮುಳುಗಿಸುವುದಿಲ್ಲ, ಬದಲಿಗೆ ಸೌಂದರ್ಯಾನುಭವದ ಮಡುವಿನಲ್ಲಿ ಅದ್ದುತ್ತದೆ. ನಿಜವಾದ ಕಲೆಯ ಜಾಯಮಾನವೇ ಅಂಥದು.

ಚಂದ್ರನಾಥರ ಈ ಪೇಂಟಿಂಗ್ ಒಂದು ವಿಷಣ್ಣ ವಾತಾವರಣವನ್ನು ಸೃಷ್ಟಿಸುವ ಜೊತೆಜೊತೆಗೇ ಅಂಥ ವಾತಾವರಣ ನೋಡುಗನ ಅಂತರಂಗದಲ್ಲಿ ಮೂಡಿಸಬಹುದಾದ ಪ್ರತಿಕ್ರಿಯೆಯನ್ನೂ ಸೂಚಿಸುವಂತಿದೆ. ಈ ಪೇಂಟಿಂಗಿಗೆ ಮೂಲವಾದದ್ದು ಪಂಡಿತ್ ಪರಮೇಶ್ವರ ಹೆಗಡೆಯವರು ಹಾಡಿದ ಮಧುವಂತಿ ರಾಗ, ಹೌದು. ಆದರೆ ಆ ಬಗ್ಗೆ ಏನೂ ತಿಳಿಯದವರು ಈ ಪೇಂಟಿಂಗನ್ನು ನೋಡಿದಾಗ ಹೇಗೆ ಸ್ಪಂದಿಸಬಹುದು? ಎರಡು ಕಡೆಗಳಲ್ಲಿ ಸ್ವರಮಂಡಲದಂತೆ ಅಥವಾ ತಾನ್‌ಪುರದಂತೆ ಕಾಣುವ ರೇಖೆಗಳೇ ಅವರನ್ನು ಸಂಗೀತಾತ್ಮಕವಾಗಿ ಯೋಚಿಸುವಂತೆ ಮಾಡಬಹುದಲ್ಲವೆ? ಇನ್ನು ಚಂದ್ರನಾಥರು ಚಿತ್ರಿಸುವ ಮನುಷ್ಯಾಕಾರಕ್ಕೆ ಪೌರಾಣಿಕ, ಕಾವ್ಯಾತ್ಮಕ ಆಯಾಮಗಳಿದ್ದು ಅವು ಮೂರ್ತ ಅಮೂರ್ತ ಶೈಲಿಗಳೆರಡನ್ನೂ ಭಾವಗೀತಾತ್ಮಕವಾಗಿ ಬೆಸೆಯಬಲ್ಲಷ್ಟು ಶಕ್ತವಾಗಿರುತ್ತವೆ. ಪ್ರಸ್ತುತ ಪೇಂಟಿಂಗಿನಲ್ಲಿರುವ ಮನುಷ್ಯ ರೂಪ, ತಂತಿ ವಾದ್ಯ, ನೀಲಿವಿಲಾಸ, ಇವು ಯಾವುವೂ ನಿಶ್ಚಲವಲ್ಲ, ಯಾವುದೇ ಕ್ಷಣದಲ್ಲಿ ಬದಲಾಗಬಹುದೆಂಬ ಭ್ರಮೆ

ಮೂಡಿಸುವಂತಿವೆ. ಇಲ್ಲಿನ ವರ್ಣಲಯವೇ ಇಡೀ ಚಿತ್ರದ ಜೀವಂತಿಕೆಗೆ ಕಾರಣವಾಗಿಯೆನ್ನಬಹುದು.

ನಮಗೆಲ್ಲ ಗೊತ್ತಿರುವಂತೆ ಸಂಗೀತ, ಕಾವ್ಯ, ಚಿತ್ರಕಲೆ – ಇವುಗಳಲ್ಲಿ ಪ್ರತಿಯೊಂದಕ್ಕೂ ಅದರದೇ ಆದ ಅಸ್ತಿತ್ವವಿದೆ, ಅನನ್ಯತೆಯಿದೆ. ಒಂದನ್ನು ಇನ್ನೊಂದಕ್ಕೆ ಅನುವಾದಸಲಾಗದು. ಹಾಗೆ ನೋಡಿದರೆ ಒಂದು ಕಲೆಯನ್ನು ಇನ್ನೊಂದರ ಜೊತೆ ಹೋಲಿಸುವುದು ಕೂಡ ಸರಿಯಲ್ಲ. ಈ ದೃಷ್ಟಿಯಿಂದ ನೋಡಿದಾಗ ಚಂದ್ರನಾಥರದು ಪಂಡಿತರು ಪ್ರಸ್ತುತಪಡಿಸಿದ ಮಧುವಂತಿಯ ಪಡಿಯಚ್ಚೂ ಅಲ್ಲ, ಅದರ ದೃಶ್ಯಾನುವಾದವೂ ಅಲ್ಲ. ಅದೊಂದು ಸ್ವತಂತ್ರ ಸೃಷ್ಟಿ. ಹೀಗಿದ್ದರೂ ಒಂದು ಅಂಶವನ್ನು ಕಡೆಗಣಿಸಲಾಗದು. ಚಂದ್ರನಾಥರು ಒಂದು ವೇಳೆ ಪಂಡಿತರ ಮಧುವಂತಿಯ ರಾಗಾಲಾಪವನ್ನು ಕೇಳಿರದಿದ್ದಿದ್ದರೆ? ಕಲಾಸೃಷ್ಟಿಯೇ ಕಸಬಾಗಿರುವುದರಿಂದ ಅವರು ನಿಸ್ಸಂದೇಹವಾಗಿ ಬೇರೆ ಬೇರೆ ಕಲಾಕೃತಿಗಳನ್ನು ರಚಿಸುತ್ತಿದ್ದರು. ಆದರೆ ಪ್ರಸ್ತುತ ಪೇಂಟಿಂಗನ್ನಂತೂ ರಚಿಸಲಾಗುತ್ತಿರಲಿಲ್ಲ. ಅಷ್ಟುಮಟ್ಟಿಗೆ ಪಂಡಿತರ ಮಧುವಂತಿಯ ರಾಗಾಲಾಪ ಅವರ ಸೃಷ್ಟಿಕ್ರಿಯೆಗೆ ಸ್ಫೂರ್ತಿ ನೀಡಿದೆಯೆನ್ನಬೇಕು.

ಸಂಗೀತಗಾರ, ಕವಿ, ಕಲಾವಿದ – ಈ ಮೂವರನ್ನೂ ಒಟ್ಟಿಗೆ ಸೇರಿಸಿ ಅಪೂರ್ವ ಪ್ರಯೋಗವೊಂದಕ್ಕೆ ದಾರಿಮಾಡಿಕೊಡಬೇಕೆಂಬ ಕನಸು ಕಂಡವರು ನನ್ನ ಮಿತ್ರ, ಕತೆಗಾರ ಕರ್ಕಿ ಕೃಷ್ಣಮೂರ್ತಿ ಹಾಗೂ ಬಾಲಚಂದ್ರ. ನನಗೆ ತಿಳಿದ ಮಟ್ಟಿಗೆ ನಮ್ಮಲ್ಲಿ ಇಂಥ ಪ್ರಯೋಗವಾಗುತ್ತಿರುವುದು ಇದೇ ಮೊದಲು. ಇದರ ಯಶಸ್ಸಿನ ನೂರಕ್ಕೆ ನೂರು ಭಾಗ ಪರಮೇಶ್ವರ ಹೆಗಡೆ, ಎಚ್.ಎಸ್. ವೆಂಕಟೇಶಮೂರ್ತಿ, ಚಂದ್ರನಾಥ ಆಚಾರ್ಯ, ಈ ಮೂವರಿಗೇ ಸಲ್ಲುತ್ತದೆ. ಇವರ ಜೊತೆ ಸಿನಿಛಯಾಗ್ರಾಹಕ ಜಿ.ಎಸ್. ಭಾಸ್ಕರ್ ಅವರೂ ನಾನೂ ಇದ್ದೆವೆಂದು ಹೇಳಿಕೊಳ್ಳುವ ಸೌಭಾಗ್ಯ ಮಾತ್ರ ನಮ್ಮದು.

●

ರೂಪ ರೂಪಗಳನು
ದಾಟಿ...
ನಂದಕುಮಾರ್ ಜಿ.ಕೆ.
ಅವರ ಧ್ವನಿಯಲ್ಲಿ

ಪುಸ್ತಕ
ಎಸ್. ದಿವಾಕರ್
ಅವರ ಧ್ವನಿಯಲ್ಲಿ

ಪುಸ್ತಕ

ಪುಸ್ತಕ ಬೆಳೆಸಿಕೊಳ್ಳುತ್ತೆ ಕೈಯಿ
ಪುಳಕಗೊಳ್ಳುತ್ತವೆ ಅಕ್ಷರಗಳು ವಾಕ್ಯಗಳು
ಇಮ್ಮಡಿಸುತ್ತವೆ ಪುಸ್ತಕದ ಪುಟಗಳು
ಪುಟಗಳಲ್ಲಿರುವ ಎಲ್ಲವೂ

ಕೈಯಾಡಿದಂತೆ ಕಣ್ಣಾಡಿದಂತೆ ಪುಸ್ತಕ
ಉಬ್ಬುತ್ತ ಉಬ್ಬುತ್ತ ಊದಿಕೊಳ್ಳುತ್ತ
ಚೀಲುತ್ತೆ ನೆಲಕ್ಕೆ; ನೆಲದಲ್ಲಿ ಗಿಡ ಹೂವು
ನದಿ ಕಾಡು ಗಿರಿ ಊರು ನಾವು ನೀವು
ಮೇಲೆ ಆಗಾಗ ಹುಬ್ಬುಗಂಟಿಡುವ ಆಕಾಶ

ಬೆಳೆಯುತ್ತೆ ಪುಸ್ತಕ ಇನ್ನೂ ದಪ್ಪ ದಪ್ಪಕ್ಕೆ
ಅದರೊಳಗದೆಷ್ಟೋ ಕಪಾಟು
ಕಪಾಟುಗಳ ತುಂಬ ಊರು ದೇಶ ಕಾಲ ಸಮಸ್ತ
ಪುಸ್ತಕಗಳೇ ಮೊದಲು ಇದ್ದವಲ್ಲ ಒಳಗೆ

ಜ್ಞಾಪಿಸಿಕೊಳ್ಳುತ್ತೆ ಪುಸ್ತಕ ತಾನು
ಪುಸ್ತಕವಾದದನ್ನು; ಹಂಬಲಿಸಿ ಹಂಬಲಿಸಿ
ಸೊರಗಿ ಕೃಶವಾಗಿ ಪುಟಾಣಿಯಾಗುತ್ತೆ
ಕುಂಕುಮ ಡಬ್ಬಿಯಷ್ಟು.

ಈಗ ಪುಟಾಣಿ ಪುಸ್ತಕದೊಳಗೆ
ಗಜ್ಜುಗದಷ್ಟೂ ಇಲ್ಲದ ಜಗತ್ತು
ಇಟ್ಟುಕೊಳ್ಳಬಹುದು ಅಂಗೈಯಲ್ಲಿ

ಹುಶಾರು ಕಳೆದುಹೋದೀತು ಜೋಪಾನ

ಕರ್ತೃ ಯಾರೆಂಬುದು ಗೊತ್ತಿಲ್ಲದಿದ್ದಾಗ, ಅಥವಾ ಕರ್ತೃವಿಗೆ ಗಮನಕೊಡುವ
ಉದ್ದೇಶವಿಲ್ಲದಿದ್ದಾಗ ಕ್ರಿಯಾಪದವು ಕರ್ಮಣಿ ಪ್ರಯೋಗದಲ್ಲಿರುವುದುಂಟು.
ತೀ.ನಂ. ಶ್ರೀಕಂಠಯ್ಯ – 'ಕನ್ನಡ ಮಧ್ಯಮ ವ್ಯಾಕರಣ'

ಕರ್ಮಣಿ ಪ್ರಯೋಗ

ಆ ಹುಡುಗನೇನು ಸುಮ್ಮನೆ ಸತ್ತುಹೋದನೆ? ಇಲ್ಲ,
ಕೊಳವೆಬಾವಿಗೆ ಬೀಳಲ್ಪಟ್ಟು ಸಾಯಲ್ಪಟ್ಟ
ಹೊಟ್ಟೆಗಿಲ್ಲದೆ ಹೋಟೆಲಿನಿಂದ ಲೋಟ ಕದ್ದ ಈ ಮನುಷ್ಯ
ಜೈಲಿಗೆ ಹೋಗಿ ಏಳು ವರ್ಷವಷ್ಟೇ ಕೊಳೆಯಲ್ಪಟ್ಟ

ಹಾಡುಹಗಲೇ ನಡುಬೀದಿಯಲ್ಲಿ ಹದಿಹರೆಯದ ಹುಡುಗಿಯ ಮೇಲೆ
ಅತ್ಯಾಚಾರವೆಸಗಲ್ಪಟ್ಟಿತು. ಅದನ್ನು ಎರಡು ಡಜನ್ ಮಂದಿ
ಕಣ್ಣಾರೆ ಕಾಣಲ್ಪಟ್ಟರು. ಸೇತುವೆ ಕುಸಿದು ಆಯ ತಪ್ಪಿದ ರೈಲು
ನದಿಗೆ ಉರುಳಲ್ಪಟ್ಟು
ನೂರರವತ್ತೈದು ಮಂದಿ ಮಾತ್ರ ಅಸುನೀಗಲ್ಪಟ್ಟರು

ಆಕಾಶ ನೋಡುವುದಕ್ಕೂ ಕಾಸು ಕೊಡಬೇಕಾಗಿರುವ ಸ್ಥಿತಿ
ಸದಾ ದುಡಿಯುತ್ತಲೇ ಮಡಿದುಹೋಗುವ ಈ ಬಡಪಾಯಿಗಳು
ಯಾರಿಗೋ ಕಡವಾಗಲ್ಪಟ್ಟರು; ಇನ್ನು ಕೆಲವರು ಆತ್ಮಹತ್ಯೆ
ಮಾಡಿಕೊಳ್ಳಲ್ಪಟ್ಟರು ಸಲ್ಲಿಸಲಾಗದೆ ಸಲ್ಲಿಸಬೇಕಾದ ಕಡೆ ದಕ್ಷಿಣೆ

ವಿಧಾನ ಸೌಧದಷ್ಟೇ ಸುಭದ್ರವಾಗಿದೆ ನಮ್ಮ ದೇಶ
ಆಳಲ್ಪಡುವ ನಮಗಾಗಿ ಹೊಸ ಹೊಸ
ಶಾಸನಗಳು ಮಾಡಲ್ಪಡುವುದಕ್ಕೆ
ಬಾಯಿಗಳಿವೆ ನಾವು ಬೇಕಾದಷ್ಟು ಬೈಯಲ್ಪಡುವುದಕ್ಕೆ
ಕೈಯಿಗಳಿವೆ ನಮ್ಮ ಕತ್ತು ಹಿಸುಕಲ್ಪಡುವುದಕ್ಕೆ
ಕಣ್ಣುಗಳಿವೆ ನಮಗೆ, ಕಣ್ಣುಗಳಲ್ಲಿ ತುಸು ಪಸೆಯೂ ಇದೆ ದುಃಖಿಸಲ್ಪಡುವುದಕ್ಕೆ

ದೇಶಪ್ರೇಮಿಗಳು ನಾವು ನಮ್ಮ ಹಸಿವು ಅವಮಾನಗಳ ಗಂಟುಕಟ್ಟಿ
ಸುಭದ್ರವಾಗಿಡುವವರು; ದೊಡ್ಡವರು ಯಾರೇ ಬರಲಿ
ಎದ್ದು ನಿಲ್ಲುತ್ತೇವೆ ಅಸ್ಥಿಪಂಜರಗಳು
ಅತೀವ ಗೌರವದಿಂದ

ಅಪರೂಪಕ್ಕೊಮ್ಮೊಮ್ಮೆ ನಮ್ಮದೇ ಖಾಲಿ ತಲೆಯಲ್ಲೊಂದು ವಿಚಾರ
ಕೊನರುವುದುಂಟು ಅದೇಕೋ:
ಸಿಕ್ಕಬಾರದೆ ಕೈಗೊಂದು ಬಾಂಬೋ
ಅಥವಾ ಬಂದೂಕೋ?

ಬಾಲಮುರಳೀಗಾನ

ನೀನಿರುವುದೆಲ್ಲಿ? ಭಾಷೆ ಭಾಷೆಗಳೆಲ್ಲ ಕೊನೆಯಾಗುವಲ್ಲಿ?
ಕೇಳಿಸುತ್ತಿದೆಯೀಗ ಪ್ರತಿಮೆಗಳ ಉಸಿರಾಟ ಚಿತ್ರಪಟಗಳ ಮೌನ
ಬೇಸಿಗೆಯ ಸಂಜೆಗಳ ನೀರವದ ಎಲೆಯುದುರು
ಬಿಸಿಲು ಠಳ್ಳೆಂದೊಡೆದ ಗಾಜು.

ಕೆರೆಯಂಚಿನ ಗಿಡದ ಹಕ್ಕಿಗಳೆಲ್ಲ ಹಾರಿ
ಮರೆಯಾದವು ದೂರ ದೂರ. ನೀರ ಕನ್ನಡಿಯಲ್ಲಿ
ಮೂಡುತ್ತಿದೆಯೊಂದು ಅಲೆ; ಇನ್ನೇನು ಬೀಸಿಬಿಡಬಹುದೊಂದು
ಚಂಡಮಾರುತ.

ಕಲ್ಲು ಕರಗುವ ಸಮಯ ಬೇಕಿಲ್ಲ ಉಳಿಯೇಟು
ನೋಡುನೋಡುತ್ತ ಪುಡಿಪುಡಿಯಾಗಿ
ಕುಡಿಯೊಡೆಯುವ ಕಲ್ಲೇ
ಬಳ್ಳಿಮಾಡಗಳಾಗಿ ಹೂತಳೆದು ವರ್ಣಮಯ
ಚಿಟ್ಟೆಗಳ ಬಳಿ ಕರೆದು ವಿರಹಿ ರಾಧೆಯ ಕೈಯ
ಹಿಡಿದು ಕರೆತಂದಂತೆ ಶ್ರೀಕೃಷ್ಣ ಸನ್ನಿಧಿಗೆ

ಮಟಮಟ ಮಧ್ಯಾಹ್ನ ಸಮುದ್ರಕ್ಕೆ ಸ್ನಾನ ಮಾಡಿಸಿದಂತೆ
ಗೊಂಡಾರಣ್ಯವೇ ಕೈತೋಟಕ್ಕೆ ಬಂದುಬಿಟ್ಟಂತೆ
ಇಳಿಸಂಜೆ ಸೀಗೆಮೆಳೆಯಲ್ಲಿ ನುಸುಳಿದ ಹಾವು
ಸರಸರನೆ ತನ್ನದೇ ಪೊರೆಯ ಸುಳಿದಂತೆ
ಆಕಾಶದಿಂದ ಅಂಗಳಕ್ಕಿಳಿದ ಚಂದ್ರ
ಕಂದಮ್ಮಗಳ ಕಣ್ಣ ನೀರೊರಸಿದಂತೆ

ರಾಗವೆ? ಅಲ್ಲಲ್ಲ ಚರಾಚರದ ರೂಪಾಂತರ

ಕತ್ತಲು ತುಯ್ಯುವ ರಾತ್ರಿ. ಉಯ್ಯಲಾಡುವ ನಕ್ಷತ್ರಗಳ
ಹಾಡಿಂದ ಉದುರುತ್ತಿದೆ ಸ್ವರ–ಸೇಬು

ಹೋ ಬನ್ನಿ ಓಡೋಡಿ, ಎರಡೂ ಕೈಚಾಚಿ ಹಿಡಿದು ಸವಿಯಿರಿ

ಸಂತೋಷವೆನ್ನುವುದು ನೆಲದಲ್ಲಿಲ್ಲ
ನೆಲಕ್ಕಿಂತ ತುಸು ಮೇಲೆ

ಭಯೋತ್ಪಾದಕ

ಬಾರಿನೊಳಗಿರುವ ಬಾಂಬು ಸ್ಫೋಟಗೊಳ್ಳುತ್ತೆ ಮಧ್ಯಾಹ್ನ
ಒಂದೂ ಇಪ್ಪತ್ತಕ್ಕೆ.
ಈಗ ಒಂದೂ ಹದಿನಾರಷ್ಟೆ.
ಇನ್ನೂ ಸಮಯವುಂಟು ಕೆಲವರು ಒಳಕ್ಕೆ ಹೋಗುವುದಕ್ಕೆ
ಕೆಲವರು ಹೊರಕ್ಕೆ ಬರುವುದಕ್ಕೆ.

ಆಗಲೇ ರಸ್ತೆ ದಾಟಿಹೋಗಿದ್ದಾನೆ ಭಯೋತ್ಪಾದಕ
ದೂರವಿರುವುದರಿಂದ ಅವನಿಗಿಲ್ಲ ಅಪಾಯ,
ಮತ್ತೆ ಎಂಥಾ ದೃಶ್ಯ, ಥೇಟ್ ಸಿನಿಮಾ ತರ.

ಹಳದಿ ಜಾಕೆಟ್ ತೊಟ್ಟ ಹೆಂಗಸು ಹೋಗುತ್ತಿದ್ದಾಳೆ ಒಳಕ್ಕೆ
ಕಪ್ಪು ಕನ್ನಡಕದವನು ಬರುತ್ತಿದ್ದಾನೆ ಹೊರಕ್ಕೆ.
ಜೀನ್ಸ್ ತೊಟ್ಟ ಪಡ್ಡೆ ಹುಡುಗರು ಮಾತಾಡುತ್ತಿದ್ದಾರೆ.
ಒಂದೂ ಹದಿನೇಳು ಮತ್ತು ನಾಲ್ಕು ಸೆಕೆಂಡು.
ಈ ಕುಳ್ಳ, ಅದೃಷ್ಟವಂತ, ಸ್ಕೂಟರ್ ಹತ್ತಿ ಹೊರಟಿದ್ದಾನೆ,
ಆ ಎತ್ತರದ ಆಸಾಮಿ ನುಸುಳುತ್ತಿದ್ದಾನೆ ಒಳಕ್ಕೆ.

ಒಂದೂ ಹದಿನೇಳು ಮತ್ತು ನಲವತ್ತು ಸೆಕೆಂಡು.
ತಲೆಗೆ ಹಸಿರು ರಿಬ್ಬನ್ ಕಟ್ಟಿಕೊಂಡಿರುವ ಹುಡುಗಿ ನಡೆದುಹೋಗುತ್ತಿದ್ದಾಳೆ
ಆದರೊಂದು ಬಸ್ಸು ಹಠಾತ್ತಾಗಿ ಬಂದು ನಿಂತೇಬಿಟ್ಟಿತು ಅವಳೆದುರಿಗೆ.
ಒಂದೂ ಹದಿನೆಂಟು.
ಹುಡುಗಿ ಕಾಣುತ್ತಿಲ್ಲ.
ಅವಳೇನು ಮೂಕಿಯೇ, ಒಳಗೆ ಹೋದಳೇ, ಇಲ್ಲವೇ
ಗೊತ್ತಾಗುತ್ತೆ ಎಲ್ಲರನ್ನೂ ಹೊತ್ತು ತಂದಾಗ ಹೊರಕ್ಕೆ.

ಒಂದೂ ಹತ್ತೊಂಭತ್ತು.
ಹೇಗೋ ಅಂತೂ ಯಾರೂ ಒಳಕ್ಕೆ ಹೋಗುತ್ತಿಲ್ಲ.
ಅರೆ! ಇನ್ನೊಬ್ಬ ಧಡಿಯ, ಬೊಕ್ಕತಲೆಯವನು, ಹೊರಟಿದ್ದಾನೆ.
ಒಂದು ಕ್ಷಣ ತಾಳು, ಅವನೇನೋ ಹುಡುಕುತ್ತಿರುವಂತಿದೆ ತನ್ನ ಜೇಬುಗಳಲ್ಲಿ,
ಮತ್ತೆ ಒಂದೂ ಇಪ್ಪತ್ತಕ್ಕೆ ಇನ್ನೂ ಹತ್ತು ಸೆಕೆಂಡಿರುವಾಗ
ಹೊರಟಿದ್ದಾನೆ ಒಳಕ್ಕೆ ತನ್ನ ಕೈಗವಸು ತರುವುದಕ್ಕೆ.

ಟಾಕೊಟಾಕ್ ಒಂದೂ ಇಪ್ಪತ್ತು.
ಕೊನೆಯಿಲ್ಲ ಹೀಗೇ ಕಾಯುವುದಕ್ಕೆ.
ಇನ್ನೇನು ಯಾವುದೇ ಕ್ಷಣ.
ಇಲ್ಲ, ಇನ್ನೂ ಇಲ್ಲ.
ಹೌದು, ಇದೀಗ

ಸಿಡಿದುಬಿಟ್ಟಿತು ಬಾಂಬು.

ಪ್ರೇರಣೆ: ವಿಸ್ಲಾವಾ ಶಿಂಬೋರ್‌ಸ್ಕ

ಪ್ರೊಕ್ರೂಸ್ಟೆಸ್ ಮಂಚ

ಗ್ರೀಕರ ಒಂದು ದಂತಕತೆಯ ಪ್ರಕಾರ
ಪ್ರೊಕ್ರೂಸ್ಟೆಸ್ ಎಂಬ ಅಟ್ಟಿಕಾದ ದರೋಡೆಕೋರ

ಯಾರು ಸಿಕ್ಕಿದರೂ ತನ್ನ ವಶಕ್ಕೆ
ಹೊತ್ತುಹಾಕುತ್ತಿದ್ದ ಕಬ್ಬಿಣದೊಂದು ಮಂಚಕ್ಕೆ

ಮಂಚಕ್ಕಿಂತ ಯಾರೇ ಇದ್ದರೂ ಉದ್ದ
ಅವರ ಉದ್ದವನ್ನು ಕತ್ತರಿಸಿಬಿಡುತ್ತಿದ್ದ

ಮಂಚದಷ್ಟೂ ಉದ್ದವಿಲ್ಲದವರನ್ನು
ಉದ್ದಕ್ಕೆ ಎಳೆದೆಳೆದು ಹಿಗ್ಗಿಸುತ್ತಿದ್ದ

ಅವನ ಆ ಕ್ರಿಯೆಯ ಪ್ರಕ್ರಿಯೆಯಲ್ಲಿ ಒಬ್ಬರೂ
ಬದುಕಿ ಉಳಿಯದೆ ಸತ್ತುಹೋಗಿಬಿಡುತ್ತಿದ್ದರು

ಥೆಸುಯೆಸ್ ಅವನನ್ನು ಕೊಂದನೇನೋ ಸರಿ
ಆದರೆ ಜನನಾಯಕರಿಗೆಲ್ಲ ಅವನೇ ಮಾದರಿ

ಎಲ್ಲರನ್ನೂ ಒಂದೇ ವಿಚಾರಕ್ಕೆ ಒಗ್ಗಿಸುವ
ಬಡಿದು ಕಡಿದು ಒಂದೇ ಪ್ರಮಾಣಕ್ಕೆ ಬಗ್ಗಿಸುವ

ಪ್ರೊಕ್ರೂಸ್ಟೆಸ್ ಮಂಚ, ಎಂಥ ಸತ್ವಪರಿಮಾಣ
ಮನುಷ್ಯನಾಗುವುದಕ್ಕೆ ಪರಿಪೂರ್ಣ

ಇದ್ದರೆಷ್ಟು ಚೆನ್ನ ಎಲ್ಲರೂ ಒಂದೇ ರೀತಿ
ಅದಕ್ಕೆ ಬೇಕೇಬೇಕು ಹಲವರ ಆಹುತಿ

ಪ್ರಾಸ

ಮಂದಿ ಒಂದಾಗಬೇಕಾದರೆ ಕೂಡಬೇಕು ಸಂಬಂಧ
ಮನೆ ಊರು ದೇಶಕ್ಕೂ ಇರಲಿ ಪ್ರಾಸಬಂಧ

ಪ್ರಾಸವೆಂದರೆ ಹೊಂದಬೇಕು ಒಂದಕ್ಕೊಂದು:
ಬಿದಿರ ಗಳುವಿಗೆ ಸ್ವರದ ಮನೆ
ಪಾಯಸಕ್ಕೆ ಬೆಲ್ಲ ಸಂಜೆಗೆನ್ನೆಗೆ ಕೆಂಪು
ಸುಂದರ ಹೆಜ್ಜೆಗೊಂದು ಅಂದದ ಗೆಜ್ಜೆ
ಮಲ್ಲಿಗೆಗೆ ಮಲ್ಲಿಗೆಯದೇ ಪರಿಮಳ
ತುಟಿಗಳಿಗೆ ಅಳುವೋ ನಗುವೋ
ಸಂದರ್ಭಕ್ಕೆ ತಕ್ಕಂತೆ

ಕೂಡಿಕೊಂಡರೇನೆ ಪ್ರಾಸ. ಅಳುವ ಸಂದರ್ಭದಲ್ಲಿ
ನಕ್ಕರೆ ಹೇಗೆ? ರಾಜಕೀಯದಲ್ಲಿ ಪಳಗಿದ ಹುಲಿಯಾಳು
ಬೊಬ್ಬೆ ಹಾಕುವುದನ್ನು ಬಿಟ್ಟು
ಹಾಡಿದರೇನು ಚಂದ ಮಾಯಾಮಾಳವಗೌಳ?
ಇರಿಯಬಹುದೆ ಚೂರಿ ತನಗೆ ನೋವಾದರೆ?
ಹೊಂದಿಕೊಂಡೀತೆ ಮಹಾಕಾವ್ಯದ ಮಹಾಛಂದಸ್ಸಿನ ಜತೆ ಹನಿಗವನ?
ನದಿಗಳಷ್ಟೇ ಸಾಕೆ ಸಮುದ್ರಕ್ಕೆ?

ಪ್ರಾಸಕ್ಕೂ ಬೆಸಸಂಖ್ಯೆಗೂ ಎಣ್ಣೆಸೀಗೆ. ಸಮಸಂಖ್ಯೆಯಾದರೆ
ಕನಸಿನಲ್ಲಾದರೂ ಸುಸಂಗತವಾದೀತು ಬದುಕು
ನವೋದಯ ಕಾವ್ಯದ ಹಾಗೆ
ಛಂದೋಬದ್ಧ ಪ್ರಾಸ ಒಳಪ್ರಾಸ ಅನುಪ್ರಾಸ ಸುಹಾಸ
ಸಮಸಮನಾಗಿ ಎಡ ಬಲ

ಬಲವಿದ್ದರೇನೇ ಎಡಕ್ಕೆ ಪ್ರಾಸ
ಅಥವಾ ಬಲಕ್ಕೆ. ಇಲ್ಲದಿದ್ದರೆ ಬರೀ ಪರಿಹಾಸ

ಮನುಷ್ಯನ ಪಾಡು ನೋಡಿ: ಪ್ರೀತಿಸಬೇಕು ದ್ವೇಷಿಸಬೇಕು ಒಟ್ಟಿಗೆ
ಅಳಬೇಕು ನಗಬೇಕು ಅವೇ ಕಣ್ಣುಗಳಿಂದ
ತಲೆ ಸವರಬೇಕು ಕಲ್ಲೆಸೆಯಬೇಕು ಅವೇ ಕೈಯಿಗಳಿಂದ
ಶಪಿಸಬೇಕು ಕ್ಷಮಿಸಬೇಕು
ನೆನಪಿಟ್ಟುಕೊಳ್ಳಬೇಕು ಮರೆತುಬಿಡಬೇಕು

ಹೆಚ್ಚುಕಡಿಮೆಯಾದರೆ ಪ್ರಾಸದ ಹ್ರಾಸ
ವ್ಯವಸ್ಥೆ ಅವ್ಯವಸ್ಥೆ ಅರ್ಥ ಅಪಾರ್ಥ
ಕಲೆ ಧರ್ಮ ನ್ಯಾಯ ಕಾನೂನು ಸ್ವಾತಂತ್ರ್ಯ ಅನುಕಂಪ ಇತ್ಯಾದಿ
ಇದ್ದೂ ಇಲ್ಲದಂತೆ ವ್ಯರ್ಥ

ಅದಕ್ಕೇ ನೋಡಿ ಅಪರೂಪದಲ್ಲಿ ಅಪರೂಪ ಗಾಂಧಿ ಅಂಬೇಡ್ಕರರು
ಯಾರಿದ್ದಾರೆ ಅವರಿಗೆ ಪ್ರಾಸವಾಗುವವರು?

ಎತ್ತರ, ಬಿತ್ತರ, ಹಾಸು, ಬೀಸು... ಪ್ರಬಂಧ ಪ್ರಕಾರಕ್ಕೆ 'ಹೊಸ ಸೃಷ್ಟಿ'ಯ ಗೌರವ

ಎಂ.ಎಸ್. ಆಶಾದೇವಿ

ಪ್ರಬಂಧ ಎನ್ನುವುದು ಸದಾ ನಮ್ಮ ಮನಸ್ಸಿನಲ್ಲಿ ಉಳಿಸಿರುವ ಚಿತ್ರವೆಂದರೆ, ಅದೊಂದು 'ಮುಕ್ತಕ', 'ಮುಕ್ತಛಂದ'ದ ಪ್ರಕಾರ ಎನ್ನುವುದು. ಇದೊಂದು ಮೈನರ್ ಸಾಹಿತ್ಯ ಪ್ರಕಾರ ಎನ್ನುವ ನಿಲುವೂ ಸಾಕಷ್ಟು ಬಲವಾಗಿಯೇ ಇದೆ. ಆದರೆ , ನವೋದಯದ ಕಾಲದಿಂದಲೂ ಕನ್ನಡದ ಮಟ್ಟಿಗೆ ಇದೊಂದು ಜನಪ್ರಿಯವಾದ ಪ್ರಕಾರವಾಗಿಯೂ ಬೆಳೆದು ಬಂದಿದೆ.

ಇದಕ್ಕೆ ಮುಖ್ಯ ಕಾರಣವೆಂದರೆ, ಇದರ ಗುಣ ವಿಶೇಷಗಳು. ಹೇಳುವುದನ್ನು ಹೃದ್ಯವಾಗಿ ಹೇಳುವ, ಲೀಲಾಜಾಲವಾಗಿ ನಮ್ಮ ಬುದ್ಧಿಭಾವಗಳನ್ನು ಮೃದುವಾಗಿ, ಮಧುರವಾಗಿ, ಅನಾಯಾಸವಾಗಿ ಆವರಿಸುವ ಇದರ ಶಕ್ತಿ. ಒಳ್ಳೆಯ ಅಡುಗೆಯೊಂದರ ಪರಿಮಳ ಮನೆಯಿಡೀ ಹಬ್ಬಿ, ಅದೆಷ್ಟೋ ಹೊತ್ತು ನಮ್ಮನ್ನು ಅದರ ವಾಸನಾರುಚಿಯಿಂದಲೇ ಹಿಡಿದಿಡುವ ಹಾಗೆ, ನಮಗೆ ಗೊತ್ತಿಲ್ಲದೇ ನಮ್ಮನ್ನು ಮುದಗೊಳಿಸುವ ಹಾಗೆ, ನಮ್ಮ ರಸನೇಂದ್ರಿಯಗಳನ್ನು ಅದರ ವಾಸನಾಬಲದಿಂದಲೇ ಪುಟಗೊಳಿಸುವ ಹಾಗೆ, ಲಲಿತಪ್ರಬಂಧಗಳು ನಮ್ಮನ್ನು ಹಿಡಿದಿಡುತ್ತಲೇ ಬದುಕನ್ನು ಕುರಿತ ನಮ್ಮ ವಾಸನಾಬಲವನ್ನು ಚುರುಕುಗೊಳಿಸುತ್ತವೆ ಎನ್ನುವುದು ಪ್ರಬಂಧಗಳನ್ನು ಕುರಿತ ಮೊದಲ ಸಿದ್ಧಾಂತ. ಬದುಕಿನ ಕಾಠಿಣ್ಯಗಳನ್ನು ಅದನ್ನು ನೋಡುವ ನೋಟವನ್ನು ಪಲ್ಲಟಗೊಳಿಸಿಕೊಳ್ಳುತ್ತಲೇ ಸಹನೀಯವಾಗಿಸಿಕೊಳ್ಳುವ, ಕ್ವಚಿತ್ ಎಂದು ತಿಳಿಯಲಾದ ಸಂಗತಿಗಳನ್ನು ನಮ್ಮ ಬದುಕನ್ನು ಸಮೃದ್ಧಗೊಳಿಸುವ, ಬೆಳಗುವ ಸವಲತ್ತುಗಳೆಂದೋ, ಅವುಗಳನ್ನು ಆನಂದಿಸುವುದೂ ಬದುಕನ್ನು ಆಸ್ವಾದಿಸುವ ರಸದಾರಿ ಎನ್ನುವ ನಂಬಿಕೆಯಿಂದ ಹೊರಟದ್ದು ಅದು. ಆದ್ದರಿಂದಲೇ

ಚರ್ಚೆಗೆ ಒಳಗಾಗುವ ಯೋಗ್ಯತೆಯಿಲ್ಲವೆಂದು ಪಕ್ಕಕ್ಕೆ ಸರಿಸಿದ, ಕಡೆಗಣ್ಣಿನ ಅನಾದರಕ್ಕೆ ಒಳಗಾದ ಸಂಗತಿಗಳು ಇಲ್ಲಿ ನಾಯಕ ನಾಯಕಿಯರಂತೆ 'ಮಿಂಚ'ತೊಡಗುತ್ತವೆ. ಮಸಾಲೆದೋಸೆ, ಹೂವುಗಳು, ಅಭ್ಯಂಜನ, ರುಮಾಲು, ಚಪ್ಪಲಿ, ಗಾಡಿಯ ಪ್ರಯಾಣ, ಹುಟ್ಟೂರು, ವಿವಿಧ ಹವ್ಯಾಸಗಳು, ಜಾತ್ರೆ, ಮನೆ ಕಟ್ಟಿಸುವುದು, ವೃತ್ತಿ ಅನುಭವಗಳು... ವರ್ಜ್ಯವಾದುದು ಇಲ್ಲವೇ ಇಲ್ಲವೇನೋ ಎನ್ನುವಂತೆ ದೈನಂದಿನ ಲಯದ 'ಸರ್ವ ಸಾಮಗ್ರಿಗಳ ಮಳಿಗೆ'ಯಂತೆ ಲಲಿತ ಪ್ರಬಂಧಗಳು ಕಾಣಿಸುತ್ತಿದ್ದ ಕಾಲವೊಂದಿತ್ತು.

ಲಲಿತ ಪ್ರಬಂಧಗಳ ಸರಿಸುಮಾರಿಗೇ ವೈಚಾರಿಕ ಪ್ರಬಂಧಗಳ ಕಾಲಮಾನವೂ ಆರಂಭವಾಯಿತು. ಇವುಗಳ ಮಾದರಿಯು ಜನಪ್ರಿಯ ಎನ್ನಲಾಗದಿದ್ದರೂ ಶೈಕ್ಷಣಿಕವಾಗಿ ಪ್ರಮುಖವಾದವುಗಳೇ ಆಗಿದ್ದವು. ಅಸ್ಪಷ್ಟವಾದ, ವಿವಾದಾಸ್ಪದ, ಸಮಾಜಮುಖಿಯಾದ, ರಾಜಕೀಯ ಮತ್ತು ಸಾಂಸ್ಕೃತಿಕ ಮಹತ್ವದ ಸಂಗತಿಗಳನ್ನು ವಿಶದೀಕರಿಸುವ, ಆರೋಗ್ಯಕರ ಚರ್ಚೆಗೆ ಅವಕಾಶ ಮಾಡಿಕೊಡುವ ಆಶಯದ ಲೇಖನಗಳು 70–80ರ ದಶಕದಲ್ಲಿ ಮಹತ್ವದ ಮಾತ್ರ ವಹಿಸಿದವು. ಸಮುದಾಯದ ಅರಿವನ್ನು ಹೆಚ್ಚಿಸುವ, ಹೊಸ ಕಾಲದ ವಿಚಾರಗಳನ್ನು, ಅದು ಜಾತಿಪದ್ಧತಿಯನ್ನು ಕುರಿತದ್ದೋ, ಹೆಣ್ಣಿನ ಸ್ಥಾನಮಾನವನ್ನು ಕುರಿತದ್ದೋ, ವೈಜ್ಞಾನಿಕ ಆವಿಷ್ಕಾರಗಳನ್ನು ಕುರಿತದ್ದೋ, ಪ್ರಜಾಪ್ರಭುತ್ವ, ಸಮಾಜವಾದ, ಮಾರ್ಕ್ಸ್‌ವಾದ, ಕಲಾಪ್ರಕಾರಗಳನ್ನು ಕುರಿತದ್ದೋ... ಒಟ್ಟಿನಲ್ಲಿ ಯೋಚಿಸುವ, ಚರ್ಚಿಸುವ ಅಗತ್ಯವನ್ನು ಎತ್ತಿ ಹಿಡಿಯುವ ಪ್ರಬಂಧಗಳ ಮಾದರಿ ಇದು.

ಈ ಎರಡರ ನಡುವೆ ಇನ್ನೊಂದು ವಿಲಕ್ಷಣವಾದ ಲೇಖನಗಳ ಮಾದರಿಯನ್ನು ಲಂಕೇಶರು ಕಟ್ಟಲು ಯತ್ನಿಸಿ, ಅಸಾಧಾರಣವಾದ ಗೆಲುವನ್ನೂ ಪಡೆದರು. 'ಲಂಕೇಶ್ ಪತ್ರಿಕೆ'ಯಲ್ಲಿ ಅವರು ಬರೆದ ಲೇಖನಗಳು, ಅವು ಸಂಪಾದಕೀಯದ ರೂಪವನ್ನು ರೂಪಾಂತರಿಸಿ, 'ಮರೆಯುವ

ಮುನ್ನ', 'ಟೀಕೆ ಟಿಪ್ಪಣಿ'ಯ ಅವತಾರ ತಳೆದವು. ಕರ್ನಾಟಕದ ಹಳ್ಳಿಮೂಲೆಗಳನ್ನೂ ತಲುಪಿದ ಅವರ ಬರವಣಿಗೆಗಳ ಬೀಸು-ಹರಹು ಅಚ್ಚರಿ ಹುಟ್ಟಿಸುವಂತಿತ್ತು. ವಿಂಬಲ್ಡನ್ ಟೆನಿಸ್ ಪಂದ್ಯಗಳ ಸೋಲು ಗೆಲುವುಗಳಿಂದ ಹಿಡಿದು, ಎಲಿಯೆಟ್‌ನನ್ನು ಕುರಿತ 'ಮತ್ಸ್ಯಕನ್ಯೆಯರು ನನಗಾಗಿ ಹಾಡುತ್ತಿಲ್ಲ' ಎನ್ನುವ ಲೇಖನವಾಗಲಿ, 'ಇಟ್ಟಿಗೆ ಪವಿತ್ರವಲ್ಲ ಜೀವ ಪವಿತ್ರ' ಎನ್ನುವುದಾಗಲೀ, 'ರಾಮು ಎಂಬ ಹುಡುಗ' ಎನ್ನುವ ಬರಹವಾಗಲಿ, 'ಗುಬ್ಬಚ್ಚಿ ಗೂಡು' ಎನ್ನುವುದಾಗಲಿ, 'ನಾನೊಲ್ಲದ ನನ್ನ ಗುಣ', 'ಈಕೆಯ ಅದ್ಭುತ ಕ್ರಿಯಾಶೀಲ ಲೇಖನಿ' – ಇಂಥ ನೂರಾರು ನಿರೂಪಣೆಗಳು ಕನ್ನಡಿಗರ ಸಂವೇದನೆಯನ್ನೇ ಚೂಪುಗೊಳಿಸಿದ್ದು ಐತಿಹಾಸಿಕವಾಗಿಯೂ ಮುಖ್ಯವಾದದ್ದು.

ದಿವಾಕರರ ಪ್ರಬಂಧಗಳನ್ನು ಕುರಿತ ಈ ಲೇಖನದಲ್ಲಿ ಮೇಲಿನ ಅಂಶಗಳ ಪ್ರಸ್ತಾಪ ಮಾಡುವುದಕ್ಕೆ ಖಂಡಿತ ಕಾರಣವಿದೆ. ದಿವಾಕರ್ ಕನ್ನಡದ ಮಟ್ಟಿಗೆ ಪ್ರಬಂಧಗಳಿಗೆ 'ಮೇಜರ್ ಸಾಹಿತ್ಯ ಪ್ರಕಾರ'ದ ಸ್ಥಾನವನ್ನು ತಂದು ಕೊಡುತ್ತಿರುವವರು. ಯಾವ್ಯಾವ ಅಂಶಗಳನ್ನು ಕನ್ನಡ ಪ್ರಬಂಧ ಪರಂಪರೆಯ ಮುಖ್ಯ ಲಕ್ಷಣಗಳೆಂದು ಕರೆಯಬಹುದೋ ಆ ಎಲ್ಲವನ್ನೂ ಒಳಗೊಳ್ಳುವುದರ ಜೊತೆಗೆ ಅದನ್ನು ಮೇಜರ್ ಮಾಡಲು ಬೇಕಾದ ಅನೇಕ ಅಂಶಗಳನ್ನು ದಿವಾಕರ್ ಈ ಪ್ರಕಾರಕ್ಕೆ ಕಸಿ ಮಾಡಿ, ಅದಕ್ಕೆ 'ಹೊಸ ಸೃಷ್ಟಿ'ಯ ಗೌರವ, ಅಧಿಕೃತತೆ, ಅಸ್ಮಿತೆ, ಅನನ್ಯತೆ ಎಲ್ಲವನ್ನೂ ದೊರಕಿಸಿಕೊಟ್ಟಿದ್ದಾರೆ.

ಪ್ರಬಂಧ ಪ್ರಕಾರದಲ್ಲಿನ ದಿವಾಕರರ ಪ್ರಯತ್ನ, ಪ್ರಯೋಗ ಮತ್ತು ಅವರು ಪಡೆದ ಯಶಸ್ಸಿಗೆ ಕನ್ನಡದಲ್ಲಿ ಐತಿಹಾಸಿಕ ಮಹತ್ವವಿದೆ. ಇತ್ತೀಚಿನ ದಶಕಗಳಲ್ಲಿ ಅಥವಾ ನಿರ್ದಿಷ್ಟವಾಗಿ ಹೇಳುವುದಾದರೆ ಕಳೆದೊಂದು ದಶಕದಿಂದ, ಸಂಕರ ಎನ್ನಬಹುದಾದ ಪ್ರಕಾರಗಳ ಪ್ರಯೋಗ ನಡೆಯುತ್ತಿದೆ. ಆದರೆ ದಿವಾಕರ್ ಈ ಬಗೆಯ ಪ್ರಯತ್ನವನ್ನು ಇಪ್ಪತ್ತು ವರ್ಷಗಳಿಂದ ಏಕಾಂಗಿಯಾಗಿ ಮಾಡುತ್ತಲೇ ಇದ್ದಾರೆ ಎನ್ನುವುದು ಮಹತ್ವದ ಸಂಗತಿ. 2005ರಲ್ಲಿ ಅವರ ಮೊದಲ ಪ್ರಬಂಧ ಸಂಕಲನ 'ನಾಪತ್ತೆಯಾದ ಗ್ರಾಮಾಫೋನು ಮತ್ತು ಇತರ ಪ್ರಬಂಧಗಳು' ಪ್ರಕಟವಾದದ್ದು. ಅವರ ಇತ್ತೀಚಿನ ಪ್ರಬಂಧ ಸಂಕಲನ 'ಸರ್ವ ಜನಾಂಗದ ಶಾಂತಿಯ ಭಾಷೆ' ಪ್ರಕಟವಾದದ್ದು 2020ರಲ್ಲಿ. ಈ ಮಧ್ಯದಲ್ಲಿ 'ಕೃಷ್ಣಲೀಲೆಯಿಂದ ರಾಮ ರಾಜ್ಯಕ್ಕೆ' (2012), 'ಪುಸ್ತಕ ಓದಿದ್ದಕ್ಕೆ ಪುಸ್ತಕವೇ ಸಾಕ್ಷಿ' (2015), 'ಒಂದೊಂದು ನೆನಪಿಗೂ ಒಂದೊಂದು ವಾಸನೆ' (2016) – ಈ ಮೂರು ಪ್ರಬಂಧ ಸಂಕಲನಗಳು ಪ್ರಕಟವಾಗಿವೆ.

ಮೊದಲಿಗೆ, ದಿವಾಕರ್ ಪ್ರಬಂಧ ಎನ್ನುವ ಪ್ರಕಾರದ ಸ್ವರೂಪವನ್ನೇ ಬದಲಿಸಿದ್ದರ ಬಗ್ಗೆ ಚರ್ಚೆ ಮಾಡಬಹುದು. ಹಲವು ಪ್ರಕಾರಗಳ ಗುಣ ವೈವಿಧ್ಯಗಳನ್ನು ಪ್ರಬಂಧ ಪ್ರಕಾರಕ್ಕೆ ಬೆಸೆದಿದ್ದಾರೆ ಎನ್ನುವುದು ಇದನ್ನು ಗುರುತಿಸಬಹುದಾದ ಒಂದು ಕ್ರಮವಾದರೆ, ಹೊಸ ಪ್ರಕಾರದ ಸಾಧ್ಯತೆಯನ್ನೇ ಇವರು ಶೋಧಿಸಿದ್ದಾರೆ ಎನ್ನುವುದು ಇನ್ನೊಂದು ಕ್ರಮ. ಕಥೆಯ ಸೃಷ್ಟಿಶೀಲ ಧಾತು, ಸಂಶೋಧನೆಯ ನಿಖರತೆ, ಲಲಿತ ಪ್ರಬಂಧಗಳ ಲಾಲಿತ್ಯ, ವೈಚಾರಿಕ ಲೇಖನಗಳ ಬೌದ್ಧಿಕ ಪ್ರಖರತೆ, ಕಾವ್ಯದ ನಿಗೂಢತೆ, ವಿಜ್ಞಾನಿಯೊಬ್ಬನ ಕೌತುಕ ನೋಟ, ದೇಶದ ಪ್ರಜೆಯೊಬ್ಬನ ತಹತಹ, ನಿರೀಕ್ಷೆ, ಸಾಹಿತ್ಯಜೀವಿಯ ತನ್ಮಯತೆ ಹಾಗೂ ಪುಳಕ, ವಿಮರ್ಶಕರ ವಾಸ್ತವ ಪ್ರಜ್ಞೆ, ಪತ್ರಕರ್ತನ ಚಿಕಿತ್ಸಕ ಪ್ರಜ್ಞೆ, ಈ ಎಲ್ಲವೂ ಇವರ ಪ್ರಬಂಧಗಳನ್ನು ರೂಪಿಸುವಲ್ಲಿ ಪಾತ್ರ ವಹಿಸಿವೆ.

ದಿವಾಕರರ ಸಂವೇದನೆಯೂ ವಿಭಿನ್ನವಾದುದು. ಸಂಗೀತ ಮತ್ತು ಸಾಹಿತ್ಯಕ ಸಂವೇದನೆಗಳು ಇವರಲ್ಲಿ ಅಖಂಡವಾಗಿ ಬೆರೆತಿವೆ. ಸಂಗೀತ ಕಛೇರಿಯೊಂದನ್ನು ಆಸ್ವಾದಿಸುವಾಗ ಸಾಹಿತ್ಯದ ಒಳನೋಟಗಳು, ಸಾಹಿತ್ಯದ ಕೃತಿಯೊಂದನ್ನು ಓದುವಾಗ ಸಂಗೀತದ ರಾಗಪ್ರಜ್ಞೆ ಇವರಿಗೆ ಇನ್ನೂ ಸೂಕ್ಷ್ಮವಾದ ಆಸ್ವಾದನೆಯನ್ನು ಆವಾಹಿಸಿಕೊಳ್ಳಲು ಅನುವು ಮಾಡಿಕೊಡುತ್ತದೆ. ಈ ಎರಡೂ ಕ್ಷೇತ್ರದಲ್ಲಿ ಇವರಿಗಿರುವ ಅಪರೂಪದ ಪಾಂಡಿತ್ಯ, ಪರಿಣತಿ ಇವರಿಗೆ ಮಾತ್ರ ಸಾಧ್ಯವಿರುವ

ಒಳನೋಟಗಳ ಕಡೆಗೆ ಇಲ್ಲಿನ ನಿರೂಪಣೆಗಳನ್ನು ಒಯ್ಯುತ್ತದೆ. ಅಪ್ಪಟ ಸಾಹಿತ್ಯ ಕೃತಿಯೊಂದಕ್ಕೆ ಮಾತ್ರ ಸಾಧ್ಯವಾಗುವ ಬಹುಮುಖಿ ಆಯಾಮಗಳು ದಕ್ಕಿರುವುದು ಈ ಕಾರಣಕ್ಕೆ. ಹಾಗೆಯೇ ಹಲವು ಓದುಗಳನ್ನು ಇವರ ನಿರೂಪಣೆಗಳು ಬೇಡುವುದೂ ಇದೇ ಕಾರಣಕ್ಕೆ. ಒಂದು ಓದು ಇಲ್ಲಿನ ನಿರೂಪಣೆಗಳ ಸಾಧ್ಯತೆಗಳನ್ನೆಲ್ಲ ಓದುಗರಿಗೆ ಕಟ್ಟಿಕೊಡುವುದು ಸಾಧ್ಯವಿಲ್ಲ. ಮತ್ತೆ ಮತ್ತೆ ಓದಬೇಕೆನ್ನಿಸುವ ಹಾಗೆಯೇ, ಅಂಥ ಮರು ಓದುಗಳಲ್ಲಿ ಬೇರೆ ಬೇರೆ ಅರ್ಥ ಸಾಧ್ಯತೆಗಳನ್ನು ಇವು ಅನಾವರಣ ಮಾಡುತ್ತಾ ಹೋಗುತ್ತವೆ.

ದಿವಾಕರರು ವೃತ್ತಿ ಜೀವನವನ್ನು ಆರಂಭಿಸಿದ್ದು ಪತ್ರಕರ್ತರಾಗಿ. ಪತ್ರಕರ್ತರಿಗೆ ಎಲ್ಲಕ್ಕಿಂತ ಮುಖ್ಯವಾಗಿ ತಮ್ಮ ಬರವಣಿಗೆ ನಿರ್ದಿಷ್ಟವಾಗಿಯೂ ನಿರ್ದುಷ್ಟವಾಗಿಯೂ ಇರಬೇಕೆನ್ನುವುದು ಪ್ರಾಥಮಿಕ ನಿಲುವಾಗಿರುತ್ತದೆ. ಕೊಡುವ ವಿವರಗಳು ಶಂಕಾತೀತವಾಗಿ ಇರಬೇಕು, ಅಡ್ಡಗೋಡೆಯ ಮೇಲಿನ ದೀಪದಂತಿರದೆ ಸ್ಫಟಿಕದ ಶಲಾಕೆಯಂತೆ ಇರಬೇಕು, ಇಡಿಯಾದ ಹಣ್ಣಿನಂತೆ ಸಮಗ್ರವಾಗಿರಬೇಕು, ವಸ್ತುವೋ ವ್ಯಕ್ತಿಯೋ ಸಂದರ್ಭವೋ ಅದನ್ನು, ಯಾವುದು ತಾನು ಕೊಡುತ್ತಿರುವ ಒತ್ತೋ ಆ ಒತ್ತಿನ ನೆಲೆಯ ಮೇಲೆ ಕೇಂದ್ರೀಕೃತವಾಗಿ ಕಾಣಿಸುವಂತೆ ಬೆಳಕು ಅದರ ಮೇಲೆ ಸರಿಯಾಗಿ ಬೀಳಬೇಕು... ಇಂಥದ್ದೆಲ್ಲ ಅವರ ಮೂಲಾಶಯಗಳಾಗಿರುತ್ತವೆ. ದಿವಾಕರರ ಪ್ರಬಂಧಗಳನ್ನು ವಿಶಿಷ್ಟಗೊಳಿಸಿರುವ ಅಂಶಗಳಲ್ಲಿ ಇದಕ್ಕೂ ಮಹತ್ವದ ಪಾತ್ರವಿದೆ ಎನ್ನುವುದು ಅವರ ಪ್ರಬಂಧಗಳ ಓದುಗರ ಅನುಭವಕ್ಕೆ ಬಂದೇ ಬರುತ್ತದೆ.

ದಿವಾಕರರ ಪ್ರಬಂಧ ಲೋಕ, ಲೋಕದಷ್ಟೇ ವಿಸ್ತಾರವಾದುದು. ತಮಗೆ ಆಸಕ್ತಿ ಹುಟ್ಟಿಸಿದ, ಲೋಕದ ಗಮನ ಸೆಳೆದ, ಲೋಕಕ್ಕೆ ಅನಾಸಕ್ತಿಯಿದ್ದರೂ ಅದರ ಬಗೆಗೆ ಹೇಳಲು ಏನೋ ಇದೆ ಎಂದು ಇವರಿಗೆ ಅನ್ನಿಸಿದ, ಲೋಕ ಗಮನಿಸಲೇಬೇಕಾದ ಏನೆಲ್ಲ ಸಂಗತಿಗಳನ್ನು ದಿವಾಕರರು ತಮ್ಮ ಪ್ರಬಂಧಗಳ ವಸ್ತುವಾಗಿ ಆರಿಸಿಕೊಳ್ಳುತ್ತಾರೆ. ಅಯ್ಯೋ ಇದರ ಮೇಲೂ ಬರೆಯುವುದು ಸಾಧ್ಯವೆ ಎಂದು ಲೇಖನದ ಶೀರ್ಷಿಕೆಯನ್ನು ನೋಡಿ ಓದುಗರು ಆಶ್ಚರ್ಯ ಪಡುವಂಥ ವಿಷಯಗಳ ಮೇಲೆಲ್ಲ ಇವರು ಸೊಗಸಾದ ಪ್ರಬಂಧಗಳನ್ನು ಬರೆದಿದ್ದಾರೆ. ('ನೊಣ', 'ತೋರುಬೆರಳು ತೋರಲೇಕೆ', 'ದ್ವಿತೀಯ ಪುರುಷ ನಿರೂಪಣೆ' ಮೊದಲಾದ ವಿಷಯಗಳನ್ನು ಇವರು ಮಂಡಿಸುವ ಪರಿಯೇ ಕುತೂಹಲಕರವಾಗಿದೆ.)

ಸಾಹಿತ್ಯಕ ಪ್ರಮೇಯವೊಂದರ ಸಹಾಯದಿಂದಲೇ ಇವರ ಪ್ರಬಂಧಗಳ ಭಿತ್ತಿಯನ್ನು ರಚಿಸುವುದಾದರೆ, ಕಾಡು ಮತ್ತು ಮರಗಳು ಎರಡನ್ನೂ ಗಮನಿಸುವ ಹವಣು ಇವರ ಪ್ರಬಂಧಗಳ ಮೂಲಲಕ್ಷಣಗಳಲ್ಲೊಂದು. 'ನಾಪತ್ತೆಯಾದ ಗ್ರಾಮಾಫೋನು'ವಿನಿಂದ ಹಿಡಿದು 'ಸರ್ವಜನಾಂಗದ ಶಾಂತಿಯ ಭಾಷೆ'ಯ ತನಕವೂ ಈ ಹವಣು ನಮ್ಮ ಅನುಭವಕ್ಕೆ ಬರುತ್ತದೆ. ಇದನ್ನು ಇವರದೇ ಇನ್ನೊಂದು ಪ್ರಬಂಧ ಸಂಕಲನದ ಶೀರ್ಷಿಕೆಯ ಮೂಲಕವೂ ಅರ್ಥಮಾಡಿಕೊಳ್ಳಬಹುದೇನೋ. 'ಕೃಷ್ಣಲೀಲೆಯಿಂದ ರಾಮರಾಜ್ಯಕ್ಕೆ' ಎನ್ನುವುದು ಇವರ ಒಟ್ಟೂ ಪ್ರಬಂಧಗಳ ವಿಸ್ತಾರವನ್ನೂ ಹೇಳುತ್ತದೆ. ಅಂದಿನಿಂದ ಇಂದಿನತನಕದ ಜಗತ್ತಿನ ಆಗುಹೋಗುಗಳೆಲ್ಲವೂ ಇವರ ಮನೋಭಿತ್ತಿಯಲ್ಲಿವೆ. ಇದರಲ್ಲಿ ಯಾವುದನ್ನು ಆಯ್ದುಕೊಳ್ಳಲಿ ಎನ್ನುವ ಸಂದಿಗ್ಧತೆ ಇವರಿಗೆ ಇರಬಹುದೇ ಹೊರತು, ಇಂಥದ್ದೇ ವಿಷಯಗಳನ್ನು ಕುರಿತು ಮಾತ್ರ ಬರೆಯುತ್ತೇನೆ ಎನ್ನುವ ಚೌಕಟ್ಟು ಇವರ ಪ್ರಬಂಧಗಳಿಗೆ ಇಲ್ಲವೇ ಇಲ್ಲ. ಈ ದೃಷ್ಟಿಯಿಂದ ಇವರು ಅನಿಕೇತನರು. ಪ್ರಾಚೀನ ಕಾಲದಿಂದ ಅತ್ಯಾಧುನಿಕ ಕಾಲದ ತನಕದ ಯಾವೆಲ್ಲ ಬೆಳವಣಿಗೆಗಳು, ಅದು ಸಂಗೀತ, ಸಾಹಿತ್ಯದ ಮೂಲಕ್ಷೇತ್ರಗಳನ್ನು ತನ್ನ ಆತ್ಮಸಖರಂತೆ ಉಳಿಸಿಕೊಂಡು ಉಳಿದ ವಿಜ್ಞಾನ, ಕ್ರೀಡೆ, ರಾಜಕಾರಣ, ಸಾಂಸ್ಕೃತಿಕ ಬಿಕ್ಕಟ್ಟುಗಳು, ಶ್ರೀಸಾಮಾನ್ಯರ ಹಾಡು ಪಾಡು, ರಾಜಕಾರಣಿಗಳು, ಓದುವ ಬಗೆಗಳು, ವ್ಯಾಕರಣ, ಕುತೂಹಲಕಾರಿ ಪ್ರಸಂಗಗಳು, ಹೀಗೆ ಏನೆಲ್ಲಾ

ಇವರ ಮೂಸೆಯಲ್ಲಿವೆ ಎಂದರೆ ಇವರಿಗೆ 'ಸಂಚಿ ಹೊನ್ನಪ್ಪ' ಎನ್ನುವ ಬಿರುದು ಕೊಡಬೇಕು ಎಂದು ಅನ್ನಿಸುವುದು ಅದೆಷ್ಟು ಬಾರಿಯೋ! ಇವರದೊಂದು ಅಕ್ಷಯ ಪಾತ್ರೆಯಂತಹ ಸಂಚಿ. ಅನಾದಿ ಮತ್ತು ಅನಂತ.

ಗ್ರಾಮಾಫೋನಿನ ಉಗಮ ಮತ್ತು ಬೆಳವಣಿಗೆಯನ್ನು ರೋಮಾಂಚಕಾರಿಯಾಗಿ ಮಾತ್ರವಲ್ಲ, ಅದೆಷ್ಟು ಸೂಕ್ಷ್ಮ ವಿವರಗಳಲ್ಲಿ ಇವರು ಕಟ್ಟಿಕೊಡುತ್ತಾರೆ ಎಂದರೆ, ಶಬ್ದಚಿತ್ರಗಳ ಮೆರವಣಿಗೆಯಂತೆ ನಮಗೆ ಗ್ರಾಮಾಫೋನಿನ ಚಿತ್ರ, ಗೌಹರ್ ಜಾನಳ ವ್ಯಕ್ತಿತ್ವ, ಆನಂದ ಕುಮಾರಸ್ವಾಮಿಯವರ ಆತಂಕಿತ ಮುಖಭಾವ, ಎಲ್ಲವೂ ಕಣ್ಮುಂದೆ ಬರುತ್ತಾ ಹೋಗುತ್ತವೆ. ಯಾವ ಗ್ರಾಮಾಫೋನು ಆ ಹಿಂದಿನ ಕಾಲದಲ್ಲೂ ಗೌಹರ್ ಜಾನಳಂಥ ಹೆಣ್ಣುಮಗಳಿಗೆ ಅಭೂತಪೂರ್ವವಾದ ಮನ್ನಣೆಯನ್ನು ತಂದುಕೊಡಲು ಮುಖ್ಯ ಸಾಧನವಾಗುತ್ತದೋ ಅದೇ ಆನಂದಕುಮಾರಸ್ವಾಮಿಯಂಥವರಿಗೆ ಸಂಗೀತಗಾರ, ಸಂಗೀತ ಎಲ್ಲದರ ಜೀವಂತಿಕೆಯನ್ನು ಕಳೆದು ಅದನ್ನು ನಿರ್ಜೀವಗೊಳಿಸುವ ಸ್ಥಾವರ ಯಂತ್ರದಂತೆ ಕಾಣಿಸತೊಡಗುತ್ತದೆ. ಸಂಗೀತ ಕಂಪನಿಗಳ ಹುಟ್ಟಿಗೆ ಕಾರಣವಾದ, ಸಂಗೀತ ಪ್ರಸಾರದ ಹೆಗ್ಗಳಿಕೆಯನ್ನು ಹೊತ್ತು ಮೆರೆದ ಗ್ರಾಮಾಫೋನು ಘನಪಂಡಿತರೊಬ್ಬರಿಗೆ ಸಂಗೀತದ ಅಭಿಜಾತತೆಯ ಕೊಲೆಗಾರನಂತೆ ಕಾಣುವ ವಿಪರ್ಯಾಸವನ್ನು ದಿವಾಕರರು ಚಿತ್ರಿಸುತ್ತಾರೆ. ಇದನ್ನು ಇವರು ಇತಿಹಾಸಕಾರನ ನಿರ್ಭಾವುಕತೆಯಲ್ಲಿ, ಪತ್ರಕರ್ತನ ಬಿಗಿಹುಬ್ಬಿನ ಬರವಣಿಗೆಯಲ್ಲಿ ಚಿತ್ರಿಸುವುದಿಲ್ಲ. ಸಂಗೀತಪ್ರೇಮಿಯ ಉತ್ಕಟತೆಯಲ್ಲಿ, ಮಾಂಸಲ ಭಾವಗಳಲ್ಲಿ ಚಿತ್ರಿಸುತ್ತಾರೆ. ಆದ್ದರಿಂದ ಈ ಪ್ರಬಂಧ ಕಥೆಯಲ್ಲಿ ಕಥೆಯಾಗಿ, ಗ್ರಾಮಾಫೋನಿನ ಆತ್ಮಚರಿತ್ರೆಯೋ ಎನ್ನುವಷ್ಟು ಸಾಕಾರವಾಗಿ ಮೈದಳೆಯುತ್ತದೆ. ಗ್ರಾಮಾಫೋನಿಗೆ ನಿನ್ನ ಕಥೆ ಹೇಳು ಎಂದರೆ, ಇದಕ್ಕಿಂತ ಹೆಚ್ಚು ನಾನೇನು ಹೇಳಬಲ್ಲೆ ಎನ್ನುವಷ್ಟು ವಿವರಗಳನ್ನು ಇದು ಹೊಂದಿದೆ.

ಈ ಲೇಖನದುದ್ದಕ್ಕೂ ಕೆಲವೊಮ್ಮೆ ಪ್ರಬಂಧವೆಂದು, ಮತ್ತೆ ಕೆಲವೊಮ್ಮೆ ನಿರೂಪಣೆಯೆಂದು ನಾನು ಬಳಸುತ್ತಾ ಹೋಗಿದ್ದೇನೆ. ಪ್ರಬಂಧಗಳು ಎನ್ನುವುದಕ್ಕೆ ನಾವು ಕಟ್ಟಿಕೊಂಡಿರುವ ವ್ಯಾಖ್ಯಾನ ಇವರ ಪ್ರಬಂಧಗಳ ಹರಹನ್ನು ಹಿಡಿಯಲು ಸಾಧ್ಯವಾಗುವುದಿಲ್ಲವೇನೋ ಎನ್ನುವ ಸಂಕೋಚವೇ ಇದಕ್ಕೆ ಕಾರಣ.

ಇವರ ವಿಷಯಜ್ಞಾನದ ಬಗ್ಗೆ ಹೇಳಿದೆ. ಈ ಬಹುಶ್ರುತತ್ವವೇ ಇವರ ಬರವಣಿಗೆಯ ಶಕ್ತಿಯೇ ಎಂದರೆ, ಅಲ್ಲವೇನೋ ಅನ್ನಿಸುತ್ತದೆ ನನಗೆ. ವಿಷಯ ಸಂಗ್ರಹಣೆ, ಅಗಾಧವಾದ ಓದು ಮಾತ್ರ ಶಕ್ತಿಯಾಗಲಾರದು. ಅದನ್ನು ಎಲ್ಲರೊಂದಿಗೆ ಹಂಚಿಕೊಳ್ಳುವುದರಲ್ಲಿ ಇವರಿಗಿರುವ ಆಸ್ಥೆ ಒಂದು ಕಾರಣವಾದರೆ, ಇದಕ್ಕಿಂತ ಮುಖ್ಯವಾದುದು ಈ ಜ್ಞಾನಕೋಶವನ್ನು ಅವರು ಬೇರೆ ವಿಷಯಗಳೊಂದಿಗೆ ಹೆಣೆಯುವ ಪರಿ. ಇಲ್ಲಿ ಇವರು ಪ್ರಧಾನವಾಗಿ ಬಳಸುವುದು ಸಾಹಿತ್ಯ ಮತ್ತು ಸಂಗೀತವನ್ನು. ಇವರಿಬ್ಬರೂ ಇವರ ಆತ್ಮಸಖರೆಂದು ಹೇಳಿದೆನಲ್ಲ. ಈ ಆತ್ಮಸಖರೊಂದಿಗೆ ಇವರ ಸಖ್ಯ ಎಂಥದ್ದೆಂದರೆ, 'ಎಂದು ಯಾವಾಗಲೂ ಕೈಕೊಡದ ನಲ್ಲೆಗಳು' ಇವರ ಪಾಲಿಗೆ. ಯಾವಾಗೆಂದರೆ ಆವಾಗ, ಎಲ್ಲೆಂದರೆ ಅಲ್ಲಿ, ಬರಹಗಾರರ ಕವಿತೆಗಳು, ಕಥೆಗಳು, ಕಾದಂಬರಿಗಳು, ಸಂಗೀತದ ವಿವರಗಳು ಇವರ ಕೈಜೋಡಿಸಿ ಆ ನಿರೂಪಣೆಗಳಿಗೆ ಒಳನೋಟಗಳ, ರೂಪಕ, ಪ್ರತಿಮೆಗಳ ಮೆರುಗು ಕೊಡುತ್ತವೆ. ಕಿರಿದರಲ್ಲಿ ಪಿರಿದರ್ಥವನ್ನು ಹೊಮ್ಮಿಸುವಲ್ಲಿ, ಅವುಗಳಿಗೆ ಧ್ವನಿಶಕ್ತಿಯ ಬಲ ನೀಡುವುದರಲ್ಲಿ ಇವು ಯಶಸ್ವಿಯಾಗಿಬಿಡುತ್ತವೆ. ಎಂದರೆ, ಮೂಲತಃ ದಿವಾಕರರಲ್ಲಿ ಕವಿಮನಸ್ಸು, ಕವಿಪ್ರತಿಭೆ ಇರುವುದರಿಂದಲೇ ಈ ಎಲ್ಲವೂ ಸಾಧ್ಯವಾಗಿರುವುದು. ಇವರ ಈ ನಿರೂಪಣೆಗಳಲ್ಲಿ ಕಥೆಗಾರನೊಬ್ಬ ಸದಾ ಕಣ್ಗಾವಲಿದ್ದು, ಈ ಬರಹಗಳು ನಿರ್ಲಿಪ್ತವಾಗದಂತೆ ನೋಡಿಕೊಳ್ಳುತ್ತಿರುವಂತೆ ಭಾಸವಾಗುತ್ತದೆ.

ಈ ಪ್ರಬಂಧಗಳ ಇನ್ನೊಂದು ವಿಶೇಷವೆಂದರೆ, ಜ್ಞಾನವು ಇವರಲ್ಲಿ ಮೆರೆಸುವ ಅಹಂಕಾರವಾಗದೆ,

ಹೊತ್ತ ಕಿರೀಟವಾಗದೆ, ಇನ್ನೊಬ್ಬರೆದುರು ಹೊಡೆಯುವ ಡಂಗುರವಾಗದೆ, ಎಲ್ಲರೊಂದಿಗೆ ಹಂಚಿ ತಿನ್ನುವ ಸಹಬಾಳ್ವೆಯ ನೆಲೆಯಲ್ಲಿರುವುದು. 'ಎಲ್ಲರೊಳಗೊಂದಾಗು' ಎನ್ನುವ ಇವರ ಪರಮಪ್ರಿಯರಾದ ಡಿವಿಜಿ ಅವರ ಮಾತು ಇವರ ಬರವಣಿಗೆಗಳಲ್ಲೇ ನಿಜವಾದಂತೆ ಕಾಣಿಸುತ್ತದೆ.

ಡಿವಿಜಿ ಇವರ ಐಕಾನ್ ಇರಬಹುದೇನೋ ಎನ್ನಿಸುವಷ್ಟು ಪ್ರಸ್ತಾಪಗಳಿವೆ ಇವರ ಪ್ರಬಂಧಗಳಲ್ಲಿ. ಒಂದು ಪ್ರಬಂಧದಲ್ಲಿ ಇವರೇ, ಡಿವಿಜಿಯವರು ಅವರ ಪುಸ್ತಕದ ಕಪಾಟುಗಳನ್ನು ತೋರಿಸಿ, ಇಲ್ಲಿರುವ ಪುಸ್ತಕಗಳನ್ನೆಲ್ಲ ಓದು ಎಂದದ್ದನ್ನೂ ಅದನ್ನು ಇವರು ಮೃಷ್ಟಾನ್ನ ಉಣ್ಣುವಷ್ಟು ಸಂಭ್ರಮದಲ್ಲಿ, ಸಂತೃಪ್ತಿಯಲ್ಲಿ ಉಂಡದ್ದನ್ನೂ ಹೇಳುತ್ತಾರೆ. ಸಿಕ್ಕದ್ದನ್ನೆಲ್ಲ ಓದುವುದು ಸರಿ, ಆದರೆ ಅದನ್ನು ಚಿತ್ರಪಟದಂತೆ, ಬಾವಿಯ ನೀರಿನಂತೆ, ಹೂಕಟ್ಟುವ ದಾರದಂತೆ ಬಳಸುವ ಕೌಶಲ ಮಾತ್ರ ಅಪ್ಪಟ ಪ್ರತಿಭೆಯನ್ನು ಅಪೇಕ್ಷಿಸುತ್ತದೆ. ಆ ಪ್ರತಿಭೆಯ ಕಾರಣಕ್ಕೇ ಈ ನಿರೂಪಣೆಗಳಿಗೆ ಈ ಎತ್ತರ, ಬಿತ್ತರ, ಹಾಸು, ಬೀಸು ಎಲ್ಲವೂ ಸಾಧ್ಯವಾಗಿರುವುದು.

ಲೋಕದ ವಿವರಗಳ ಜೊತೆಗೇ ದಿವಾಕರರಿಗೆ ತಮ್ಮ ವೈಯಕ್ತಿಕ ಅನುಭವಗಳನ್ನೂ ಅಷ್ಟೇ ತೀವ್ರವಾಗಿ ಹೇಳಿಕೊಳ್ಳುವುದೂ ಸಾಧ್ಯವಾಗಿದೆ. ಮದರಾಸಿನ ಇವರ ಅನುಭವಗಳ ನಿರೂಪಣೆ

ದಿವಾಕರ್ ಅವರ ವ್ಯಕ್ತಿತ್ವದಲ್ಲಿ ನಾನು ಕಂಡ ಮೂರು ಸಂಗತಿಗಳು ಅವರ ಪ್ರಬಂಧಗಳ ವಿನ್ಯಾಸವನ್ನು ರೂಪಿಸಿರುವಂತೆ ತೋರುತ್ತದೆ. ಮೊದಲನೆಯದು ಅವರ ಸೂಕ್ಷ್ಮ ನಿರೀಕ್ಷಣಾ ಶಕ್ತಿ, ಯಾವ ಕ್ಷಣದಲ್ಲೂ ಜಡವಾಗದ ಅವರ ಸಂವೇದನೆ. ಒರಟು ಮನಸ್ಸುಗಳ ನಮ್ಮ ಕಾಲದಲ್ಲಿ ಎಚ್ಚರದ ದನಿಯಾಗಿ, ನಾವು ಸುಲಭ ಸಹಜವಾಗಿ ಕಾಣದ ಅನೇಕ ಸೂಕ್ಷ್ಮಗಳನ್ನು ತೆರೆದಿಡುವ ಕೈದೀವಿಗೆ. ಎರಡನೆಯದು ಜಗತ್ತಿನ ಶ್ರೇಷ್ಠ ಮನಸ್ಸುಗಳ ಜೊತೆಗಿನ ಅವರ ಒಡನಾಟ. ಕುಬ್ಜ ವ್ಯಕ್ತಿತ್ವಗಳ ನಮ್ಮ ಪರಿಸರದಲ್ಲಿ ದಿವಾಕರ್ ತಮ್ಮ ವಿಸ್ತಾರ ಓದಿನ ಮೂಲಕ ಅತ್ಯುತ್ತಮವಾದುದರ ಕಡೆಗೆ ಸದಾ ನಮ್ಮನ್ನು ಕರೆದೊಯ್ಯುವ ಮಾರ್ಗದರ್ಶಿ, ಆಪ್ತ ಸಂಗಾತಿ. ಮೂರನೆಯದು ದಿವಾಕರ್ ನಮ್ಮ ಕಾಲದ ಶ್ರೇಷ್ಠ ಸೃಜನಶೀಲ ಕಥನ ಪ್ರತಿಭೆ. ಕಥನವೇ ಅವರ ಬರವಣಿಗೆಯ ಮೂಲದ್ರವ್ಯ. ಹಾಗಾಗಿ ಮಾತುಕತೆಯ ಮೂಲಕವೇ ಅವರು ನಮ್ಮ ಮನಸ್ಸನ್ನು ಪ್ರವೇಶಿಸುತ್ತಾರೆ. ಈ ಎಲ್ಲ ಸಂಗತಿಗಳೂ ಇಲ್ಲಿನ ಪ್ರಬಂಧಗಳಲ್ಲಿ ಒಂದು ಹದದಲ್ಲಿ ಬೆರೆತಿವೆ. ಈ ಪ್ರಬಂಧಗಳನ್ನು ಓದುವುದು ಒಂದು ಉಲ್ಲಾಸದ ಅನುಭವ, ಅರಿವಿನ ವಿಸ್ತರಣೆ.

–ನರಹಳ್ಳಿ ಬಾಲಸುಬ್ರಹ್ಮಣ್ಯ

'ಪುಸ್ತಕ ಓದಿದ್ದಕ್ಕೆ ಪುಸ್ತಕವೇ ಸಾಕ್ಷಿ'
ಸಂಕಲನದ ಮುನ್ನುಡಿಯಿಂದ

ಅದು ಯಾಕೋ ನನಗೆ ಖಾಸನೀಸರನ್ನು ನೆನಪಿಸುತ್ತದೆ. ವಿಹ್ವಲಗೊಂಡ ಮನಸ್ಸು, ಮತ್ತೆ ಮತ್ತೆ ತನಗೆ ತಾನೇ ತಲ್ಲಣಿಸದಿರು ಕಂಡ್ಯಾ ತಾಳು ಮನವೇ ಎಂದು ಸಂತೈಸಿಕೊಳ್ಳುವಂತೆ, ತನ್ನ ಗಾಯಕ್ಕೆ ತಾನೇ ಮುಲಾಮು ಹಚ್ಚಿಕೊಳ್ಳುತ್ತಾ ಸ್ವಗತದಲ್ಲಿ ಹೇಳಿಕೊಳ್ಳುವ ಮಾತುಗಳಂತೆ ಭಾಸವಾದವು. ಹಳದಿ ಬಣ್ಣವನ್ನು ಕುರಿತ ಲೇಖನವು ನನಗೊಂದು ಕವಿತೆ ಎನ್ನಿಸಿಬಿಟ್ಟಿತು. ಹಳದಿ ಯಾವುದರ ಸಂಕೇತವೋ ಎನ್ನುವ ಜಿಜ್ಞಾಸೆಯಲ್ಲಿ ಆರಂಭವಾಗುವ ಈ ಪ್ರಬಂಧ – ಮದರಾಸಿನ ಅಸಹನೀಯ ಬಿಸಿಲು, ಬಟ್ಟೆ, ಮೈಯ ಅರಿಸಿನ, ಶಾಲಿನ ಅರಿಸಿನ, ಹೂವುಗಳ ಹಳದಿ... ಹೀಗೆ ಹಳದಿಮಯವಾಗಿರುವ ವಿವರಗಳನ್ನು ಕೊಡು ಕೊಡುತ್ತಾ ಅಪರಿಹಾರ್ಯವಾದ ವಿಷಾದಗೀತೆಯಾಗುತ್ತಾ ಹೋಗುತ್ತದೆ. ಕಾರಣವಿಲ್ಲದ, ಕಾರಣ ಗೊತ್ತಿಲ್ಲದೆ, ಮ್ಲಾನತೆ ಕೆಲವೊಮ್ಮೆ ಮನುಷ್ಯರ ಮನಸ್ಸನ್ನು ದಟ್ಟವಾಗಿ ತುಂಬಿಬಿಡುವಂತೆ. ವ್ಯಕ್ತಿಗತವಾದದ್ದೇನು, ಆ ವಾತಾವರಣದಲ್ಲೇ ಇರುವುದೇನು ಎನ್ನುವುದನ್ನು ಬೇರೆ ಮಾಡಲಾಗದಂಥ ಮನಸ್ಥಿತಿಯಲ್ಲಿ ಇದು ರಚನೆಯಾಗಿರುವಂತಿದೆ. ಬಾಲ್ಯಕಾಲದ ನೆನಪೊಂದರಿಂದ ಆರಂಭವಾಗುವ ಈ ಕಥಾಪ್ರಬಂಧ ವ್ಯಗ್ರಗೊಂಡ, ದುಃಖಿತ ಮುಗ್ಧ ಮನಸ್ಸಿನ ನೆನಪಿಗೆ ಸಾಕ್ಷಿಯಂತಿರುವ ಹಳದಿ ಚಿಟ್ಟೆಗಳ ನೆನಪು ಸ್ಥಾಯಿಯಂತೆ ಹಳದಿಬಣ್ಣದ ಜೊತೆ ಅಂಟಿಕೊಂಡಿದೆ ಎನ್ನಿಸುತ್ತಲೇ, ಅದಕ್ಕೆ ಜಗತ್ತಿನ ಹಲವಾರು ಸಂದರ್ಭಗಳನ್ನು ಜೋಡಿಸುತ್ತಾ ಜೋಡಿಸುತ್ತಾ, ಅದು ತನ್ನದು ಮಾತ್ರವಲ್ಲ, ಅದು ಹಲವರದು, ಕಾಲಾತೀತವಾದದ್ದು ಎನ್ನುವುದನ್ನು ಹೇಳುತ್ತಾ ತನಗೇ ಗೊತ್ತಿಲ್ಲದಂತೆ ನೆಲದ ಮೇಲೆ ಚೆಲ್ಲಿದ ನೀರು ಹರಡಿಕೊಳ್ಳುವಂತೆ ಹರಡಿಕೊಳ್ಳುತ್ತಾ ಹೋಗುತ್ತದೆ. ವ್ಯಕ್ತಿಗತ ನೆಲೆಯಿಂದ ಸಾರ್ವತ್ರಿಕಗೊಳ್ಳುವುದರ ಕಡೆಗೆ ಚಲಿಸುತ್ತಾ ಹೋಗುತ್ತದೆ.

'ನಿಮಜ್ಜನ' ಮತ್ತು 'ಲಘಿಮಾ' ಕೌಶಲಗಳು ಎಲ್ಲ ಕಲೆಗಳ ಜೀವದ್ರವ್ಯಗಳು ಎನ್ನುವುದಾದರೆ ದಿವಾಕರರ ಪ್ರಬಂಧಗಳಿಗೆ ಈ ಎರಡೂ ಸಿದ್ಧಿಸಿವೆ. ವಿಷಯವೊಂದನ್ನು ತಾರ್ಕಿಕವಾಗಿ ಬೆಳೆಸಬೇಕು ಎನ್ನುವುದನ್ನು ಇವರ ಪ್ರಬಂಧಗಳು ಉದ್ದೇಶಪೂರ್ವಕವಾಗಿ ಕೆಲವೊಮ್ಮೆ, ಅಪ್ರಜ್ಞಾಪೂರ್ವಕವಾಗಿ ಕೆಲವೊಮ್ಮೆ ಲಂಘಿಸಿವೆ. ಲಂಘಿಸುವುದು, ಮುರಿದು ಕಟ್ಟುವುದು, ಆಕಾರಗಳನ್ನು ಬದಲಿಸಿ ಹೊಸ ಆಕಾರದಲ್ಲಿ ಅವುಗಳನ್ನು ಸ್ಥಾಪಿಸುವ ಮೂಲಕ ದಿವಾಕರರು ಕಲಾಮೀಮಾಂಸೆಯನ್ನು ಪ್ರತಿಪಾದಿಸುತ್ತಾರೆ. ಆದರೆ, ಇದರ ಅಂತಿಮ ಫಲಿತಾಂಶ ಏನು ಎನ್ನುವ ಪ್ರಶ್ನೆಯನ್ನು ಹಾಕಿಕೊಂಡರೆ, ಇಲ್ಲಿ ಲಹರಿಯ ನಿರೂಪಣೆಯನ್ನು ಮೀರಿ, ಉಲ್ಲಸಿತ ಮನಸ್ಥಿತಿಯೊಂದರ ಅನಾವರಣ ಮತ್ತು ಪೋಷಣೆ ಎನ್ನುವ ನಿರೀಕ್ಷಿತ, ಒಪ್ಪಿತ ಗಡಿಗಳನ್ನು ದಾಟಿ ಇದು ಸಾಗುತ್ತಿದೆ ಎನ್ನುವುದು ಗೋಚರವಾಗುತ್ತದೆ. ಕಲಾಕೃತಿಯೊಂದರಲ್ಲಿ ಅದರ ಮನೋಭೌತಿಕ ಲೋಕಗಳನ್ನು ಹೇಗೆ ವರ್ಗೀಕರಿಸಲಾಗುವುದಿಲ್ಲವೋ ಹಾಗೆಯೇ ಇವರ ಪ್ರಬಂಧಗಳನ್ನೂ ಕೂಡ.

ಇವರ ಐಕಾನ್ ಡಿವಿಜಿ ಎಂದದ್ದನ್ನು ತುಸು ವಿಸ್ತರಿಸುವುದಾದರೆ, ದಿವಾಕರ್ ಅವರನ್ನು ವಸ್ತು ಸಮೃದ್ಧಿ, ವೈವಿಧ್ಯ, ಸಮುದಾಯ ಪ್ರತಿನಿಧೀಕರಣದ ದೃಷ್ಟಿಯಿಂದ ಅವರ ಮುಂದುವರಿಕೆ ಎಂದೇ ಕರೆಯಬಹುದು. ಡಿವಿಜಿಯವರ ಕೃತಿಶ್ರೇಣಿಗಳ ಜೊತೆ ಇವರ ಪ್ರಬಂಧದ ಕೃತಿಗಳನ್ನು ಇಟ್ಟು ನೋಡಿದರೆ ಹರಹು, ಸೂಕ್ಷ್ಮತೆ, ವಿಷಯಜ್ಞಾನ, ಸಾಹಿತ್ಯ ಪ್ರೀತಿ, ಜನಸಮುದಾಯದ ಮೇಲಿನ ಗೌರವ... ಇಂಥ ವಿಷಯಗಳನ್ನು ಗಮನಿಸುತ್ತಾ ಹೋದರೆ ಈ ಅಂಶ ಸ್ಪಷ್ಟವಾಗುತ್ತದೆ. ಸಾಮ್ಯತೆಯಿರುವಂತೆಯೇ ವ್ಯತ್ಯಾಸವೂ ಬೇಕಾದಷ್ಟಿದೆ. ಲೋಕದ ಯಾವುದೇ ಸಂದರ್ಭವೂ, ಬೆಳವಣಿಗೆಯೂ ಅದು ಜನಮುಖಿಯಾಗಿರಬೇಕೆನ್ನುವ ಹಂಬಲ ಸಾಹಿತ್ಯವಾಗಲಿ, ಇತರ ಯಾವುದೇ ಕಲಾಪ್ರಕಾರವಾಗಲೀ ಅದು ಎಲ್ಲರಿಗೊಳಿತನು ಬಯಸುವ ಇರಾದೆ ಅದಕ್ಕಿರದಿದ್ದರೆ, ಅದರ ಪ್ರಸ್ತುತತೆ ಏನು ಎನ್ನುವುದು ಇಬ್ಬರ ಪ್ರಶ್ನೆಯೂ ಆಗಿರುವಂತೆಯೇ, ಪ್ರಸ್ತುತತೆ ಅಷ್ಟಾಗಿ

ಇರದು ಎನ್ನುವುದು ಇವರ ಗಾಢ ನಂಬಿಕೆಯೂ ಆಗಿದೆ. ಹೀಗೆನ್ನುವಾಗ ಡಿವಿಜಿಯವರಿಗಾಗಲಿ, ದಿವಾಕರರಿಗಾಗಲಿ ಕಲೆಯ ಮೇಲಿನದ್ದು ಎರಡನೆಯ ಪ್ರೀತಿ ಎಂದೇನೂ ತಿಳಿಯಬೇಕಿಲ್ಲ. ಹಾಗೆ ನೋಡಿದರೆ, ಅಭಿರುಚಿ ನಿರ್ಮಾಣದ ಕೆಲಸವನ್ನೂ ಇವರ ಬರವಣಿಗೆಗಳು ಅಷ್ಟೇ ಉತ್ಸಾಹ ಮತ್ತು ಪ್ರೀತಿಯಿಂದಲೂ ಮಾಡುತ್ತವೆ. 'ರಾಷ್ಟ್ರಕನಿಗೆ ಸಾಹಿತ್ಯ ಬೇಕೆ' ಎನ್ನುವ ಡಿವಿಜಿಯವರ ಲೇಖನವನ್ನೂ, 'ಕಥೆಗಳನ್ನು ಓದುವುದು ಹೇಗೆ' ಎನ್ನುವ ದಿವಾಕರರ ಪ್ರಬಂಧವನ್ನೂ ಒಟ್ಟಿಗೇ ಓದುವುದೇ ಒಂದು ಸ್ವಾರಸ್ಯಕರ ಅನುಭವ. ಸಾಹಿತ್ಯವು ರಾಷ್ಟ್ರಕರಿಗೆ ಬೇಕೇ ಬೇಕು ಎನ್ನುತ್ತಾರೆ ಡಿವಿಜಿ. ಇದು ಮುಖ್ಯವಾಗಿ ಬೇಕಾಗಿರುವುದು ತಮ್ಮ ಮನಸ್ಸಿನ ವಿಕಾಸಕ್ಕಾಗಿ, ಜೊತೆಗಿರುವ ಮನುಷ್ಯರನ್ನು ಅರ್ಥಮಾಡಿಕೊಳ್ಳಲಿಕ್ಕಾಗಿ, ನಮ್ಮ ನಮ್ಮ ಮನೋವಿಕಾರಗಳನ್ನು ಸಂತೈಸಿಕೊಳ್ಳಲಿಕ್ಕಾಗಿ ಎನ್ನುವ ಅರ್ಥದ ಮಾತುಗಳು ಅಲ್ಲಿವೆ. ಒಟ್ಟಿನಲ್ಲಿ ಸಾಹಿತ್ಯ ಎನ್ನುವುದು ಮನುಷ್ಯರ ಮೃಗತ್ವವನ್ನು ಕಡಿಮೆ ಮಾಡಬಲ್ಲ ಶಕ್ತಿ ಇರುವ ಮಾಧ್ಯಮ. ದಿವಾಕರರು ಕಥೆಗಳ ಓದಿನ ಕ್ರಮ ಇತರ ಸಂಗತಿಗಳನ್ನು ಅರ್ಥ ಮಾಡಿಕೊಳ್ಳುವುದಕ್ಕಿಂತ ಇನ್ನೂ' ಆಳದ್ದೂ ಸೂಕ್ಷ್ಮವಾದದ್ದೂ ಕಲ್ಪನೆಯ ಬೆಂಬಲವನ್ನು ಬೇಡುವಂಥದ್ದೂ ಆಗಿರುತ್ತದೆ ಎನ್ನುವುದನ್ನು, ಆ ಕೃತಿಗಳ ಓದು ನಮ್ಮನ್ನು ಇನ್ನೂ ಸಂವೇದಾಶೀಲರನ್ನಾಗಿ ಮಾಡಬಲ್ಲದು ಎನ್ನುವುದನ್ನು ಹೇಳುತ್ತಾರೆ. ತಮ್ಮ 'ಜ್ಞಾಪಕ ಚಿತ್ರಶಾಲೆ'ಯಲ್ಲಿ ಘನಮಹಿಮರನ್ನು ಕುರಿತು ಬರೆದಂತೆಯೇ, ಶಿವಪಿಚ್ಚೈ ಮೊದಲಿಯಾರರಂತಹ ಒಬ್ಬ ಮೇಸ್ತ್ರಿಯನ್ನು ಮಿಕ್ಕಾವ ಪ್ರತಿಭಾವಂತರಿಗೆ ಕಡಿಮೆಯಿಲ್ಲದಂತೆ ಡಿವಿಜಿ ಚಿತ್ರಿಸುತ್ತಾರೆ. ಮನುಷ್ಯಗ್ರಹಿಕೆಯಲ್ಲಿಯೇ ಪ್ರಜಾಪ್ರಭುತ್ವವಾದಿಯಾಗಿದ್ದವರು ಡಿವಿಜಿ. ದಿವಾಕರರಾದರೂ ಅದನ್ನು ಇನ್ನೂ ಗಂಭೀರವೂ ಆರ್ದ್ರವೂ ಆದ ದಾರಿಯಲ್ಲಿ ಮುಂದುವರೆಸುತ್ತಾರೆ. ಈ ದೃಷ್ಟಿಯಿಂದ ಇವರ ಪ್ರಬಂಧಗಳು, ಬೌದ್ಧಿಕ ಆಯಾಮವನ್ನು ಹೊಂದಿಯೂ ಶ್ರೇಷ್ಠತೆಯ ವ್ಯಸನದಲ್ಲಿ ನಂಬಿಕೆಯಿಲ್ಲದವು. 'ನನ್ನದು ನನ್ನದು ಮಾತ್ರವಲ್ಲ' ಎನ್ನುವುದನ್ನು ಬುದ್ಧಿ ಭಾವಗಳೆರಡರಲ್ಲೂ ನೆಚ್ಚಿದವು. ಈ ಅಂಶವೇ ದಿವಾಕರರ ಪ್ರಬಂಧಗಳಿಗೆ ಕನ್ನಡ ಸಾಹಿತ್ಯದಲ್ಲಿ ಮಹತ್ವದ ಸ್ಥಾನವನ್ನು ನಿರ್ದೇಶಿಸುತ್ತದೆ. 'ಸರ್ವ ಜನಾಂಗದ ಶಾಂತಿಯ ಭಾಷೆ' ಪ್ರಬಂಧವನ್ನು ಇದಕ್ಕೆ ಪ್ರಾತಿನಿಧಿಕ ಉದಾಹರಣೆಯಾಗಿ ನೋಡಬಹುದು.

ಕಲೆಗಳಲ್ಲೇ ಅತ್ಯಂತ ಅಮೂರ್ತವಾದದ್ದಾದ ಸಂಗೀತ ಅಗೋಚರ ಎನ್ನುವ ನೆಲೆಯಲ್ಲಿಯೇ, ದೇಶ ಕಾಲಾತೀತವಾಗಿ ಎಲ್ಲರನ್ನೂ ತನ್ನ ತೆಕ್ಕೆಗೆ ತೆಗೆದುಕೊಳ್ಳಬಹುದಾದ ಇದರ ಅನಂತವಾದ ಶಕ್ತಿಯನ್ನು ಅದರ ಮಾಂತ್ರಿಕತೆಯಲ್ಲಿ, ಕಲೆಯ ಶ್ರೇಷ್ಠತೆಯಲ್ಲಿ ಮಾತ್ರ ಗುರುತಿಸದೇ, ಸಂಗೀತ ಈ ನಮ್ಮ ಕಾಲದಲ್ಲಿ ವಹಿಸಬಹುದಾದ ಪಾತ್ರ ಯಾವುದು ಎನ್ನುವುದರ ಬಗೆಗೆ ಈ ಪ್ರಬಂಧದಲ್ಲಿ ಚಿಂತಿಸುತ್ತಾರೆ. ಇಲ್ಲಿ ಕೊಡುವ ಗಾಂಧಿಯವರ ಉದಾಹರಣೆ ಇದರ ಅತಿರೇಕದ ನೆಲೆ. ಸಂಗೀತ ಕಛೇರಿಯೊಂದಕ್ಕೆ ತಮ್ಮ ಎಂದಿನ ಕರಾರಿನೊಂದಿಗೇ ಗಾಂಧಿ ಒಪ್ಪಿಕೊಂಡಿದ್ದಾರೆ. 'ಹರಿಜನ ಕಲ್ಯಾಣ ನಿಧಿ'ಗೆ ಹಣ ಸಂಗ್ರಹಿಸುವ ಉದ್ದೇಶದ ಒಂದು ಭಾಗವಾಗಿಯೇ ಅವರು ಅಲ್ಲಿಗೆ ಹೋದದ್ದು. ಕಛೇರಿ ಶುರುವಾಗುವ ಮೊದಲೂ ಆಮೇಲೂ ಗಾಂಧಿ ತಮ್ಮ ಹುಂಡಿಯನ್ನು ಹಿಡಿದು ಹಣ ಸಂಗ್ರಹಿಸಲು ಮುಂದಾಗುವುದು ಆ ಮೆಹಫಿಲ್ ಅನ್ನೇ ಹಾಳು ಮಾಡಿತು ಎನ್ನುವ ಮಾತು ನಮ್ಮ ಸಾಮಾಜಿಕ ಸಂದರ್ಭ ಮತ್ತು ಕಲೆಯ ನಡುವಿನ ಸಂಘರ್ಷಾತ್ಮಕ ಸಂಬಂಧವನ್ನು ಹೇಳುತ್ತದೆ. ಗಾಂಧಿಯವರ ಕಾಳಜಿಯನ್ನು ಯಾರೂ ಪ್ರಶ್ನಿಸಲು ಸಾಧ್ಯವಿಲ್ಲ, ಹಾಗೆಯೇ ಅವರ ಹೋರಾಟಕ್ಕೆ ಎಲ್ಲರೂ ಕೈಜೋಡಿಸಬೇಕಾದ್ದು ಕರ್ತವ್ಯ ಎನ್ನುವುದನ್ನೂ ಯಾರೂ ನಿರಾಕರಿಸಲಾಗದು. ಈ ಉದ್ದೇಶಕ್ಕೆ ಸಂಗೀತ ಕಛೇರಿಯ ತನ್ಮಯತೆಯನ್ನೇ ಭಂಗಗೊಳಿಸಬಹುದೆ? ಇದು ನಾಗರಿಕತೆಯಲ್ಲಿ ಎಂದಿಗೂ ಬಗೆಹರಿಯದ ಪ್ರಶ್ನೆಯಾಗಿಯೇ ಉಳಿದಿದೆ. ಕಲಾಪ್ರಕಾರಗಳ ದೈವಿಕತೆಯನ್ನು, ಅವು ಮನುಷ್ಯ ಪ್ರಾಣಿಯನ್ನು ಮಾನವೀಯಗೊಳಿಸುವ ಅಸಾಧಾರಣ

ಶಕ್ತಿಯನ್ನು ಪಡೆದಿವೆ ಎನ್ನುವುದರ ಅರಿವಿದ್ದಾಗಲೂ ಅವುಗಳ ಅಗತ್ಯ, ಮಹತ್ವವನ್ನು ಕುರಿತ ಪ್ರಶ್ನೆಗಳು ಎಲ್ಲ ಕಾಲದಲ್ಲೂ ಪ್ರತಿಧ್ವನಿತವಾಗುತ್ತಲೇ ಇರುತ್ತವೆ. ಅವುಗಳನ್ನು ವಿರೋಧ ಪಕ್ಷವಾಗಿ ನೋಡುವ ದೃಷ್ಟಿಕೋನವೊಂದು ಸದಾ ಜಾರಿಯಲ್ಲಿದ್ದೇ ಇರುತ್ತದೆ. ಈ ವಾಸ್ತವವನ್ನು ಒಪ್ಪುತ್ತಲೇ ಪ್ರಬಂಧ, ಸಂಗೀತದ ಸಾರ್ವತ್ರಿಕ ಗುಣಗಳನ್ನು ಮಂಡಿಸುತ್ತಾ ಹೋಗುತ್ತದೆ. ರೊಮೆರೊಲಾ ಭಾರತೀಯ ಸಂಗೀತ ಯುರೋಪಿನ ಹಳೆಯ ಸಂಗೀತಕ್ಕಿಂತ ಭಿನ್ನವಾಗಿದೆ, ಅದೂ ಕ್ವಚಿತ್ತಾಗಿ ಎಂದು ಹೇಳುವ ಮಾತು ಸಂಗೀತ ವಿಶ್ವಾತ್ಮಕ ಭಾಷೆ, ಕಲೆ ಎನ್ನುವುದರ ವ್ಯಾಖ್ಯಾನವೇ ಆಗಿದೆ. ಇದು ಶ್ರೀಸಾಮಾನ್ಯರ ಅನುಭವಕ್ಕೂ ಬಂದೇ ಇರುತ್ತದೆ. ರೊಮೆರೊಲಾ ಸಂಗೀತದಷ್ಟೇ ಜಾಗತಿಕ ವಿದ್ಯಮಾನಗಳಲ್ಲೂ ಆಸಕ್ತಿಯಿದ್ದ, ಸ್ವತಃ ಗಾಂಧಿಯವರಿಂದ ಗಾಢವಾಗಿ ಪ್ರಭಾವಿತನಾದ ವ್ಯಕ್ತಿ. ಗಾಂಧಿಯವರ ಭೇಟ್ಟಿಯಲ್ಲಿ ಸಂಗೀತವನ್ನು ಕುರಿತ ಅವರ ಅನಾಸಕ್ತಿಯನ್ನೂ ಅಪನಂಬಿಕೆಯನ್ನೂ ತೆರವು ಮಾಡುವ ಪ್ರಯತ್ನವನ್ನು ಮಾಡುತ್ತಾರೆ. ಸಂಗೀತಕ್ಕೆ ಎಲ್ಲರನ್ನೂ ಒಗ್ಗೂಡಿಸಬಲ್ಲ ಶಕ್ತಿಯಿದೆ ಎಂದು ಮಾತುಗಳನ್ನು ಮಾತ್ರ ಆಡದೇ ಬಿಥೋವನ್ನನ ಸಂಗೀತವನ್ನು ಕೇಳಿಸುವ ಪ್ರಾಯೋಗಿಕ ಪ್ರಯತ್ನವನ್ನೂ ಮಾಡುತ್ತಾರೆ. ಬಿಥೋವನ್ನನ 'ಫಿಫ್ತ್ ಸಿಂಫೊನಿ'ಯನ್ನು ಕೇಳಿದ ಮೇಲೂ ಗಾಂಧಿಯವರ ಪ್ರತಿಕ್ರಿಯೆ,'ನೀವು ಹೇಳುತ್ತಿರುವುದರಿಂದ ಸಂಗೀತಕ್ಕೆ ಆ ಶಕ್ತಿ ಇದ್ದರೂ ಇರಬಹುದು' – ಇದನ್ನು ಅರ್ಥಮಾಡಿಕೊಳ್ಳುವುದು ಹೇಗೆ? ತೇಜಸ್ವಿಯವರ ಬದುಕಿನ ಪ್ರಸಂಗವೊಂದು ನೆನಪಾಗುತ್ತದೆ. ಸಂಗೀತದಲ್ಲಿ ಅಂಥ ಯಾವ ಆಸಕ್ತಿಯೂ ಆ ತನಕ ಇರದೇ ಇದ್ದ ತೇಜಸ್ವಿ ಶಿವಮೊಗ್ಗದ ಪೇಟೆ ಬೀದಿಯೊಂದರಲ್ಲಿ ನಡೆದು ಹೋಗುತ್ತಿದ್ದಾಗ, ಅಲ್ಲಿನ ಹೋಟೆಲೊಂದರಿಂದ ಕೇಳಿಬರುತ್ತಿದ್ದ ರವಿಶಂಕರ್ ಅವರ ಸಿತಾರ್ ವಾದನಕ್ಕೆ ಅದೆಷ್ಟು ಮನಸೋಲುತ್ತಾರೆಂದರೆ, ಬಿರು ಬೇಸಗೆಯ ಆ ನಡು ಮಧ್ಯಾಹ್ನ ಆ ಯಾವುದರ ಪರಿವೆಯಿಲ್ಲದಂತೆ ಪರವಶರಾಗಿ ಅದನ್ನು ಕೇಳುತ್ತಾರೆ. ಇದನ್ನು ಪ್ರಸ್ತಾಪಿಸಿದ್ದು, ಗಾಂಧಿಯವರ ಕಲೆಯ ಬಗೆಗಿನ ಅವಜ್ಞತೆಯನ್ನು ದೊಡ್ಡದು ಮಾಡಲಲ್ಲ, ಆದರೆ ಅದು ಅಪರೂಪದಲ್ಲಿ ಅಪರೂಪದ್ದು ಎನ್ನುವುದನ್ನು ಸ್ಪಷ್ಟ ಮಾಡಿಕೊಳ್ಳಲು. ಅಥವಾ ಗಾಂಧಿಯವರ ಮನಸ್ಸಿನಲ್ಲಿ ಅದಕ್ಕೆ ಸ್ಥಾನವೇ ಇಲ್ಲ ಎನ್ನುವುದಕ್ಕೆ ಅದಕ್ಕೆ ಜಾಗ ಕೊಡಬೇಕಾಗಿಲ್ಲ ಎನ್ನುವ ಹಟವೇ ನಿರ್ಣಾಯಕವಾಗಿತ್ತೆ? ಈ ಅಂಶಗಳನ್ನು ಇನ್ನೂ ಗಂಭೀರವಾಗಿ ಚರ್ಚಿಸುತ್ತಲೇ ನಾವು ಮುಂದುವರಿಯಬೇಕಾಗಿದೆ. ಲೇಖನದ ಕೊನೆಯಲ್ಲಿ ಉಸ್ತಾದ್ ಬಡೇ ಗುಲಾಂ ಅಲಿ ಖಾನ್ ಅವರು ಹೇಳುವ ಮಾತನ್ನು ದಿವಾಕರರು ಉಲ್ಲೇಖಿಸುತ್ತಾರೆ. ಭಾರತದಲ್ಲಿ ಪ್ರತಿ ಮನೆಗೆ ಒಬ್ಬರಿಗಾದರೂ ಸಂಗೀತವನ್ನು ಕಲಿಸಿದ್ದರೆ, ಭಾರತ ಪಾಕಿಸ್ತಾನಗಳು ಸೃಷ್ಟಿಯಾಗುತ್ತಿರಲಿಲ್ಲ ಎನ್ನುವ ಅವರ ಮಾತು, ಭೂತವನ್ನು ಬದಲಿಸಲಾಗುವುದಿಲ್ಲ ನಿಜ, ಆದರೆ ಭವಿಷ್ಯವನ್ನಾದರೂ ದುರಂತಕ್ಕೆ ತಳ್ಳಬೇಡಿ ಎನ್ನುವ ಆರ್ತ ಪ್ರಾರ್ಥನೆಯಂತೆ ಕಾಣಿಸುತ್ತದೆ, ಕೇಳಿಸುತ್ತದೆ. ಈ ಅಸಹಿಷ್ಣು ಕಾಲಘಟ್ಟವನ್ನು ಸಹಿಷ್ಣು ಕಾಲವಾಗಿಸುವ ಹೊಣೆಗಾರಿಕೆ ಈ ಕಾಲದ್ದು ಎನ್ನುವುದಾದರೆ, ಆ ಹೊಣೆಗಾರಿಕೆಯನ್ನು ನಿಭಾಯಿಸಲು ಸದಾ ಸನ್ನದ್ಧವಾಗಿರುವ ಸಂಗೀತವನ್ನು ತೆರೆದ ಮನಸ್ಸುಗಳಿಂದ ಆವಾಹಿಸಿಕೊಳ್ಳುವುದು ಈ ಕಾಲದ ತುರ್ತು. 'ಸರ್ವ ಜನಾಂಗದ ಶಾಂತಿಯ ತೋಟ' ಎನ್ನುವ ಕುವೆಂಪು ಅವರ ದರ್ಶನ ನಿಜವಾಗಬಹುದಾದ ದಾರಿಗಳಲ್ಲಿ ಸಂಗೀತವು ಪ್ರಧಾನ ಪಾತ್ರ ವಹಿಸಬಲ್ಲದು ಎನ್ನುವ ಸತ್ಯವನ್ನು ದಿವಾಕರರು ಹೇಳುವ ಉತ್ಕಟತೆಯೇ ಅವರ ಜನಮುಖಿಯಾದ, ಕಲೆಗಳ ಸಾಮಾಜಿಕ ಹೊಣೆಗಾರಿಕೆ ಅವುಗಳ ಸೌಂದರ್ಯ ಮೀಮಾಂಸೆಯಷ್ಟೇ ಮುಖ್ಯ ಎನ್ನುವ ನಿಲುವನ್ನು ಹೇಳುತ್ತದೆ. ಕೊನೆಗೂ ಸಾಹಿತ್ಯವೆನ್ನುವುದು ಆ ಯುಗದ ಅವಶ್ಯಕತೆಯ ಧ್ವನಿಯಾಗಬೇಕಷ್ಟೇ. ಆ ಧ್ವನಿ ಇಲ್ಲಿ ಕೇಳಿಸುತ್ತಿದೆ. ಎಲ್ಲ ಕೇಳಲಿ ಎಂದೇ ಹಾಡಬೇಕಾದ, ನಾವೆಲ್ಲರೂ ಒಂದೆ ಜಾತಿ ಒಂದೆ ನೆಲ ಎನ್ನುವುದನ್ನು ಆವಾಹಿಸಿಕೊಳ್ಳಲೇಬೇಕಾದ, ಇಲ್ಲವಾದಲ್ಲಿ ತಲೆಯೊಡೆದು ಚೂರು ಚೂರಾಗುವ ಆತಂಕದಲ್ಲಿರುವ ಜಗತ್ತಿಗೆ ಇದನ್ನು ಕುರಿತ

ಅರಿವನ್ನು ಮೂಡಿಸುವ ಆಲೋಚನೆಗಳು, ಬರವಣಿಗೆಗಳು, ಪ್ರಯತ್ನಗಳು ತೀರಾ ಅಗತ್ಯವಾಗಿರುವ ಈ ಕಾಲದಲ್ಲಿ ಇಂಥ ಪ್ರಬಂಧಗಳು ಹುಟ್ಟಿಸುವ ಭರವಸೆಯೂ ಮುಖ್ಯವೆಂದೇ ನನಗಂತೂ ಅನ್ನಿಸುತ್ತದೆ. (ನಾನು ಸದಸ್ಯಳಾಗಿರುವ ವಿಶ್ವವಿದ್ಯಾಲಯಗಳ ಅಧ್ಯಯನ ಮಂಡಳಿಗಳಲ್ಲಿ ಈ ಪ್ರಬಂಧವನ್ನು ಸೇರಿಸುವುದು ಇದು ಇಷ್ಟವೆಂದು ಮಾತ್ರವಲ್ಲ, ಮಕ್ಕಳು ಇದನ್ನು ಓದಲೇಬೇಕು ಎನ್ನುವ ಕರ್ತವ್ಯಪ್ರಜ್ಞೆಯ ಉದ್ದೇಶದಿಂದಲೂ).

ದಿವಾಕರರ ನಿರೂಪಣೆಗಳು ಕಥನ ಸ್ವರೂಪವನ್ನು ಪಡೆಯುವ ಸಾವಯವ ಪ್ರಕ್ರಿಯೆಗೆ ಒಂದು ಉದಾಹರಣೆಯನ್ನು ಕೊಡುತ್ತೇನೆ. 'ಬಾಲಮುರಳೀ ಕೃಷ್ಣ ಮತ್ತು ಜಾಕ್ಸನ್ ಪೋಲ್ಲಾಕ್' ಎನ್ನುವ ಲೇಖನ ದಿವಾಕರರ 'ಕಲಾಪ್ರತಿಭೆ'ಯ (ಹಲವು ಕಲೆಗಳಲ್ಲಿನ ಇವರ ಪರಿಣತಿಯನ್ನು ನಾನಿಲ್ಲಿ ಕಲಾಪ್ರತಿಭೆ ಎಂದಿದ್ದೇನೆ.) ಹಲವು ಶಕ್ತಿಗಳನ್ನು ಕಾಣಿಸಿಕೊಡುತ್ತದೆ. ಇಲ್ಲಿ ನನಗೆ ಬೆರಗು ಹುಟ್ಟಿಸುವುದು, ಲೇಖನದ ಶಕ್ತಿ ಮತ್ತು ಸಾಧ್ಯತೆಗಳನ್ನು ಹೆಚ್ಚಿಸಿರುವುದು ಎಲ್ಲ ಕಲಾಪ್ರಕಾರಗಳಿಂದಲೂ ಮತ್ತೂ ಮತ್ತೂ ಸೂಕ್ಷ್ಮವಾಗಿರುವ ಅವರ ಸಂವೇದನೆ, ಗ್ರಹಿಕೆಗಳು ಮತ್ತು ಈ ಕಾರಣದಿಂದ ದಕ್ಕಿರುವ ಅವರ ಒಳನೋಟಗಳು ಕಟ್ಟಿಕೊಡುವ ಹೊಸ ಆಯಾಮಗಳು. ಶಾಸ್ತ್ರೀಯ ಸಂಗೀತದ ನೆಲೆಗಳನ್ನು ಕುರಿತು ಮಾತನಾಡುತ್ತಾ ದಿವಾಕರರು ಹೇಳುತ್ತಾರೆ, 'ಬಾಲಮುರಳೀಕೃಷ್ಣರಂಥ ಸಂಗೀತಗಾರರು ತಾರಕದಲ್ಲಿ ಮತ್ತು ಮೂರನೆಯ ಕಾಲದಲ್ಲಿ ಹಾಡಿದಾಗ ನಟ್ಟಿರುಳ ಆಕಾಶದ ನಕ್ಷತ್ರಗಳಂತೆ ಅಪೂರ್ವ ಕಾಂತಿಯನ್ನು ಚೆಲ್ಲಬಲ್ಲವು.'

ಇದಕ್ಕೆ ಥಟ್ಟೆಂದು ಅವರು ತರುವ ರೆಫರೆನ್ಸ್ ಅವರ ಪ್ರೀತಿಯ ಕವಿ ಅಡಿಗರದ್ದು.

> ತಾಳ ತಪ್ಪಿತೆ? ಆದಿತಾಳ ಶಾರೀರಕ್ಕೆ
> ರೂಪಕದ ಚಿತ್ತಲಯ ಬಂತು ಹೇಗೆ?
> ಶಿಖರದ ಬುಡಕ್ಕೆ ಖಂಡಿತ ಸ್ವರಪ್ರಸ್ತಾರ. ಅದರಾಚೆ
> ಅವನವನ ಸ್ವಚ್ಛಂದ ಛಂದಸ್ಸಿಗೆ

ಸೃಜನಶೀಲತೆಯ ಜುಗಲಬಂದಿಯಂತೆ ಅಥವಾ ಅದರ ಮೂಲವ್ಯಾಖ್ಯಾನದಂತೆ ದಿವಾಕರರ ಮತ್ತು ಅಡಿಗರ ಮಾತುಗಳು ಕಾಣಿಸುತ್ತವೆ. ಎಲ್ಲ ಕಲೆಗಳೂ ಅವುಗಳ ಗುಣ ಲಕ್ಷಣಗಳಲ್ಲಿ ಮತ್ತು ಅವುಗಳು ಕೊಡಬಹುದಾದ ಅನುಭವಗಳಲ್ಲಿ ಒಂದೇ ಅಲ್ಲವೆ ಎಂದು ನಮಗನ್ನಿಸುತ್ತಿರುವಂತೆಯೇ, ಇದು ಸರಳವೂ ಸುಲಭವೂ ಅಲ್ಲ ಎನ್ನುವ ಸತ್ಯದ ಕಡೆಗೆ ಪ್ರಬಂಧ ಚಲಿಸಲಾರಂಭಿಸುತ್ತದೆ. ಕಲಾಪ್ರಕಾರಗಳು ಒಂದು ಇನ್ನೊಂದರ ಜೊತೆ ಕಟ್ಟಿಕೊಳ್ಳುವ ಸಂಬಂಧ ಆನುಷಂಗಿಕವೋ, ಅಪವಾದದ್ದೋ ಆಗದೇ ಅವು ಪ್ರಕಾರಾತೀತವಾಗಿ ಸಖ್ಯವನ್ನು ಕಟ್ಟಿಕೊಳ್ಳುವುದು ಅದೆಷ್ಟು ಸಹಜ, ಕಾಣುವ ಕಣ್ಣು ನಮಗೆ ಬೇಕು ಎನ್ನುವುದನ್ನು ದಿವಾಕರರು ಧ್ವನಿಸುತ್ತಾ ಸೂಚಿಸುತ್ತಾ ಹೋಗುತ್ತಾರೆ. ಆದರೆ ಇದು ತುಂಬಾ ಸಂಕೀರ್ಣವಾದುದೂ ಹೌದು. ಪ್ರಕಾರಗಳ ಅಭಿವ್ಯಕ್ತಿ ಕ್ರಮವೇ ಭಿನ್ನವಾದುದಾದ್ದರಿಂದ. ಇದನ್ನು ಯಾರು, ಯಾವಾಗ,

ಹೇಗೆ ಮುರಿದು ಕಟ್ಟಬಲ್ಲರು ಎನ್ನುವುದನ್ನು ಕಾಣಲು ಬೇಕಾಗಿರುವುದು ಓದುಗರ, ಶ್ರೋತೃಗಳ, ವೀಕ್ಷಕರ 'ಒಳಗಣ್ಣು.' ಇದನ್ನು ರಾಳ್ಳಪಲ್ಲಿ ಅವರ ಮಾತುಗಳ ಮೂಲಕ ಪ್ರಬಂಧ ಇನ್ನೂ ಸಂಘರ್ಷಾತ್ಮಕವಾಗಿಸುತ್ತದೆ. 'ಸಾಹಿತ್ಯ ಅಕ್ಷರ ಭಾಷೆ, ಸಂಗೀತ ನಾದ ಭಾಷೆ... ಸಂಕೇತ ಸಿದ್ಧವಾದ ಅರ್ಥಾನುಭವ ಸಾಹಿತ್ಯದಲ್ಲಿ: ಸಂಕೇತವೇ ಇಲ್ಲದ ಭಾವಾನುಭವ ಸಂಗೀತದಲ್ಲಿ. ಆದ್ದರಿಂದ ಒಂದು ಮತ್ತೊಂದಕ್ಕೆ ನಿರ್ವಚನವಾಗಲಾರದು.' ಆದರೆ, ಇದನ್ನು ಬಾಲಮುರಳಿ ಹೇಗೆ ಮುರಿದು ಅಥವಾ ಈ ಎರಡನ್ನೂ ಒಗ್ಗೂಡಿಸುತ್ತಾರೆ ಎನ್ನುವುದನ್ನು ದಿವಾಕರರು ನಮಗೆ ಕಾಣಿಸುತ್ತಾರೆ ನೋಡಿ, ''ಸ್ವತಃ ವಾಗ್ಗೇಯಕಾರರಾಗಿರುವ ಬಾಲಮುರಳೀ ತೆಲುಗು ಭಾಷೆಯಲ್ಲಿ, ತೋಡಿ ರಾಗದಲ್ಲಿ ರಚಿಸಿರುವ 'ಮಾ ಮಾನಿನೀ' ಎಂಬ ಕೃತಿಯನ್ನು ನೋಡಿ. ಇದರಲ್ಲಿ 'ಮಾ ಮಾನಿನೀ ನೀ ಧಮಗನೀ ನೀಧಾ ಸರಿನೀಗದಾ' ಎನ್ನುವುದು ಸಾಹಿತ್ಯದ ಭಾಗ. ಇದಕ್ಕೆ ತೆಲುಗು ಭಾಷೆಯಲ್ಲಿ ನಿರ್ದಿಷ್ಟ ಅರ್ಥವಿದೆ. ಆದರೆ ಇಲ್ಲಿನ ಪ್ರತಿಯೊಂದು ಅಕ್ಷರವೂ ಒಂದೊಂದು ಸ್ವರವಾಗಿರುವುದನ್ನು ಗಮನಿಸಬೇಕು. ಹಾಡಿದಾಗ ಇಲ್ಲಿನ ಅಕ್ಷರಭಾಷೆ ಯಾವುದು, ನಾದ ಭಾಷೆ ಯಾವುದು ಎಂದು ಪ್ರತ್ಯೇಕಿಸುವುದೇ ಸಾಧ್ಯವಿಲ್ಲ.' ರಾಳ್ಳಪಳ್ಳಿಯವರನ್ನು ಇವರು ಇಲ್ಲಿ ತಿರಸ್ಕರಿಸುತ್ತಿಲ್ಲ. ಆದರೆ ಸಾಹಿತ್ಯ ಮತ್ತು ಸಂಗೀತದ ಸಾಧ್ಯತೆಗಳನ್ನೇ ಇನ್ನಿಲ್ಲದಂತೆ ವಿಸ್ತರಿಸುತ್ತಿದ್ದಾರೆ. ಆ ಎರಡನ್ನೂ ಸಮಾನಾಂತರ ರೇಖೆಗಳು ಎನ್ನುವ ರಾಳ್ಳಪಲ್ಲಿಯವರ ತಿಳಿವಳಿಕೆಯ ಮಿತಿಯನ್ನು ಮೃದುವಾಗಿ ಆದರೆ ಖಚಿತವಾಗಿ ನಮಗೆ ತೋರಿಸುತ್ತಾರೆ. ರಾಳ್ಳಪಲ್ಲಿಯವರ ಪ್ರಸ್ತಾಪವೇ ಇಲ್ಲದ ಈ ಮಾತನ್ನು ಅವರು ಹೇಳಬಹುದಾಗಿತ್ತು. ಆದರೆ, ಅವರನ್ನು ಪ್ರಸ್ತಾಪಿಸುವ ಮೂಲಕ ಸಂವಾದವೊಂದನ್ನು ಇಲ್ಲಿ ಬೆಳೆಸುತ್ತಿದ್ದಾರೆ. ಅಥವಾ ಹೊಸ ಪ್ರಸ್ಥಾನವೊಂದನ್ನು ಕಟ್ಟುತ್ತಿದ್ದಾರೆ ಎನ್ನುವುದೇ ಹೆಚ್ಚು ಸರಿ. ಈ ತನಕ ಇದ್ದ ತಾತ್ವಿಕತೆಗಳನ್ನು ದಿವಾಕರರು ಸಕಾರಣವಾಗಿ ಪ್ರಶ್ನಿಸುತ್ತಿದ್ದಾರೆ. ಅದಕ್ಕೆ ಸರಿಯಾದ ಉತ್ತರವನ್ನೂ ಕೊಡುತ್ತಿದ್ದಾರೆ, ಒಂದು ಘನವಾದ ಕಲಾಮೀಮಾಂಸೆಯನ್ನು ಕಟ್ಟುವ ಪ್ರಯತ್ನವನ್ನೂ ಮಾಡುತ್ತಿದ್ದಾರೆ.

ಇಷ್ಟಾಗುವ ಹೊತ್ತಿಗೆ ಪ್ರಬಂಧ ಮೂರನೆಯ ಆಯಾಮದ ಕಡೆಗೆ ಹೊರಳುತ್ತದೆ. ಇದಕ್ಕೆ ಮತ್ತೊಂದು ಕಲಾಪ್ರಕಾರದ ಸೇರ್ಪಡೆಯಾಗುತ್ತದೆ. ಸಾಹಿತ್ಯದಲ್ಲೂ ಚಿತ್ರಕಲೆಯಲ್ಲೂ ನಲವತ್ತರ ದಶಕದ ಯುರೋಪಿನಲ್ಲಿ ಪ್ರಖರವಾಗಿದ್ದದ್ದು 'ಅಸಂಗತವಾದ'. ಈ ಪಂಥದ ಪ್ರಸಿದ್ಧ ಕಲಾವಿದ ಜಾಕ್ಸನ್ ಪೊಲ್ಯಾಕ್. ಪೊಲ್ಯಾಕ್‌ನ ಚಿತ್ರಗಳು ಒಂದಾದ ಮೇಲೊಂದು ಬಣ್ಣವನ್ನು ಬಳಸುವಂತೆ ಬಾಲಮುರಳೀಯವರೂ ಒಂದಾದ ಮೇಲೊಂದು ಕಲ್ಪನಾಸ್ವರಗಳನ್ನು ಬಳಸುತ್ತಾ ಹೋಗುತ್ತಾರೆ. ಇವುಗಳ ಸಮ್ಮಿಲನವು ಬೇರೆಯದೇ ಬಣ್ಣವನ್ನು ಚಿತ್ರಕಲೆಯಲ್ಲಿ, ಬೇರೆಯದೇ ವಿನ್ಯಾಸವನ್ನು ಸಂಗೀತದಲ್ಲಿ ಸೃಷ್ಟಿಸುತ್ತದೆ ಎನ್ನುವುದನ್ನು ಕ್ರಿಯಾಶೀಲ ಅಧ್ಯಾಪಕರು ತರಗತಿಯಲ್ಲಿ ವಿವರಿಸುವಂತೆ ಮನಮುಟ್ಟುವಂತೆ ವಿವರಿಸುತ್ತಾರೆ.

'ಪೊಲ್ಯಾಕನ ಚಿತ್ರಗಳಲ್ಲಿ ಬಣ್ಣಗಳು ಬಿಂದುಗಳಾಗಿ, ಬಿಂದುಗಳು ಗೆರೆಗಳಾಗಿ, ಗೆರೆಗಳು ತಮ್ಮ ಚಲನೆಯಿಂದಲೇ ಅಮೂರ್ತ ಅನುಭವವೊಂದನ್ನು ನೇಯುವ ಸಾಧನಗಳಾಗಿ ಕಣ್ಣು ಕುಕ್ಕುತ್ತವೆ. ಬಾಲಮುರಳಿಯವರ ಕಲ್ಪನಾಸ್ವರಗಳು ಕೂಡ ಹಾಗೆಯೇ. ಇಬ್ಬರದೂ ದೇಶ ಕಾಲಗಳಲ್ಲಿ ನಡೆಯುವ ಕಲ್ಪನಾ ಸೃಷ್ಟಿ.'

'ರಾಗವೆಂದರೆ ಬಣ್ಣವೆಂಬ ಅರ್ಥವೂ ಇದೆಯಷ್ಟೇ. ಒಂದು ಕಾಲದಲ್ಲಿ ಬಾಲಮುರಳಿಯವರು ಕೂಡ ಕುಂಚವನ್ನು ಬಣ್ಣಗಳಲ್ಲಿ ಅದ್ದಿ ಚಿತ್ರಗಳನ್ನು ರಚಿಸುತ್ತಿದ್ದ ಕಲಾವಿದರಾಗಿದ್ದವರು'.

ಇಂಥ ಅಪರೂಪದ ಹೆಣಿಗೆ ದಿವಾಕರರಿಗೆ ಮಾತ್ರ ಸಾಧ್ಯ. ಇಡೀ ಲೇಖನದಲ್ಲಿ ಅನಗತ್ಯ ಎನ್ನಿಸುವ, ಅತಿ ಎನ್ನಿಸುವ ಒಂದು ಮಾತೂ ಇಲ್ಲ. ಕಥನದ ರೋಚಕತೆ, ವಿಮರ್ಶೆಯ ಹರಿತ, ಲವಲವಿಕೆಯ ಶೈಲಿ, ಎಲ್ಲವೂ ಸೇರಿ ಇದನ್ನೊಂದು ಅಪ್ಪಟ ಕೃತಿಯಾಗಿಸಿದೆ.

ದಿವಾಕರ್ ಅತ್ಯುತ್ತಮ ಕಾವ್ಯವನ್ನೂ, ಕಥೆಗಳನ್ನೂ ಬರೆದವರು. ಆ ಎಲ್ಲವನ್ನೂ ಇಟ್ಟುಕೊಂಡು ಕೊನೆಯ ಕೆಲವು ಮಾತುಗಳನ್ನು ಹೇಳಲು ಯತ್ನಿಸುತ್ತೇನೆ. ಕಥೆಗಳಲ್ಲಿ ವ್ಯಕ್ತಿಶೋಧವನ್ನು ಮುಖ್ಯವಾಗಿಟ್ಟುಕೊಂಡಿರುವ ದಿವಾಕರರು, ಇತ್ತೀಚಿನ ಎರಡೂ ಕವನ ಸಂಕಲನಗಳಲ್ಲಿ ('ಸೋತ ಕಣ್ಣುಗಳನ್ನು ಮಿಟುಕಿಸುವ ಮಧ್ಯಾಹ್ನ', 'ವಿಧಾನ ಸಭೆಯಲ್ಲೊಂದು ಹಕ್ಕಿ') ಸಂಪೂರ್ಣವಾಗಿ ಸಮಾಜಮುಖಿಯಾಗಿದ್ದಾರೆ. ತನ್ನನ್ನೂ ಸೇರಿಸಿಕೊಂಡು, ತಾನು ಬದುಕುತ್ತಿರುವ ಸಮುದಾಯದ ಕಷ್ಟಸುಖಗಳಲ್ಲಿ ವ್ಯಸ್ತರಾಗಿದ್ದಾರೆ. ಏಕಾಂತ ಮತ್ತು ಲೋಕಾಂತಗಳ ಗೆರೆ ಅಳಿಸಿ ಹೋಗುತ್ತಿರುವ, ಮನುಷ್ಯರನ್ನು ಹೊರಗಿನಿಂದಲೂ ಒಳಗಿನಿಂದಲೂ ಒಡೆಯುತ್ತಿರುವ ವಿದ್ಯಮಾನಗಳನ್ನು ಆದಷ್ಟೂ ನಿರುದ್ವಿಗ್ನವಾಗಿ, ವಾಸ್ತವದ ವಿವರಗಳಲ್ಲಿ ಗಮನಿಸುತ್ತಿದ್ದಾರೆ. ವ್ಯಕ್ತಿ ಕೆಡುವುದಕ್ಕೂ ಸಮುದಾಯ ಕೆಡುವುದಕ್ಕೂ ವ್ಯತ್ಯಾಸವೇನಿಲ್ಲ ಎನ್ನುವ ಸತ್ಯದ ಎದುರು ಅವರು ನಿಂತಿದ್ದಾರೆ. ಅವರ ಪ್ರಬಂಧಗಳೂ ಇದೇ ದಾರಿಯವು.

ಸತ್ಯ ಮತ್ತು ಸೌಂದರ್ಯ ಎರಡನ್ನೂ ಕಾಣಿಸುತ್ತಿರುವ ದಿವಾಕರರಿಗೆ ಪ್ರೀತಿ ಮತ್ತು ಕೃತಜ್ಞತೆ.

●

ಪದ, ಅಕ್ಷರಗಳ ಮಾನುಷ ಪ್ರಪಂಚ

ಗುರುಪ್ರಸಾದ ಕಾಗಿನೆಲೆ

ನಾನು ಕಥೆ ಬರೆಯುವ ಮೊದಲ ದಿನಗಳಲ್ಲಿ ಕಥೆಯೆಂಬುದು ಹೇಗೆ ಬರೆಸಿಕೊಳ್ಳುತ್ತದೆ, ಅದರ ಆಕಾರ, ಸ್ವರೂಪಗಳೇನು ಎಂದು ಏನೂ ಗೊತ್ತಿಲ್ಲದ ಆದರೂ ನಾನು ಕಥೆ ಹೇಳಬಲ್ಲೆ ಎಂಬ ಭಂಡ ಧೈರ್ಯದಿಂದ ಒಂದೆರಡು ಕಥೆಗಳನ್ನು ಬರೆದು ಮುಗಿಸಿದಾಗ ನನ್ನ ಕೈಗೆ ಸಿಕ್ಕ ಪುಸ್ತಕ 'ಶತಮಾನದ ಸಣ್ಣ ಕಥೆಗಳು.' ಇಂದಿಗೂ ನನಗೆ ಅದು ಒಂಥರಾ ಇಂಡೆಕ್ಸ್ . ಕೆರೂರು ವಾಸುದೇವಾಚಾರ್ಯರಿಂದ ಅಬ್ದುಲ್ ರಶೀದರವರೆಗೆ ಒಂದು ಶತಮಾನದಲ್ಲಿ ಬರೆದ ಎಲ್ಲ ಮುಖ್ಯ ಲೇಖಕರ ಕಥೆಗಳನ್ನು ಆಮೂಲಾಗ್ರವಾಗಿ ಓದಿ, ಎಲ್ಲರ ಒಂದೊಂದು ಪ್ರಾತಿನಿಧಿಕ ಕಥೆಯನ್ನು ಆಯ್ದು ಒಂದು ಸೊಗಸಾದ ಪುಸ್ತಕವನ್ನು ದಿವಾಕರ್ ಸಂಪಾದಿಸಿಕೊಟ್ಟಿದ್ದರು. ಆ ಪುಸ್ತಕವನ್ನು ಓದಿದ್ದರಿಂದ ಎಷ್ಟೋ ಗೊತ್ತಿಲ್ಲದ ಕಥೆಗಾರರು ಗೊತ್ತಾದರು. ಕಥೆಗಾರರು ಗೊತ್ತಾಗಿದ್ದರಿಂದ ಅವರ ಬೇರೆ ಎಲ್ಲ ಕಥಾಸಂಕಲನಗಳು, ಕಾದಂಬರಿಗಳು ಎಲ್ಲವನ್ನೂ ಓದಲು ಅವಕಾಶವಾಯಿತು. ಹೀಗೆ ಕನ್ನಡ ಸಾಹಿತ್ಯದ ಕಥೆ, ಕಾದಂಬರಿಗಳನ್ನು ಓದಲು ಈ ಪುಸ್ತಕ ನನಗೆ ಕೈದೀವಿಗೆಯಾಯಿತು. ನಂತರದ ದಿನಗಳಲ್ಲಿ ದಿವಾಕರ್ ಅವರು ಸಂಕಲಿಸಿಕೊಟ್ಟ 'ನೋಬೆಲ್ ವಿಜೇತರ ಕಥೆಗಳು', 'ಅತಿ ಸಣ್ಣ ಕಥೆಗಳು' ಸೇರಿದಂತೆ ಹಲವು ಪುಸ್ತಕಗಳು ಕೂಡ ವಿಶ್ವಸಾಹಿತ್ಯಕ್ಕೆ ಒಂದು ಪಕ್ಷಿನೋಟವನ್ನು ಒದಗಿಸಿಕೊಟ್ಟವು.

ದಿವಾಕರ್ ಅವರ ಪರಿಚಯವಿರುವವರಿಗೆ ವಿಶ್ವಸಾಹಿತ್ಯವನ್ನು ಅವರು ಓದಿಕೊಂಡಿರುವ ಬಗೆ, ಅವರ ಅಗಾಧ ನೆನಪಿನ ಶಕ್ತಿ, ಕಾವ್ಯ ಪ್ರೀತಿ, ಸಂಗೀತದ ಒಲವು ಎಲ್ಲವೂ ಗೊತ್ತಿರುವಂತಹದ್ದೇ. ಹೀಗೆ ಎಲ್ಲ ಬಗೆಯ ಸಂವೇದನೆಗಳಿಂದ

ಪಕ್ವವಾದ ದಿವಾಕರರಿಗೆ ಯಾವುದೇ ಒಂದು ಕಥೆಯನ್ನು ತಮ್ಮ ಈ ಎಲ್ಲ ಬ್ಯಾಗೇಜನ್ನು ಪಕ್ಕಕ್ಕಿರಿಸಿ ಓದಲಾಗದು ಎಂದು ನನಗೆ ಅನಿಸುತ್ತದೆ. ಎಲ್ಲವನ್ನೂ ವಿಮರ್ಶಿಸಿ, ಪರಾಮರ್ಶಿಸಿ ತಮ್ಮ ಓದು, ಅನುಭವದ ಸಾಂದರ್ಭಿಕ, ಪಾರಂಪರಿಕ ಚೌಕಟ್ಟಿನಲ್ಲಿ ಯಾವುದೇ ಒಂದು ಕಥೆಯನ್ನು ಇರಿಸಿ ನೋಡದೇ ಅವರು ಪ್ರತಿಕ್ರಿಯಿಸಲಾರರು. ವೈಯಕ್ತಿಕವಾಗಿ ನಾನು ನನ್ನ ಕಥೆ, ಕಾದಂಬರಿಗಳನ್ನು ದಿವಾಕರರಿಗೆ ಮೊದಲ ಓದಿಗೆಂದು ಕಳಿಸಿದ್ದು ಇಲ್ಲವೇ ಇಲ್ಲ. ಅವರೇ ಓದಿ ಮೆಚ್ಚಿಕೊಂಡು ಅಥವಾ ಮೆಚ್ಚದೇ ಇರುವುದಕ್ಕೆ ಕಾರಣ ಕೊಟ್ಟು ಒಂದೆರಡು ಪತ್ರ ಬರೆದಿದ್ದಾರೆ. ಮುಖತಃ ನಾನು ಅವರನ್ನು ಭೇಟಿಯಾಗಿರುವುದು ಕೆಲವು ಸಾಹಿತ್ಯದ ಕಾರ್ಯಕ್ರಮಗಳಲ್ಲಿ. ಯಾವಾಗ ಭೇಟಿಯಾದರೂ, ಭೇಟಿಯ ಐದು ನಿಮಿಷಗಳಲ್ಲಿ ಏನೋ ಹೊಸ ಆಲೋಚನೆಯನ್ನು, ನಾನು ಇದುವರೆವಿಗೂ ಓದಿಕೊಂಡ ಲೇಖಕರುಗಳ ಇನ್ನೊಂದು ಆಯಾಮವನ್ನು ಅವರು ತಿಳಿಸಿರುತ್ತಾರೆ. ಹಾಗಾಗಿ ನಮ್ಮ ಪೀಳಿಗೆಯ ಬರಹಗಾರರಿಗೆ ಕನ್ನಡ ಸಾಹಿತ್ಯಕ್ಕೆ ಪ್ರವೇಶಿಕೆ ಮತ್ತು ಆ ಮೂಲಕ ಓದಿ ಹದಮಾಡಿಕೊಳ್ಳಲು ಬೇಕಾದ ಕಸುಬುದಾರಿಕೆ ಮತ್ತು ಬರೆದುದನ್ನು ತಿದ್ದುವ ಅಥವಾ ಬರೆದದ್ದೆಲ್ಲ ಪ್ರಕಟಯೋಗ್ಯವಲ್ಲ ಎಂಬ ಎಚ್ಚರ – ಇವಿಷ್ಟನ್ನೂ ಕಲಿಸಲು ದಿವಾಕರರ ಸಂಪಾದಿತ ಕಥೆಗಳು ಮತ್ತು ಅಪರೂಪಕ್ಕೆ ಸಿಗುವ ಅವರ ಸಾಂಗತ್ಯ, ಸಂಭಾಷಣೆಗಳು ನನಗೆ ಪರೋಕ್ಷವಾಗಿ ಕಲಿಸಿವೆ.

ಇದು ಯಾಕೆ ಮುಖ್ಯ ಎಂದರೆ, ನನ್ನ ಪೀಳಿಗೆಯವರು ಸಾಹಿತ್ಯ ಜೀವನವಿಡೀ 'ನಾನು ಬರೆಯುವುದು ನನ್ನ ಓದುಗರಿಗೆ ಅಥವಾ ನನಗಾಗಿ' ಎಂದು ಹೇಳಿಕೊಂಡು ಬರೆದರೂ, ದಿವಾಕರ್ ಅಂತಹ ವಿಮರ್ಶಕರು ನನ್ನ ಕಥೆಯನ್ನು ಯಾವ ರೀತಿ ಓದಬಹುದು ಎಂಬ ಅಪೇಕ್ಷೆ, ಅನುಮಾನಗಳಲ್ಲಿ ಎಂದೂ ಇದ್ದೆವೆಂಬುದು ಸತ್ಯ. ಇದನ್ನು ಒಪ್ಪದ ಬರಹಗಾರರ ಧೋರಣೆ ಹೇಗಿರುತ್ತದೆಂದರೆ, ದಿವಾಕರ್ ಮೆಚ್ಚಿದರೆ ಅವರ ಅನಿಸಿಕೆಗಳನ್ನು ನಾನು ನನ್ನ ಸೋಶಿಯಲ್ ಮೀಡಿಯಾದ ಪುಟಗಳಲ್ಲಿ ಹಾಕಿಕೊಳ್ಳುತ್ತೇನೆ, ಅವರು ಮೆಚ್ಚದಿದ್ದರೆ ಪರವಾ ಇಲ್ಲ ಎಂದು ಅವರ ಚಿಕಿತ್ಸಕ ಕಾಮೆಂಟುಗಳನ್ನು ಉಪೇಕ್ಷಿಸಿ ಹೊಗಳಿಕೆಯನ್ನು ಮಾತ್ರ ನಿರೀಕ್ಷಿಸುವುದು.

ಅನುವಾದ, ಪ್ರಬಂಧ, ಸಂಪಾದನೆ, ಕಾವ್ಯ, ಪತ್ರಿಕೋದ್ಯಮ – ಹೀಗೆ ಹಲವಾರು ಪ್ರಕಾರಗಳಲ್ಲಿ ತಮ್ಮನ್ನು ತೊಡಗಿಸಿಕೊಂಡಿರುವ ದಿವಾಕರ್ ಅವರ ಸಣ್ಣಕಥೆಗಳನ್ನು ಕುರಿತು ಬರೆಯುವುದು ಕೊಂಚ ಕಷ್ಟದ ಕೆಲಸ. ಅವರ ಸೃಜನಶೀಲಶಕ್ತಿಯ, ಸಾಹಿತ್ಯಿಕ ಸಂವೇದನೆಗಳ ಪ್ರೇರಣೆ ಅವರ ಅಗಾಧ ಓದು ಎಂದು ನನಗನಿಸುತ್ತದೆ. ಅವರ ಯಾವುದೇ ಅನುಭವಗಳು ಕಥೆಯ ರೂಪ ಪಡೆಯಬೇಕಾದರೆ ಅವು ಅವರ ತಲೆಯಲ್ಲಿರುವ ಅಸಂಖ್ಯ ಕಥೆಗಾರರ ತಂತ್ರ, ಶೈಲಿ, ಭಾಷೆಗಳ ಮೂಲಕ ಹರಿದು ಬಂದೇ ಕಥೆಯಾಗುತ್ತದೆ. ತಮಗಾದ ಅನುಭವದ ಎಳೆಯಿಂದ ಕಥೆ ಹುಟ್ಟಬಹುದು ಎನಿಸಿ ಕತೆ ಬರೆಯಲು ಹೊರಟಾಗ, ಈ ಎಲ್ಲ ಓದು ರೂಪಿಸಿರುವ ಸಂವೇದನೆಯಿಂದ, ಪಡಕೊಂಡಿರುವ ಕಥಾಪರಿಕರಗಳ ಪ್ರಭಾವ ತಮ್ಮ ಕಥೆಗಳ ಸ್ವರೂಪಕ್ಕೆ ಆಗಬಹುದು ಎಂಬ ಎಚ್ಚರದಲ್ಲಿ ಅವರು ಕಥೆಗಳನ್ನು ಬರೆಯುತ್ತಾರೆ. ಈ ಪ್ರಕ್ರಿಯೆಯಲ್ಲಿ ಕಥೆಗಳು ತಳೆಯುವ ರೂಪ ಬಹಳ ವಿಶಿಷ್ಟವಾದವು. ಅವು ನಮ್ಮ ವಾಸ್ತವವನ್ನು ನಮಗೆ ನೇರವಾಗಿ ಹೇಳದೇ ರೂಪಕಗಳ ಮೂಲಕ, ಪ್ರತಿಮೆಗಳ ಮೂಲಕ ಮತ್ತು ಫ್ಯಾಂಟಸಿಯ ಮೂಲಕ ಹೇಳುತ್ತವೆ.

ದಿವಾಕರರ ಮೊದಲ ಕಥಾ ಸಂಕಲನ 'ಇತಿಹಾಸ' ಪ್ರಕಟವಾದದ್ದು 1981ರಲ್ಲಿ. ಆದರೆ, ಬಹಳಷ್ಟು ಕಥೆಗಳು ಪ್ರಕಟವಾದದ್ದು ಎಪ್ಪತ್ತರ ದಶಕದಲ್ಲಿ. ನವ್ಯದ ಉತ್ತುಂಗ ಸ್ಥಿತಿಯಲ್ಲಿ ಬರೆದ ಕಥೆಗಳು. ಹಾಗಾಗಿ ನಗರಜೀವನದ ಏಕಾಕಿತನ, ತಣ್ಣಗಿನ ಕ್ರೌರ್ಯ, ಪರಕೀಯತೆ, ಹಾಗೂ ಅಸಂಗತ ಸ್ಥಿತಿ, ಇವು ಮತ್ತೆ ಮತ್ತೆ ಎದ್ದುಕಾಣುತ್ತವೆ. ನಗರ ಬದುಕಿನ ರಮ್ಯ ಕಥಾನಕ ಇಲ್ಲಿಲ್ಲ.

ಮನುಷ್ಯನ ಒಳ್ಳೆಯತನದ ಬಗೆಗಿನ ಬದಲಿಗೆ, ಕೊಳೆಗೇರಿ, ಕುರೂಪ (ಈಗ ಬರೆದಿದ್ದರೆ ಬಾಡಿಶೇಮಿಂಗ್ ಎಂದು ಸಾಲುಗಳನ್ನು ಅವರೇ ಸೆನ್ಸಾರು ಮಾಡಿಕೊಳ್ಳುತ್ತಿದ್ದರೇನೋ), ಕೊಲೆ, ಇತ್ಯಾದಿ ಅನುರಾಗ ಕಶ್ಯಪನ ಸಿನಿಮಾದ ದೃಶ್ಯಗಳ ಹಾಗೆ ಢಾಳಾಗಿ ಎದ್ದು ಕಾಣುತ್ತವೆ. ನಗರವನ್ನು, ಬದುಕನ್ನು ಅದರ ಎಲ್ಲ ಅಸಹ್ಯ, ಕ್ರೌರ್ಯ, ಅಮಾನುಷತೆ ಮತ್ತು ಅಸಹಾಯಕತೆಗಳೊಂದಿಗೆ ನಮ್ಮ ಮುಂದೆ ದಿವಾಕರರು ಇಡುತ್ತಾರೆ. ಇದೇ ಕಾಲದಲ್ಲಿ ಕನ್ನಡದ ಕಾಗುಣಿತ ಕಲಿತ ತಕ್ಷಣ ಕನ್ನಡ ಸಾಪ್ತಾಹಿಕ, ಮಾಸಿಕದಲ್ಲಿ ಪ್ರಕಟವಾದ ಕಥೆಗಳನ್ನು ಓದಿಕೊಂಡು ಬೆಳೆದ ನನಗೆ ಈ ಲೋಕದ ಪರಿಚಯ ನಿಜಜೀವನದಲ್ಲಿಯಾಗಲೀ ಅಥವಾ ಓದುವ ಪಾಕ್ಷಿಕಗಳಲ್ಲಾಗಲೀ ಆಗದೇ ಇದ್ದುದು ಪ್ರಾಯಶಃ ಪತ್ರಿಕೆಯಲ್ಲಿ ಬಹುಮಾನ ಬಂದ ಕಥೆಗಳನ್ನೂ ಮತ್ತು ಸಾಹಿತ್ಯಿಕ ಲಿಟ್ ಮ್ಯಾಗಜೀನುಗಳನ್ನೋದುವುದು ಎಲೀಟ್ ಮಂದಿ ಎಂದು ನಾವು ತಿಳಕೊಂಡದ್ದು. ಹಾಗಾಗಿ ದಿವಾಕರ ಅವರ ಮೊದಲ ಕಥೆಗಳನ್ನು ನನ್ನ ಎಳಸು ವಯಸ್ಸಿನಲ್ಲಿ ಓದಿರಲಿಲ್ಲ. ಈಗ ಕನ್ನಡದ ಮತ್ತು ಬೇರೆ ಭಾಷೆಗಳ ಕಥಾಸಾಹಿತ್ಯವನ್ನು ಅಷ್ಟಿಷ್ಟು ಓದಿಕೊಂಡಮೇಲೆ ದಿವಾಕರರ ಕಥೆಗಳನ್ನು ಓದಿದ್ದು ಒಳ್ಳೆಯದೇ ಆಯಿತೆಂದು ನನಗನಿಸುತ್ತದೆ. ಸಂಸಾರದಲ್ಲಿರುವ ತಣ್ಣನೆಯ ಕ್ರೌರ್ಯ, ಡಿಸೆಕ್ಷನ್ ಮಾಡುವ ಕೆಡವರ್‌ನ ಹಿನ್ನೆಲೆ ಹುಡುಕಿಹೋದಾಗ ಆಗುವ ಅಸಂಗತ ಘಟನೆಗಳು, ವಾಸ್ತವಕ್ಕೆ ಸಂಗತವಾಗದ ಇತಿಹಾಸದ ಅಪ್ರಸ್ತುತತೆ, ಇತರೆ ಥೀಮುಗಳನ್ನು ಅವರು ಕಥೆ ಮಾಡುವುದಕ್ಕಾಗುತ್ತದೋ ಇಲ್ಲವೋ ಎನ್ನುವ ಪ್ರಯೋಗಕ್ಕೆ ತೊಡಗಿಕೊಳ್ಳುತ್ತಾರೆ. ಹಾಗಾಗಿ ಪ್ರಯೋಗಾತ್ಮಕತೆ ಅವರ ಪ್ರತಿಯೊಂದು ಕಥೆಯ ಲಕ್ಷಣ.

'ಇತಿಹಾಸ' ಕಥಾ ಸಂಕಲನದ ಎರಡನೆಯ ಭಾಗದಲ್ಲಿರುವ ಕೆಲವು ಕಥೆಗಳ ರಚನೆಯಲ್ಲಿ ದಿವಾಕರರು ನಡೆಸಿರುವ ಪ್ರಯೋಗ ನನಗೆ ಮುಖ್ಯವೆನಿಸಿತು. ವೈರ್‌ಲೆಸ್ ಎನ್ನುವ ಕಲ್ಪನೆ ಇನ್ನೂ ಘನವಾಗಿರುವ ಕಾಲದಲ್ಲಿ ದಿವಾಕರರು ಬರೆದ 'ದಾರಿಯಲ್ಲಿ' ಎನ್ನುವ ಕಥೆ ಬಹಳ ಕುತೂಹಲಕಾರಿ ಎನ್ನಿಸಿತು. ಟೆಲಿಗ್ರಾಫ್ ತಂತಿಗಳ ಮೂಲಕ ಪ್ರಸರಣವಾಗಬಲ್ಲ ಮಾಹಿತಿಯಾಗಿರುವ ಕಾಲದಲ್ಲಿ ಮನುಷ್ಯರನ್ನು ಟೆಲಿಗ್ರಾಫ್ ಕಂಬಗಳಂತೆ ನಿಲ್ಲಿಸಿ, ಒಬ್ಬರಿಂದ ಒಬ್ಬರಿಗೆ ಮಾಹಿತಿಯನ್ನು ವರ್ಗಾಯಿಸಿದಾಗ ಮಾಹಿತಿಗೆ ಮಾನುಷಗುಣ ದೊರಕಿ, ಮಾಹಿತಿ ಹ್ಯೂಮನೈಜ್ ಆಗಬಲ್ಲ ಸಾಧ್ಯತೆಯನ್ನು ಈ ಪುಟ್ಟಕಥೆ ನಮಗೆ ಸಶಕ್ತವಾಗಿ ಹೇಳುತ್ತದೆ. ಅದೇ ರೀತಿ, 'ಕಾಲನೇಮಿ', 'ಪ್ರಾಣದೇವರು', 'ಒಂದು ಘಟನೆ', ಇತರೆ ಕಥೆಗಳು ಕೂಡ ಫ್ಯಾಂಟಸಿಯನ್ನು ನಮ್ಮ ನೆಲೆಯಲ್ಲಿ ತಿಳಿಸುತ್ತವೆ.

ಮೊದಲ ಸಂಕಲನ ಪ್ರಕಟವಾಗಿ ಸುಮಾರು ಇಪ್ಪತ್ತಾರು ವರ್ಷಗಳ ನಂತರ 2007ರಲ್ಲಿ ಪ್ರಕಟವಾದ ಕಥಾ ಸಂಕಲನ 'ಎಲ್ಲ ಬಲ್ಲವರಿಲ್ಲ ಈ ಊರಿನಲ್ಲಿ.' ಈ ನಡುವೆ ದಿವಾಕರರ ಸಂಪಾದಿತ ಕಥಾ ಸಂಕಲನಗಳು, ಅನುವಾದಗಳ ಸಂಗ್ರಹ ಪ್ರಕಟವಾಗಿವೆ. ಈ ಸುದೀರ್ಘ ಅವಧಿಯಲ್ಲಿ ಇವರು ಓದಿದ, ಅನುವಾದಿಸಿದ, ಸಂಪಾದಿಸಿದ ವಿವಿಧ ಲೇಖಕರ, ವಿವಿಧ ಕಥೆಗಳ ಪ್ರಭಾವ ಇವರ ಬರವಣಿಗೆಯ ಮೇಲಾಗಿದೆ ಎಂದನ್ನಿಸಬಹುದು. ಭುವನಗಿರಿ ಎಂಬ ಕಲ್ಪಿತ ಊರು ದಿವಾಕರರ ಕೆಲಕಥೆಗಳಿಗೆ ಭೂಮಿಕೆಯಾಗಿದೆ. ಅಲ್ಲೊಂದು ವೇಣುಗೋಪಾಲಸ್ವಾಮಿ ದೇವಸ್ಥಾನವಿದೆ. ಜಯಮಾರುತಿ ಲಾಂಡ್ರಿಯಿದೆ. ತೋರತೊಡೆಯ ಅಹಲ್ಯಾಬಾಯಿ, ಅಂಡಿಗೂ ಕೆಳಗೆ ತೊನೆಯುತ್ತಿದ್ದ ಜಡೆಯಿರುವ ಕಮಲಾ, ಮೂಕಿಯಂತಹ ವಿಕ್ಷಿಪ್ತ ವ್ಯಕ್ತಿಗಳು ಕಾಣಸಿಗುತ್ತಾರೆ. ಜೋಡಿದಾರ್ ಸಚ್ಚಿದಾನಂದಯ್ಯ, ಮುನಿಯಪ್ಪ, ಶಿವಮೂರ್ತಿಯಂಥ ಸಾಮಾನ್ಯ ವ್ಯಕ್ತಿಗಳೂ ಇದ್ದಾರೆ. ಇಲ್ಲಿ ಬಹಳಷ್ಟು ವ್ಯಕ್ತಿಗಳು ಕುರೂಪಿಗಳು. ಒಬ್ಬರನ್ನೊಬ್ಬರು ಮಾನಸಿಕವಾಗಿ ಅಥವಾ ದೈಹಿಕವಾಗಿ ಹಿಂಸಿಸುತ್ತಾರೆ. ಕ್ರೌರ್ಯ ಎಲ್ಲೆಡೆಯಲ್ಲಿದೆ. ಬೇಕಾಗಿದ್ದು, ಬೇಡವಾಗಿದ್ದನ್ನು ಮಾತಾಡಿ ಪುಕಾರು ಹಬ್ಬಿಸುವ ಮುದುಕಿಯರಿದ್ದಾರೆ.

ಆದರೆ, ಎಲ್ಲ ಪಾತ್ರಗಳಿಗೂ ತಮ್ಮ ಕಥೆಗಳನ್ನು ಹೇಳಿಕೊಳ್ಳುವ ಆಸೆಯಿದೆ. ಒಂದೇ ಕಥೆಯಲ್ಲಿ ನಿರೂಪಕನಲ್ಲದೇ ಕಥೆಯ ಪಾತ್ರಗಳೂ ತಮ್ಮ ಕಥೆಗಳನ್ನು ಹೇಳುತ್ತವೆ. 'ಎಲ್ಲ ಬಲ್ಲವರಿಲ್ಲ ಈ ಊರಿನಲ್ಲಿ' ಕಥೆಯಲ್ಲಿ ಅಹಲ್ಯಾಬಾಯಿ, ಕಮಲಾಳಂತಹ ವಿಕ್ಷಿಪ್ತ ವ್ಯಕ್ತಿಗಳ ವಿಕ್ಷಿಪ್ತ ಪ್ರಪಂಚದಲ್ಲಿ ನಡೆಯುವ ವಿಚಿತ್ರ ಅನ್ನಿಸುವ ಘಟನೆಗಳು ನಿರೂಪಕನ ನೇರ ಅನುಭವ, ಊರಲ್ಲಿ ಕೇಳಿದ ಪುಕಾರು ಮತ್ತು ಆತನದೇ ಕಲ್ಪನೆಯಿಂದ ಅನಾವರಣಗೊಂಡಾಗ ಅಲ್ಲಿ ಮುಗ್ಧತೆ, ಕುತೂಹಲ, ನಿಗೂಢತೆ ಎಲ್ಲವೂ ಸೇರಿಕೊಂಡಿದೆ. ನಂತರ ಪಾತ್ರಗಳು ತಮ್ಮ ಕಥೆಗಳನ್ನು ಉತ್ತಮಪುರುಷ ನಿರೂಪಣೆಯಲ್ಲಿ ಹೇಳಿಕೊಳ್ಳುತ್ತಾ ಹೋಗುತ್ತವೆ. ನಿರೂಪಕನಿಂದ ನಿರೂಪಿತವಾಗುತ್ತಿರುವ

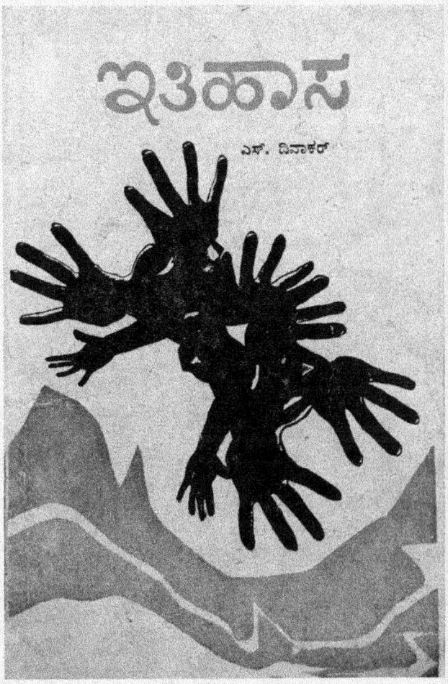

ದಿವಾಕರರ ವೈಶಿಷ್ಟ್ಯ ಅವರ ವ್ಯಂಗ್ಯಕ್ಕಿಂತ ಅವರ ಕಾವ್ಯಗುಣದಲ್ಲಿದೆಯೆಂದು ನನ್ನ ವೈಯಕ್ತಿಕ ಅನಿಸಿಕೆ. 'ನೆಲೆ' ಕತೆಯನ್ನು ಓದುವಾಗ ನನ್ನ ಅನಿಸಿಕೆಯ ಪ್ರತೀತಿ ಯಾರಿಗೂ ಆದೀತು. ಕತೆಯ ರಚನೆ, ಅದರಲ್ಲಿಯ ಪ್ರತಿಮೆಗಳ ಸಂಯೋಜನೆ, ಕಥನಶೈಲಿ – ಎಲ್ಲದರಲ್ಲಿಯೂ ಈ ಕಾವ್ಯಗುಣ ಕಾಣುವುದು. ಅದೇ ಲಗ್ನವಾಗಿ ಬಂದ ಜಯಾಳ ಪರಕೀಯತೆ, ಭೀತಿ; ಪರಿಸರದ ಹುಚ್ಚು, ಕೂವಂ ನದಿಯ ಕೊಳಚೆ, ಗುಡಿಸಲುಗಳು, ಹುಚ್ಚಿ ಮುದುಕಿ, ಹುಚ್ಚು ವಳ್ಳಿಯಮ್ಮ, ಅರೆಹುಚ್ಚಾದ ಮೋಹನನ ತಮ್ಮನ ಮಗ; ಜಯಾ–ಬೆಕ್ಕುಗಳ ಸಂಬಂಧ; ಜಯಾಳ ಹುಚ್ಚು ಕೊನೆಯಲ್ಲಿ ಮೋಹನನ ಲೈಂಗಿಕ ಹುಚ್ಚು – ಇವಕ್ಕೆಲ್ಲ ಹಿನ್ನೆಲೆ ಅಣ್ಣಾಮಲೈನ ಮದ್ದಲೆ; ರಚನೆ ಕಾವ್ಯಾತ್ಮಕವಾಗಿದೆ. ಹಲವಾರು ಹುಚ್ಚಿನ ಪ್ರತಿಮೆಗಳ ಮಧ್ಯದಲ್ಲಿ ಬೆಕ್ಕು ಬಂದದ್ದು ಅತ್ಯಂತ ಕಲಾತ್ಮಕವಾಗಿದೆ. ಅಚ್ಚರಿಯೆಂದರೆ ಪ್ರತಿಮೆ–ಸಂಕೇತಗಳ ಮಧ್ಯದಲ್ಲಿ ದಿವಾಕರರ ಕತೆಗಾರಿಕೆ ಜೀವನದ ಅನೇಕ ವಿವರಗಳನ್ನು ಕಡೆಗಣಿಸಿಲ್ಲ, ಮರೆತಿಲ್ಲ.

ದಿವಾಕರರ ಕತೆಗಳಲ್ಲಿ ನಾ ಮೆಚ್ಚಿಕೊಂಡ ಪ್ರಮುಖ ಅಂಶಗಳೆಂದರೆ: 1. ಅವರ ಕಾಳಜಿಗಳು ಪ್ರಾಮುಖ್ಯವಾಗಿ ವ್ಯಕ್ತಿಕೇಂದ್ರಿತವಾಗಿದ್ದರೂ ಅವುಗಳ ಹಿಂದೆ ಸಾಮಾಜಿಕ ಪರಿಸರದ, ಅದರಲ್ಲಿ ಪ್ರವೃತ್ತಿಸುವ ಶಕ್ತಿಗಳ ಬಗ್ಗೆ ತೀವ್ರವಾದ ಅರಿವಿದೆ. 2. ಅನುಭವವನ್ನು ಮೂರ್ತೀಕರಿಸುವಲ್ಲಿ (concretization) ಅವರಿಗೆ ನಿಜವಾದ ಆಸ್ಥೆಯಿದೆ, ಆಸ್ಥೆಗೆ ತಕ್ಕಂತೆ ಹುಲುಸಾದ ಕಲ್ಪಕತೆಯಿದೆ. 3. ಅನುಭವಕ್ಕೆ ಬೇರೆ ಬೇರೆ ಆಯಾಮ ಕೊಡುವ ಕಾವ್ಯಾತ್ಮಕತೆ ಇವರ ಬಹುಮೂಲ್ಯವಾದ ವೈಶಿಷ್ಟ್ಯವೆಂದು ಹೇಳಬೇಕು. 4. ನವ್ಯತೆಯ ಹಿಂದಿನ ಅಸ್ತಿತ್ವವಾದದ, ಮಾನವತಾವಾದದ ದೃಷ್ಟಿಗೆ ಸಾಹಿತ್ಯದಲ್ಲಿ ಇನ್ನೂ ಅರ್ಥಪೂರ್ಣವಾಗಿ ಕೆಲಸ ಮಾಡಲು ಅವಕಾಶವಿದೆಯೆಂದು ಅವರ ಕತೆಗಳು ಸ್ಪಷ್ಟವಾಗಿ ಸೂಚಿಸುತ್ತವೆ.

—ಶಾಂತಿನಾಥ ದೇಸಾಯಿ

'ಇತಿಹಾಸ' ಕಥಾಸಂಕಲನದ ಮುನ್ನುಡಿಯ ಭಾಗ.

ಕಥೆ ಇದ್ದಕ್ಕಿದ್ದಂತೆ ಪಾತ್ರಗಳಿಂದ ನಿರೂಪಿತವಾಗುವ ಘಟ್ಟಕ್ಕೆ ಪಲ್ಲಟವಾದ ತಕ್ಷಣ ಕಥೆಯನ್ನು ಹೇಳುತ್ತಿರುವ ಕಥೆಗಾರ ಬದಲಾಗುವುದಿಲ್ಲವಲ್ಲ. ಆದರೂ ಕಥೆಗಾರರು ನಿರೂಪಕನಿಗೆ ಸಿಕ್ಕ ಪಾತ್ರಗಳ ಮನೋಗತಗಳನ್ನು ಮಾತ್ರ ಬಿಚ್ಚಿಡುತ್ತಾರೆ. ಹಾಗಾದಾಗ ಕಥೆಗಾರನಿಗೆ ಎರಡೆರಡು ಪದರದ 'ಅನ್‌ರಿಲಯಬಲಿಟಿ' ಸಿಕ್ಕಿ – ಮನುಷ್ಯಸಹಜ ಆಸೆ, ಕ್ರೌರ್ಯ, ಪ್ರೀತಿ ಎಲ್ಲಕ್ಕೂ ಒಂದು ಬೇರೆಯೇ ಆಯಾಮ ಸಿಗುತ್ತದೆ. ಜಿಗ್ ಸಾ ಪಜಲ್‌ನಂತೆ ಘಟನೆಗಳನ್ನು ಜೋಡಿಸಿಕೊಳ್ಳುವ ಜವಾಬ್ದಾರಿಯನ್ನು ದಿವಾಕರ್ ಓದುಗರಿಗೇ ಬಿಡುತ್ತಾರೆ.

ಓದುಗರನ್ನು ಎಂಗೇಜ್ ಆಗಿಡಲೇಬೇಕು ಎಂದು ದಿವಾಕರರು ಬಹಳ ಬಲವಾಗಿ ನಂಬಿದ್ದಾರೆ. ಅವರಿಗೆ ಅವರ ಓದುಗರ ಬುದ್ಧಿಮತ್ತೆಯ ಮೇಲೆ ಒಂದು ರೀತಿ ನಂಬಿಕೆಯೂ ಅನುಮಾನವೂ ಒಟ್ಟೊಟ್ಟಿಗೇ ಇದೆ. ಉದಾಹರಣೆಗೆ, 'ಎಲ್ಲ ಬಲ್ಲವರಿಲ್ಲ ಈ ಊರಿನಲ್ಲಿ' ಕಥೆ ಹೇಳಿಯಾದಮೇಲೆ, ಹೊಸ ಒಕ್ಕಣಿಕೆಯ ಮೂಲಕ ಕಥೆ ಹೇಳಿದ್ದೇನೆ, ಓದುಗ ಕಥೆಯನ್ನು ನನ್ನ ಆಶಯದಂತೆ ಅರ್ಥಮಾಡಿಕೊಳ್ಳುತ್ತಾನೆ ಎಂಬ ನಂಬಿಕೆ ಇದ್ದರೂ ಕೆಲವೊಂದು ಭಾಗಗಳು ಇನ್ನೂ ಸ್ಪಷ್ಟವಾಗಿದ್ದಿದ್ದರೆ ಕಥೆ ಇನ್ನೂ ಹದವಾಗಿ ಓದುಗನನ್ನು ಸೇರುತ್ತಿತ್ತೇನೋ ಎಂಬ ಅನುಮಾನದಲ್ಲಿ ಈ ಕಥೆಗೆ ಅನುಬಂಧದ ಮಾದರಿಯಲ್ಲಿ, 'ಮುಗಿಯದಾಸೆಯ ಬಾಗಿಲು' ಎಂಬ ಮುಂದಿನ ಕಥೆಯಲ್ಲಿ ಮೊದಲ ಕಥೆಯಲ್ಲಿ ಹೇಳದೇ ಬಿಟ್ಟಿದ್ದನ್ನು ಹೇಳುತ್ತಾರೆ. ಹೊಸ ಪ್ರಯೋಗವೆನಿಸಿದರೂ ಆ ಪ್ರಯೋಗದ ಹಿಂದೆ ತಮ್ಮದೇ ಇನ್ನೊಂದು ಹೊಸ ಪ್ರಯೋಗಕ್ಕೆ ಅಪೆಂಡಿಕ್ಸ್ ಆಗಿ, ಒಂದುರೀತಿ ಸ್ಮಾಲ್‌ಪ್ರಿಂಟಾಗಿ ಈ ಕಥೆ ನಿಲ್ಲುತ್ತದೆ.

ಇದೇ ಪ್ರಯೋಗಶೀಲತೆ ಇನ್ನೂ ಉತ್ಕಟವಾಗಿರುವುದು 'ಮುರುಗಭೂಪತಿಯ ಮಗ: ಒಂದು ಕತೆ ಮತ್ತು ಪ್ರಶ್ನೆಪತ್ರಿಕೆ' ಕಥೆಯಲ್ಲಿ. ಬಡತನ, ದಬ್ಬಾಳಿಕೆ, ಅಪ್ಪನ ಪ್ರೀತಿ, ದೌರ್ಜನ್ಯ, ಕ್ರೌರ್ಯ, ರಾಜಕೀಯ, ಇತರೆ ಸೂಕ್ಷ್ಮಗಳು ಇದ್ದರೂ ಕತೆ ಸಿನಿಮಾದ ಚಿತ್ರಕಥೆಯಂತೆ ಒಂದಕ್ಕೊಂದು ಸಂಬಂಧವಿಲ್ಲದ ದೃಶ್ಯಗಳಾಗಿ ಫ್ಲಾಶ್‌ಬ್ಯಾಕಿನಂತೆ ಬಿಚ್ಚಿಕೊಳ್ಳುತ್ತದೆ. ನಂತರ ಪಠ್ಯಪುಸ್ತಕದಲ್ಲಿ ಕಥೆಗಳನ್ನು ಓದಿದ ಮೇಲೆ ಇರುವಂತೆ ಒಂದು ಪ್ರಶ್ನೆಪತ್ರಿಕೆ ಕೂಡ ಇದ್ದು, ಪ್ರಶ್ನೆಪತ್ರಿಕೆ ಈ ಕಥೆಯನ್ನು ಓದಲು ಮಾರ್ಗಸೂಚಿಯಾಗಿ ಮತ್ತು ಕಥೆಗಳಲ್ಲಿ ಏಳುವ ಅನುಮಾನಗಳಿಗೆ ಉತ್ತರವನ್ನೂ ಕೊಡುತ್ತದೆ. 'ಎಲ್ಲ ಬಲ್ಲವರಿಲ್ಲ ಈ ಊರಿನಲ್ಲಿ' ಕಥೆಗೆ 'ಮುಗಿಯದಾಸೆಯ ಬಾಗಿಲು' ಕಥೆ ಪೂರಕವಾಗಿ ಮಾಡುವ ಕೆಲಸವನ್ನು 'ಪ್ರಶ್ನೆಪತ್ರಿಕೆ' ಮುರುಗಭೂಪತಿಯ ಮಗ ಕಥೆಗೂ ಮಾಡುತ್ತದೆ. ಈ ರೀತಿಯ ಪ್ರಯೋಗ ಕನ್ನಡದಲ್ಲಿ ಹೊಸದು.

ನನಗೆ ಬಹಳ ಇಷ್ಟವಾದ ಕಥೆಗಳಲ್ಲಿ 'ಬಿಳಿಯ ಹೂಗಳ ಕವಿತೆ' ಒಂದು. ಮಕ್ಕಳಿಲ್ಲದ ಮಾಲಿನಿ ರಾಮಚಂದ್ರರ ಸಂಸಾರ, ತಿರುವೇಂಗಡಂ ಸುಬ್ಬುಲಕ್ಷ್ಮಿ ತುಂಬು ಸಂಸಾರ ಮತ್ತು ಗೇಬ್ರಿಯಲ್ ಚಿನ್ನಪ್ಪ ಮತ್ತು ರೋಸಿಯರ ಮುಖಾಮುಖಿಯಾದಾಗ ಬಂಜೆತನದಿಂದಾಗುವ ಜಿಗುಪ್ಸೆ, ಸ್ವಾನುಕಂಪ, ಈರ್ಷ್ಯೆ, ಕೋಪಗಳೆಲ್ಲ ಸೇರಿ ಅಕಾರಣವಾಗಿ ತನ್ನ ಜೀವನವನ್ನು ಜೀವಿಸಿದಂತೆ ಮಾಡಿಕೊಳ್ಳುತ್ತಾಳೆ. ಈ ದ್ವೇಷ ಎಷ್ಟು ಸಾಂಕ್ರಾಮಿಕವೆಂದರೆ ಅಂಗಳದಲ್ಲಿ ಬಿಟ್ಟಿರುವ ಬಿಳಿಯ ಹೂಗಳ ಸೌಂದರ್ಯ ಪರೆಯನಾದ ಚಿನ್ನಪ್ಪನ ಅನುಭವಕ್ಕೆ ಬಂದಿರುತ್ತದೆಯೇ ಹೊರತು ದ್ವೇಷ, ಅಸೂಯೆ, ಜಿಗುಪ್ಸೆಗಳಿಂದ ತುಂಬಿರುವ ಮನಗಳಿಗೆ ಕಾಣಸಿಗದ ದೌರ್ಭಾಗ್ಯವನ್ನು ಈ ಕಥೆ ಕಟ್ಟಿಕೊಡುತ್ತದೆ. ಇಲ್ಲಿ ಯಾವ ತಂತ್ರಗಾರಿಕೆಯೂ ಇಲ್ಲದೆ ಕಥೆಯ ಎಲ್ಲ ಪಾತ್ರಗಳೂ ರಕ್ತ, ಮಾಂಸ ತುಂಬಿ ಬೆಳೆದು ಓದುಗರೊಂದಿಗೆ ನೇರವಾಗಿ ಸ್ಪಂದಿಸುತ್ತವೆ.

ದಿವಾಕರರಿಗಿರುವ ಹಲವು ಅನೇಕ ಆಸಕ್ತಿಗಳಲ್ಲಿ ಲ್ಯಾಟಿನ್ ಅಮೆರಿಕಾದ ಕಥೆಗಾರರ ಮಾಯಾವಾಸ್ತವ ತಂತ್ರವೂ ಒಂದು. ಇವರೇ ಸಂಪಾದಿಸಿದ 'ಅತಿಸಣ್ಣ ಕತೆಗಳ ಸಂಗ್ರಹ'ದಲ್ಲಿನ ಮುನ್ನುಡಿಯಲ್ಲಿ ದಿವಾಕರ್ ಅವರೇ ಬರೆದಿದ್ದಾರೆಂದು ನೆನಪು. ಆ ಪುಸ್ತಕ ಕೈಗೆ

ಸಿಗಲಿಲ್ಲವಾದ್ದರಿಂದ ನಾನು ನಿಖರವಾಗಿ ಹೇಳಲಾರೆ. ಅಗಸ್ಟನ್ ಮಾಂಟೆರೊ ಬರೆದಿರುವ 'ಆತನೆದ್ದಾಗ ಡೈನಾಸರ್ ಇನ್ನೂ ಬದುಕಿತ್ತು' ಎನ್ನುವ ಒಂದು ಸಾಲಿನ ಕಥೆ, ಹೆಮಿಂಗ್ವೇ ಬರೆದಿರಬಹುದಾದ 'ಮಕ್ಕಳ ಶೂ ಮಾರಾಟಕ್ಕಿದೆ, ಒಮ್ಮೆಯೂ ಉಪಯೋಗಿಸಿಲ್ಲ' ಎಂಬ ಜಾಹೀರಾತಿನಂಥ ಕಥೆಗಳನ್ನು ಉದಾಹರಿಸುತ್ತಾರೆ. ಇಂಥ ಕಥೆಗಳು ಅಕ್ಷರಗಳ ಧ್ವನಿಶಕ್ತಿ ಮತ್ತು ಪದಗಳ ಅಸಂಗತ ಸಂಬಂಧದಿಂದ ಅರ್ಥಪೂರ್ಣವಾಗುತ್ತವೆ. ಇಲ್ಲಿ ಒಂದೇ ಒಂದು ಪದ ಹೆಚ್ಚಾದರೆ ಅಥವಾ ಕಮ್ಮಿಯಾದರೆ ಕಥೆ ಕೆಡಬಹುದು. ಅದೇ ರೀತಿ ಮಾಯಾವಾಸ್ತವ ತಂತ್ರ ಕೂಡ ಫ್ಯಾಂಟಸಿ ಮತ್ತು ವಾಸ್ತವದ ಹದವಾದ ಮಿಶ್ರಣ. ನಮ್ಮ ಪುರಾಣಗಳಲ್ಲಿನ 'ಕೃಷ್ಣ ಗೋವರ್ಧನಗಿರಿಯನ್ನು ಎತ್ತಿದ್ದು, ಹನುಮಂತ ಯೋಜನಗಟ್ಟಲೆ ಸಮುದ್ರವನ್ನು ಹಾರಿದ್ದು, ಇತರೇ ಎಲ್ಲವನ್ನು ನಾವೇ ಉದಾಹರಿಸಿಕೊಂಡು ನಮ್ಮ ಸಾಹಿತ್ಯದಲ್ಲಿದ್ದ ಮಾಯಾವಾಸ್ತವ ತಂತ್ರದ ಬಗ್ಗೆ ನಾವು ಬೆನ್ನು ತಟ್ಟಿಕೊಳ್ಳುತ್ತೇವೆ. ಆದರೆ ದೈವಿಕ ಶಕ್ತಿ ಇರುವ ಯಾವ ಪಾತ್ರಗಳೂ ವಾಸ್ತವವಲ್ಲ. ಹಾಗಾಗಿ ಪುರಾಣದಲ್ಲಿ ಕ್ರಿಸ್ತ ನೀರಮೇಲೆ ನಡೆಯಬಹುದು, ಪೂತನಿಯ ಹಾಲು ಕುಡಿಯುತ್ತಲೇ ಆಕೆಯನ್ನು ಬಾಲಕೃಷ್ಣ ಸಾಯಿಸಬಹುದು. ಆದರೆ ಆಧುನಿಕ ಸಾಹಿತ್ಯದಲ್ಲಿ ಮಾರ್ಕೇಸ್, ಬೋರ್ಹೇಸ್, ರಶ್ದಿ, ಕುಂದೇರಾ ಮುಂತಾದವರು ಪುರಾಣದ ಹಂಗಿಲ್ಲದೇ ಈ ತಂತ್ರವನ್ನು ಬಹಳ ಪರಿಣಾಮಕಾರಿಯಾಗಿ ಬಳಸಿಕೊಂಡರು. ಕನ್ನಡದಲ್ಲಿ ಕೂಡ ಈ ರೀತಿಯ ಪ್ರಯೋಗಗಳು ಬಹಳ ಹಿಂದಿನಿಂದಲೇ ಆಗಿವೆ. 'ಅಂತರಾಳದಲ್ಲಿ ನಿಂತ ನೀರು' ಕಥೆಯಲ್ಲಿ ಇಂಥ ಒಂದು ಪ್ರಯತ್ನವನ್ನು ಬಲು ಸೊಗಸಾಗಿ ದಿವಾಕರ್ ಮಾಡಿದ್ದಾರೆ. ಫ್ರೇಮಿನಲ್ಲಿರುವ ಚಿತ್ರದ ದೋಣಿಯಲ್ಲಿ ಕೂತು ಪಯಣಿಸುವ ಮೃತ್ಯುಂಜಯನ ಜೊತೆಗೇ ಮಾಯವಾಗುವ ಚಿತ್ರ, ಚಿತ್ರವನ್ನು ಕದ್ದ ಅಪವಾದದ ಜೊತೆಯಲ್ಲಿಯೇ ಭುವನಗಿರಿಗೆ ಪಯಣಿಸಿ ಅಲ್ಲಿ ಕ್ಯಾಮೆರಾಮೆನ್ ಒಬ್ಬನ ಕ್ಯಾಮೆರಾದಲ್ಲಿ ಬಂಧಿಯಾಗುವುದಕ್ಕೆ ಹೆದರಿ ಮತ್ತೆ ದೋಣಿಯಲ್ಲಿ ಪಯಣಿಸಿ ವಾಪಸ್ಸು ಬಂದಾಗ ಅವನ ಹೋಟೆಲಿನ ರೂಮಿನ ಸಂಗತಿಯೂ ಬದಲಾಗಿರುತ್ತದೆ. ಮೃತ್ಯುಂಜಯ ಹೋಗುವ ಭುವನಗಿರಿಯ ಹತ್ತಿರದ ಹಳ್ಳಿಯಲ್ಲಿ ಆತ ಕಂಡದ್ದು ಕೂಡ ಅಂದು ಬೆಳಿಗ್ಗೆ ಆತ 'ಹಿಂದೂ' ಪತ್ರಿಕೆಯಲ್ಲಿ ನೋಡಿದ ಚಿತ್ರ.

ಇಲ್ಲಿ ಹೋಟೆಲಿನಲ್ಲಿ ನೇತುಹಾಕಿದ ಚಿತ್ರ ಪ್ರಾಯಶಃ ರೇಖಾಚಿತ್ರವಿರಬಹುದು. ಅದರ ಬಗ್ಗೆ ದಿವಾಕರ್ ಅವರು ಚಿತ್ರಪಟ ಎಂದು ಮಾತ್ರ ಹೇಳುತ್ತಾರೆ. ಚಿತ್ರದ ಫ್ರೇಮಿನ ಬಗ್ಗೆ ಹೆಚ್ಚು ಹೇಳುತ್ತಾರೆ. ಆ ಚಿತ್ರ ಅವನಿಗೆ ಹೋಟೆಲಿನಿಂದ ಹೊರ ಹೋಗಲು ಮತ್ತು ತನಗೆ ಪರಿಚಿತವಿರುವ ಭುವನಗಿರಿಗೆ ಹೋಗಲು ಪ್ರವೇಶದ್ವಾರವಾಗುತ್ತದೆ. ಆದರೆ ತನಗೆ ಪರಿಚಿತವಿರುವ ಭುವನಗಿರಿ ಮಾಯವಾಗಿ ಯಾವುದೋ ಡಿಸ್ಟೋಪಿಯನ್ ಹಳ್ಳಿಗೆ ಬರುತ್ತಾನೆ.

ಸಲ್ಮಾನ್ ರಶ್ದಿಯ ಒಂದು ಪ್ರಬಂಧವಿದೆ. ಅದರಲ್ಲಿ ಆತನ ಅಜ್ಜಿಯ ಕ್ಯಾಮೆರಾಫೋಬಿಯಾದ ಬಗ್ಗೆ ಬರೆಯುತ್ತಾನೆ. ಆಕೆ ಯಾವತ್ತೂ ಫೋಟೋ ತೆಗೆಸಿಕೊಳ್ಳುತ್ತಿರಲಿಲ್ಲವಂತೆ. ಫೋಟೋ ತೆಗೆಸಿಕೊಂಡಲ್ಲಿ ಆಕೆಯ ವ್ಯಕ್ತಿತ್ವದ ಒಂದು ಭಾಗವನ್ನು ಕ್ಯಾಮೆರಾ ಶಾಶ್ವತವಾಗಿ ಕದ್ದುಕೊಂಡುಬಿಡುತ್ತದೆ ಎಂದು ಆಕೆಗೆ ನಂಬಿಕೆಯಿತ್ತಂತೆ. ಈ ಕಥೆಯಲ್ಲಿ ಕೂಡ ಭುವನಗಿರಿಗೆ ಹೋದ ಮೃತ್ಯುಂಜಯ ಅಲ್ಲಿನ ಕ್ಯಾಮೆರಾಮ್ಯಾನ್ ಕ್ಲಿಕ್ ಮಾಡಿದ ಸದ್ದು ಕೇಳಿ ಕ್ಯಾಮೆರಾ ತನ್ನ ಕಡೆಗೆ ತಿರುಗಿತ್ತೇ ಎಂದು ಯೋಚನೆ ಮಾಡುತ್ತಾನೆ. ಹಾಗೆ ತೆಗೆದಿದ್ದಲ್ಲಿ ಎಲ್ಲಿ ಆತ ಭುವನಗಿರಿಯಲ್ಲಿ ಸಿಕ್ಕಿಹಾಕಿಕೊಳ್ಳುತ್ತೇನೋ ಎಂಬ ಹೆದರಿಕೆಯಿತ್ತೇನೋ, ಆತನಿಗೆ. ಗೋಡೆಗೆ ಹಾಕಿದ ಹಳೆಯ ಚಿತ್ರದ ದೋಣಿ ಪಯಣಕ್ಕೆ, ಬಿಡುಗಡೆಗೆ ಸಾಧನವಾದರೆ ಕ್ಯಾಮೆರಾ ಬಂಧನಕ್ಕೆ. ಅದಕ್ಕೇ ಏನೋ ನಾವು ಫೋಟೋವನ್ನು 'ಸೆರೆ' ಹಿಡಿಯುವುದು– 'ಕ್ಯಾಪ್ಚರ್' ಎನ್ನುವ ಪದವನ್ನು ಉಪಯೋಗಿಸುತ್ತೇವೆ. ಒಟ್ಟಾರೆ ಈ ಪ್ರತಿಮೆ ಲೇಖಕ ಬಯಸಿದ್ದಕ್ಕಿಂತ ಹೆಚ್ಚು ಅರ್ಥವನ್ನು ಹೊಮ್ಮಿಸುತ್ತದೆ.

ದಿವಾಕರ್ ಅವರ ಕತೆಗಳ ಕುರಿತು ಬರೆಯ ಹೊರಡುವುದು ಜರಡಿಯಲ್ಲಿ ನೀರು ಹಿಡಿಯುವಂತಹದ್ದೇ ಅಸಂಗತ ಕೆಲಸ ಎಂಬ ಅಧೀರತೆಯಲ್ಲೇ ನಾನು ಈ ಮುನ್ನುಡಿ ಬರೆಯುತ್ತಿದ್ದೇನೆ. ನನ್ನ ಈ ಹಿಂಜರಿಕೆಗೆ ಇನ್ನೊಂದು ಕಾರಣವಿದೆ. ಈ ಸಂಕಲನದ ಕತೆಗಳು ಪರಸ್ಪರರೊಡನೆ ಹೇಗೋ ಏಗಿಕೊಂಡು, ಸಾವರಿಸಿಕೊಂಡು ಬಾಳುತ್ತಿರುವ ಸಂಸಾರಗಳ, ಊರುಗಳ ಕತೆಗಳಾಗಿರುವಂತೆ, ಸಂಸಾರ, ಸಮುದಾಯ, ಉರುಕೇರಿಗಳು ಒಡೆದುಕೊಂಡಿರುವುದರ ಕತೆಗಳೂ ಆಗಿವೆ. ಈ ದೇಶದ, ಈ ಕಾಲದ ಹವೆಯಲ್ಲೇ ಬೆರೆತುಬಿಟ್ಟಿರುವ ಹಿಂಸೆಯ ರೂಪಕವೆಂಬಂತೆಯೂ ಈ ಕತೆಗಳನ್ನು ಓದಬಹುದಾಗಿದೆ. ಈ ಬಗೆಯ ಅರ್ಥೈಸುವಿಕೆಯ ಶಿರೋಭಾರವಿಲ್ಲದೆ, ನಿರುದ್ದಿಶ್ಯವಾಗಿ, ಕತೆಗಾಗಿಯೇ ಈ ಕತೆಗಳನ್ನು ಓದುವುದು ಕೂಡ ಸಾಧ್ಯ. ದಿವಾಕರ್ ಅವರ ಕತೆಗಳ ಈ ಗುಣದಿಂದಾಗಿ ಅವುಗಳ ಅರ್ಥವಂತಿಕೆಯ ಬಗೆಗೆ ಕೊನೆಯ ಮಾತು ಎಂಬುದೇ ಇಲ್ಲ. ವಿಮರ್ಶಕ ತನ್ನ ಆತ್ಮವಿಶ್ವಾಸವನ್ನು ಅಮಾನತಿನಲ್ಲಿ ಇರಿಸಿಯೇ ಅವರ ಕತೆಗಳ ಬಗ್ಗೆ ಯೋಚಿಸಬೇಕು.

ದಿವಾಕರ್ ಅವರ ಕತೆಗಳನ್ನು ಸಾರಾಂಶರೂಪದಲ್ಲಿ ಪರಿಚಯ ಮಾಡಿಕೊಡುವುದು ಅಸಾಧ್ಯ, ತಮ್ಮ ಮೂಲದಲ್ಲೇ ಆ ಕತೆಗಳು ಸಾರರೂಪಿಯಾದ ವಿವರಗಳಿಂದ ಕಟ್ಟಿದ ರಚನೆಗಳು. ಭಾಷೆಯ ಬಳಕೆಯಲ್ಲಿ ದಿವಾಕರ್ ಮಹಾ ಮಿತವ್ಯಯಿ; ಅನವಶ್ಯಕವಾಗಿ ಅವರು ಒಂದು ಮಾತು,

ಈ ಕಥೆಯನ್ನು ಓದಿದಾಗ ಸುರೇಂದ್ರನಾಥರ 'ಗಿರಿಜಾ ಕಲ್ಯಾಣ' ಮತ್ತು ಇತ್ತೀಚೆಗೆ ಬಿಡುಗಡೆಯಾದ ನಟ ಮಮ್ಮೂಟಿಯವರ 'ನನ್ಪಕಲ್ ನೇರತ್ತು ಮಯಕ್ಕಮ' ಚಿತ್ರವನ್ನು ನೆನಪಿಸಿತು. ಇಂಥ ಒಂದು ಕಥೆಯನ್ನು ದಿವಾಕರ್ ಅವರು ಸುಮಾರು ಮೂವತ್ತು ವರ್ಷಗಳ ಹಿಂದೆ ಸಮರ್ಥವಾಗಿ ಬರೆದಿದ್ದರು ಎನ್ನುವುದು ಗಮನಿಸಬೇಕಾದ ವಿಷಯ.

ದಿವಾಕರ್ ಅವರ ಎಲ್ಲ ಕಥೆಗಳ ಬಗ್ಗೆ ಒಟ್ಟಾರೆ ಹೇಳುವುದು ಬಹಳ ಕಷ್ಟ. ಏಕೆಂದರೆ ಎಲ್ಲ ಕಥೆಗಳನ್ನು ಒಟ್ಟಾರೆ ಬಂಧಿಸಿಹಿಡಿಯುವ ಏಕಸೂತ್ರವೊಂದಿಲ್ಲ. ಆದ್ದರಿಂದ ಇವರಿಗೆ ಪೂರ್ವಸೂರಿಗಳೂ ಉತ್ತರಸೂರಿಗಳೂ ಕೂಡ ಇಲ್ಲ. ತಾನು ಬದುಕಿರುವ ಕಾಲದಿಂದ ಹೊರಗೆ ಜೀವಿಸುತ್ತಿರುವ ಮಣ್ಣಾರ್‌ಗುಡಿ ಕೋದಂಡಪಾಣಿಯ ಕಾಲದ ಜಗಿತ ಹಳಹಳಿಕೆಯಾಗದೇ 'ಆಕ್ಷನ್'–'ಕಟ್' ಗಳ ಮೂಲಕ ಒಂದು ಸಿನಿಮಾದ ಪಟಕಥೆಯಂತೆ ಲವಲವಿಕೆಯಿಂದ ಸಾಗುವಂತಹ ಕಥೆಯನ್ನು ನಾನು ಇದುವರೆವಿಗೂ ಕನ್ನಡದಲ್ಲಿ ಓದಿಲ್ಲ. ಪೊಲೀಸ್ ಇನ್‌ಸ್ಪೆಕ್ಟರ್ ಮಂಚಯ್ಯನಿಗೆ ಮನೆಯ ಮುಂದೆ, ಅಮೇರಿಕಾದ ಸೆಕ್ರೆಟರಿ ಆಫ್ ಕಾಮರ್ಸ್‌ನವರು ಬೆಂಗಳೂರಿಗೆ ಭೇಟಿಯಾಗುವ ಸಂದರ್ಭದಲ್ಲಿ, ಮೂಢನಂಬಿಕೆಯ ವಿರುದ್ಧ ಧರಣಿ, ಪ್ರತಿಭಟನೆ, ಜಾಥಾ ನಡೆಯುವ ಸಂದರ್ಭದಲ್ಲಿ, ಅಖಿಲ ಕರ್ನಾಟಕ ರೈತರ ಸಮಾವೇಶದಲ್ಲಿ,

ಯಾಕೆ, ಒಂದು ಶಬ್ದವನ್ನೂ ಬಳಸುವವರಲ್ಲ. ಈ ಪ್ರಸ್ತಾವತೆಯ ಜೊತೆ ಅವರ ಕತೆಗಳಲ್ಲಿ ಪಾತ್ರಗಳು, ನೆನಪುಗಳು, ಘಟನೆಗಳು, ಊರು, ಕೇರಿ, ಕೊಳೆಗೇರಿ, ಜನಜಂಗುಳಿ, ಬಿಸಿಲು, ಧೂಳು, ವಾಸನೆ ಎಲ್ಲವೂ ಒಟ್ಟಾಗಿ ಬದುಕಿನ ಲಯವನ್ನು ರೂಪಿಸುತ್ತವೆ. 'ಕ್ರೌರ್ಯ' ಕತೆಯಲ್ಲಿ ಅಲಮೇಲುವಿನ ತಂದೆ ಪ್ರೊಫೆಸರ್ ತಿರುಚ್ಚೆಂದೂರ್ ಶ್ರೀನಿವಾಸ ರಾಘವಾಚಾರ್ಯರ ಹೆಸರನ್ನು ಹುದ್ದೆ ಸಮೇತ ಹೇಳದೆ, ಚೆನ್ನೈನ ಹಬೀಬುಲ್ಲಾ ರಸ್ತೆಯ ಅವರ ಮನೆ 'ಆಂಡಾಳ್ ಮಂದಿರ'ದ ಒಪ್ಪ ಓರಣಗಳನ್ನೂ ಪ್ರೊಫೆಸರರ ಪತ್ನಿ ಕಲ್ಯಾಣಮ್ಮನವರನ್ನೂ ಕಾಣಿಸದೆ, ಆ ನಗರದ ಕೊಳೆಗೇರಿಗಳ ಮೂರಾಬಟ್ಟೆ ಬದುಕು, ಅಲಮೇಲುಪಿನ ಬಾಲ್ಯಕಾಲದ ನೆನಪುಗಳು, ಹರೆಯದ ಕನಸುಗಳು ಮತ್ತು ಅಂತಹ ಇನ್ನೂ ಹಲವಾರು ಸಂಗತಿಗಳನ್ನು ತಾರದೆ ಆ ಕತೆ ಕತೆಯೇ ಆಗುವುದಿಲ್ಲ. 'ಬಿಳಿಯ ಹೂಗಳ ಕವಿತೆ'ಯಲ್ಲಿ ಮಾಲಿನಿ ಮತ್ತು ರಾಮಚಂದ್ರರ ದಾಂಪತ್ಯದ ಬಿಕ್ಕಟ್ಟನ್ನು, ಅವರ ಇಕ್ಕಟ್ಟಾದ ಮನೆ, ಅಂಗಳ, ಅದರಾಚೆಯ ಬೀದಿ, ಕೇರಿ ಮತ್ತು ಕೇರಿಯ ಜನಗಳ ಕುರಿತು ಹೇಳದೆ ನಿರೂಪಿಸಲಾಗುವುದಿಲ್ಲ. 'ಎಲ್ಲ ಬಲ್ಲವರಿಲ್ಲ ಈ ಊರಿನಲ್ಲಿ' ಕತೆಯ ಅಹಲ್ಯಾಬಾಯಿಯ ಬಿಗಿದ ಮುಖಮೋರೆಯ ಸ್ಥೂಲ ಶರೀರ ಮತ್ತು ಸದಾ ಕಿಟಕಿ ಬಾಗಿಲುಗಳು ಮುಚ್ಚಿಕೊಂಡಿರುವ ಅವಳ ಮನೆ ಕೂಡ ಕತೆಯ ವಾತಾವರಣವನ್ನು ರೂಪಿಸುತ್ತವೆ. 'ದಾರಿ ನೂರಾರುಂಟು ಬೆಳಕಿನರಮನೆಗೆ' ಕತೆಯ ಮೂಕಿ ಚಲನಚಿತ್ರಗಳ ನಟ ಮಣ್ಣಾರ್ ಗುಡಿ ಕೋದಂಡಪಾಣಿ, ತನ್ನ ಯೌವನದ ನೆನಪು ಮತ್ತು ವಿಫಲ ಪ್ರೇಮದ ವಿಷಾದದಲ್ಲಿ ಹೂತುಹೋಗಿದ್ದಾನೆ. ಅವನ ಈ ಭ್ರಮಾಪ್ರಪಂಚದಿಂದ – ಅಥವಾ ಅದು ಇನ್ನೊಂದು ಬಗೆಯ ವಾಸ್ತವವೆ? – ವಾಸ್ತವ ಪ್ರಪಂಚಕ್ಕೆ ಬಂದರೂ ತನ್ನ ಇಳಿವಯಸ್ಸಿನ ಅರಳುಮರಳು ಸ್ಥಿತಿಯಲ್ಲಿ ಅವನಿಗೆ ಅದರ ಗುರುತೇ ಹತ್ತುವುದಿಲ್ಲ, ನೆನಪು, ಭ್ರಮೆ, ವಾಸ್ತವಗಳೆಲ್ಲ ಕಲಸಿಕೊಂಡಿರುವ ಈ ಹಾಸ್ಯಾಸ್ಪದ ಮುದುಕನ ವಿರಹವನ್ನು ಲೇಖಕ ನಮಗೆ ಕಾಣಿಸುವುದು ಹತ್ತು ಹಲವು ಬಗೆಯ ವಿವರಗಳು, ಸಂಗತಿಗಳು, ಕಾಲದ ಜಿಗಿತಗಳು ಹಾಗೂ 'ಆ್ಯಕ್ಷನ್'ಗಳ ಸಂಯೋಜನೆಯ ಮುಖಾಂತರ ಥೇಟು ಚಲಚಿತ್ರಗಳ ಹಾಗೆ, ಆ ಅನುಭವ ನನ್ನ ಮಾತಿಗೆ ನಿಲುಕುವಂತಹದ್ದಲ್ಲ.

–ಜಿ. ರಾಜಶೇಖರ

'ಎಸ್. ದಿವಾಕರ್ ಆಯ್ದ ಕತೆಗಳು' ಕೃತಿಯ ಮುನ್ನುಡಿಯ ಭಾಗ.

ಎಂಟಿಆರ್ ಹೋಟೆಲ್ಲಿನಲ್ಲಿ, ಬಸವೇಶ್ವರನಗರದಲ್ಲಿ ಕೊಲೆಯಾದವನ ಮಹಜರಿಗೆ ಹೋದಾಗ ಕಾಣುವ 'ಅವನು' ಮಂಚಯ್ಯನ ಆಲ್ಟರ್ ಇಗೋ ಹೌದಾ ಅಲ್ಲವಾ ಎಂದು ಕನ್ನಡ ಸಾಹಿತ್ಯ ಚರಿತ್ರೆಯಲ್ಲಿ ಎಲ್ಲಿ ಹುಡುಕುವುದು? 'ಊಸರವಳ್ಳಿ'ಯ ಕಥೆಯ ಶೀರ್ಷಿಕೆಗೆ ಕಥೆಯ ಪಾತ್ರಗಳು ಪೂರಕವಾಗಿದೆಯೇ? ಕಡೆಗೆ ಮೈಯೆಲ್ಲಾ ಅಕ್ಷರಗಳಾದ ಶಿವರಾಮನಂಥ ಪಾತ್ರಗಳು ಯಾವ ಕನ್ನಡ ಕಥೆಗಳಲ್ಲಿ ನಮಗೆ ಸಿಕ್ಕಿವೆ? ಇದು ಮಾಯಾವಾಸ್ತವವೇ? ಅಥವಾ ಬರೇ ಫ್ಯಾಂಟಸಿಯೇ?

ಇನ್ನೂ ಕುತೂಹಲ ತರಿಸುವ ಪ್ರಯೋಗಗಳೆಂದರೆ, ಕನ್ನಡದ ಕೆಲವು 'ಕ್ಲಾಸಿಕ್'ಗಳೆಂದು ನಾವು ಪರಿಗಣಿಸಿರುವ ಹಲವು ಕೃತಿಗಳಿಗೆ ದಿವಾಕರರು ಸೃಜನಶೀಲವಾಗಿ ಪ್ರತಿಕ್ರಿಯಿಸಿರುವುದು, ಅನುಸಂಧಾನ ನಡೆಸಿರುವುದು. 'ಚೋಮ' ಕಥೆಯಲ್ಲಿ ಶಿವರಾಮ ಕಾರಂತರ ಕೃತಿಯ ಪರ್ಯಾಯ ವರ್ಶನ್‌ನ ವರ್ತಮಾನದ ಪ್ರಸ್ತುತತೆ, ಕೊನೆಗೆ ಮನ್ವೇಲ ಪ್ರತಿಮಾ ಟೀವಿಯ ರಿಯಾಲಿಟಿ ಶೋನಲ್ಲಿ ಬೆಳ್ಳಿಯನ್ನು ರಿಜಿಸ್ಟ್ರಿ ಮದುವೆ ಮಾಡಿಕೊಳ್ಳಲು ಮುಂದಾಗುವುದು, ಈ 'ಆಧುನಿಕ' ಚೋಮನಿಗೆ ಸಿಕ್ಕ ನ್ಯಾಯವನ್ನು ಕಾರಂತರು ಕೂಡ ಒಪ್ಪುತ್ತಾರಾ ಎನ್ನುವ ಪ್ರಶ್ನೆಯನ್ನು ಓದುಗರ ಮುಂದೆ ಇಡುತ್ತದೆ. ಹಾಗೆಯೇ 'ಋಣ' ಕಥೆಯಲ್ಲಿ ಕಥೆಯ ನಿರೂಪಕರ ಮಿತ್ರ ದಿವಾಕರ್ ಅವರು ಮಾಸ್ತಿ ಅವರಿಂದ ರಾಮಯ್ಯನ ಕಥೆಯನ್ನು ಹೇಳಿಸುತ್ತಾರೆ. ಮಾಸ್ತಿಯವರ

ಕಥೆಗಳನ್ನು ಓದಿದವರಿಗೆಲ್ಲ ಇದು ಮಾಸ್ತಿಯವರ 'ಅವರು ನನಗೆ ಹೇಳಿದ್ದನ್ನು ಅವರ ಮಾತಿನಲ್ಲಿಯೇ ನಿಮಗೆ ಹೇಳಿಸುತ್ತೇನೆ ಎನ್ನುವ 'ಪ್ರಥಮೋಪ್ರಥಮ'ಪುರುಷ ನಿರೂಪಣೆಯಲ್ಲಿನ ಶೈಲಿ ವಿದಿತವಾಗುತ್ತದೆ. ಇಲ್ಲಿ ನಿರೂಪಕ ಯಾರಾದರೂ ಇರಬಹುದು, ಆದರೆ ಮಾಸ್ತಿಯವರು ಮತ್ತು ದಿವಾಕರ್ ಅವರು ಈ ಕಥೆಯಲ್ಲಿನ ಪಾತ್ರಗಳು. ಮಾಸ್ತಿಯವರು ರಾಮಯ್ಯನ ಕಥೆಯನ್ನು ದಿವಾಕರ್ ಅವರಿಗೆ ಹೇಳುವುದು ಇಲ್ಲಿನ ವಿಶೇಷ, ಮಾಸ್ತಿಯವರ ಕಥನದಲ್ಲಿ ನಿರೂಪಕರು ಪಲ್ಲಟವಾಗುವುದರಿಂದ ಕಥನಕ್ರಿಯೆ ಬದಲಾಗದು ಅಥವಾ ಮಾಸ್ತಿಯವರ ಸುಲಲಿತ ಶೈಲಿಯಲ್ಲಿ ಯಾವ ಒಬ್ಬ ನಿರೂಪಕನು ಹೇಳಿದರೂ 'ದಿವಾಕರರಿಗೆ ಮಾಸ್ತಿ ಹೇಳಿದ ಕಥೆ' ಎಂದೆಂದಿಗೂ ಪ್ರಸ್ತುತವಾಗುವುದೆಂಬುದನ್ನು ಈ ಕಥೆ ನಿರೂಪಿಸುತ್ತದೆ.

ಒಟ್ಟಾರೆ ದಿವಾಕರ್ ಅವರು ಕನ್ನಡದ ವಿಶಿಷ್ಟ ಕಥೆಗಾರರು. ಕಥೆಗಳನ್ನು ನಾನಾ ಲೇಖಕರು ನಾನಾ ಕಾರಣಕ್ಕೆ ಹೇಳುತ್ತಾರೆ. 'ಸಹಾನುಭೂತಿಯಿಂದ ಒಬ್ಬನ ಕಥೆಯನ್ನು ಕೇಳಿ ಅಷ್ಟೇ ಸಹಾನುಭೂತಿಯಿಂದ ಓದುಗನಿಗೆ ಕಥೆಯನ್ನು ತಲುಪಿಸುವುದು ಮತ್ತು ಕಥೆ ಹೇಳುವುದು ಪುಣ್ಯದ ಕೆಲಸ ಎಂದು ಮಾಸ್ತಿ ನಂಬಿದ್ದರು. ಕೆಲವರಿಗೆ ನಮ್ಮ ವರ್ತಮಾನದ ಸಂಗತಿಗಳ ಜತೆ ಅನುಸಂಧಾನ ನಡೆಸುವ ಕ್ರಿಯೆಯಾದರೆ, ಇನ್ನೂ ಕೆಲವರಿಗೆ ಕಥೆ ಹೇಳುವುದು ಥೆರಪಿ ಇದ್ದಹಾಗೆ. ದಿವಾಕರ್ ಅವರಿಗೆ ಕಥೆ ಹೇಳುವುದು ಒಂದು ಅಭ್ಯಾಸ ಮಾಡಿದಂತೆ. ಅವರ ಕಥೆಗಳ ಸ್ಫೂರ್ತಿ ಅವರ ಓದು. ಅವರು ಅಕ್ಷರ ಮತ್ತು ಪದಗಳನ್ನು ಮನುಷ್ಯರನ್ನು ಪ್ರೀತಿಸಿದಂತೆ ಪ್ರೀತಿಸುತ್ತಾರೆ. ಅವುಗಳ ಮೂಲಕ ಒಂದು ವಿಶಿಷ್ಟ ಲೋಕ ಕಟ್ಟುತ್ತಾರೆ. ಆ ಮೂಲಕ ತಮ್ಮ ಪದಲೋಕಕ್ಕೆ ಜೀವ ತುಂಬುತ್ತಾರೆ. ಅಕ್ಷರದಿಂದ ಅಕ್ಷರ, ಪದದಿಂದ ಪದ, ವಾಕ್ಯದಿಂದ ವಾಕ್ಯ ಹುಟ್ಟುವುದು ಅಂದರೆ ಇದೇ ಏನೋ. ಬೇರೆ ಕಥೆಗಾರರು ತಾವು ಕಂಡ ವ್ಯಕ್ತಿಗಳನ್ನು, ತಾವು ನೋಡಿದ ಘಟನೆಗಳನ್ನು ಅಥವಾ ತಮ್ಮ ಅನುಭವವನ್ನು ಕಥೆಯಾಗಿಸಲು ಪಯತ್ನಿಸಿದರೆ, ದಿವಾಕರರು ತಮ್ಮ ಒಟ್ಟಾರೆ ಓದಿನಿಂದ, ಕೇಳಿದ ಸಂಗೀತದಿಂದ ಸಿಕ್ಕ ಅನುಭವವನ್ನು ಕಥೆಯಾಗಿಸುತ್ತಾರೆ. ಹಾಗಾಗಿ ಚೋಮನ ದುಡಿಯ ಪಥ್ಯದ ವಿಸ್ತಾರ, ಜಗನ್ನಾಥನಿಗೆ ಏಳುವ ಕುರು, ಮತ್ತು ಮಾಸ್ತಿಯವರು ದಿವಾಕರರಿಗೆ ಹೇಳುವ ಕಥೆಗಳು ಹುಟ್ಟುತ್ತವೆ. ಒಂದು 'ಫೋಟೋ' ನೋಡಿ, ಅದರಲ್ಲಿರುವ ಹೆಂಗಸಿನ ಸ್ಥಿತಿ, ಮತ್ತು ಅದಕ್ಕಾಕೆ ತನ್ನದೇ ರೀತಿಯಲ್ಲಿ ಪ್ರತಿಕ್ರಿಯಿಸುವ ಬಗೆ ಎಲ್ಲವೂ ಕಥೆಯಾಗುತ್ತದೆ.

ದಿವಾಕರರ ಎಲ್ಲ ಕಥೆಗಳನ್ನು ಎರಡೆರಡು ಬಾರಿ ಓದಿದರೂ ಎಲ್ಲ ಕಥೆಗಳೂ ನನಗೆ ದಕ್ಕಿದೆಯೆಂಬ ನಂಬಿಕೆ ನನಗಿಲ್ಲ. ಇನ್ನೂ ಓದಿ ಪೂರ ದಕ್ಕಿಸಿಕೊಳ್ಳಬೇಕೆಂಬ ಹಂಬಲವಿಟ್ಟುಕೊಂಡೇ ಈ ಲೇಖನವನ್ನು ಬರೆದಿದ್ದೇನೆ. ದಿವಾಕರರ ಬಹುಚರ್ಚಿತ 'ಕ್ರೌರ್ಯ' ಕಥೆಗೆ ಇದುವರೆಗೆ ಎಲ್ಲರೂ ಹೇಳಿದ್ದಕ್ಕಿಂತ ಹೊಸತನ್ನು ಹೇಳುವೆ ಎನ್ನುವ ನಂಬಿಕೆ ನನಗಿಲ್ಲವಾದ್ದರಿಂದ ನಾನು ಅದರ ಬಗ್ಗೆ ಏನೂ ಬರೆದಿಲ್ಲ.

ನನ್ನಂತವರನೇಕರಿಗೆ ಕನ್ನಡ ಕಥಾಲೋಕ ಪರಿಚಯಿಸಿದ್ದರ ಜೊತೆಗೆ – ಕಥೆಯೆಂದರೆ ಕಾಡಿದ್ದನ್ನು ತೋಡಿಕೊಳ್ಳುವುದಲ್ಲ, ಅದೊಂದು ಅಭ್ಯಾಸ, ಬೇರೆಲ್ಲ ಕಲಾಪ್ರಕಾರವಿದ್ದಂತೆ ಕಸುಬುದಾರಿಕೆ ಬೇಕು, ಪ್ರಯೋಗಶೀಲತೆ ಬೇಕು, ನನ್ನ ಬರಹವನ್ನು ನಾನೇ ನಿಕಷಕ್ಕೊಡ್ಡಿಕೊಳ್ಳುವ ಪ್ರಜ್ಞಾವಂತಿಕೆ, ಎಚ್ಚರ ಇರಬೇಕು ಎಂದು ಕಲಿಸಿದವರು ದಿವಾಕರ್.

●

ಆಳ ವಿಷಾದದ, ರುಚಿಕರವಲ್ಲದ ಚಿತ್ರಗಳ ಅನಾವರಣ

ರಾಜೇಂದ್ರ ಚೆನ್ನಿ

ಗೋಪಾಲಕೃಷ್ಣ ಅಡಿಗರ ಕಾವ್ಯದ ಅಲಕ್ಷಿತ ಭಾಗವೆಂದರೆ, ಅವರ ರಾಜಕೀಯದ ಬಗೆಗಿನ ಪದ್ಯಗಳು. ಇದಕ್ಕೆ ಕಾರಣವೆಂದರೆ, ಈ ಬಗೆಯ ಅನೇಕ ಪದ್ಯಗಳು ಕೂಗುಮಾರಿ ವಾಗ್ಮಿಯ ಭಾಷಣದಂತಿವೆ. ಇನ್ನೂ ಕೆಲವು ವೈಯಕ್ತಿಕ ನಂಬಿಕೆಯ ಬೆಂಬಲವಿಲ್ಲದಿದ್ದರೂ ಬಲಪಂಥೀಯ ನಿಲುವುಗಳನ್ನು ಕಡ್ಡಾಯವಾಗಿ ಹೇಳಬೇಕೆನ್ನುವ ಧೋರಣೆಯಿಂದ ಬರೆದವುಗಳಾಗಿವೆ. ಸಾಮಾನ್ಯವಾಗಿ ಬಳಸುವ ಧಾಟಿ ಕೂಡ ಕಟಕಿ (ssatire) ಆಗಿರುವುದರಿಂದ ಅವು ಗಂಭೀರ ಪದ್ಯಗಳು ಅಲ್ಲವೆಂದು ಭಾವಿಸಲಾಗುತ್ತದೆ. ಮುಖ್ಯ ಪ್ರಶ್ನೆಯೆಂದರೆ, ಅಡಿಗರು ಯಾವ ರಾಜಕೀಯ ವಾಸ್ತವಗಳಿಗೆ ಪ್ರತಿಕ್ರಿಯಿಸುತ್ತಿದ್ದರು? ಪ್ರಮುಖವಾಗಿ ಸಿದ್ಧಾಂತಗಳು ಸೃಷ್ಟಿಸುವ ಸಮೂಹ ಸನ್ನಿಯ ಬಗ್ಗೆ, ಅಂದರೆ ಇಪ್ಪತ್ತನೆಯ ಶತಮಾನದ ಕಟುವಾಸ್ತವಗಳಾಗಿದ್ದ ರಾಜಕೀಯ ಸಿದ್ಧಾಂತಗಳು ಸೃಷ್ಟಿಸಿದ ಅತಾರ್ಕಿಕತೆ ಮತ್ತು ಸೈದ್ಧಾಂತಿಕ ಹಿಂಸೆಯ ಬಗ್ಗೆ, ಇಂಥ ಸಿದ್ಧಾಂತಗಳನ್ನು ಬಳಸಿಕೊಂಡು ಅಧಿಕಾರಕ್ಕೆ ಬಂದ ಸರ್ವಾಧಿಕಾರಿ ವ್ಯವಸ್ಥೆಗಳ ಬಗ್ಗೆ. ಅಷ್ಟುಮಾತ್ರವಲ್ಲ, ಮನಸ್ಸುಗಳ ವಸಾಹತುಶಾಹಿಯ ಪರಿಣಾಮಗಳ ಬಗ್ಗೆ ಅಡಿಗರ ಪ್ರಭಾವದಲ್ಲಿ ಮುನ್ನೆಲೆಗೆ ಬಂದ

ನವ್ಯ ಕಾವ್ಯವು ಈ ರಾಜಕೀಯ ವಾಸ್ತವಗಳಿಗೆ ಸ್ಪಂದಿಸಿದ್ದು ಬಹಳ ಕಡಿಮೆ. ನಂತರದ ಘಟ್ಟಗಳಲ್ಲಿ ದಲಿತ–ಬಂಡಾಯ ಸಾಹಿತ್ಯವು ಆಕ್ರೋಶಭರಿತವಾದ ಧಾಟಿಯಲ್ಲಿ ಜಾತಿ–ವರ್ಗಗಳ ಸಾಂಸ್ಕೃತಿಕ ರಾಜಕೀಯದ ಬಗ್ಗೆ, ಪ್ರಗತಿಪರ ನಿಲುವಿನ ಬಂಡಾಯದ ಬಗ್ಗೆ ಬರೆಯಿತು. ಇಂಥ ಸ್ಥಿತಿಯಲ್ಲಿ ಎಸ್. ದಿವಾಕರರ ಕಾವ್ಯವು ಅಪೂರ್ವವಾದ ಸ್ವಂತಿಕೆಯಿಂದ ಆಧುನಿಕ ಜಗತ್ತಿನ ರಾಜಕೀಯ ಹಿಂಸೆ ಹಾಗೂ ಕ್ರೌರ್ಯಗಳ ಬಗ್ಗೆ ಅಪೂರ್ವವಾದ ಪ್ರತಿಮೆಗಳನ್ನು ಸೃಷ್ಟಿಸಿತು. ಇದಕ್ಕೆ ಪ್ರೇರಣೆ ದೊರೆತದ್ದು ಎಚ್.ಎಸ್. ಶಿವಪ್ರಕಾಶರು ಗುರುತಿಸುವಂತೆ ದಿವಾಕರರು ಆಂಗ್ಲೋ–ಅಮೇರಿಕನ್ ಕಾವ್ಯದ ಬದಲಾದ ವಿಶ್ವದ ವಿವಿಧ ಕಾವ್ಯ ಸಂಪ್ರದಾಯದ ತೀವ್ರವಾದ ಓದಿನಲ್ಲಿ ತೊಡಗಿದ್ದರಿಂದ.

ತಮ್ಮ ಅನೇಕ ಪದ್ಯಗಳ ಕೊನೆಗೆ ತಮಗೆ ಪ್ರೇರಣೆ ಒದಗಿಸಿದ ಕವಿಗಳು ಹಾಗೂ ಪದ್ಯಗಳನ್ನು ದಿವಾಕರ್ ದಾಖಲಿಸಿದ್ದಾರೆ. ಈ ಕವಿಗಳು ಯೂರೋಪಿನ ವಿಭಿನ್ನ ಸಂಪ್ರದಾಯಗಳಿಗೆ ಸೇರಿದವರು. ಹೀಗಾಗಿ ಇಪ್ಪತ್ತನೆಯ ಶತಮಾನದ ಮಹಾಯುದ್ಧ ಹಾಗೂ ಸರ್ವಾಧಿಕಾರಿ ಸರಕಾರಗಳಿಂದ ಅನುಭವಿಸಿದ ಕ್ರೂರ ಹಿಂಸೆಗಳ ಬಗ್ಗೆ ಬರೆದಿರುವವರು. ಹಿಟ್ಲರ್‌ನ ಕಾಲದಲ್ಲಿ ಯಹೂದಿಗಳು ಯಾತನಾ ಶಿಬಿರದಲ್ಲಿ ಅನುಭವಿಸಿದ ಅಮಾನುಷ ಹಿಂಸೆ, ಅವರುಗಳ ಮಾರಣಹೋಮ, ಸ್ಟಾಲಿನ್‌ನ ಕಾಲದಲ್ಲಿ ನಡೆದ ಕಗ್ಗೊಲೆಗಳು, ಪೋಲ್‌ಪಾಟ್ ಮಾಡಿಸಿದ ನರಮೇಧಗಳು – ಇವೆಲ್ಲವೂ ದಿವಾಕರರ ಕಾವ್ಯದ ವಸ್ತುಗಳಾಗಿವೆ. ಇದಲ್ಲದೆ, ಇತಿಹಾಸದ ಪುಟಗಳಲ್ಲಿ ಬರುವ ಹಿಂಸಾನಂದಿ ದೊರೆಗಳು, ಚಕ್ರವರ್ತಿಗಳು ಇವರೆಲ್ಲರೂ ಇಲ್ಲಿದ್ದಾರೆ. ಒಂದು ಬಗೆಯ Rogues' gallery ಈ ಕಾವ್ಯದಲ್ಲಿ ಇದೆ. ಇವುಗಳು ನೇರವಾಗಿ ಪ್ರಸ್ತಾಪವಾಗದಿದ್ದರೂ ಸಾಮಾನ್ಯರ ಬದುಕಿನ ಮೇಲೆ ಈ ಹಿಂಸೆಯು ಮಾಡಿದ ಪರಿಣಾಮಗಳು ದಿವಾಕರರಿಗೇ ವಿಶಿಷ್ಟವಾದ ಪ್ರತಿಮೆಗಳಲ್ಲಿ ಕಂಡುಬರುತ್ತವೆ. ಈ ಪ್ರತಿಮೆಗಳು ಮನುಷ್ಯ ದೇಹದ ವಿಚ್ಛಿದ್ರ ಅಂಗಗಳ ಪ್ರತಿಮೆಗಳಾಗಿವೆ. ಅನೇಕ ಪದ್ಯಗಳಲ್ಲಿ ಬರುವ ಮುಂಡವೇ ಇಲ್ಲದ ರುಂಡಗಳು, ಸ್ವತಂತ್ರವಾಗಿ ಗಾಳಿಯಲ್ಲಿ ಹಾರಿ–ತೇಲಿ ಹೋಗುವ ಕೈಗಳು, ಕಣ್ಣುಗಳಿಲ್ಲದ ಖಾಲಿ ಗುಡ್ಡೆಗಳು, ರಾಜಕೀಯ ಭಾಷಣವನ್ನು ಕೇಳುತ್ತ ಕುಳಿತಿರುವವರ ಲಕ್ಷ ಲಕ್ಷ ತಲೆಗಳು – ಹೀಗೆ ದೀರ್ಘವಾದ ಪಟ್ಟಿಯೇ ಇದೆ. ಈ ವಿಚ್ಛಿದ್ರ ದೇಹದ ಅಂಗಗಳ ಪ್ರತಿಮೆಗಳನ್ನು ದಿವಾಕರರು ಮುಖ್ಯವಾಗಿ ಎರಡು ಕಾರಣಗಳಿಗಾಗಿ ಬಳಸುತ್ತಾರೆ. ಒಂದು ಮನುಷ್ಯ ವ್ಯಕ್ತಿತ್ವದ ವಿಚ್ಛಿದ್ರತೆಯನ್ನು ಶೋಧಿಸಲು. ದಿವಾಕರರ ಕಾವ್ಯ ಪ್ರಜ್ಞೆಯಲ್ಲಿ ಪಾರಂಪರಿಕ, ಸಾಂಪ್ರದಾಯಿಕ ನಂಬಿಕೆಗಳಿಗೆ ಆಸ್ಪದವಿಲ್ಲ. ಅಸ್ತಿತ್ವವು ಅಂತಿಮವಾಗಿ ಅರ್ಥಹೀನವೇ ಆಗಿರಬಹುದು ಎನ್ನುವ ತಾತ್ವಿಕ ಸಂದೇಹವು ಪ್ರಬಲವಾಗಿದೆ. ಸುಂದರವಾದ ಒಂದು ಪದ್ಯದಲ್ಲಿ ಮನುಷ್ಯ ಪ್ರಜ್ಞೆಯು ಹೌದಪ್ಪನ ಊರು ಮತ್ತು ಇಲ್ಲಪ್ಪನ ಊರುಗಳ ನಡುವೆ ಎಡತಾಕುತ್ತಿರುವುದೇ ಒಳ್ಳೆಯದು ಎಂದು ಹೇಳುತ್ತಾರೆ. ಹೊಂದಿಸಲಾಗದ ವೈರುಧ್ಯಗಳೇ ಮನುಷ್ಯ ವ್ಯಕ್ತಿತ್ವದ ಆಖೈರಾದ ವಾಸ್ತವಗಳಾಗಿವೆ. ಇಂಥ ಒಂದು ಪ್ರತಿಮೆಯಲ್ಲಿ ಒಬ್ಬನು ತನ್ನ ರುಂಡವನ್ನೇ ಜೊತೆಗಿಟ್ಟುಕೊಂಡಿದ್ದಾನೆ. ಇವುಗಳನ್ನು

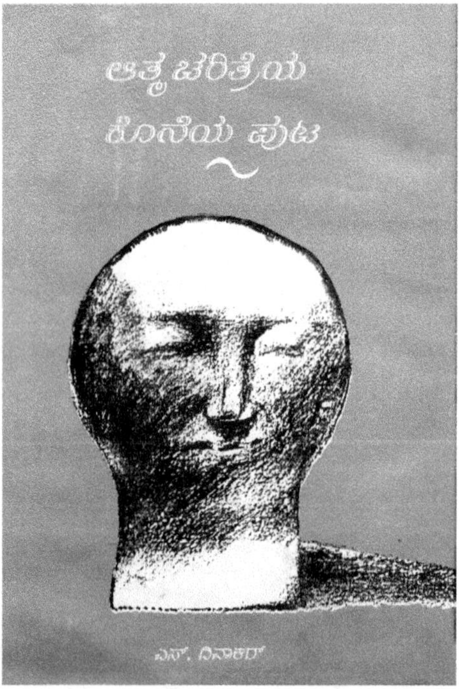

ಚರ್ಚಿಸಲು ಕಾರಣವೆಂದರೆ ದಿವಾಕರರ ಕಾವ್ಯದ ಉದ್ದೇಶಗಳು ಗಂಭೀರ ತಾತ್ವಿಕ ಶೋಧನೆಯ ಉದ್ದೇಶಗಳಾಗಿವೆ. ಆದರೆ ಕಾವ್ಯದ ಶೈಲಿ ಮತ್ತು ನೇಯ್ಗೆಗಳು ಎಲ್ಲಿಯೂ ಅತಿ ಗಾಂಭೀರ್ಯದಿಂದ ಸೊರಗುವುದಿಲ್ಲ. ಈ ಶೈಲಿಯಲ್ಲಿ ಪ್ರಧಾನವಾಗಿರುವುದು wit ಎಂದು ಕರೆಯುವ ಗುಣ. ಇದರ ಭಾಗವಾಗಿರುವುದು verbal wit ಎನ್ನುವ ಅಂಶವಾಗಿದೆ. ಈ ಪದಕ್ಕೆ ಸರಿಯಾದ ಕನ್ನಡ ಪದವಿಲ್ಲ. ಇದು ಚಮತ್ಕಾರ, ಭಾಷಿಕ ಚಮತ್ಕಾರ ಇತ್ಯಾದಿ ಯಾವುದೂ ಅಲ್ಲ. ಇವುಗಳನ್ನು ಮೀರಿ ಭಾಷೆ ಮತ್ತು ಅನುಭವದ ಸಂಬಂಧದ ಬಗ್ಗೆಯೆ ವಿಶಿಷ್ಟವಾದ ಒಂದು ತಿಳಿವಳಿಕೆ ಇದಾಗಿದೆ. ಉದಾಹರಣೆಗೆ 'ಕೋ' ಅನ್ನುವ ಪದ್ಯದಲ್ಲಿ 'ಕೋ' ಎನ್ನುವುದಕ್ಕೆ ಪ್ರಾಸಬದ್ಧವಾದ ಕ್ರಿಯಾಪದಗಳು ಸಾಲುಗಳ ಕೊನೆಗೆ ಬರುತ್ತವೆ. ಹೊದ್ದುಕೋ, ಕದ್ದುಕೋ, ಅಪ್ಪಿಕೋ ಇವುಗಳು ಮೇಲುನೋಟಕ್ಕೆ ಭಾಷೆಯ ಜೊತೆಗೆ ಆಡುವ ಆಟದಂತೆ ಕಂಡರೂ ಆಳವಾದ ಪರಿಣಾಮಕ್ಕೆ ಅವುಗಳ ಬಳಕೆಯಾಗಿದೆ:

ಎಲ್ಲವನ್ನೂ ಕದ್ದುಕೋ
ಎಷ್ಟು ಕದ್ದರೂನು ಇನ್ನೂ
ಉಳಿಯಿತೆಂದು ಕುದ್ದುಕೋ

....

ಕರುಣೆಯ ಹೊರಗಟ್ಟಿಬಿಟ್ಟ
ಎದೆಬಾಗಿಲ ಸದ್ದು ಕೋ

ಇಡೀ ಪದ್ಯದಲ್ಲಿ ಇಂಥ ನಿರ್ದೇಶನಗಳು ಮೌಲ್ಯಗಳೇ ಇಲ್ಲದ ಬದುಕಿನ ಶೈಲಿಯ ಬಗ್ಗೆ ತೀಕ್ಷ್ಣ ವಿಮರ್ಶೆಯನ್ನು ಮಾಡುತ್ತವೆ.

'ಕಲೆಯಾಯಿತೆ ಕೊಂದ ಕೈಗೆ?
ರಕ್ತವುಂಟು ಅಪ್ಪಿಕೋ'

ಎನ್ನುವುದು ಈ ನಿರ್ದೇಶನಗಳ ಪರಾಕಾಷ್ಠೆಯಾಗಿದೆ. ಇದು ನಮ್ಮ ಸದ್ಯದ ಬದುಕಿನ ಸಂಹಿತೆಯೇ ಎನ್ನುವ ದಿಗಿಲು ಉಂಟುಮಾಡುತ್ತದೆ. ಅನೇಕ ಪದ್ಯಗಳಲ್ಲಿ ಈ ಬಗೆಯ dark humour ಅಥವಾ macabre ಎನ್ನಬಹುದಾದ ಅಂಶಗಳಿವೆ. ಅವುಗಳ ಮೂಲಕ ಕವಿ ಆಧುನಿಕ ಜಗತ್ತಿನ ಅಪಸವ್ಯಗಳಿಗೆ ಭಾಷ್ಯವೊಂದನ್ನು ಬರೆಯುತ್ತಿದ್ದಾರೆ.

ಈ ಬದುಕನ್ನು ನಿಯಂತ್ರಿಸುವುದು ಜಾಗತೀಕರಣದ ಆಧಾರವಾಗಿರುವ ಉಪಭೋಗಿ ಜೀವನ ಶೈಲಿ. ಅದಕ್ಕೆ ಆಧಾರವಾಗಿರುವುದು ಹಪಹಪಿ ಅಥವಾ ದಾಹ. 'ದಾಹ' ಎನ್ನುವ ಪದ್ಯದಲ್ಲಿ ಒಬ್ಬನ ಕಣ್ಣಿಗೆ ಇಡೀ ಜಗತ್ತಿನ ಮೋಹ ಎಷ್ಟೆಂದರೆ, ಸಕಲ ಚರಾಚರವೆಲ್ಲ ಅವನ ಕಣ್ಣಿನೊಳಗೆ ಮಾಯವಾಗುತ್ತವೆ. ಇನ್ನೊಬ್ಬ ಅನಾಥ ದೊರೆ ತನ್ನ ದೇಶದ ಎಲ್ಲವನ್ನೂ, ಎಲ್ಲರನ್ನೂ ಬಗೆದು ಶೋಧಿಸಿ ತನ್ನ ಟೇಬಲ್ಲಿನ ಮೇಲೆ ಹರಡಿಕೊಳ್ಳುತ್ತಾನೆ. ಅತಿಶಯೋಕ್ತಿ ಭೀಭತ್ಸ ಎಂದು ಅನ್ನಿಸಬಹುದಾದ ಶೈಲಿಯ ಮೂಲಕ ದಿವಾಕರರು ಬದುಕಿನ ಬಗ್ಗೆ ಇರುವ ಭ್ರಮೆಗಳನ್ನು ಕಳಚುತ್ತಾರೆ.

ರುಚಿಕರವಲ್ಲದ ಸತ್ಯಗಳ ಅನಾವರಣವೇ ದಿವಾಕರರ ಕಾವ್ಯದ ಉದ್ದೇಶವಾಗಿದೆ. ಅವರು ಒಂದು ಪ್ರಬಂಧದಲ್ಲಿ ಹೇಳಿದಂತೆ ವಾಸ್ತವವೇ ಅತಿವಾಸ್ತವದಂತೆ ಇರುವಾಗ ನೀವು ಕೇವಲ ವಾಸ್ತವವನ್ನೇ ವರ್ಣಿಸಿದರೂ ಅದು ಅತಿವಾಸ್ತವದಂತೆ ಕಾಣುತ್ತದೆ. ಇದೇ ಮಾತನ್ನು ಮಾರ್ಕೆಸ್ ಹೇಳಿದ್ದಾನೆ. ಅವನ ದೇಶದ ಮತ್ತು ಲ್ಯಾಟಿನ್ ಅಮೇರಿಕದ ಭೂಗೋಳ, ಹವಾಮಾನ ಇತ್ಯಾದಿಗಳು ಹೇಗಿವೆಯೆಂದರೆ ಅವುಗಳನ್ನು ಇದ್ದ ಹಾಗೆ ವರ್ಣಿಸಿದರೆ ವಿಮರ್ಶಕರು ಅದನ್ನು magic realism ಅಥವಾ 'ಮಾಂತ್ರಿಕ ವಾಸ್ತವವಾದಿ' ಶೈಲಿಯೆಂದು ಕರೆಯುತ್ತಾರೆ. ದಿವಾಕರರ ಕಾವ್ಯದ ಮೇಲೆ ಈ ಶೈಲಿಯ ಪ್ರಭಾವ ಖಂಡಿತ ಇದೆ. ಆದರೆ ಅದು ಅನುಕರಣವಲ್ಲ. ದಿವಾಕರರ ಲೋಕದೃಷ್ಟಿಯೇ ಹಾಗಿದೆ. 1998ರಲ್ಲಿ ಪ್ರಕಟವಾದ ಮೊದಲ ಕವನಸಂಕಲನದಲ್ಲಿಯೇ ಈ ಮಾದರಿಯ ಪದ್ಯಗಳಿವೆ. ಉದಾಹರಣೆಗೆ 'ಪೋಲೀಸರು iತ್ತು ಕಳ್ಳರು' ಪದ್ಯವನ್ನು ನೋಡಬಹುದು. ಈ ಪದ್ಯ ಶುರುವಾಗುವುದೇ ಜಗತ್ತಿನ ಮನುಷ್ಯರ ಬಗೆಗಿನ ವರ್ಗೀಕರಣದಿಂದ.

ಯಾವಾಗಲೂ
ಕೆಲವರು ಪೋಲೀಸರು
ಇತರರು ಕಳ್ಳರು

ಈ ಪದ್ಯದಲ್ಲಿ ಬರುವ ಅಸಾಮಾನ್ಯ ಕಳ್ಳರು ಮುಗುಳ್ನಗೆಯ ಚೂರುಗಳು, ಋತುಗಳ ಪಿಸುಮಾತುಗಳು ಇವುಗಳನ್ನೆಲ್ಲ ಕದಿಯುತ್ತಾರೆ. ಹುಡುಗಿಯೊಬ್ಬಳ ಹೃದಯವನ್ನು ಅವರು ಕದ್ದಾಗ

ದಿವಾಕರ್ ಕವಿತೆಗಳಲ್ಲಿ ಯಾವ ಪದವೂ ಪ್ರತಿಮೆಯೂ ಯಾದೃಚ್ಛಿಕವಾದುದಲ್ಲ. ಕವಿತೆಗಳನ್ನು ಕಟ್ಟುವುದರಲ್ಲಿ ಅವರು ವಹಿಸುವ ಕಟ್ಟೆಚ್ಚರ ವಿಶ್ವದ ಆಧುನಿಕ ಕವಿಗಳಲ್ಲಿ ಅಗ್ಗಳವಾದವರನ್ನು ನೆನಪಿಸುತ್ತದೆ.

ದಿವಾಕರರ ಕಾವ್ಯದ ವೈಶಿಷ್ಟತೆಯ ಒಂದು ದ್ಯೋತಕವೆಂದರೆ ಕಾವ್ಯ ಮತ್ತು ವೈಚಾರಿಕತೆಯ ಸಂಬಂಧದ ಪರಿ. ಕಾವ್ಯ ಆರ್ಷೇಯವಾಗಲಿ ಆಧುನಿಕವಾಗಲಿ, ಅದು ಒಂದು ವೈಚಾರಿಕ ನಿಲುವಿನ ಪದ್ಯಾತ್ಮಕ ತರ್ಜುಮೆ ಅಲ್ಲ. ಆದರೆ ಬಹುತೇಕ ಕಾವ್ಯ ಕಾವ್ಯಪೂರ್ವ ವೈಚಾರಿಕ ನಿಲುವಿನ ನಕಲಾಗಿರುತ್ತದೆ. ಉದಾಹರಣೆಗೆ: ಪೊನ್ನನ ಕಾವ್ಯ ಒಂದು ವೈಚಾರಿಕ ಗ್ರಹಿಕೆಯನ್ನು ಕನ್ನಡಿಸಿದರೆ ಪಂಪ, ರನ್ನರ ಕಾವ್ಯ ಅಭಿವ್ಯಕ್ತಿಯ ತುರ್ತಿನಲ್ಲಿ ಭಾಷಿಕ ವಿಶಿಷ್ಟಾನುಭವವನ್ನು ಕಟ್ಟಿಕೊಟ್ಟು ನಮ್ಮ ಭಾಷಾಂಗವನ್ನು ವಿಸ್ತರಿಸುತ್ತದೆ. ಆಗ ಕಾವ್ಯ ಕೇವಲ ಒಂದು ಧಾರ್ಮಿಕ, ರಾಜಕೀಯ ಸಿದ್ಧಾಂತದ ಮುಖವಾಣಿಯಾಗಿರುವುದಿಲ್ಲ. ಈ ಅಪಾಯದಿಂದ ತಪ್ಪಿಸಿಕೊಂಡ ಕವಿತೆಗಳು ಇನ್ನೊಂದು ಅಷ್ಟೇ ಖತರನಾಕ್ ಅಪಾಯಕ್ಕೆ ಸಿಕ್ಕುತ್ತವೆ. ಅದು ಕಲಾತ್ಮಕ ಸಿದ್ಧಾಂತಗಳ ಗುಲಾಮತನ. ನನ್ನ

ಪೋಲೀಸರು ಅವರ ಬೇಟೆಯಾಡಿ ಹೃದಯವನ್ನು ವಾಪಸ್ಸು ತಂದು ಹುಡುಗಿಗೆ ಕೊಡುತ್ತಾರೆ. ಅವಳು ಬೇಡವೆಂದರೆ ಕೂಡ ಅವಳ ಗಂಟಲಿನೊಳಕ್ಕೆ ಹೃದಯವನ್ನು ತುರುಕುತ್ತಾರೆ! ಇನ್ನೊಂದು ಗಪದ್ಯದಲ್ಲಿ ಪ್ರೊಫೆಸರ್ ರಾಘವಾಚಾರ್ಯರು ಲೈಬ್ರರಿಯಿಂದ ಹೊರಗೆ ಬಂದರೆ ಅವರ ಜಗತ್ತು ಹಠಾತ್ತಾಗಿ ಕಳೆದುಹೋಗಿರುತ್ತದೆ.

ಇದೆಲ್ಲ ಶೈಲಿ, ಲೋಕದರ್ಶನದ ಮಾತಾಯಿತು. ಇರಲಿ, ದಿವಾಕರರ ಇತ್ತೀಚಿನ ಕವನ ಸಂಕಲನ 'ವಿಧಾನ ಸಭೆಯಲ್ಲೊಂದು ಹಕ್ಕಿ' ಸಮಕಾಲೀನ ರಾಜಕೀಯ ಹಾಗೂ ಸಮಾಜದ ತೀವ್ರವಾದ ವಿಮರ್ಶೆಯಾಗಿದೆ. ಬೆಂಗಳೂರಿನಂಥ ಮಹಾನಗರಕ್ಕೆ ಕೆಲಸಕ್ಕೆ ಬಂದು ತಲೆಯ ಮೇಲೆ ಸೂರು ಇಲ್ಲದ ಕುಟುಂಬವೊಂದು ರಾಜಕೀಯ ಪಕ್ಷವೊಂದರ ಬ್ಯಾನರ್‌ಗಳಿಂದ ಒಂದು ಗೂಡು ಕಟ್ಟಿಕೊಳ್ಳುತ್ತದೆ. ಒಂದು ವಾರದಲ್ಲಿ ಆ ಸ್ಥಳದಲ್ಲಿ ಇನ್ನೊಂದು ಪಕ್ಷದ ರ್‍ಯಾಲಿ. ಈ ಗೂಡಿಗೆ ಬೆಂಕಿ ಹಚ್ಚಿ ಆಮೇಲೆ ಭಾರಿ ಕಾರ್ಡ್‌ಬೋರ್ಡ್ ಬಾಕ್ಸ್‌ಗಳನ್ನು ಕೊಟ್ಟು ಮನೆಕಟ್ಟಿಕೊಳ್ಳಿ ಎಂದು ಆ ಪಕ್ಷದ ಕಾರ್ಯಕರ್ತರು ಹೇಳುತ್ತಾರೆ. ಪದ್ಯದ ಹೆಸರು ಮಾರ್ಮಿಕವಾಗಿದೆ – 'ಫಲಾನುಭವಿಗಳು'. ಗ್ರೀಕ್ ಪುರಾಣವೊಂದರಲ್ಲಿ ಪ್ರೊಕ್ರೊಸ್ಟಸ್ ಎನ್ನುವವನು ಕಬ್ಬಿಣದ ಮಂಚಕ್ಕೆ ಜನರನ್ನು ಕಟ್ಟಿ ಅವರು ಮಂಚಕ್ಕಿಂತ ಉದ್ದವಿದ್ದರೆ ಅವರ ಉದ್ದವನ್ನು ಕತ್ತರಿಸಿಬಿಡುತ್ತಿದ್ದ. ಉದ್ದವಿಲ್ಲದಿದ್ದರೆ ಮಂಚ ಎಳೆದು ಹಿಗ್ಗಿಸುತ್ತಿದ್ದ. ಈ ಪುರಾಣದಿಂದಾಗಿ ಅಸಹನೀಯವಾದ ಹಿಂಸೆಗೆ procrustean ಎನ್ನುವ ಪದವು ಬಳಕೆಗೆ ಬಂದಿದೆ. ಈ ಪದ್ಯದ ಕೊನೆಯ ಸಾಲುಗಳು ಹೀಗಿವೆ:

ಪ್ರಕಾರ ಬಹುತೇಕ ಕನ್ನಡ ಆಧುನಿಕ ಕಾವ್ಯ ಇತ್ತ ಸಮಾಜೋರಾಜಕೀಯ ಸಿದ್ಧಾಂತಕ್ಕೆ ಅಥವಾ ಕಾವ್ಯ ಹೀಗಿರಬೇಕೆಂದು ಪೂರ್ವನಿರ್ಧಾರ ಮಾಡಿರುವ ಕಲಾತ್ಮಕ ಸಿದ್ಧಾಂತಗಳಿಗೆ ಗುಲಾಮನಾಗಿರುತ್ತದೆ. ಅತ್ಯಂತ ಶ್ರೇಷ್ಠ ಆಧುನಿಕ ಕಾವ್ಯ ಕಾವ್ಯಭಾಷೆಯನ್ನು ವೈಚಾರಿಕ ಮತ್ತು ಕಲಾತ್ಮಕ ಎಂಬ ಇಬ್ಬಗೆಯ ಸರ್ವಾಧಿಕಾರದಿಂದ ಬಿಡಿಸಿಕೊಟ್ಟು ತಾಜಾ ಅನುಭವವನ್ನು ಭಾಷೆಯ ಮೂಲಕ ನೀಡುತ್ತದೆ. ಅಂದರೆ ದಿವಾಕರರ ಕಾವ್ಯ ವೈಚಾರಿಕ ಅಥವಾ ಕಲಾತ್ಮಕ ಶೂನ್ಯತೆಯಿಂದ ಸೊರಗಿದೆ ಎಂದು ನಾನು ಹೇಳುತ್ತಿಲ್ಲ. ಅವುಗಳ ಪೂರ್ವಗ್ರಹದಿಂದ ಬಿಡುಗಡೆ ಹೊಂದಿ ಭಾವಕ್ಷಣವೊಂದರ ಅನನ್ಯತೆಯನ್ನು, ಅದ್ವಿತೀಯತೆಯನ್ನು ಕಾವ್ಯವಾಗಿ ನಿರ್ಮಿಸುತ್ತಿದೆ. ಇದು ಯಾವುದೇ ಭಾಷೆಯ ಕಾವ್ಯದಲ್ಲೂ ಕಾರ್ಯಕಾರಣದೊಂದಪೂರ್ವ ನಟನೆ. ಈ ತೆರನ ಕಾವ್ಯಕಾಯಕದ ಅನುಭವ ಸಾಪೇಕ್ಷತೆಯಿಂದ, ಅದ್ವಿತೀಯ ಭಾ?ನಿರ್ಮಿತಿಯಿಂದ ವಿಶ್ವದ ಆಧುನಿಕ ಕಾವ್ಯ ನಮಗೆ ಪ್ರಿಯವಾಗುವುದೇ ಹೊರತು ಕೆಳಮಟ್ಟದ ಆಧುನಿಕ ಕಾವ್ಯದಲ್ಲಿರುವ ಭಾಷೆಯ ಸರ್ಕಸ್ಸಿನಿಂದಲ್ಲ.

ಪದವನರ್ಪಿಸಬಹುದಲ್ಲದೆ ಪದಾರ್ಥವನರ್ಪಿಸಬಹುದೆ? ಇದು ಅಲ್ಲಮ ಕೇಳಿದ ಪ್ರಶ್ನೆ. ಇದಕ್ಕೆ ಉತ್ತರವೋ ಎಂಬಂತೆ ದಿವಾಕರರು ಪದಗಳ ಮೂಲಕ ಪದಾರ್ಥಗಳನ್ನೂ ನಿರ್ಮಿಸುವ ಕಾರಣ ಕನ್ನಡ ಕಾವ್ಯವಂಚಿತವಾದ ಒಂದು ಆಧುನಿಕ ಕಾವ್ಯಸಾಧ್ಯತೆಯನ್ನು ಕನ್ನಡಕ್ಕೆ ತಂದುಕೊಡುವ ಮೂಲಕ ತೀರಾ ಅಪರೂಪದ ಕವಿಗಳಾಗಿದ್ದಾರೆ.

—ಎಚ್.ಎಸ್. ಶಿವಪ್ರಕಾಶ್

'ಸೋತ ಕಣ್ಣುಗಳನ್ನು ಮಿಟುಕಿಸುವ ಮಧ್ಯಾಹ್ನ'
ಸಂಕಲನಕ್ಕೆ ಬರೆದ 'ಮುಮ್ಮಾತು'ವಿನ ಆಯ್ದ ಭಾಗ.

ಥೆಸುಮಸ್ ಅವನನ್ನು ಕೊಂದನೇನೋ ಸರಿ
ಆದರೆ ಜನನಾಯಕರಿಗೆಲ್ಲ ಅವನೇ ಮಾದರಿ.
ಎಲ್ಲರನ್ನೂ ಒಂದೇ ವಿಚಾರಕ್ಕೆ ಒಗ್ಗಿಸುವ
ಬಡಿದು ಕಡಿದು ಒಂದೇ ಪ್ರಮಾಣಕ್ಕೆ ಬಗ್ಗಿಸುವ
....
ಇದ್ದರೆಷ್ಟು ಚೆನ್ನ ಎಲ್ಲರೂ ಒಂದೇ ರೀತಿ
ಅದಕ್ಕೆ ಬೇಕೇಬೇಕು ಹಲವರ ಆಹುತಿ

ಈ ರಾಜಕೀಯದ ಬಗ್ಗೆ ಟಿಪ್ಪಣಿ ಅನಗತ್ಯವೆಂದು ತೋರುತ್ತದೆ. ಈ ಸಂಕಲನದ ಎರಡು ಪದ್ಯಗಳು ನಮ್ಮ ಕಾಲದ ಬರಹಗಾರನ ದಿನಚರಿಯಿಂದ ಆಯ್ದ ಭಾಗಗಳಂತಿವೆ. ಒಂದು 'ಕರ್ಮಣಿ ಪ್ರಯೋಗ.' ಕೊಳವೆ ಬಾವಿಗೆ ಒಬ್ಬ ಹುಡುಗ ಬಿದ್ದು ಸಾಯುತ್ತಾನೆ. ಹಸಿದ ಹೊಟ್ಟೆಯ ಒಬ್ಬ ಹೋಟೆಲ್‌ನಿಂದ ಒಂದು ಲೋಟ ಕದ್ದು ಏಳು ವರ್ಷ ಜೈಲಿನಲ್ಲಿ ಕೊಳೆಯುತ್ತಾನೆ. ಹದಿಹರೆಯದ ಹುಡುಗಿಯೊಬ್ಬಳ ಗ್ಯಾಂಗ್ ರೇಪ್ ಆಗುತ್ತದೆ. ಇಂಥ ವ್ಯವಸ್ಥೆಯ ಪ್ರಜೆಗಳಾದ ನಾವು ಹೇಗಿದ್ದೇವೆ?

... ದೊಡ್ಡವರು ಯಾರೇ ಬರಲಿ
ಎದ್ದು ನಿಲ್ಲುತ್ತೇವೆ ಅಸ್ಥಿಪಂಜರಗಳು
ಅತೀವ ಗೌರವದಿಂದ
('ಕರ್ಮಣಿ ಪ್ರಯೋಗ')

ಇಡೀ ಪದ್ಯದ ಮುಖ್ಯ ವಾಕ್ಯಗಳು ಕರ್ಮಣಿ ಪ್ರಯೋಗವನ್ನು ಬಳಸಿಕೊಳ್ಳುತ್ತವೆ. ಏಕೆಂದರೆ ಈ ಕೆಡುಕಿನ ಕ್ರಿಯೆಗಳನ್ನು ಮಾಡಿದವರ ಅಂದರೆ ಕರ್ತೃಗಳ ಹೆಸರನ್ನು ಹೇಳುವಂತಿಲ್ಲ. ಹೀಗಾಗಿ ಅಮಾಯಕರು ಕೇವಲ ಕೊಲ್ಲಲ್ಪಡುತ್ತಾರೆ. ಅವರನ್ನು ಯಾರೂ ಕೊಲ್ಲುವುದಿಲ್ಲ. ನಮ್ಮ ಕಾಲದ ಅಗೋಚರವಾದ ಅಥವಾ ಕರ್ತೃಗಳು ಮಾತ್ರ ಅಗೋಚರವಾಗಿರುವ ಹಿಂಸೆಯ ಅದ್ಭುತವಾದ ವ್ಯಾಖ್ಯಾನವಿದಾಗಿದೆ. ಸಂಕಲನದ ಕೊನೆಯ ಪದ್ಯವಾಗಿರುವ 'ಚಿತ್ರಹಿಂಸೆ' ಅನೇಕ ರೀತಿಯಲ್ಲಿ ಭರತವಾಕ್ಯವೂ ಆಗಿದೆ.

ಏನೂ ಬದಲಾಗಿಲ್ಲ
ದೇಹವೆನ್ನುವುದೊಂದು ನೋವಿನ ಜಲಾಶಯ;
....
ಹಿಂಸೆಯೆನ್ನುವುದು ಮೊದಲು ಹೇಗಿತ್ತೋ ಹಾಗೆಯೇ,
ಭೂಮಿ ಮಾತ್ರ
ಮುರುಟಿಕೊಂಡಿದೆ.

ದಿವಾಕರರ ಪದ್ಯಗಳು ಆಳವಾದ ವಿಷಾದದಿಂದ ಕೂಡಿವೆ. ಮನುಷ್ಯ ಚರಿತ್ರೆಯ ಸ್ವಭಾವದ ಬಗ್ಗೆ ತಬ್ಬಿಬ್ಬುಗೊಳಿಸುವ ಪ್ರಶ್ನೆಗಳು ಇವುಗಳಲ್ಲಿ ತುಂಬಿಕೊಂಡಿವೆ. ಅಡಿಗರ ಪದ್ಯವೊಂದರ ಶೀರ್ಷಿಕೆಯನ್ನು ಬಳಸಿಕೊಳ್ಳುವ 'ಇಂದು ನಮ್ಮೀ ನಾಡು 2020' ಪದ್ಯದಲ್ಲಿಯೂ ಸದ್ಯದ

ಸ್ಥಿತಿಯ ಬಹುಕಾಲ ಕಾಡುವ ವ್ಯಾಖ್ಯಾನವಿದೆ:

ಇಂದು ನಮ್ಮೀನಾಡು ಮನುಷ್ಯ ಮಾತ್ರರ ಕೊಂದು
ಹೆಗ್ಗಣವ ಬದುಕಿಸುತ್ತಿರುವ ಪ್ಲೇಗು;
.....
ಮಾತಿರದೆ ಕೂತು ಬಿಟ್ಟರೆ ಭೂತ, ಕಣ್ಣೆದಿರು
ಅರೆಸತ್ತು ಬಿದ್ದಿರುವ ವರ್ತಮಾನ
....
ವೇಷ ಕಟ್ಟಿರುವ ಮಿಥ್ಯೆಗಳ ಮೇಘ ನೃತ್ಯ
....
ಹಿಂಸೆಯೊಂದೇ ಇಲ್ಲಿ ನಿತ್ಯಸತ್ಯ

ಅಪರೂಪಕ್ಕೆ ಎನ್ನುವಂತೆ 'ಪ್ರಾಸ'ದಂಥ ಪದ್ಯದಲ್ಲಿ ಸಾಮರಸ್ಯ ಸಂಬಂಧಗಳ ಇತ್ಯಾತ್ಮಕವಾದ ಪ್ರಸ್ತಾಪವಿದೆ. ಅಲ್ಲದೇ ದಿವಾಕರರಿಗೆ ಪ್ರಿಯವಾದ ಸಂಗೀತಗಾರರ ಬಗೆಗಿನ ಪದ್ಯಗಳು ಸ್ವತಃ ಅದ್ಭುತ ಕಲಾಕೃತಿಗಳಾಗಿವೆ. ಮನುಷ್ಯರ ಪ್ರತಿಭೆಯ ಸಾಧ್ಯತೆಗಳ ಬಗೆಗಿನ ಪದ್ಯಗಳಾಗಿವೆ. ಹಾಗೆಯೇ ಅನೇಕ ಪದ್ಯಗಳು ವರ್ಣಚಿತ್ರಕಲೆಯ ಉದಾಹರಣೆಗಳಾಗಿವೆ.

●

ಉತ್ತರ-ದಕ್ಷಿಣ ದಿಕ್ಕುಗಳನ್ನು ಬಲ್ಲವರು

ಎನ್.ಎ.ಎಂ. ಇಸ್ಮಾಯಿಲ್

ಸಂಸ್ಕೃತ ಗ್ರಂಥಗಳ ಆ ಮಹತ್ತರವಾದ ಬ್ರಹ್ಮಾಸ್ತ್ರ, ವಿಮಾನ, ತಪಶ್ಶಕ್ತಿಗಳು, ಈ ಪಾಪಿ ಮದ್ದುಗುಂಡು, ರೈಲು, ವಿದ್ಯುಚ್ಛಕ್ತಿಗಳ ಕಾಲದಲ್ಲಿ, ಅದ್ಭುತ ಭ್ರಾಂತಿಗಳಾಗಿ ರುಚಿಸದಿರುವವು. ಇನ್ನೂ ಅವುಗಳನ್ನೇ ಕಟ್ಟಿಕೊಂಡು ಹೆಣಗಾಡದೆ ಕಾಲಾನುಗುಣವಾದ ಗ್ರಂಥಗಳಿಂದಲೂ, ಅವುಗಳ ರೀತಿಯಿಂದಲೂ, ಕನ್ನಡದ ಗ್ರಂಥಗಳನ್ನು ಪ್ರಚುರತೆಗೆ ತರಲು ಆಂಗ್ಲೇಯ ಕರ್ಣಾಟಕ ವಿದ್ಯಾವಂತರು 'ಸಿರಿಗನ್ನಡಂಗೆಲ್ಗೆ' ಅಂದರೇನೆ ಕನ್ನಡವು ಮುಂದೆ ವೃದ್ಧಿಯಾಗುವುದು.

–ಎಂ. ಎಲ್. ಶ್ರೀಕಂಠೇಶಗೌಡ

'ಪ್ರತಾಪರುದ್ರದೇವ' ನಾಟಕದ ಮುನ್ನುಡಿಯಿಂದ (16 ಡಿಸೆಂಬರ್ 1895)

ಅನುವಾದಗಳ ಮೂಲಕವೇ ನಮ್ಮದಲ್ಲದ ಅನ್ಯ ಭಾಷೆಗಳಲ್ಲಿರುವ ಸಾಹಿತ್ಯ ಸಂಪತ್ತಿನ ಪ್ರಭಾವ ನಮ್ಮ ಮೇಲೆ ಬೀಳಬೇಕಾಗಿದೆ. ಅದರಿಂದ ಜಗತ್ತಿನ ಬೇರೆ ಬೇರೆ ಜನರಲ್ಲಿ, ಸಮಾಜಗಳಲ್ಲಿ, ಆದರ್ಶಗಳಲ್ಲಿ ತಮ್ಮ ಮನಸ್ಸನ್ನು ತಣಿಸಿಕೊಂಡ ಅನ್ಯ ಬರಹಗಾರರ ಪ್ರತಿಭೆಯ ಇಣುಕುನೋಟ ನಮಗೆ ಸಿಕ್ಕೀತು, ನಮ್ಮ ಮನಸ್ಸು ಹಿಗ್ಗೀತು. ಅಂಥ ಕೆಲಸ ಕಷ್ಟ ಸಾಧ್ಯ ಎಂಬುದರಿಂದಲೇ ನಾವು ಅದಕ್ಕಾಗಿ ಕ್ರಮಬದ್ಧ ವ್ಯವಸಾಯವನ್ನು ಮಾಡುತ್ತಲೇ ಇರಬೇಕು.

–ಕೆ. ಶಿವರಾಮ ಕಾರಂತ

1984ರ ಮಾರ್ಚ್ ತಿಂಗಳಲ್ಲಿ ದಿಲ್ಲಿಯಲ್ಲಿ ನಡೆದ ಅಂತರರಾಷ್ಟ್ರೀಯ ಅನುವಾದ ಸಾಹಿತ್ಯ ಸಮ್ಮೇಳನದ ದಿಕ್ಸೂಚಿ ಉಪನ್ಯಾಸದ ಕನ್ನಡ ಅನುವಾದದಿಂದ, ರುಜುವಾತು, ಸಂಚಿಕೆ 17 (ಜನವರಿ–ಮಾರ್ಚ್, 1985)

ಲೇಖಕರು ತಮ್ಮ ತಮ್ಮ ಭಾಷೆಗಳಲ್ಲಿ ರಾಷ್ಟ್ರೀಯ ಸಾಹಿತ್ಯವನ್ನು ಸೃಷ್ಟಿಸುತ್ತಾರೆ. ಆದರೆ ವಿಶ್ವಸಾಹಿತ್ಯವನ್ನು ಬರೆಯುವುದು ಅನುವಾದಕರು.

–ಜೋಸೆ ಸೆರಮಾಗೋ

1998ರಲ್ಲಿ ಸಾಹಿತ್ಯಕ್ಕಾಗಿ ನೊಬೆಲ್ ಪಡೆದ ಪೋರ್ಚುಗೀಸ್ ಲೇಖಕ

ಯಹೂದ್ಯರ ಪವಿತ್ರ ಗ್ರಂಥ 'ತೋರಾ'ದ ಮೂಲ ಪಠ್ಯವಿದ್ದದ್ದು ಹೀಬ್ರೂ ಭಾಷೆಯಲ್ಲಿ. ಬೈಬಲ್‌ನ ಹಳೆಯ ಒಡಂಬಡಿಕೆಯ ಆರಂಭದ ಐದು ಪುಸ್ತಕಗಳು ಯಹೂದ್ಯರ ಮಟ್ಟಿಗೆ ಪವಿತ್ರ. ಇವನ್ನು ಕ್ರೈಸ್ತರು 'ಮೋಸೇಸ್‌ನ ಐದು ಪುಸ್ತಕಗಳು' ಎಂದು ಗುರುತಿಸುತ್ತಾರೆ. ಕ್ರಿಸ್ತಪೂರ್ವ 3ನೇ ಶತಮಾನದಲ್ಲಿ ಈ ಗ್ರಂಥವನ್ನು ಹೀಬ್ರೂ ಭಾಷೆಯಿಂದ ಗ್ರೀಕ್ ಭಾಷೆಗೆ ಅನುವಾದಿಸಲಾಯಿತು. ಈಜಿಪ್ಟ್ ಕೇಂದ್ರವಾಗಿದ್ದ ಗ್ರೀಕ್ ಸಾಮ್ರಾಜ್ಯಕ್ಕೆ ಆಗ ಫರೋಅ ಆಗಿದ್ದ ಇಮ್ಮಡಿ ಟಾಲೆಮಿ ಫಿಲಾಡೆಲ್ಫಸ್‌ನ ಆಸಕ್ತಿಯಿಂದ ಈ ಅನುವಾದ ಕಾರ್ಯ ನಡೆಯಿತು. ಈ ಸಂಬಂಧ ಇರುವ ಐತಿಹ್ಯದ ಪ್ರಕಾರ ಇಸ್ರೇಲಿನ ಎಲ್ಲಾ 12 ಬುಡಕಟ್ಟುಗಳಿಂದ ತಲಾ ಆರು ಮಂದಿಯಂತೆ 72 ವಿದ್ವಾಂಸರನ್ನು ಆರಿಸಲಾಯಿತು. ಆ ಎಲ್ಲರೂ ಹೀಬ್ರೂ ಮತ್ತು ಗ್ರೀಕ್ ಭಾಷೆಗಳನ್ನು ಬಲ್ಲವರಾಗಿದ್ದರು. ಜೆರುಸಲೇಮಿನಿಂದ ಅವರೆಲ್ಲರನ್ನು ಅಲೆಕ್ಸಾಂಡ್ರಿಯಾಕ್ಕೆ ಕರೆಯಿಸಿಕೊಂಡು, 72 ಭಿನ್ನ ಕೋಣೆಗಳಲ್ಲಿ ಅವರನ್ನು ಇರಿಸಲಾಯಿತು. ಯಾರೊಬ್ಬರಿಗೂ ಅವರನ್ನು ಕರೆಯಿಸಿಕೊಂಡದ್ದೇಕೆಂದು ಗೊತ್ತಿರಲಿಲ್ಲ. ಆ 72 ಕೋಣೆಗಳನ್ನೂ ಸಂದರ್ಶಿಸಿದ ಇಮ್ಮಡಿ ಟಾಲಮಿ, 'ನಿಮ್ಮ ಗುರು ಮೋಶೆಯ ತೋರಾವನ್ನು ನನಗಾಗಿ ಬರೆಯಿರಿ' ಎಂದು ಆದೇಶಿಸಿದ. ಆಮೇಲೆ 72 ಮಂದಿಯೂ ಭಾಷಾಂತರ ಕಾರ್ಯದಲ್ಲಿ ನಿರತರಾದರು. ಅವರು ಕೆಲಸ ಮುಗಿಸಿದಾಗ ಎಲ್ಲಾ 72 ಭಾಷಾಂತರಗಳೂ ಒಂದೇ ರೂಪದಲ್ಲಿರುವಂತೆ ದೇವರು ನೋಡಿಕೊಂಡಿದ್ದನಂತೆ!

ತೋರಾದ ಈ ಗ್ರೀಕ್ ಭಾಷಾಂತರವನ್ನು 'ಸೆಪ್ಟುವಾಗಿಂಟ್' (Septuagint) ಎಂದು ಗುರುತಿಸುತ್ತಾರೆ. ಈ ಭಾಷಾಂತರ ಪ್ರಕ್ರಿಯೆಯ ಬಗ್ಗೆ ಆಳವಾದ ಅಧ್ಯಯನ ನಡೆಸಿರುವ ಪ್ರಮುಖ ವಿದ್ವಾಂಸರಲ್ಲಿ ಜಾನ್ ಎ ಬೆಕ್ ಒಬ್ಬ. ಬೈಬಲ್‌ನ ಸ್ಥಳಗಳ ಭೌಗೋಳಿಕ ವ್ಯಾಪ್ತಿಯ ಕುರಿತೇ ಬಹಳ ಸಂಶೋಧನೆಗಳಿಗಾಗಿಯೂ ಈತ ಪ್ರಸಿದ್ಧ. ಕತೆ ಎಂಬ ಪರಿಕಲ್ಪನೆಯನ್ನು ವಿವರಿಸಿಕೊಂಡು ಬೆಕ್ ಕೇಳುವ ಪ್ರಶ್ನೆ ಮತ್ತು ಅದಕ್ಕೆ ಕಂಡುಕೊಳ್ಳುವ ಉತ್ತರ ಬಹಳ ಕುತೂಹಲಕಾರಿಯಾಗಿದೆ. ಬೆಕ್‌ನ ಅಭಿಪ್ರಾಯದಂತೆ ಕತೆಯೆಂದರೆ ಬಹಳ ಸೂಕ್ಷ್ಮ ಕಸುಬುದಾರಿಕೆಯೊಂದಿಗೆ

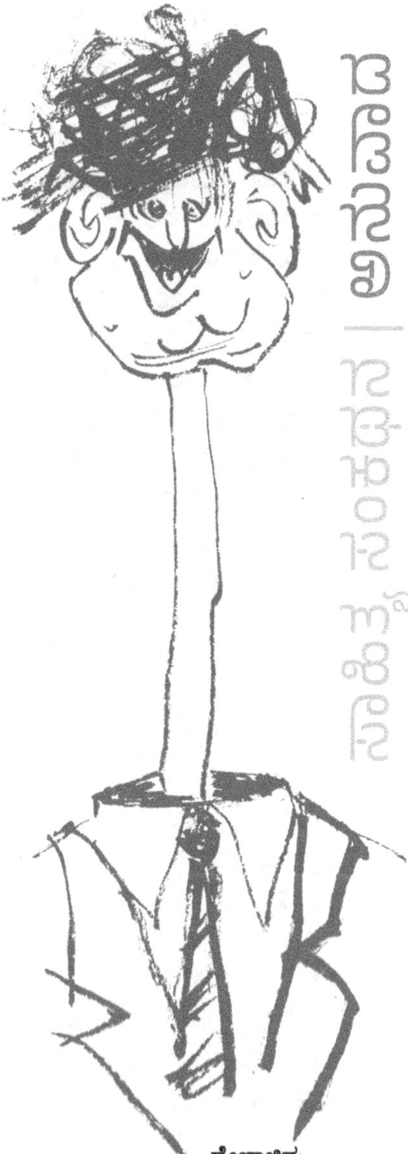

ರೇಖಾಚಿತ್ರ:
ಎಸ್. ದಿವಾಕರ್

ನಿರ್ಮಿಸಲಾಗಿರುವ ಕಲಾಕೃತಿ. ವಸ್ತುವಿನ ಆಯ್ಕೆಯಿಂದ ನಿರೂಪಣೆಯ ತನಕ ಎಲ್ಲವೂ ಓದುಗರ ಆಸಕ್ತಿಯನ್ನು ಉಳಿಸಿಕೊಂಡು ಅವರ ಪ್ರತಿಕ್ರಿಯೆಯನ್ನು ರೂಪಿಸುವ ಕೆಲಸ ಮಾಡುತ್ತದೆ. ಒಟ್ಟಿನಲ್ಲಿ ಈ ಕಥನಕ್ರಿಯೆ ಸಂದೇಶವೊಂದನ್ನು ಸಂವಹಿಸುವ ಕಲೆ. ಭಾಷೆ ಈ ಪ್ರಕ್ರಿಯೆಯ ಬಹುಮುಖ್ಯ ಸಾಧನ. ಇಂಥ ಕತೆಯನ್ನು ಭಾಷಾಂತರಿಸಿದಾಗ ಅದರ ಅವಿಭಾಜ್ಯ ಅಂಗವಾಗಿದ್ದ ಕಲೆಗೂ ಅದರಲ್ಲಿ ಅಡಕವಾಗಿರುವ ಸಂದೇಶಕ್ಕೆ ಏನು ಸಂಭವಿಸುತ್ತದೆ? ಎಂಬುದು ಅವನು ಕೇಳಿಕೊಳ್ಳುವ ಪ್ರಶ್ನೆ.

ಸೆಪ್ಟುವಾಗಿಂಟ್ ಭಾಷಾಂತರ ಸಂದರ್ಭಕ್ಕೆ ಅನ್ವಯಿಸಿಕೊಂಡು ತನ್ನ ಪ್ರಶ್ನೆಗೆ ಜಾನ್ ಎ ಬೆಕ್ ಕಂಡುಕೊಂಡಿರುವ ಉತ್ತರವನ್ನು ಹೀಗೆ ಸಂಕ್ಷೇಪಿಸಬಹುದು: ಆಕರ ಭಾಷೆ ಮತ್ತು ಗಮ್ಯ ಭಾಷೆಗಳ ಶಿಲ್ಪಗಳಲ್ಲಿ ಪರಸ್ಪರ ಹೊಂದಿಕೊಳ್ಳುವ ಯಾವ ಲಕ್ಷಣಗಳೂ ಇರಲಿಲ್ಲ, ಆದ್ದರಿಂದ ಭಾಷಾಂತರಕಾರರು ಕೆಲವು ನಿರ್ಧಾರಗಳನ್ನು ತೆಗೆದುಕೊಳ್ಳಲೇಬೇಕಿತ್ತು. ಆಕರ ಭಾಷೆಯಲ್ಲಿರುವ ರೂಪಕವೊಂದನ್ನು ಅಲ್ಲಿರುವಂತೆಯೇ ಹೇಳಿದರೆ ಗಮ್ಯ ಭಾಷೆಯ ಸಂದರ್ಭದಲ್ಲಿ ಅದು ಅರ್ಥಹೀನವಾಗಿಬಿಡುತ್ತಿತ್ತು. ಆಗ ಭಾಷಾಂತರಕಾರ ಆಕರ ಭಾಷೆಯ ಪಠ್ಯದ ಕಲಾತ್ಮಕ ರೂಪದ ಮೇಲೆ ಪರಿಣಾಮ ಬೀರುವ ತೀರ್ಮಾನ ತೆಗೆದುಕೊಳ್ಳುವುದು ಅನಿವಾರ್ಯವಾಗುತ್ತಿತ್ತು. ಆದ್ದರಿಂದ ಭಾಷಾಂತರಕಾರ ಕೈಗೊಳ್ಳುವ ಈ ಬಗೆಯ ಪ್ರಜ್ಞಾಪೂರ್ವಕ ಅಥವಾ ಅಪ್ರಜ್ಞಾಪೂರ್ವಕ ತೀರ್ಮಾನಗಳ ಒಟ್ಟು ವಿನ್ಯಾಸವನ್ನೇ ಭಾಷಾಂತರ ಶೈಲಿ ಎಂದು ನಿರ್ವಚಿಸಿಕೊಳ್ಳಬಹುದು. ಭಾಷಾಂತರಕಾರರ ಈ ತೀರ್ಮಾನಗಳು ಒಂದಕ್ಕಿಂತ ಹೆಚ್ಚು ಅರ್ಥವನ್ನು ಕೊಡುವ ಆಕರ ಭಾಷೆಯ ನಿರ್ದಿಷ್ಟ ಪದವೊಂದನ್ನು ಗಮ್ಯ ಭಾಷೆಯಲ್ಲಿ ಕಂಡುಕೊಳ್ಳುವುದರಿಂದ ತೊಡಗಿ, ಒಟ್ಟು ಪಾತ್ರಗಳ ನಡೆ ಮತ್ತು ಕಥನ ಕ್ರಮದ ತನಕ ಪರಿಣಾಮ ಬೀರುತ್ತದೆ. ಇವೆಲ್ಲವೂ ಸೇರಿ ಓದುಗನ ಸಾಹಿತ್ಯಿಕ ಅನುಭವವನ್ನು ರೂಪಿಸುವುದಷ್ಟೇ ಅಲ್ಲದೆ ಅವನ ಪ್ರತಿಕ್ರಿಯೆಯ ಮೇಲೆ ಪರಿಣಾಮಬೀರುತ್ತವೆ. ಅಂದರೆ ಆಕರ ಭಾಷೆಯ ಕಲಾತ್ಮಕತೆಯ ಮೇಲೆ ಪರಿಣಾಮ ಬೀರುವ ತೀರ್ಮಾನಗಳನ್ನು ಕೈಗೊಂಡು ಗಮ್ಯ ಭಾಷೆಯ ಓದುಗರ ಸಾಹಿತ್ಯಾನುಭವದ ಮೇಲೆ ಪ್ರಭಾವಿಸುವವರು ಕೇವಲ ಭಾಷಾಂತರಕಾರರಾಗಿ ಉಳಿಯುವುದಿಲ್ಲ. ಅವರೂ ಕತೆಗಾರರು ಎಂಬುದು ಜಾನ್ ಎ ಬೆಕ್‌ನ ಪ್ರಮೇಯ.

ಎಸ್. ದಿವಾಕರ್ ಅವರ ಅನುವಾದಗಳನ್ನು ಅರ್ಥ ಮಾಡಿಕೊಳ್ಳುವುದಕ್ಕೆ ಜಾನ್ ಎ ಬೆಕ್‌ನ ಈ ಪ್ರಮೇಯ ಸರಿಯಾದ ಸೈದ್ಧಾಂತಿಕ ಚೌಕಟ್ಟನ್ನು ಒದಗಿಸುತ್ತದೆ ಎಂದರೆ ತಪ್ಪಾಗಲಾರದು.

ಸೆಪ್ಟುವಾಗಿಂಟ್ ಅನುವಾದಕರು ಕೆಲಸವಾರಂಭಿಸಿದ್ದು ರಾಜಾಜ್ಞೆಯ ಕಾರಣಕ್ಕೆ. ದೇವ ವಚನವನ್ನು ಭಾಷೆಯ ಗಡಿದಾಟಿಸಿ ತಲುಪಿಸುವ ಪುಣ್ಯದ ಕೆಲಸದಲ್ಲಿ ತಾವು ತೊಡಗಿದ್ದೇವೆಂಬ ಭಾವನೆ ಅವರಿಗೆ ಪ್ರೇರಕವಾಗಿದ್ದಿರಬಹುದು. ಆದರೆ ಅರ್ಧಶತಮಾನಕ್ಕೂ ಹೆಚ್ಚು ಕಾಲ ಅನುವಾದವನ್ನು ಧ್ಯಾನಿಸಿದ ದಿವಾಕರ್ ಅವರಿಗೆ ಪ್ರೇರಕವಾಗಿದ್ದು ಏನು? ಈ ಪ್ರಶ್ನೆಗೆ ಅವರ ಉತ್ತರವೂ ಕುತೂಹಲಕಾರಿಯಾಗಿದೆ. 'ಟೈಮ್ಸ್ ಆಫ್ ಇಂಡಿಯಾ'ದಲ್ಲಿ ಪ್ರಕಟವಾದ ಸಂದರ್ಶನದಲ್ಲಿ (25 ಡಿಸೆಂಬರ್, 2014) ಈ ಉತ್ತರ ಲಭ್ಯವಿದೆ. ಸಂದರ್ಶಕ ಜಯಂತ್ ಕೋಡ್ಕಣಿಯವರ, 'ಅನುವಾದಕರಾಗಿ ವಿಶ್ವದ ಅತ್ಯುತ್ತಮ ಕತೆಗಳನ್ನು ಕನ್ನಡಕ್ಕ ತಂದಿರುವ ನಿಮ್ಮ ಕೊಡುಗೆ ನಿಮ್ಮ ಸೃಜನಶೀಲ ಸಾಹಿತ್ಯದಷ್ಟೇ ಮೌಲ್ಯಯುತವಾದದ್ದು. ನೀವು ಇದನ್ನು ಆರಂಭಿಸಿದ್ದು ಹೇಗೆ?' ಎಂಬ ಪ್ರಶ್ನೆಗೆ ಉತ್ತರವಾಗಿ ದಿವಾಕರ್ ಹೇಳಿರುವುದು ಹೀಗಿದೆ: ''ನಾನು ಇಂಗ್ಲಿಷ್‌ನಿಂದ ಕನ್ನಡಕ್ಕೆ ಅನುವಾದಿಸತೊಡಗಿದಾಗ ನನ್ನೆದುರು ಬಹಳ ಅದ್ಭುತವಾದ ಉದಾಹರಣೆಗಳಿದ್ದವು, ಬಿಎಂಶ್ರೀ ಹಾಗೂ ಮೂರ್ತಿರಾಯರಂಥವರ ಅನುವಾದಗಳು. ನಾನು ಅನುವಾದವನ್ನು ಆರಂಭಿಸಿದ್ದು ಕನ್ನಡ ಓದುಗರಿಗೆ ಅಂತರರಾಷ್ಟ್ರೀಯ ಸಾಹಿತ್ಯದ ಮಹತ್ವದ ಬಗ್ಗೆ

ಅರಿವು ಮೂಡಿಸುವ ಮಹದುದ್ದೇಶದಿಂದೇನೂ ಅಲ್ಲ. ಆರಂಭದಲ್ಲಿ ನನಗೆ ಅನುವಾದ ಎನ್ನುವುದು ಅಭಿವ್ಯಕ್ತಿಯ ಹಾದಿಗಳನ್ನು ಅನ್ವೇಷಿಸುವ ಕಸರತ್ತಾಗಿತ್ತು. ಹಾಗೆಯೇ ಇದು ಕೃತಿಯೊಂದರ 'ಆಪ್ತ ಓದಿ'ನ ದಾರಿಯಾಗಿತ್ತು.''

ಇಂಗ್ಲಿಷ್ ಅನುವಾದದಲ್ಲಿರುವ ಭಾರತೀಯ ಸಾಹಿತ್ಯದ ಕುರಿತು ಅಧ್ಯಯನ ನಡೆಸಿರುವ ಸುಜಿತ್ ಮುಖರ್ಜಿ ಅನುವಾದದ ಕುರಿತಂತೆ ಹೇಳುವ ಮಾತೊಂದು ದಿವಾಕರ್ ಅವರ 'ಆಪ್ತ ಓದು' ಪರಿಕಲ್ಪನೆಯ ಸಂದರ್ಭದಲ್ಲಿ ಪ್ರಸ್ತುತವಾಗುತ್ತದೆ. Translation as Discovery ಕೃತಿಯ ಪೀಠಿಕೆಯಲ್ಲಿರುವ ಆ ಮಾತು ಹೀಗಿದೆ: ''ಜಾರ್ಜ್ ಸ್ಟೈನರ್‌ನ 'After babel'ನ ಮೊದಲ ಅಧ್ಯಾಯ 'Understanding as Translation'ನಲ್ಲಿರುವ ಚಿಂತನೆಯ ಎಳೆಯೊಂದನ್ನು ಮತ್ತಷ್ಟು ವಿಸ್ತರಿಸಿ ಅರ್ಥ ಮಾಡಿಕೊಂಡರೆ ಒಂದು ಸಾಹಿತ್ಯಿಕ ಪಠ್ಯ ಅದರ ಪೂರ್ಣ ಅರ್ಥವನ್ನು ಸೃಜಿಸುವುದು ಅನುವಾದಕನಿಗೆ ಮಾತ್ರ ಸಾಧ್ಯ.''

ಆಪ್ತ ಓದಿನ ಮೂಲಕ ಸಾಹಿತ್ಯಿಕ ಪಠ್ಯವೊಂದರ ಪೂರ್ಣ ಅರ್ಥವನ್ನು ಗ್ರಹಿಸಲು ಹೊರಟ ದಿವಾಕರ್ ಅವರ ಪ್ರಯತ್ನ ಕಳೆದ ಐದು ದಶಕಗಳ ಅವಧಿಯಲ್ಲಿ ಕನ್ನಡವನ್ನು ಶ್ರೀಮಂತಗೊಳಿಸಿದೆ ಎಂದರೆ ಅದು ಅತಿಶಯೋಕ್ತಿಯಾಗುವುದಿಲ್ಲ. ಇಟಾಲಿಯನ್ ವಾಸ್ತವವಾದಿ ಪಂಥದ ಬಹುಮುಖ್ಯ ಲೇಖಕ ಜಿಯೋವಾನ್ನಿ ವೆರ್ಗಾನ 'ರೋಸ್ಸೋ ಮಾಲ್‌ಪೆಲ್ಲೋ' ಕನ್ನಡಿಗರಿಗೆ 'ಕೆಂಚು ತಲೆ'ಯಾಗಿ ದಕ್ಕಿದ್ದು 1973ರಲ್ಲಿ. ಹತ್ತೊಂಬತ್ತನೇ ಶತಮಾನದ ಉತ್ತರಾರ್ಧದದ ಸಿಸಿಲಿಯಲ್ಲಿದ್ದ ಮರಳು ಗಣಿಯಲ್ಲಿ ಕೆಲಸ ಮಾಡುವ ಬಾಲ ಕಾರ್ಮಿಕನೊಬ್ಬನ ಕತೆಯನ್ನು ಹೇಳುತ್ತಲೇ, ಆ ಕಾಲದ ಕ್ರೂರ ಸಾಮಾಜಿಕ ವಾಸ್ತವವನ್ನು ಈ ಕತೆ ಬಿಚ್ಚಿಡುತ್ತದೆ. ಬಹಳ ಸರಳವಾಗಿದೆ ಎನ್ನಿಸುವ ಈ ಕತೆಯ ಶೈಲಿ ಅನುವಾದಕರ ಮಟ್ಟಿಗೆ ದೊಡ್ಡ ಸವಾಲು. ಏಕೆಂದರೆ ಇದು ಕ್ರೌರ್ಯವನ್ನು ಎಷ್ಟು ನಿರ್ಭಾವುಕ ಪದಗಳಲ್ಲಿ ವರ್ಣಿಸುತ್ತದೆ ಎಂದರೆ, ಅಷ್ಟೇ ನಿರ್ಭಾವುಕ ಪರ್ಯಾಯಗಳನ್ನು ಕಂಡುಕೊಳ್ಳುವುದು ದೊಡ್ಡ ಸವಾಲಿನ ಕೆಲಸ. ಇದನ್ನು ದಿವಾಕರ್ ಅನುವಾದಿಸುವಾಗ 19ನೇ ಶತಮಾನದ ಸಿಸಿಲಿಯನ್ನೇ ಕನ್ನಡಕ್ಕೆ ಆವಾಹಿಸಿ ಸಾಧಿಸಿಬಿಡುತ್ತಾರೆ. ಮಾಸ್ಟರ್ ಮಿಸ್ಸಿಯು ಮರಳ ಗಣಿಯಲ್ಲಿ ಜೀವಂತ ಸಮಾಧಿಯಾದ ನಂತರ ನಡೆಯುವ ಘಟನಾವಳಿಗಳ ವಿವರಣೆ ಇದಕ್ಕೆ ಅತ್ಯುತ್ತಮ ಉದಾಹರಣೆ.

"...ಮುಖ್ಯ ಇಂಜಿನಿಯರರನ್ನು ನೋಡಲು ಜನ ಓಡೋಡಿ ಹೋದರು. ಅವನು ಥಿಯೇಟರಿನಲ್ಲಿದ್ದ. ಅಂದಿನ ನಾಟಕದಲ್ಲಿ ರೋಸ್ಸಿ ಹ್ಯಾಮ್ಲೆಟ್ ಪಾತ್ರ ವಹಿಸಲಿದ್ದುದರಿಂದ ಜನ ತುಂಬಿ ಹೋಗಿದ್ದರು. ಬಿಟ್ಟು ಬರಲು ಆ

ಇಂಜಿನಿಯರಿಗೂ ಮನಸ್ಸಿರಲಿಲ್ಲ. ಹೊರಗಡೆ ಬಡತನ ಬಡಿದ ಹೆಂಗಸರು ಸಾಂತಾಳ ದುರದೃಷ್ಟಕ್ಕಾಗಿ ಎದೆ ಎದೆ ಬಡಿದುಕೊಂಡು ಗೋಳಾಡುತ್ತಿದ್ದರು. ಸಾಂತಾ ಮಾತ್ರ ಏನೂ ಅನ್ನದೆ ಮೌನವಾಗಿ ನಿಂತಿದ್ದಳು. ಡಿಸೆಂಬರಿನ ಚಳಿಗೆ ಸಿಕ್ಕವಳ ಹಾಗೆ ಅವಳ ಹಲ್ಲುಗಳು ಕಟಕಟಿಸುತ್ತಿದ್ದವು. ನಾಲ್ಕು ಗಂಟೆಗಳಿಗೆ ಮೊದಲು ಅಪಘಾತ ನಡೆಯಿತೆಂದು ಇಂಜಿನಿಯರಿಗೆ ಹೇಳಿದಾಗ ಅವನು "ನಾಲ್ಕು ಗಂಟೆ ಆದ ಮೇಲೆ ಬಂದು ಹೇಳಿದರೆ ಏನು ಪ್ರಯೋಜನ?" ಎಂದು ಹೇಳಿದ. ಆದರೂ ಅವನು ಥಿಯೇಟರ್ ಬಿಟ್ಟು ಬಂದ. ಏಣಿಗಳನ್ನೂ ಬ್ಯಾಟರಿಗಳನ್ನೂ ಹೊತ್ತು ಜನ ಹೊರಟರು. ಕುಂಟುಗಾಲಿನ ಮೊಮ್ಮು ಬಾಯಿಬಿಟ್ಟ: "ಕೆಳಗೆ ಕುಸಿದುಬಿದ್ದಿರೋ ಮರಳೆಲ್ಲಾ ಎತ್ತಬೇಕಾದ್ರೆ ಒಂದು ವಾರ ಹಿಡಿಯುತ್ತೆ!"

35–40 ವ್ಯಾಗನ್ ಮರಳು! ಬೆಟ್ಟದ ಹಾಗೆ ಬಿದ್ದ ನುಣುಪಾದ ಮರಳು! ವಾರಗಟ್ಟಳೆ ಗಾಡಿಗಳಿಗೆ ತುಂಬಿ ಕಳುಹಿಸಬಹುದಾದಷ್ಟು ಮರಳು! ಹೆಡ್ಡ ಮಿಸ್ಸಿಯುವಿಗೆ ದೊರೆತ ಸದ್ಗತಿ!

ಎಂಜಿನಿಯರು ಹ್ಯಾಮ್ಲೆಟ್ ನಾಟಕದಲ್ಲಿ ಒಫಿಲಿಯಾಳನ್ನು ದಫನು ಮಾಡುವುದಕ್ಕಾಗಿ ಮತ್ತೆ ಥಿಯೇಟರಿಗೆ ಹೊರಟ...."

ಜಿಯೋವಾನ್ನಿ ವೆರ್ಗಾನ ಕಥನಕ್ರಮದ ಶಕ್ತಿಯಿರುವುದೇ ಘಟನಾವಳಿಗಳನ್ನು ನಿರ್ಲಿಪ್ತವಾಗಿ ನಿರೂಪಿಸುವುದರಲ್ಲಿ. ಕನ್ನಡದಂಥ ಭಾಷೆಗೆ ಇದನ್ನು ಅನುವಾದಿಸುವಾಗ ಸವಾಲಾಗುವುದು ನಿರ್ಭಾವುಕ ನಿರೂಪಣೆಯಷ್ಟೇ ಅಲ್ಲ. ಇದರ ಜೊತೆಗೆ ತರಲೇಬೇಕಾಗಿರುವ ಕನ್ನಡದ ಪರಿಸರಕ್ಕೆ ಸಂಪೂರ್ಣವಾಗಿ ಅನ್ಯವಾಗಿರುವ ವಿವರಗಳು. 19ನೇ ಶತಮಾನದ ಸಿಸಿಲಿಯ ವಾತಾವರಣವನ್ನು ಆ ನಿರ್ಲಿಪ್ತತೆಯಲ್ಲೇ ಮೂಡಿಸುವುದು ಇಲ್ಲಿನ ನಿಜವಾದ ಸವಾಲು. ಹ್ಯಾಮ್ಲೆಟ್ ನಾಟಕದಲ್ಲಿ ಒಫಿಲಿಯಾಳನ್ನು ದಫನು ಮಾಡುವ ರೂಪಕಕ್ಕೆ ಕನ್ನಡ ಪರ್ಯಾಯವಿಲ್ಲ ಎಂಬುದು ನಿಜವೇ. ಆದರೆ ಈಗಾಗಲೇ ಕನ್ನಡದಲ್ಲಿರುವ ಷೇಕ್ಸ್‌ಪಿಯರ್‌ನನ್ನು ನೆನಪಿಸಿಕೊಂಡಿರುವ ಅದು ಕನ್ನಡದ್ದೇ ಆದ ರೂಪಕವೂ ಆಗಿಬಿಡುತ್ತದೆ.

ನೊಬೆಲ್ ಬಹುಮಾನ ಪಡೆದ 50 ಮಂದಿ ಲೇಖಕರ ಕಥೆಗಳನ್ನು ಸಂಪಾದಿಸಿ ದಿವಾಕರ್ ಕನ್ನಡಕ್ಕೆ ಅನುವಾದಿಸಿರುವ 'ಕಥಾಜಗತ್ತು' ಒಂದು ವಿಶಿಷ್ಟ ಪ್ರಯೋಗ. 'ಬಹುಮಟ್ಟಿಗೆ ವಿಮರ್ಶಕರು ಅತ್ಯುತ್ತಮ ಎಂದು ಪರಿಗಣಿಸುವ ಕತೆಗಳನ್ನೇ ಇಲ್ಲಿ ಆಯ್ಕೆ ಮಾಡಿಕೊಂಡಿದ್ದೇನೆ' ಎಂದು ತಮ್ಮ ಪೀಠಿಕೆಯಲ್ಲಿ ದಿವಾಕರ್ ಹೇಳಿಕೊಂಡಿದ್ದಾರೆ. ಅವರ ಈ ಮಾತುಗಳು ಆಯ್ಕೆಯನ್ನು ಸಂಪಾದಕರು ಬಹಳ ಸುಲಭಗೊಳಿಸಿಕೊಂಡಿದ್ದಾರೆ ಎಂಬ ಭಾವ ಹುಟ್ಟಿಸುತ್ತದೆ. ಆದರೆ ಸಂಕಲನವನ್ನು ಓದುತ್ತಾ ಹೋದಂತೆ ಅವರು ಸ್ವೀಕರಿಸುವ ಸವಾಲು ಎಂಥದ್ದು ಎಂದು ಅನಾವರಣಗೊಳ್ಳುತ್ತದೆ. ಪ್ರಾತಿನಿಧಿಕತೆ

> ಕತೆ ಇನ್ನೂ ಬೆಳೆಯಬೇಕು ಎಂಬ ನಮ್ಮ ಸಹಜ ಆಸೆಯನ್ನು ಕೊನೆಗಾಣಿಸುವಂತೆ ಮುಗಿದುಬಿಡುವ ಕತೆಗಳ ಜಿಪುಣತನದಲ್ಲಿ ಮಾತು ಎಷ್ಟು ಮುಖ್ಯವಾಗುತ್ತದೆ ಎಂದು ತಿಳಿಯಲು ದಿವಾಕರರ ಈ ಸಂಕಲನ ಓದಬೇಕು. ಕನ್ನಡ ಲೋಕವನ್ನು ವಿಸ್ತರಿಸುತ್ತಾ ಇರುವ ಸಾಹಸಿ ನಮ್ಮ ದಿವಾಕರರು, ಕತೆಯನ್ನು ಹಿಗ್ಗಿಸುತ್ತಾ ಹೋದವನೊಬ್ಬನ ಮೆಚ್ಚುಗೆ ಈ ಮಾತು.
>
> **–ಯು.ಆರ್. ಅನಂತಮೂರ್ತಿ**
> ‘ಹಾರಿಕೊಂಡು ಹೋದವನು’ ಕೃತಿಯ ಬೆನ್ನುಡಿ

ಎಂಬುದು ಸಾಪೇಕ್ಷವಾದ ಅಭಿಪ್ರಾಯ. ನೊಬೆಲ್ ವಿಜೇತ ಕೃತಿಗಳ ಪ್ರಾತಿನಿಧಿಕತೆ ಸಾಮಾನ್ಯವಾಗಿ ಅವರ ಅನುವಾದಿತ ಕೃತಿಗಳ ಆಧಾರದ ಮೇಲೆಯೇ ನಿರ್ಧಾರವಾಗುತ್ತದೆ. ಎಲ್ಲಾ ಕೃತಿಗಳನ್ನು ಇಂಗ್ಲಿಷ್‌ನಿಂದಲೇ ಅನುವಾದಿಸಬೇಕಿರುವ ಅನಿವಾರ್ಯವೂ ಇದ್ದುದರಿಂದ ಸಹಜವಾಗಿಯೇ ಇಂಗ್ಲಿಷ್ ಅನುವಾದದ ಲಭ್ಯತೆಯೂ ಪ್ರಾತಿನಿಧಿಕತೆಯನ್ನು ನಿರ್ಧರಿಸಿದೆ. ಇಂಗ್ಲಿಷ್‌ನಲ್ಲಿ ಲಭ್ಯವಿದೆ ಎಂಬ ಕಾರಣಕ್ಕೆ ಕೃತಿಯೊಂದರ ಕನ್ನಡ ಅನುವಾದ ಸುಲಭವಲ್ಲ. ಏಕೆಂದರೆ ಇಂಗ್ಲಿಷ್ ತನಗರಿವಿಲ್ಲದೆಯೇ ಅನೇಕ ಅಂತರರಾಷ್ಟ್ರೀಯ ಅನುಭವಗಳನ್ನು ತನ್ನದಾಗಿಸಿಕೊಂಡಿರುವ ಭಾಷೆ. ಹಾಗೆಯೇ ನಿರ್ದಿಷ್ಟ ದೇಶ ಮತ್ತು ಪ್ರದೇಶಗಳಿಗೆ ವಿಶಿಷ್ಟವಾದ ‘ಇಂಗ್ಲಿಷ್’ ಕೂಡಾ ಇದೆ. ವಸಾಹತುಶಾಹಿಯ ಮೂಲಕ ಮತ್ತು ಅಮೆರಿಕಕ್ಕೆ ಬಂದಿಳಿದ ಬಹುದೊಡ್ಡ ಸಂಖ್ಯೆಯ ವಲಸಿಗರ ಮೂಲಕ ಆ ಭಾಷೆ ಪಡೆದುಕೊಂಡದ್ದು ಕಡಿಮೆ ಏನಲ್ಲ. ಇವೆಲ್ಲದರ ಪರಿಣಾಮವಾಗಿ ಇಂಗ್ಲಿಷ್‌ಗೆ ಸಹಜವಾಗಿಯೇ ಒಂದು ಸ್ವೀಕಾರ ಗುಣವಿದೆ.

ಯಾಸುನಾರಿ ಕವಾಬಾಟ ಜಪಾನೀ ನವ್ಯ ಸಾಹಿತ್ಯದ ಹರಿಕಾರರಲ್ಲಿ ಒಬ್ಬರು. ಹಾಯ್ಕುವಿನಿಂದ ಪ್ರೇರಿತವಾದ ಗೀತಾತ್ಮಕವಾದ ನಿರೂಪಣಾ ಕ್ರಮ ಅವರದ್ದು. ಪಶ್ಚಿಮಕ್ಕೆ ಸೇತುವೆಯನ್ನು ನಿರ್ಮಿಸಿದ ಕೃತಿಕಾರನೆಂಬ ಹೆಗ್ಗಳಿಕೆ ಕವಾಬಾಟರಿಗೆ ಇದ್ದರೂ ಅವರ ಕೃತಿಗಳ ಧ್ವನಿಯನ್ನು ಇಂಗ್ಲಿಷ್‌ನಲ್ಲಿ ಹಿಡಿದಿಡುವುದು ಸುಲಭವಲ್ಲ ಎಂದು ಹಲವು ಅನುವಾದಕರು ಹೇಳಿದ್ದಾರೆ. ಅವರ The Mole ಎಂಬ ಕತೆ ಕನ್ನಡದಲ್ಲಿ ‘ಮಚ್ಚೆ’ಯಾಗಿದೆ. ಇಂಗ್ಲಿಷ್‌ನಲ್ಲಿ ಎಪಿಸ್ಟಾಲರಿ ಎಂದು ಗುರುತಿಸುವ ಪತ್ರರೂಪದ ಕಥನಕ್ರಮ ಇದರಲ್ಲಿ ಬಳಕೆಯಾಗಿದೆ. ಕನಸೊಂದನ್ನು ವಿವರಿಸುವ ಗೊಂದಲಮಯ ಆರಂಭದೊಂದಿಗೆ ಶುರುವಾಗುವ ಈ ಕತೆ ಮುಂದೆ ಸಾಗುತ್ತಾ ಹೆಚ್ಚು ಸಂಕೀರ್ಣಗೊಳ್ಳುತ್ತಾ ಹೋಗುತ್ತದೆ. ಪ್ರಜ್ಞಾಪ್ರವಾಹ ತಂತ್ರವನ್ನು ಬಳಸಿಕೊಂಡಿರುವ ಈ ಕತೆಯ ಅನುವಾದ ಕನ್ನಡದ್ದೇ ಕತೆಯೆಂಬ ಸಹಜತೆಯಲ್ಲಿ ಓದಿಸಿಕೊಳ್ಳುತ್ತದೆ. ಜಪಾನೀ ಸಂಸ್ಕೃತಿಗೇ ಅನನ್ಯವೆಂಬಂಥ ವಿಶೇಷಗಳೇನೂ ಈ ಕತೆಯಲ್ಲಿ ಕಾಣಿಸಿಕೊಳ್ಳದೇ ಇದ್ದರೂ ಇದು ಹೆಣ್ಣಿನ ಮನಸ್ಸಿನಾಳವನ್ನು ಶೋಧಿಸುವ ಬಗೆಯಂತೂ ಅನನ್ಯ.

ಕವಾಬಾಟರ ನಿರೂಪಣಾ ಶೈಲಿಗೆ ಸಂಪೂರ್ಣ ಭಿನ್ನವಾಗಿರುವ ಕಥನಕ್ರಮ ಅಮೆರಿಕದ ಕತೆಗಾರ ವಿಲಿಯಂ ಫಾಕ್ನರ್‌ನದ್ದು. ಕವಾಬಾಟರ ಶೈಲಿ ಎಷ್ಟು ಕ್ರಮಬದ್ಧವೆಂದರೆ, ಅದನ್ನು ಬಿಡಿಸಿ ಬಿಚ್ಚಿಟ್ಟು ಮತ್ತೆ ಜೋಡಿಸಲು ಸಾಧ್ಯವಿರುವಷ್ಟು. ಆದರೆ ಫಾಕ್ನರ್‌ನ ಶೈಲಿ ಮಾರ್ಕೆಸ್ ಹೇಳುವಂತೆ, ‘ಗಾಜಿನ ವಸ್ತುಗಳ ಮಳಿಗೆಯೊಳಗೆ ನುಗ್ಗಿದೆ ಕುರಿ ಮಂದೆಯಂತೆ.’ ಯಾವುದೇ ಅಡೆತಡೆಯಿಲ್ಲದ ಹರಿವ ಪ್ರವಾಹ ಅದು. ‘ಕಥಾ ಜಗತ್ತಿ’ನ ಭಾಗವಾಗಿರುವ ಫಾಕ್ನರ್‌ನ ‘ಎಮಿಲಿಗೊಂದು ಗುಲಾಬಿ’ಯ ಅನುವಾದವನ್ನು ಗಮನಿಸಿದರೆ ಇದು ಅರ್ಥವಾಗುತ್ತದೆ. 1930ರಲ್ಲಿ ಪ್ರಕಟವಾದ

ಈ ಕತೆಯ ಹಿನ್ನೆಲೆಯಲ್ಲಿರುವುದು ಅಂತರ್ಯುದ್ಧೋತ್ತರ ಕಾಲದ ಅಮೆರಿಕದ ದಕ್ಷಿಣ ಭಾಗದ ಜನರ ತಲ್ಲಣಗಳು. ಇಲ್ಲಿ ತೀರಿಕೊಂಡಿರುವ ಎಮಿಲಿ ಗ್ರಿಯರ್ಸನ್ ನಿಮಿತ್ತ ಮಾತ್ರ. ಉತ್ತಮ ಪುರುಷ ಬಹುವಚನದಲ್ಲಿ ನಿರೂಪಕ ಮಂಡಿಸುವ ವಿಷಯಗಳ ಕಾರುಬಾರೇ ಇಲ್ಲಿ ಮುಖ್ಯ. ಗಾಜಿನಂಗಡಿಯೊಳಗೆ ಅಂಕೆಯಿಲ್ಲದೆ ಓಡಾಡುವ ಕುರಿಮಂದೆಯ ಶೈಲಿಯೇ ಈ ಕತೆಯಲ್ಲೂ ಇದೆ. ಭೂತದ ಭವ್ಯತೆಯನ್ನು ನೆನಪಿಸುತ್ತಲೇ ವರ್ತಮಾನವನ್ನು ಕಟ್ಟಿಕೊಡುವ ಈ ಮಾದರಿ ವಿಶಿಷ್ಟವಾದುದು. ಸತ್ತ ಎಮಿಲಿಯ ಸಂಸ್ಕಾರಕ್ಕೆ ಮನೆಯೊಳಕ್ಕೆ ಬರುವವರಿಗೆ ಉಪ್ಪರಿಗೆಯಲ್ಲಿ ಕಾಣಸಿಗುವ ಮತ್ತೊಂದು ಗಂಡಸಿನ ದೇಹ ಮತ್ತು ಅದರ ಮೇಲಿದ್ದ ಆ ಬೂದು ಬಣ್ಣದ ಕೂದಲು ಅಂತರ್ಯುದ್ಧೋತ್ತರ ಕಾಲದ ದೊಡ್ಡ ರೂಪಕ.

ಈ ಕೃತಿಯ ಪ್ರಮುಖ ಲಕ್ಷಣವೆಂದರೆ ಬಹಳ ಉದ್ದದ ವಾಕ್ಯಗಳು. ಎಮಿಲಿಯ ಸಾವಿನ ಸುದ್ದಿಯೊಂದಿಗೇ ಕತೆ ಆರಂಭವಾಗುತ್ತದೆ. ಅವಳ ಮಹತ್ವವನ್ನು ವಿವರಿಸುವ ವಾಕ್ಯ ಈ ಕೆಳಗಿನಂತಿದೆ:

"Alive, Miss Emily had been a tradition, a duty, and a care; a sort of hereditary, obligation upon the town, dating from that day in 1894 when Colonel Sartoris, the mayor--he who fathered the edict that no Negro woman should appear on the streets without an apron--remitted her taxes, the dispensation dating from the death of her father on into perpetuity."

ಬದುಕಿದ್ದಾಗ ಎಮಿಲಿ ಒಂದು ಪರಂಪರೆಯೇ ಆಗಿಬಿಟ್ಟಿದ್ದಳು, ಪಟ್ಟಣದವರಿಗೆ ಅವಳ ಅಸ್ತಿತ್ವವೇ ಒಂದು ಮರ್ಯಾದೆ ಎನಿಸಿತ್ತು. ಅವಳನ್ನು ಸಾಕುವುದೂ ಅವರ ಕರ್ತವ್ಯ, 1894ರಲ್ಲಿ ಮೇಯರ್ ಆಗಿದ್ದ ಕರ್ನಲ್ ಸಾರ್ಟೊರಿಸ್, ಅದೊಂದು ದಿನ ಎಮಿಲಿ ತೆರಿಗೆ ನೀಡಬೇಕಾಗಿಲ್ಲವೆಂದು ಹೇಳಿ ಪಟ್ಟಣದ ಮೇಲೆ ಪರಂಪರಾಗತವಾದ ಋಣಭಾರವನ್ನೇ ಹೊರಿಸಿಬಿಟ್ಟಿದ್ದ. ಈ ಸಾರ್ಟೊರಿಸ್ ಯಾರು ಅಂತ ತಿಳಿದಿದ್ದೀರಿ, ಏಪ್ರನ್ ಹಾಕಿಕೊಳ್ಳದೆ ಯಾವ ನೀಗ್ರೋ ಹೆಂಗಸೂ ಬೀದಿಯಲ್ಲಿ ಸುಳಿಯಬಾರದೆಂದು ಶಾಸನ ಹೊರಡಿಸಿದ ಪ್ರಚಂಡ. ಎಮಿಲಿಯ ತಂದೆ ಸತ್ತ ದಿನದಿಂದ ಅವಳ ವಿಷಯದಲ್ಲಿ ಜಾರಿಗೆ ಬಂದ ತೆರಿಗೆ ವಿನಾಯಿತಿ ಶಾಶ್ವತವಾಗಿ ಮುಂದುವರಿದಿತ್ತು.

ಅರವತ್ತಕ್ಕೂ ಹೆಚ್ಚು ಪದಗಳನ್ನು ಹೊಂದಿರುವ ಈ ವಾಕ್ಯವನ್ನು ಮೂಲದ ಭಾವಕ್ಕೆ ಸ್ವಲ್ಪವೂ ಮುಕ್ಕಾಗದಂತೆ ಅದೇ ವೇಳೆ ಅದರ ಶಿಲ್ಪವನ್ನು ಉಳಿಸಿಕೊಂಡು ದಿವಾಕರ್ ಪುನರ್ ಸೃಷ್ಟಿಸಿದ್ದಾರೆ. ಆದರೆ ಕನ್ನಡದ ಜಾಯಮಾನಕ್ಕೆ ಅನುಗುಣವಾಗಿ ವಾಕ್ಯಗಳ ಸಂಖ್ಯೆ ಮಾತ್ರ ಹೆಚ್ಚಾಗಿವೆ. ಕುತೂಹಲಕಾರಿ ಸಂಗತಿಯೆಂದರೆ ಪದಗಳ ಸಂಖ್ಯೆ ಮೂಲಕ್ಕಿಂತ ಕಡಿಮೆಯೂ ಇದೆ.

ಕತೆಯ ನಿರೂಪಣೆಯಲ್ಲೊಂದು ವಿಷಣ್ಣತೆಯಿದೆ. ಆದರೆ ಅದು ಢಾಳಾಗಿ ಕಾಣಿಸಿಕೊಳ್ಳುವ ದುಃಖದ ಭಾವವಲ್ಲ. ಎಮಿಲಿಯ ದುರಂತ ಅಂತ್ಯ ಅನಿವಾರ್ಯ ಎಂದು ಒಪ್ಪಿಕೊಂಡ ಭಾವದಲ್ಲೇ ಅದರ ಹಿಂದಿನ ಕಾರಣಗಳನ್ನು ಶೋಧಿಸುತ್ತಾ ಸಾಗುವ ವಿಷಣ್ಣತೆಯದು.

"... ತುಂಬಾ ಹೊತ್ತಿನವರೆಗೂ ನಾವು ಅಲ್ಲೇ ನಿಂತುಕೊಂಡು ಅವನ ಗಾಢವಾದ ಮಾಂಸರಹಿತವಾದ ಹಲ್ಲು ಕಿರಿತವನ್ನೇ ನೋಡುತ್ತಿದ್ದೆವು. ಆಲಿಂಗಿಸುತ್ತಿರುವ ಭಂಗಿಯಲ್ಲಿ ಮಲಗಿದ ದೇಹ! ಆದರೆ ಈಗ ಪ್ರೀತಿಯನ್ನು ಮೀರಿ ಬೆಳೆದ, ಸೋಗಿನ ಪ್ರೀತಿಯನ್ನು ಕೂಡ ಗೆಲ್ಲುವಂತಹ ಚಿರನಿದ್ರೆಯಿಂದಾಗಿ ಅವನು ಒಬ್ಬ ಹಾದರಗಿತ್ತಿಯ ಗಂಡನಂತೆ ಕಾಣಿಸುತ್ತಿದ್ದ. ರಾತ್ರಿಯ ಉಡುಪಿನೊಳಗೆ ಕೊಳೆತುಹೋಗಿದ್ದ. ಅವನ

ಅವಶೇಷ ಹಾಸಿಗೆಯಿಂದ ಬೇರ್ಪಡುವಂತಿರಲಿಲ್ಲ. ಅವನ ಮೈಮೇಲೆ, ಬದಿಯಲ್ಲಿದ್ದ ದಿಂಬಿನ ಮೇಲೆ ತಾಳ್ಮೆಯಿಂದ ಬೀಳುತ್ತಾ ಸಮನಾಗಿ ಹರಡಿಕೊಳ್ಳುತ್ತಿದ್ದ ಧೂಳು.

ಆ ನಂತರ ಎರಡನೇ ದಿಂಬಿನಲ್ಲಿ ಒಂದು ತಲೆ ಮಲಗಿದ್ದ ಗುರುತು ಕಾಣಿಸಿತು. ನಮ್ಮಲ್ಲೊಬ್ಬ ಅಲ್ಲಿಂದ ಏನನ್ನೋ ಮೇಲೆತ್ತಿದ: ಕಟುವಾಸನೆಯಿಂದ ನಮ್ಮ ಮೂಗಿನ ಹೊಳ್ಳೆಗಳನ್ನು ಅಪ್ಪಳಿಸುವಂತಿದ್ದ ಆ ಅಗೋಚರ ಧೂಳಿನಲ್ಲೇ ಮುಂದೆ ಬಾಗಿ ನೋಡಿದಾಗ ಕಾಣಿಸಿದ್ದು ಬೂದು ಬಣ್ಣದ ಒಂದು ಉದ್ದನೆಯ ಕೂದಲು."

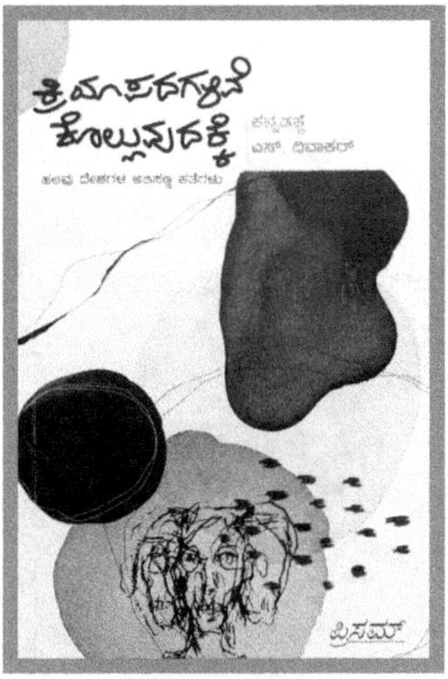

ಕತೆಯ ಅಂತ್ಯದಲ್ಲಿರುವ ಈ ಸಾಲುಗಳು ಎಮಿಲಿಯ ಸಂಸ್ಕಾರದ ನಂತರ ನಿರೂಪಕ ಕಂಡದ್ದನ್ನು ವಿವರಿಸುತ್ತಿದೆ. ಸತ್ತವನು ಯಾರೆಂಬುದರ ಸೂಚನೆಗಳಿವೆ. ಕತೆಯ ನಡುವಲ್ಲಿ ಎಮಿಲಿಯ ಪ್ರಿಯತಮನಾಗಿ ಕಾಣಿಸಿಕೊಳ್ಳುವ ಹೋಮರ್ ಬ್ಯಾರನ್ ಇವನಾಗಿರಬಹುದೆಂಬ ಸೂಚನೆ ಇದೆಯೇ ಹೊರತು ಅವನೇ ಎಂಬುದನ್ನು ನಿರೂಪಕ ಖಾತರಿಪಡಿಸುವುದಿಲ್ಲ. ಇಡೀ ಕತೆಯನ್ನು ಆವರಿಸಿಕೊಂಡಿರುವ ದೊಡ್ಡ ರೂಪಕವೆಂದರೆ ಪಳೆಯುಳಿಕೆತನ. ಎಮಿಲಿಯ ಮನೆಯ ಪರಿಸರವೆಲ್ಲಾ ಬದಲಾದರೂ ಆ ಮನೆ ಮಾತ್ರ ಪಳೆಯುಳಿಕೆಯಂತೆಯೇ ಉಳಿಯುವುದು. ಅವಳ ಮಾತು, ಅವಳ ನಡವಳಿಕೆ, ಅವಳ ಸೇವಕ, ಎಲ್ಲವೂ ಹಳತಾಗುತ್ತಾ ಶಿಥಿಲವಾಗುತ್ತಾ ಸಾಗುವುದು. ಕೊನೆಯಲ್ಲಿ ಅವಳ ಪ್ರಿಯತಮನೂ ಸಿಗುವುದು ಪಳೆಯುಳಿಕೆಯಾಗಿಯೇ.

ದಿವಾಕರ್ ಒಂದು ಕೃತಿಯನ್ನು ಅನುವಾದಕ್ಕೆ ಆರಿಸಿಕೊಂಡಿದ್ದಾರೆ ಎಂದರೆ ಅದು ಕೇವಲ ಕತೆಯ ಆಕರ್ಷಣೆಗಾಗಿ ಮಾತ್ರ ಅಲ್ಲ ಎಂದು ಖಡಾಖಂಡಿತವಾಗಿ ಹೇಳಿಬಿಡಬಹುದು. ಕಥನ ತಂತ್ರ, ಭಾಷೆಯ ಬಳಕೆ, ವಸ್ತುವಿನ ವೈವಿಧ್ಯ, ಒಂದೊಂದೂ ವಿಶಿಷ್ಟವಾಗಿರಬೇಕು. ಅದೇ ಹೊತ್ತಿಗೆ ಅದು ಪ್ರಾತಿನಿಧಿಕವಾಗಿರಲೇಬೇಕು ಎಂಬ ಹಟ ಅವರಿಗಿರುವುದನ್ನು 'ಕಥಾ ಜಗತ್ತು' ಸಂಕಲನದ ಆಯ್ಕೆಗಳು ಸ್ಪಷ್ಟವಾಗಿಯೇ ತೋರಿಸಿಕೊಡುತ್ತವೆ.

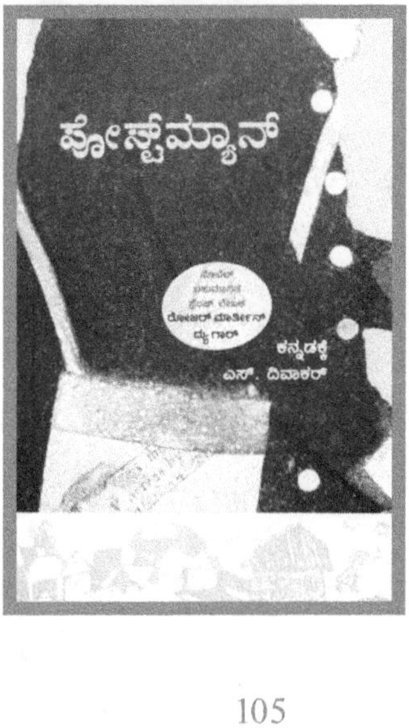

ಸಣ್ಣ ಕತೆಗಿಂತಲೂ ಸಣ್ಣದಾದ ಕತೆಗಳ ಬಗ್ಗೆ ದಿವಾಕರ್ ಅವರಷ್ಟು ಗಂಭೀರವಾಗಿಯೂ ಆಳವಾಗಿಯೂ ಚಿಂತಿಸಿದ ಮತ್ತೊಬ್ಬರು ಕನ್ನಡದಲ್ಲಿಲ್ಲ. ಈ ಬಗೆಯ ಕತೆಗಳನ್ನು 'ಹನಿಗತೆ'ಗಳೆಂದು ಶ್ರೀನಿವಾಸ್ ಹಾವನೂರು ಗುರುತಿಸಿದ್ದರೆಂಬುದೂ ಹೆಚ್ಚಿನವರಿಗೆ ತಿಳಿದದ್ದು ದಿವಾಕರ್ ಜಗತ್ತಿನ ಅತಿ ಸಣ್ಣ ಕತೆಗಳ ಅನುವಾದಿಸಿ ಸಂಪಾದಿಸಿದ ತಂದ ಪುಸ್ತಕದಿಂದ. ಇಂಗ್ಲಿಷ್‌ನಲ್ಲಿ ಮೈಕ್ರೋ ಫಿಕ್ಷನ್, ಶಾರ್ಟ್ ಶಾರ್ಟ್, ಫ್ಲ್ಯಾಷ್ ಫಿಕ್ಷನ್ ಎಂದು ಗುರುತಿಸಲಾಗುವ ಈ ಪ್ರಕಾರಕ್ಕೆ ಕನ್ನಡದಲ್ಲೊಂದು ಮೀಮಾಂಸೆಯನ್ನು ಕಟ್ಟಿಕೊಡುವ ಕೆಲಸವನ್ನು ಮಾಡಿದ್ದು ಕೂಡಾ ದಿವಾಕರ್ ಅವರೇ.

ಇಬ್ಬರಿಗೂ ಕತೆಯಷ್ಟೇ, ಅದನ್ನು ಹೇಳುವ ಕ್ರಮ ಕೂಡಾ ಮುಖ್ಯ.

ಅತಿ ಸಣ್ಣ ಕತೆಗಳ ಮೇಲಿನ ಅವರ ವ್ಯಾಮೋಹ ಎಷ್ಟು ದೊಡ್ಡದೆಂಬುದನ್ನು ಈ ಪ್ರಕಾರದಲ್ಲಿ ಅವರು ಹೊರತಂದಿರುವ ಮೂರು ಸಂಕಲನಗಳೇ ಹೇಳುತ್ತಿವೆ. 'ಜಗತ್ತಿನ ಅತಿ ಸಣ್ಣ ಕತೆಗಳು', 'ಹಾರಿಕೊಂಡು ಹೋದವನು' ಮತ್ತು 'ಕ್ರಿಯಾಪದಗಳಿವೆ ಕೊಲ್ಲುವುದಕ್ಕೆ' ಈ ಮೂರೂ ಸಂಕಲನಗಳು ಕೇವಲ ಕಥಾ ವೈವಿಧ್ಯದ ಮಟ್ಟಿಗಷ್ಟೇ ಅಲ್ಲದೆ, ಈ ಪ್ರಕಾರದ ಮೀಮಾಂಸೆಯ ಕಾರಣಕ್ಕೂ ಮುಖ್ಯವಾಗುವ ಕೃತಿಗಳು. 'ಜಗತ್ತಿನ ಅತಿ ಸಣ್ಣ ಕತೆಗಳು' ಸಂಕಲನಕ್ಕೆ ದಿವಾಕರ್ ಬರೆದಿರುವ ಪ್ರಸ್ತಾವನೆ ಅತಿ ಸಣ್ಣ ಕತೆ ಎಂಬ ಪ್ರಕಾರದ ಕುರಿತ ಒಂದು ವ್ಯಾಖ್ಯಾನದಂತೆ ಇದೆ. ನಂತರ ಪ್ರಕಟವಾದ 'ಕ್ರಿಯಾಪದಗಳಿವೆ ಕೊಲ್ಲುವುದಕ್ಕೆ' ಕೃತಿಗೆ ಟಿ.ಪಿ. ಅಶೋಕ ಅವರ ವಿವರವಾದ ಪ್ರಸ್ತಾವನೆಯಿದೆ.

ಅತಿ ಸಣ್ಣ ಕತೆ ಎಂಬ ಪ್ರಕಾರ ಹೆಚ್ಚು ವ್ಯಾಪಕವಾಗಿ ಬಳಕೆಗೆ ಬಂದದ್ದು ಇಂಟರ್ನೆಟ್ ಯುಗದಲ್ಲಿ. ಅದಕ್ಕೂ ಮೊದಲು ಅತಿ ಸಣ್ಣ ಕತೆಗಳು ಎಂದರೆ ಝೆನ್ ಕತೆಗಳು. ಅವುಗಳನ್ನು ಪಂಚತಂತ್ರದ ಕತೆಗಳನ್ನು ಹೋಲುವ ದೃಷ್ಟಾಂತಗಳೆಂದು ಹೆಚ್ಚಿನವರು ಭಾವಿಸುತ್ತಿದ್ದರು. ಈ ಕಾಲಘಟ್ಟದಲ್ಲೂ ಸಣ್ಣ ಕತೆಗಿಂತಲೂ ಸಣ್ಣಗಾತ್ರದಲ್ಲಿರುವ ಕತೆಗಳ ಮೀಮಾಂಸೆಗೆ ಹಲವು ಪ್ರಯತ್ನಗಳು ನಡೆದಿವೆ. ಇವುಗಳಲ್ಲಿ ದಿವಾಕರ್ ಅವರ ಪ್ರಯತ್ನವೂ ಸೇರುತ್ತದೆ. ಪುಟ್ಟದಾಗಿರುವ ಕತೆ ಕೇವಲ ನೀತಿಯನ್ನು ಹೇಳುವುದೋ ಅಥವಾ ನಗೆಹನಿಯಾಗುವುದರ ಆಚೆಗೋ ಬೆಳೆಯಬಹುದು ಎಂಬುದನ್ನು ಅನೇಕ ಉದಾರಣೆಗಳ ಮೂಲಕ ದಿವಾಕರ್ ಅವರು ಅನುವಾದಿಸಿ ಸಂಪಾದಿಸಿರುವ ಮೂರೂ ಸಂಕಲನಗಳನ್ನು ತೋರಿಸಿಕೊಡುತ್ತಿವೆ. ಅತಿ ಸಣ್ಣ ಕತೆಗಳ ಅನುವಾದವೂ ವಿಶಿಷ್ಟವಾದ ಸವಾಲೇ ಸರಿ. ಕತೆಯ ಪರಿಸರ, ಸಂದರ್ಭ ಮತ್ತು ಪಾತ್ರದ ಪರಿಚಯ ಇವ್ಯಾವುದಕ್ಕೂ ಇಲ್ಲಿ ಅವಕಾಶವೇ ಇಲ್ಲ. ಆದ್ದರಿಂದ ಇಲ್ಲಿನ ಕಥನ ಕ್ರಮವನ್ನು ಅದರ ಎಲ್ಲಾ ಸೂಕ್ಷ್ಮಗಳ ಜೊತೆಗೆ ಹಿಡಿದಿಡುವ ದೊಡ್ಡ ಸವಾಲು ಅನುವಾದಕನಿಗಿದೆ. ಇಟಾಲೋ ಕಾಲ್ವಿನೋ ಎಂಬ ಇಟಾಲಿಯನ್ ಲೇಖಕನ ಎರಡು ಕತೆಗಳ ಅನುವಾದ ದಿವಾಕರ್ ಅವರ ಅನುವಾದ ಸಾಮರ್ಥ್ಯಕ್ಕೆ ಹಿಡಿದ ಕನ್ನಡಿ ಎನ್ನಬಹುದು.

ಇಟಾಲೋ ಕಾಲ್ವಿನೋನ ಸಾಹಿತ್ಯಿಕ ಆಸಕ್ತಿಗಳಿಗೂ ದಿವಾಕರ್ ಅವರ ಆಸಕ್ತಿಗಳಿಗೂ ಹಲವು ಹೋಲಿಕೆಗಳಿವೆ. ಇದರಲ್ಲಿ ಬಹಳ ಮುಖ್ಯವಾದುದು- ಇಬ್ಬರಿಗೂ ಕತೆಯಷ್ಟೇ, ಅದನ್ನು ಹೇಳುವ ಕ್ರಮ ಕೂಡ ಮುಖ್ಯ. ಕಾಲ್ವಿನೋನ ಕೃತಿಗಳ ಬಹುಮುಖ್ಯ ವಿಶೇಷವೆಂದರೆ, ಒಂದು ಮತ್ತೊಂದನ್ನು ಹೋಲದೇ ಇರವಷ್ಟು ವಿಷಯ ಮತ್ತು ನಿರೂಪಣಾ ವೈವಿಧ್ಯ. 'ಜಗತ್ತಿನ ಅತಿ ಸಣ್ಣ ಕತೆಗಳು' ಸಂಕಲನದಲ್ಲಿರುವ ಎರಡೂ ಕತೆಗಳೂ ಇದಕ್ಕೆ ಹೊರತಲ್ಲ. ಈ ಸಂಕಲನದಲ್ಲಿ ಅತಿ ಸಣ್ಣ ಕತೆಯ ರೂಪದಲ್ಲಿ

'ಉತ್ತರ ದಕ್ಷಿಣ ದಿಕ್ಕುಗಳನ್ನು ಬಲ್ಲವನು' ಕಥಾಸಂಕಲನದ ಅನುವಾದಕರಾದ ಎಸ್. ದಿವಾಕರ್ ಪ್ರಪಂಚದ ದಶದಿಕ್ಕುಗಳಲ್ಲಿ ಪ್ರಚಲಿತವಿರುವ ಸಾಹಿತ್ಯದ ರುಚಿಯನ್ನು ಆಸ್ವಾದಿಸಿದವರು. ತಾವು ಓದಿದ ಕೃತಿಗಳ ಸೊಗಸನ್ನು ತಮ್ಮಷ್ಟಕ್ಕೇ ಇಟ್ಟುಕೊಳ್ಳದೆ, ಅದು ಸಾಹಿತ್ಯಾಭಿರುಚಿಯಿರುವವರೆಲ್ಲರಿಗೂ ಎಟಕುವಂತೆ ಅವರು ಹಲವಾರು ಮಹತ್ವದ ಕೃತಿಗಳನ್ನು ಕನ್ನಡಕ್ಕೆ ಅನುವಾದಿಸಿದ್ದಾರೆ.

ಅಪರೂಪದ, ಗಹನವಾದ ವಸ್ತುಗಳನ್ನುಳ್ಳ ಸ್ವಾರಸ್ಯಕರವಾದ ಲಕ್ಷಣಗಳನ್ನುಳ್ಳ ಸಾಹಿತ್ಯವನ್ನು ಸ್ವತಃ ಸೃಷ್ಟಿಸಿರುವ ದಿವಾಕರ್, ತಮ್ಮ ವಿಶಾಲವಾದ ವಿಶ್ವಸಾಹಿತ್ಯ ವ್ಯಾಸಂಗದಲ್ಲಿ ಗುರುತಿಸಿದ ಅನೇಕ ಮೌಲಿಕ ಕೃತಿಗಳನ್ನು ಕನ್ನಡಕ್ಕೆ ತಂದು, ಅನುವಾದ ಕಲೆಯಲ್ಲಿ ಪರಿಣಿತರಾಗಿದ್ದಾರೆ.

'ಉತ್ತರ ದಕ್ಷಿಣ ದಿಕ್ಕುಗಳನ್ನು ಬಲ್ಲವನು' ಸಂಕಲನದ ಪ್ರತಿಯೊಂದು ಕತೆಯೂ ಒಂದೊಂದು ರೀತಿಯಲ್ಲಿ ವೈಶಿಷ್ಟ್ಯಪೂರ್ಣವೆನಿಸುತ್ತದೆ. ಮನುಷ್ಯನ ಅನುಭವಗಳ ಒಳನೋಟಗಳು, ಅನುಭವ ಸಾಮರ್ಥ್ಯ ಮತ್ತು ಎಲ್ಲೆಗಳನ್ನು ವಿಸ್ತರಿಸುವ ಕಲ್ಪನೆಗಳು, ಚಕಿತಗೊಳಿಸುವ ತರ್ಕ, ಅನಿರೀಕ್ಷಿತವೂ ಅಸಾಧ್ಯವೂ ಆದ ಘಟನಾವಳಿಗಳೊಂದಿಗೆ ಮುಖಾಮುಖಿ, ಮನಸ್ಸಿನ ನಿಗೂಢಗಳ ಪರಿಶೋಧ, ಮನುಷ್ಯ ಸ್ವಭಾವದ, ಸಂಬಂಧಗಳ ವೈಚಿತ್ರ್ಯಗಳು ಮತ್ತು ವೈಪರೀತ್ಯಗಳು ವಿಸ್ಮಯಕಾರಿಯಾಗಿ ಚಿತ್ರಿತವಾಗಿದ್ದು ಓದುಗರಿಗೆ ಒಂದು ಹೊಸ ಪ್ರಪಂಚದ ಹೊಸ ಅನುಭವಗಳನ್ನು ಈ ಕತೆಗಳು ನೀಡುತ್ತವೆ.

–ಎಂ.ಎಸ್.ಕೆ. ಪ್ರಭು

'ಉತ್ತರ ದಕ್ಷಿಣ ದಿಕ್ಕುಗಳನ್ನು ಬಲ್ಲವನು' ಸಂಕಲನದ ಬೆನ್ನುಡಿಯಿಂದ

ಕಾಣಿಸಿಕೊಂಡಿರುವ 'ನಗರಗಳು ಮತ್ತು ಚಿಹ್ನೆಗಳು' ವಾಸ್ತವದಲ್ಲಿ ಒಂದು ಕತೆಯಲ್ಲ. ಇದು ಕಾಲ್ವಿನೋನ 'ಇನ್‌ವಿಸಿಬಲ್ ಸಿಟೀಸ್' ಎಂಬ ವಿಶಿಷ್ಟ ಕಾದಂಬರಿಯ ಒಂದು ಅಧ್ಯಾಯ. ಈ ಕಾದಂಬರಿ ತನ್ನ ವಸ್ತು ಮತ್ತು ತಂತ್ರದ ದೃಷ್ಟಿಯಿಂದ ಸಂಪೂರ್ಣವಾಗಿ ಸಾಂಪ್ರದಾಯಿಕ ಕಥನ ಕ್ರಮದಿಂದ ಹೊರಗಿರುವಂಥದ್ದು. 'ಕತೆ'ಯಾಗಿ ಕಾಣಿಸಿಕೊಂಡಿರುವ ಭಾಗದಲ್ಲೂ ಇದನ್ನು ಗುರುತಿಸಬಹುದು. 'ಇನ್ವಿಸಿಬಲ್ ಸಿಟೀಸ್' ಕಾದಂಬರಿಯನ್ನು ಓದುವುದೆಂದರೆ ಲೇಖಕನ ಜೊತೆ ಆಟಕ್ಕೆ ತೊಡಗಿದಂತೆ. ಅದರ ನಡೆಯೇ ಹಾಗಿದೆ. 'ನಗರಗಳು ಮತ್ತು ಚಿಹ್ನೆಗಳು' ಕತೆಯ ನಿರೂಪಣೆಯಲ್ಲೂ ಇದನ್ನು ಕಾಣಬಹುದು. ಪ್ರತಿಯೊಂದೂ ಕಾಣಿಸಿಕೊಳ್ಳುವುದು ಅದರ ಸಂಕೇತದಲ್ಲಿ ಎಂಬುದನ್ನು ವಿವರಿಸುತ್ತಾ ಹೋಗುವ ಶೈಲಿಯನ್ನು ದಿವಾಕರ್ ಕನ್ನಡಿಸಿದ್ದಾರೆ. ವಾಕ್ಯ ಖಂಡಗಳು ವಿಶಿಷ್ಟವಾಗಿ ರೂಪುಗೊಂಡಿರುವ ಮಾದರಿ ಕಾಲ್ವಿನೋ ಶೈಲಿಯ ಪ್ರತಿಬಿಂಬ.

ಅತಿ ಸಣ್ಣ ಕತೆಗಳ ಮೂರೂ ಸಂಕಲನಗಳ ಪ್ರತಿಯೊಂದು ಕತೆಯ ವೈಶಿಷ್ಟ್ಯವನ್ನು ಹೀಗೆ ವಿವರಿಸುತ್ತಲೇ ಹೋಗಬಹುದು. ಭಾಷಾಂತರವನ್ನು ಅಧ್ಯಯನ ಮಾಡುವ ವಿದ್ಯಾರ್ಥಿಗಳಿಗಂತೂ ದಿವಾಕರ್ ಅವರ ಅನುವಾದಗಳು ಒಂದು ನಿಧಿಯಂತೆ. ಭಾಷಾಂತರ ತತ್ವಗಳ ಸಕಲ ಉದಾಹರಣೆಗಳೂ ಇವರ ಕೃತಿಗಳಲ್ಲೇ ಸಿಕ್ಕಿಬಿಡುತ್ತವೆ. ಅತಿ ಸಣ್ಣ ಕತೆಗಳ ಅನುವಾದದ ಕುರಿತಂತೆ ಒಂದು ವಿಶೇಷ ಅಧ್ಯಯನದ ಅಗತ್ಯವೇ ಇದೆ.

ದಿವಾಕರ್ ಅವರ ಅನುವಾದ ಸಾಹಿತ್ಯದ ಬಹುಭಾಗವನ್ನು ಸಣ್ಣ ಕತೆಗಳೇ ಆಕ್ರಮಿಸಿಕೊಂಡಿವೆ. ಅವರ ವೈಯಕ್ತಿಕ ಒಲವು ಕೂಡಾ ಇದಕ್ಕೆ ಕಾರಣವಿರಬಹುದು. ಅವರು ಅನುವಾದಕ್ಕೆ ಆರಿಸಿಕೊಂಡ ಬುನಿನ್‌ನ 'ಹಳ್ಳಿ' ಮತ್ತು ಥಾಮಸ್ ಮಾನ್‌ನ 'ವೆನಿಸಿನಲ್ಲಿ ಸಾವು' ಎಂಬ ಎರಡೂ ಕಾದಂಬರಿಗಳೂ ದೀರ್ಘ ಕಥನಗಳಲ್ಲ. ಆದರೆ ಅವು ಬಹಳ ಗಾಢವಾಗಿ ಕಾಡುವ ಕೃತಿಗಳು. ಅರ್ಥವನ್ನು ದಾಟಿಸುವುದರ ಆಚೆಗೆ ಯೋಚಿಸುವ ದಿವಾಕರ್ ಶೈಲಿ ಇಲ್ಲಿಯೂ ಇದೆ. ಬುನಿನ್‌ನ 'ಹಳ್ಳಿ'ಯ ಮೂಲ ಭಾಷೆ ರಷ್ಯನ್; ಹಾಗೆಯೇ ಮಾನ್‌ನ 'ವೆನಿಸ್ಸಿನಲ್ಲಿ ಸಾವು' ಜರ್ಮನ್ ಭಾಷೆಯ ಕೃತಿ. ಇವರೆಡೂ 1987ರಲ್ಲೇ ಕನ್ನಡ ಅನುವಾದದಲ್ಲಿ ಪ್ರಕಟವಾಗಿವೆ. ಹಾಗೆ ನೋಡಿದರೆ ದಿವಾಕರ್ ಅವರ ಹೆಚ್ಚಿನ ಎಲ್ಲಾ ಅನುವಾದಗಳೂ ಇಂಟರ್ನೆಟ್ ಪೂರ್ವ ಯುಗದವೇ. ಎಲ್ಲವೂ ಇಂಗ್ಲಿಷ್‌ನ ಮೂಲಕವೇ ಕನ್ನಡಕ್ಕೆ ಬಂದಿವೆ. ಕೃತಿಯೊಂದರ ಆಪ್ತ ಓದಿಗಾಗಿ ಅನುವಾದಕ್ಕೆ ತೊಡಗುವ ದಿವಾಕರ್ ಇಂಗ್ಲಿಷ್‌ನಲ್ಲಿ ಕಳೆದುಹೋಗಿರಬಹುದಾದ ಸಂವೇದನೆಗಳನ್ನು ಹುಡುಕಾಡುತ್ತಲೇ ಇರುತ್ತಾರೆ. ತಮ್ಮ ಅನುವಾದ ಪ್ರಕ್ರಿಯೆಯ ಕುರಿತು ದಿವಾಕರ್ ಹೆಚ್ಚು ಬರೆದಿಲ್ಲ. 'ಪ್ರಪಂಚ ಪುಸ್ತಕ'ದ ಎರಡನೇ ಭಾಗದ ಲೇಖನಗಳಲ್ಲಿ ಅವರ ಅನುವಾದ ಪ್ರೇರಣೆಗಳನ್ನು ಸ್ವಲ್ಪ ಮಟ್ಟಿಗೆ ಸೂಚಿಸುತ್ತವೆ. ಈ ಬರಹಗಳು ನೇರವಾಗಿ ಅನುವಾದಕ್ಕೆ ಸಂಬಂಧಿಸಿದ್ದಲ್ಲದೇ ಹೋದರೂ, ಅವರು ಇಂಗ್ಲಿಷೇತರ ಭಾಷೆಗಳ ಕೃತಿಗಳನ್ನು ಇಂಗ್ಲಿಷ್‌ನಲ್ಲಿ ಓದಿಕೊಳ್ಳುವ ಗಮನಿಸುವ ಅಂಶಗಳೇನೆಂಬುದರತ್ತ ಬೆಳಕು ಚೆಲ್ಲುತ್ತವೆ. ಮಾರ್ಕೇಸ್‌ನ 'ನೂರು ವರ್ಷಗಳ ಏಕಾಂತ' ಕೃತಿಯ ಕುರಿತಂತೆ 1978ರಲ್ಲೇ ವಿವರವಾದ ಲೇಖನ ಬರೆದಿರುವ ದಿವಾಕರ್ ಕೊನೆಯಲ್ಲಿ ಹೇಳುವ ಮಾತು ಮಾರ್ಮಿಕ.

''ಒಂದು ಇಡೀ ಖಂಡದ ಇತಿಹಾಸ, ಪುರಾಣಗಳನ್ನೂ ವರ್ತಮಾನದ ವಿದ್ಯಮಾನಗಳನ್ನೂ ಒಳಗೊಂಡಿರುವ ಈ ಕಾದಂಬರಿ ಜಗತ್ತಿನ ಅಪೂರ್ವ ಕಾದಂಬರಿಗಳಲ್ಲೊಂದು. ವಸ್ತು ವೈವಿಧ್ಯದಲ್ಲಿ, ಭಾಷೆಯ ಅರ್ಥಪೂರ್ಣ ಬಳಕೆಯಲ್ಲಿ ಅನನ್ಯವೆನಿಸುವ ಈ ಕೃತಿ, ಇನ್ನೂ ಕಾಫ್ಕಾ, ಕಮೂ, ಸಾರ್ತ್ರ್‌ರ ಜಪ ಮಾಡುವ ನಮ್ಮ ಅನೇಕ ನವ್ಯ ಲೇಖಕರ ಗಮನಸೆಳೆಯುವ ಅಗತ್ಯವಿದೆ.''

ಇದು ಭರತವಾಕ್ಯದಂಥ ಮಾತು. ಐದು ದಶಕಕ್ಕೂ ಹೆಚ್ಚು ಕಾಲ ಅನುವಾದವನ್ನು ಸತತವಾಗಿ ಧ್ಯಾನಿಸಿ ಅದರಲ್ಲಿ ತೊಡಗಿಕೊಂಡ ದಿವಾಕರ್ ಇಷ್ಟೂ ಕಾಲವೂ ಕನ್ನಡಕ್ಕೆ ಹೊಸ ಕಿಟಕಿಗಳನ್ನು ಸತತವಾಗಿ ತೆರೆಯುತ್ತಲೇ ಇದ್ದಾರೆ. ಸೆಪ್ಟುವಾಗಿಂಟ್ ಅನುವಾದಕರಿಗೆ ಜೊತೆಗಿದ್ದದ್ದು ದೇವರು. ದಿವಾಕರ್ ಅನುವಾದ ಯಾತ್ರೆಯಲ್ಲಿ ಜೊತೆಗಿರುವುದು ಸೃಜನಶೀಲ ಪ್ರಕ್ರಿಯೆ ಕುರಿತ ಅವರ ಅದಮ್ಯ ಕುತೂಹಲ. ಅನುವಾದದ ಕುರಿತ ಎಜ್ರಾ ಪೌಂಡ್‌ನ ಮಾತೊಂದಿದೆ. 'ಸಾಹಿತ್ಯದ ಶ್ರೇಷ್ಠಯುಗವೆಂಬುದು ಯಾವತ್ತೂ ಅನುವಾದಗಳ ಶ್ರೇಷ್ಠಯುಗವಾಗಿರುತ್ತದೆ, ಇಲ್ಲವಾದರೆ ಅದನ್ನು ಅನುಸರಿಸಿರುತ್ತದೆ!' ಈ ಮಾತಿನ ಯಾವ ಭಾಗ ನಿಜವಾದರೂ ಆ ಶ್ರೇಷ್ಠ ಯುಗದಲ್ಲಿ ದಿವಾಕರ್‌ಗೆ ಒಂದು ಪಾಲಿದೆ.

●

ಬೆಳಕಿನರಮನೆಯ ನೂರಾರು ದಾರಿಗಳಲ್ಲಿ ಪಯಣಿಸುತ್ತ...

ಸುಶೀಲಾ ಪುನೀತಾ

S **ದಿವಾಕರ್** ಅವರ ಕಥೆಗಳ ನನ್ನ ಇಂಗ್ಲಿಷ್ ಅನುವಾದಕ್ಕೆ ಇಟ್ಟ Hundreds of Streets to the Palace of Lights and Other Stories ಶೀರ್ಷಿಕೆಯು ಅವರದ್ದೇ ಕಥೆಗಳಲ್ಲೊಂದರ ಶೀರ್ಷಿಕೆಯಾಗಿತ್ತು. 'Palace of Lights' ಎನ್ನುವ ಪದವು, ಮರುಗದವಲ್ಲಿಯ ಜೊತೆಗಿನ ಭವಿಷ್ಯ ಕುರಿತ ತನ್ನ ಕನಸು ಒಂದು ದಿನ ನಿಜವಾದೀತು ಎಂದು ಮೊದಲ ಸಲ ಮನ್ನಾರ್ಗುಡಿ ಕೋದಂಡಪಾಣಿಗೆ ಅನಿಸಿದಾಗ, ಅವನಿಗಾಗುವ ಭಾವಪರವಶತೆಯನ್ನು ಮುಖ್ಯವಾಗಿಸಿಕೊಂಡಿದೆ. ಓದುಗರಿಗೆ ದಿವಾಕರ್ ದಾಟಿಸಲು ಬಯಸುವ ಒಳನೋಟವನ್ನೂ ಈ ಶೀರ್ಷಿಕೆ ಸೂಚಿಸುತ್ತದೆ.

ಯಾವ ಯಾವ ಕಥೆಗಳನ್ನು ಇಂಗ್ಲಿಷ್‌ಗೆ ಅನುವಾದ ಮಾಡಬೇಕು ಎಂದು ಆಯ್ಕೆ ಮಾಡಲು ದಿವಾಕರ್ ಹಾಗೂ ನಾನು ಅಕ್ಟೋಬರ್ 3, 2012ರಂದು ಬೆಂಗಳೂರಿನ ಮಹಾತ್ಮ ಗಾಂಧಿ ರಸ್ತೆಗೆ ಹೊಂದಿಕೊಂಡ 'ಕೋಶಿಸ್ ಕೆಫೆ'ಯಲ್ಲಿ ಭೇಟಿಯಾದೆವು. 'ಫೋಟೊ' ಕಥೆಯನ್ನು ಬಿಡಲೇಕೂಡದು ಎಂದು ಅವರು ಹೇಳಿದರು. ಉಳಿದ ಕಥೆಗಳ ಆಯ್ಕೆಯನ್ನು ನನಗೇ ಬಿಟ್ಟರು. ಎರಡು ಸಂಕಲನಗಳಲ್ಲಿ ಪ್ರಕಟವಾಗಿದ್ದ ಅವರ ಕಥೆಗಳು ಹಾಗೂ ಇನ್ನೂ ಪ್ರಕಟವಾಗದೇ ಇದ್ದ ಹನ್ನೆರಡು ಇತರ ಕಥೆಗಳ ಓದು ನನಗೆ ಅದ್ಭುತ ಅನುಭವ ಕೊಟ್ಟಿತು. ಅವುಗಳನ್ನು ಅನುವಾದಿಸುವಾಗ ನನಗೆಷ್ಟು ಸಂತೋಷವಾಗಿತ್ತೋ, ಅನುವಾದಿತ ಸಂಕಲನವನ್ನು 2016ರ 'ಇಂಡಿಯನ್ ಲ್ಯಾಂಗ್ವೇಜ್' ಪ್ರಶಸ್ತಿಗೆ ಆಯ್ಕೆ ಮಾಡಲು ಓದಿದ ರೇಮಂಡ್ ಕ್ರಾಸ್ವರ್ಡ್ ಬುಕ್

ಅವಾರ್ಡ್‌'ನ ತೀರ್ಪುಗಾರರಿಗೂ ಅಷ್ಟೇ ಖುಷಿಯಾಗಿತ್ತು.

ಪ್ರೊಫೆಸರ್ ತಿರುಚೆಂದೂರ್ ಶ್ರೀನಿವಾಸ ರಾಘವೇಂದ್ರಾಚಾರ್ಯ ಹಾಗೂ ಅವರ ಪತ್ನಿ ಕಲ್ಯಾಣಮ್ಮನವರನ್ನು ನಾನು 'ಕ್ರೌರ್ಯ' ಕಥೆಯಲ್ಲಿ ಭೇಟಿಯಾದೆ. ರಾಘವೇಂದ್ರಾಚಾರ್ಯರು ತತ್ವಶಾಸ್ತ್ರದ ಪ್ರೊಫೆಸರ್. ಇಕ್ಕಟ್ಟಾದ ಜಾಗದಲ್ಲಿ ಮೂವರು ಆಳ್ವಾರ್ ಸನ್ಯಾಸಿಗಳನ್ನು ಇರಿಸಿದರೂ, ತಮ್ಮ ನಡುವೆ ಭಕ್ತಿಯ ಹಾಜರಿ ಇದೆ ಎಂದು ನಂಬಿದ ಅದ್ವೈತದ ಕಥೆಯನ್ನು ಆ ಪ್ರೊಫೆಸರ್ ಹೇಳುತ್ತಾರೆ. ಅದನ್ನು ಕೇಳಿ ನಾನು ಖುಷಿಪಟ್ಟೆ. ಅವರ ಒಬ್ಬಳೇ ಮಗಳು ಅಲಮೇಲು ವಿಷಯದಲ್ಲಿ ನನಗೆ ಸಂಕಟವಾಯಿತು. ವರ್ಷಗಟ್ಟಲೆ ಗಂಡುಮಗು ಬೇಕೆಂದು ಪ್ರಾರ್ಥಿಸಿದ್ದರೂ ಮಗಳು ಹುಟ್ಟಿದಳೆಂದು ಅವಳ ತಂದೆ-ತಾಯಿ ಅವಳನ್ನು ಒಂಟಿಯಾಗಿಸುತ್ತಾರೆ. ಅವಳು ಆಕರ್ಷಕಳಲ್ಲ, ಪೋಲಿಯೊಗೆ ತುತ್ತಾದ ಹುಡುಗಿ. ಕೋಡಂಬಾಕಂ ರೈಲು ನಿಲ್ದಾಣದ ಬಳಿಯ ಕೊಳೆಗೇರಿಯ ಅಡ್ಡದಾರಿಯಲ್ಲಿ ಹಾದುಹೋಗುವ ಮೂಲಕ ಅಲ್ಲಿನ ನಿವಾಸಿಗಳ ಜೊತೆಗೆ ಸೌಹಾರ್ದ ಸಂಬಂಧವೊಂದನ್ನು ಬೆಸೆದುಕೊಳ್ಳುವ ಅವಳ ಧೈರ್ಯವನ್ನು ನಾನು ಮೆಚ್ಚಿಕೊಂಡೆ. ಅಲ್ಲಿನ ಒಬ್ಬಾತ ಅವಳನ್ನು 'ಎನ್ನ... ಅಯ್ಯರ್ ಕುಟ್ಟಿ' ಎಂದು ಕೂಡ ಕರೆಯುತ್ತಾನೆ. ಅವನು ಅವಳನ್ನು ಹೊರಗಿನವಳು ಎಂದು ತಮಾಷೆ ಮಾಡಿದರೂ, ಅಲಮೇಲುವಿಗೆ ಅವನು ತನ್ನನ್ನು ಗುರುತಿಸುವುದೇ ಒಂದು ಸಂತೋಷ. ಒಂದು ದಿನ ಅಲ್ಲಿನ ಸ್ಥಳೀಯರ ಜಗಳದ ಮಧ್ಯೆ ಸಿಲುಕಿ ಈ ಮುಗ್ಧೆ ಬದುಕಲು ಹೋರಾಡುತ್ತಾ, ಅದೇ ಜಾಗದಲ್ಲಿ ಬಿದ್ದಿರುತ್ತಾಳೆ. ಆಗ ಪಳನಿಚಾಮಿ ತನ್ನ ತರಕಾರಿ ಗಾಡಿಯನ್ನು ಪಕ್ಕಕ್ಕೆ ನಿಲ್ಲಿಸಿ, ಅವಳ ಬಳಿ ಕುಳಿತು ಅವಳ ಹಣೆಯನ್ನು ತನ್ನ ಎದೆಗೆ ಆನಿಸಿಕೊಳ್ಳುತ್ತಾನೆ. ಅವಳು ನೀರು ಕೇಳಿದರೆ, ಅಲ್ಲಿದ್ದವರು ಸೋಡಾ ವಾಟರ್ ತಂದುಕೊಟ್ಟು ಕಾಳಜಿ ಮೆರೆಯುತ್ತಾರೆ. ಅಲ್ಲಿನ ಜನರಲ್ಲಿ ತಾನೂ ಒಬ್ಬಳೆಂಬ ಭಾವದಲ್ಲಿ ಅಲಮೇಲು ಕೊನೆಯುಸಿರೆಳೆಯುವ ಸನ್ನಿವೇಶ ನನಗೆ ಸಮಾಧಾನ ನೀಡಿತು.

ಆ ಕೊನೆಯ ದೃಶ್ಯದಲ್ಲಿ ಅಲಮೇಲುವಿಗೆ ಆಗುವ ಸಾಕ್ಷಾತ್ಕಾರವನ್ನು ಕಂಡು ನಾನು Epiphany ಎಂದು ಇದಕ್ಕೆ ಶೀರ್ಷಿಕೆ ಇಡಬಹುದೆ ಎಂದು ದಿವಾಕರ್ ಅವರನ್ನು ಕೇಳಿದೆ. ಅವರು Cruelty ಎನ್ನುವುದೇ ಇನ್ನೂ ಸೂಕ್ತ ಎಂದು ಸೂಚಿಸಿದರು.

ಕೆಲವು ಭಾವಗಳ ಒಳತೋಟಿಯನ್ನು ಅನುವಾದಿಸಲು ಆಗದೇ ಇದ್ದುದರಿಂದ ಒಂದು ಕಥೆಯ ಶೀರ್ಷಿಕೆಯನ್ನು 'ಋಣ' (Runa) ಎಂದೇ ಉಳಿಸಿಕೊಳ್ಳಬೇಕಾಯಿತು. ಈ ಕಥೆಯು ಕನ್ನಡದ ಪ್ರಮುಖ ಕತೆಗಾರ ಮಾಸ್ತಿ ವೆಂಕಟೇಶ ಅಯ್ಯಂಗಾರರು ಮೋಚಿ ರಾಮಯ್ಯನೊಟ್ಟಿಗೆ ಹಂಚಿಕೊಳ್ಳುವ ಪ್ರಸಂಗವೊಂದನ್ನು ಆಧರಿಸಿದೆ. ಕತೆಗೆ Duty ಅಥವಾ Obligation ಎಂದು ನಾನು ಶೀರ್ಷಿಕೆ ಕೊಟ್ಟಿದ್ದರೆ ಅದರ ಸತ್ವಕ್ಕೆ ನ್ಯಾಯ ಸಲ್ಲಿಸಿದಂತೆ ಆಗುತ್ತಿರಲಿಲ್ಲ. 'ಋಣ' ಎಂಬ ಕನ್ನಡ ಪದಕ್ಕೆ ಸ್ವಲ್ಪ ಹತ್ತಿರವೆನ್ನಬಹುದಾದ ಇಂಗ್ಲಿಷ್ ಪದಗಳು ಅವು. ಆದರೂ ಸಾಂಸ್ಕೃತಿಕವಾಗಿ 'ಋಣ' ಪದವು ಹೊರಡಿಸುವ ನಿರ್ದಿಷ್ಟ ಧ್ವನಿಯನ್ನು ಈ ಪದಗಳು ಹೊರಡಿಸಲಾರವು. ಕರ್ತವ್ಯದ ಮಹತ್ವವನ್ನು ಋಣ ಎಂಬ ಪದವು ಹೇಳುತ್ತದಾದರೂ, ಆ ಭಾವವನ್ನೂ ಮೀರಿದ ಧ್ವನಿ ಅದಕ್ಕೆ ಇದೆ. ಜನರ ನಡುವೆ ಬದುಕನ್ನೂ ಮೀರಿದ ಅವರ್ಣನೀಯ ಬಾಂಧವ್ಯವನ್ನು ಅದು ವಿವರಿಸುತ್ತದೆ. ಅದನ್ನೇ ನಾವು ಋಣಾನುಬಂಧ ಎನ್ನುತ್ತೇವೆ. ನಾನು ಋಣ ಎನ್ನುವ Runa ಉಳಿಸಿಕೊಂಡು, ಕಥೆಯ ಮಹತ್ವ ಹೇಳುವ ಕೆಲವು ಸಾಲುಗಳನ್ನು ಸೇರಿಸಿದೆ.

ಪ್ರತಿ ಕಥೆಯೂ ನನಗೆ ಬೇರೆಯದೇ ರೀತಿಯ ಸವಾಲನ್ನು ಒಡ್ಡಿತು. ಅದನ್ನು ನಾನು ಖುಷಿಯಿಂದಲೇ ಎದುರಿಸುತ್ತಿದ್ದೆ. ಮದ್ರಾಸ್‌ನ ತ್ಯಾಗರಾಜನಗರದ ಪನಗಲ್ ಪಾರ್ಕ್ ಬಳಿಯ ಪಾರ್ಕ್‌ಲ್ಯಾಂಡ್ಸ್ ಹೋಟೆಲ್ ರೂಮ್‌ನಲ್ಲಿ ಇರುವ ಹೊನ್ನಿನ ಅಂಚಿನ ಫೋಟೋದಲ್ಲಿನ ದೋಣಿಯಲ್ಲಿ ಮೃತ್ಯುಂಜಯನ ಪಯಣವನ್ನು ಕೂಡ ನಾನು ಖುಷಿಯಿಂದ ಆಸ್ವಾದಿಸಿದೆ.

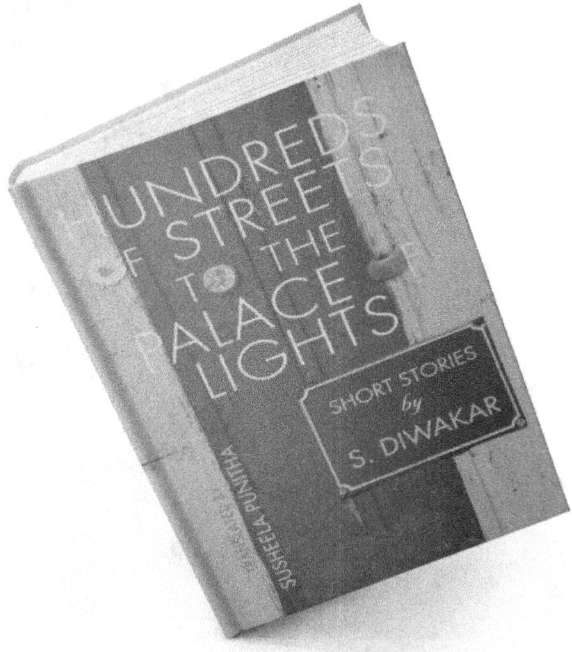

ನಿರ್ದಿಷ್ಟ ಸಂಗತಿಗಳು ಹಾಗೂ ಒಗಟೊಗಟಾದ ಅಂಶಗಳು ಸಂಕಥನದಲ್ಲಿ ಹದವಾಗಿ ಮಿಳಿತವಾಗಿವೆ.

ಮೆಡಿಕಲ್ ಕಾಲೇಜಿನ ಡಿಸೆಕ್ಟ್ ಟೇಬಲ್ ಮೇಲಿನ ಮೃತ್ಯುಂಜಯನ ಶವದ ಕುರಿತು ಸ್ವಾಮಿನಾಥನಿಗೆ ಇರುವ ಕಾಳಜಿ, ಅಥವಾ ಗೇಬ್ರಿಯೆಲ್ ಚಿನ್ನಪ್ಪ ತಾನು ಆರೈಕೆ ಮಾಡುವ ಉದ್ಯಾನದ ಬಿಳಿ ಹೂಗಳನ್ನು ಹೊಗಳಿದಾಗ ರಾಮಚಂದ್ರನಿಗೆ ಬರುವ ಅವರ್ಣನೀಯ ಕೋಪ, ಅಥವಾ ಇತರ ಯಾವುದೇ ಕಥೆಗಳ ಸಂಗತಿಗಳ ಬಗೆಗೆ ನಾನು ಮಾತನಾಡುತ್ತಲೇ ಇರಬಲ್ಲೆ. ದಿವಾಕರ್ ಕಥೆಗಳ ಪಾತ್ರಗಳು ಹಾಗೂ ಅವುಗಳ ಪರಿಸರವು ಮದ್ರಾಸ್‌ನಲ್ಲಿನ ನನ್ನ ಬಾಲ್ಯದ ದಿನಗಳತ್ತ ಕೊಂಡೊಯ್ದವು.

ಸ್ಥಳೀಯ ಪರಿಸರವನ್ನು ಕಥೆಗಳಲ್ಲಿ ತರುವ ಸೂಕ್ಷ್ಮವಾದ ಸವಾಲನ್ನು ನಿರ್ವಹಿಸಲು ಅದುವೇ ನನಗೆ ನೆರವಾಯಿತು. ಅನುವಾದದ ಕುರಿತು ನಡೆದ ಸಮಾವೇಶವೊಂದರಲ್ಲಿ ಪ್ರೊಫೆಸರ್ ಒಬ್ಬರು ಹೇಳಿದ ಮಾತು ನನ್ನಲ್ಲಿ ಅಚ್ಚರಿ ಉಂಟುಮಾಡಿತು: 'ಅಭಿನಂದನೆಗಳು ಮೇಡಂ, ನೀವು ಕನ್ನಡದಿಂದ ಅನುವಾದಿಸುತ್ತೀರಿ ಎಂದು ಗೊತ್ತು. ಆದರೆ, ನೀವು ತಮಿಳಿನಿಂದಲೂ ಅನುವಾದ ಮಾಡುವಿರೆಂದು ಗೊತ್ತಿರಲಿಲ್ಲ.'

'ಇಲ್ಲ ಸರ್, ನಾನು ತಮಿಳಿನಿಂದ ಅನುವಾದ ಮಾಡುವುದಿಲ್ಲ. ಮೂಲ ಕಥೆಗಳು ಕನ್ನಡದಲ್ಲಿವೆ. ನಿಮ್ಮ ಹೊಗಳಿಕೆಯ ಪಾಲು ಅನುವಾದಕರಿಗೆ ಸಲ್ಲುವಷ್ಟೆ ಮೂಲ ಕಥೆಗಾರರಿಗೂ ಸಲ್ಲಬೇಕು' ಎಂದು ನಾನು ಹೇಳಿದ್ದೆ.

'ಫೋಟೊ' ಕಥೆಯಲ್ಲಿ ದಿವಾಕರ್ ಬರೆದಿರುವ ಪ್ರಚೋದಿಸುವಂತಹ ಸಾಲುಗಳಿಂದ ನನ್ನ ಈ ಲೇಖನವನ್ನು ಮುಗಿಸುವೆ:

''ಫೊಟೊವೊಂದನ್ನು ಕಥೆಯಾಗಿ ಅಥವಾ ಪದ್ಯವಾಗಿ ಓದುವುದು ಒಂದು ಕಲೆ. ನಿಮಗೆ ಸಾಧ್ಯವಾಗುವುದಾದರೆ ಓದಿ. ಏನಾದರೂ ಹೊಸತು ನಿಮ್ಮನ್ನು ಹಿಡಿದಿಟ್ಟರೆ, ನನಗೆ ಹೇಳುವುದನ್ನು ಮರೆಯದಿರಿ.''

ಅದು ನನ್ನ ವಿನಂತಿಯೂ ಆಗಿದೆ. ದಿವಾಕರರ ಕಥೆಗಳು ನಿಮಗೆ ಏನಾದರೂ ಹೊಸತನ್ನು ಹೇಳಿದರೆ, ನನಗೆ ತಿಳಿಸಲು ಮರೆಯದಿರಿ. ●

ಎಸ್. ದಿವಾಕರ್ ಸಂದರ್ಶನ

ಕನ್ನಡ ಸಾಹಿತ್ಯ ಲೋಕದಲ್ಲಿ ಎಸ್. ದಿವಾಕರ್ ಅವರನ್ನು ಕಾಮನಬಿಲ್ಲಿಗೆ ಹೋಲಿಸಬಹುದು. ಈ ಕಾಮನಬಿಲ್ಲಿನ ಒಂದು ಅಂಚು ನೆಲದಲ್ಲಿ ಊರಿದ್ದರೆ, ಇನ್ನೊಂದು ತುದಿ ಆಕಾಶದಲ್ಲಿ ಹಬ್ಬಿದೆ. ಇವರಿಂದ ಕನ್ನಡ ಸಾಹಿತ್ಯಲೋಕದ ಕ್ಯಾನ್ವಾಸಿನಲ್ಲಿ ಹಲವು ಹೊಸ ಬಣ್ಣಗಳು ಸೇರಿವೆ; ಸಾರಸ್ವತಲೋಕದ ಹಿತ್ತಿಲಲ್ಲಿ ಹಲವು ಹೊಸ ಹೂಗಳು ಅರಳಿವೆ.

ಸಣ್ಣಕತೆ, ಅತಿಸಣ್ಣಕತೆ, ಅನುವಾದ, ಕವಿತೆ, ಪ್ರಬಂಧ, ವ್ಯಂಗ್ಯಚಿತ್ರ, ಸಂಗೀತ, ಫೋಟೊಗ್ರಫಿ, ಚಿತ್ರಕಲೆ – ಹೀಗೆ ಯಾವುದೇ ಕಲಾಪ್ರಕಾರದೊಳಗೆ ಇಣುಕಿದರೂ... ಎಸ್...! ಅಲ್ಲಿ ದಿವಾಕರ್ ಅವರ ರುಜು ಇರುತ್ತದೆ.

ಮೂವತ್ತಕ್ಕೂ ಅಧಿಕ ಕೃತಿಗಳನ್ನು ಪ್ರಕಟಿಸಿರುವ ದಿವಾಕರ್, ಬರವಣಿಗೆಯಾಚೆಗೂ ತಮ್ಮ ಅಗಾಧವಾದ ಓದಿನಿಂದ, ಅಷ್ಟೇ ನಿಖರವಾದ ನೆನಪಿನಶಕ್ತಿಯಿಂದ, ಆಳವಾದ ಒಳನೋಟಗಳಿಂದ ತಮ್ಮ ಒಡನಾಡಿಗಳನ್ನು ಅಪಾರವಾಗಿ ಪ್ರಭಾವಿಸಿದವರು, ಪ್ರಭಾವಿಸುತ್ತಿರುವವರು. ಹಲವು ತಲೆಮಾರಿನ ಲೇಖಕರಿಗೆ ಇಂದಿಗೂ ಬೆರಗಿನ ತಾಣವಾಗಿಯೇ ಇರುವ ನಮ್ಮೆಲ್ಲರ ನೆಚ್ಚಿನ ಮೆಚ್ಚಿನ ಎಸ್. ದಿವಾಕರ್ ನವೆಂಬರ್ 28, 2023ರಂದು ಎಂಬತ್ತನೇ ವಯಸ್ಸಿಗೆ ಕಾಲಿಡುತ್ತಿದ್ದಾರೆ. ಕಾಲಾತೀತವಾದ ಅಕ್ಷರ ದಾರಿಯಲ್ಲಿ ಇನ್ನೂ ಹರೆಯದ ಹುಡುಗನ ಹಾಗೆ ಓಡಾಡುತ್ತಿರುವ ಅವರಿಗೆ ಎಂಬತ್ತೆಂಬುದು ಹದಿಹರೆಯವೇ.

ಎಪ್ಪತ್ತೊಂಬತ್ತು ತುಂಬಿ ಎಂಬತ್ತರ ಕ್ಲಬ್ಬಿಗೆ ಕಾಲಿಡುತ್ತಿರುವ ದಿವಾಕರ್ ಅವರೊಂದಿಗೆ ನಡೆಸಿದ ದೀರ್ಘ ಸಂದರ್ಶನ ಇಲ್ಲಿದೆ. ಚಲನಚಿತ್ರ ಛಾಯಾಗ್ರಾಹಕ ಜಿ.ಎಸ್. ಭಾಸ್ಕರ್ ಅವರ 'ಲೇಸ್: ಡಿಜಿಟಲ್ ಸಿನಿಮಾ ಪ್ರಶಿಕ್ಷಣ ಕೇಂದ್ರ, ಬೆಂಗಳೂರು' – ಇಲ್ಲಿ ನಡೆದ ಈ ಸಂದರ್ಶನ ವಿಶಿಷ್ಟವಾದುದು ಹಾಗೂ ಸಹೃದಯರ ಅರಿವಿನ ಮೇರೆಗಳನ್ನು ವಿಸ್ತರಿಸುವಂತಹದ್ದು.

ಸಂದರ್ಶನ
ರಘುನಾಥ ಚ.ಹ., ಕರ್ಕಿ ಕೃಷ್ಣಮೂರ್ತಿ,
ವಿಶಾಖ ಎನ್., ಪದ್ಮನಾಭ ಭಟ್ ಶೇವ್ಕಾರ

ದಿವಾಕರ್ ಸರ್, ಎಂಬತ್ತರ ಕ್ಲಬ್ಬಿಗೆ ಅಡಿಯಿಡುತ್ತಿರುವ ನಿಮಗೆ ಶುಭಾಶಯಗಳು. ಎಂಟು ದಶಕಗಳ ತುಂಬು ಬಾಳಿನ ಈ ಸನ್ನಿವೇಶದಲ್ಲಿ ಹಿಂತಿರುಗಿ ನೋಡಿದರೆ, ನೆನಪುಗಳ ಜಾಡಿನಲ್ಲಿ ಹಿಂದಕ್ಕೆ ಹೊರಟರೆ ಎಲ್ಲಿಗೆ ಹೋಗಿ ನಿಲ್ಲುತ್ತೀರಿ? ನಿಮ್ಮ ಬಾಲ್ಯದ ನೆನಪುಗಳು ಎಲ್ಲಿಂದ ಶುರುವಾಗುತ್ತವೆ?

ನನ್ನ ಬಾಲ್ಯದ ಬಗ್ಗೆ ಹೇಳಿಕೊಳ್ಳುವಂಥದ್ದೇನೂ ಇಲ್ಲ. ತೀರ ಸಂತೋಷದ ಗಳಿಗೆಗಳು ನನ್ನ ಬಾಲ್ಯದಲ್ಲಿ ಇರಲಿಲ್ಲ. ಬಡತನ ಇತ್ತು. ಬಡತನದಲ್ಲೇ ಬೆಳೆದಿದ್ದು. ಬಡತನವನ್ನು ಮೀರಿ ಬೆಳೆಯಬೇಕು ಎಂಬ ಹಟ ಇತ್ತು.

ನಮ್ಮ ಸಮುದಾಯದಲ್ಲಿ ಎಲ್ಲರಿಗೂ ಒಬ್ಬರ ಬಗ್ಗೆ ವಿಶೇಷವಾದ ಗೌರವವಿತ್ತು. ಅವರು ಯಾರ ಮನೆಗೂ ಬರುತ್ತಿರಲಿಲ್ಲ. ದೂರದಿಂದ ನೋಡಿದ್ದೆವಷ್ಟೆ. ಆದರೆ ಎಲ್ಲರಿಗೂ ಅವರು ಬಹಳ ದೊಡ್ಡ ಮನುಷ್ಯ ಎಂಬ ಗೌರವ ಇತ್ತು. ಅವರು ಯಾರೆಂದರೆ ಡಿವಿಜಿ!

ನಮ್ಮ ತಂದೆ ಡಿವಿಜಿ ಅವರನ್ನು ಬಹಳ ಹಿಂದಿನಿಂದಲೂ ನೋಡಿದ್ದರು. ಆದರೆ ಸಂಪರ್ಕ ಏನೂ ಇರಲಿಲ್ಲ. ನನಗೆ ಒಮ್ಮೆ ಹೋಗಿ ಡಿವಿಜಿ ಅವರನ್ನು ಭೇಟಿ ಮಾಡಬೇಕು ಎಂಬ ಆಸೆ ಇತ್ತು.

ಒಮ್ಮೆ ಬೆಂಗಳೂರಿನ ಚಾಮರಾಜಪೇಟೆಯಲ್ಲಿ ನಮ್ಮ ಸಂಬಂಧಿಕರೊಬ್ಬರ ಮದುವೆಯ ಆರತಕ್ಷತೆ ಇತ್ತು. ಅದೇ ಮೊದಲ ಬಾರಿಗೆ ನಾನು ಬೆಂಗಳೂರಿಗೆ ಬಂದಿದ್ದು. ಅಲ್ಲಿ ಯಾರನ್ನೋ, 'ಡಿವಿಜಿ ಎಲ್ಲಿರ್ತಾರೆ?' ಎಂದು ಕೇಳಿದೆ. ಅವರು, 'ಬಸವನಗುಡಿಯಲ್ಲಿರ್ತಾರೆ. ಎನ್.ಆರ್. ಕಾಲೋನಿಯಲ್ಲಿ ಗೋಖಲೆ ಇನ್‌ಸ್ಟಿಟ್ಯೂಟ್ ಎಂಬ ಜಾಗ ಇದೆ, ಅಲ್ಲಿರ್ತಾರೆ' ಎಂದು ಹೇಳಿದರು. ನಾನು ಅಲ್ಲಿಂದ ಗೋಖಲೆ ಇನ್‌ಸ್ಟಿಟ್ಯೂಟ್‌ಗೆ ನಡೆದುಕೊಂಡು ಹೋದೆ. ಡಿವಿಜಿ ಅಲ್ಲಿರಲಿಲ್ಲ. ಅಲ್ಲಿದ್ದವರು, ಈಗ ಡಿವಿಜಿ ರಸ್ತೆಯಲ್ಲಿ ಇರುವ ಅವರ ಮನೆಯ ವಿಳಾಸ ಕೊಟ್ಟರು. ಆ ಮನೆಯನ್ನು ಹುಡುಕಿಕೊಂಡು ಹೋಗಿ ಬಾಗಿಲು ತಟ್ಟಿದೆ. ಆಗ ಡಿವಿಜಿ ಬಂದು, 'ಯಾರಪ್ಪಾ?' ಎಂದು ಕೇಳಿದರು. ಅದೇ ಮೊದಲ ಬಾರಿಗೆ ನಾನು ಅವರನ್ನು ನೋಡುತ್ತಿದ್ದೆ.

ನಿಮಗೆ ಗೊತ್ತಿರುವ ಹಾಗೆ ಆ ಕಾಲದಲ್ಲಿ ಈ ಥರ ಫೋಟೊಗ್ರಫಿ ಸುಲಭ ಲಭ್ಯವಾಗಿರಲಿಲ್ಲ. ಲೇಖಕರ ಫೋಟೊಗಳೂ ನೋಡಲು ಸಿಗುತ್ತಿದ್ದದ್ದು ಕಡಿಮೆಯೇ. ಹಾಗಾಗಿ ಡಿವಿಜಿ ಹೇಗಿದ್ದರು ಎಂದು ನನಗೆ ಗೊತ್ತಿರಲಿಲ್ಲ. ಈಗ ಮೊದಲ ಬಾರಿಗೆ ಕಣ್ಣೆದುರಿಗೇ ಅವರನ್ನು ನೋಡುತ್ತಿದ್ದೆ. ಎಂಥ ಸ್ಥೂಲಕಾಯ! ನೋಡಿದರೆ ಹೆದರಿಕೆಯಾಗುವಂತಿತ್ತು ಅವರ ರೂಪ. ನಾನು ನನ್ನ ಪರಿಚಯ ಹೇಳಿಕೊಂಡು, ಸಂಬಂಧಗಳನ್ನೆಲ್ಲ ಹೇಳಿಕೊಂಡೆ. ಅವರು ನನ್ನನ್ನು ಮಾತನಾಡಿಸಿ ಕಳಿಸಿಕೊಟ್ಟರು. ಆಗ ಬಹುಶಃ ನನಗೆ ಹತ್ತು ಹನ್ನೆರಡು ವರ್ಷ ಇರಬೇಕು. ಆಮೇಲೆ ನನಗೊಂದು ಇಪ್ಪತ್ತು ವರ್ಷಗಳಾದ ಮೇಲೆ ಆಗಾಗ ನಾನು ಡಿವಿಜಿ ಮನೆಗೆ ಹೋಗಿ ಅವರ ಜೊತೆ ಮಾತಾಡಿಕೊಂಡು ಬರುತ್ತಿದ್ದೆ. ಅದನ್ನು ನಾನು ಪ್ರಭಾವ ಎಂದು ಹೇಳಲಾರೆ. ಅವರ ವ್ಯಕ್ತಿತ್ವವೇ ಹಾಗಿತ್ತು. ನಾವು ಧೈರ್ಯವಾಗಿ ಮಾತಾಡುವಷ್ಟು ಸಲಿಗೆ ನಮಗೂ ಇರಲಿಲ್ಲ.

ಬಾಲ್ಯದ ಒಂದು ಅನುಭವ ನೆನಪಾಗುತ್ತಿದೆ. ದೇವನಹಳ್ಳಿ ತಾಲ್ಲೂಕಿನ ಸೋಮತ್ತನಹಳ್ಳಿ ನಮ್ಮೂರು. ನಮ್ಮೂರಿನಲ್ಲಿ ಇದ್ದದ್ದು ಎರಡು ಬ್ರಾಹ್ಮಣರ ಮನೆಗಳು. ಒಂದು ನಮ್ಮ ಮನೆ; ನಮ್ಮ ತಂದೆ ಶ್ಯಾನುಭೋಗರಾಗಿದ್ದರು. ಇನ್ನೊಂದು ಮನೆ, ನಮ್ಮೂರಿನಲ್ಲಿದ್ದ ದೇವಸ್ಥಾನದ ಅರ್ಚಕರ ಮನೆ. ಊರಿನ ಉಳಿದವರೆಲ್ಲರ ಮನೆಗಳು ನಮ್ಮ ಮನೆಗಳ ಸುತ್ತುವರಿದೇ ಇದ್ದವು. ಆ ಬಾಲ್ಯಕಾಲವನ್ನು ನೆನಪಿಸಿಕೊಂಡರೆ ಆಶ್ಚರ್ಯವೆನಿಸುತ್ತದೆ. ಬೆಂಗಳೂರಿಗೆ ಬರುವವರೆಗೆ ನಾನು ಒಬ್ಬನೇ ಒಬ್ಬ ಮುಸ್ಲಿಂ ವ್ಯಕ್ತಿಯನ್ನೂ ಭೇಟಿ

ಮಾಡಿರಲಿಲ್ಲ. ಬೆಂಗಳೂರಿಗೆ ಬರುವವರೆಗೆ ನಮ್ಮಲ್ಲೂ ಕ್ರಿಶ್ಚಿಯನ್ಸ್ ಅಂಥ ಇರ್ತಾರೆ ಅಂತ ನನಗೆ ಗೊತ್ತಿರಲಿಲ್ಲ.

ನಮ್ಮ ಮನೆಯಲ್ಲಿ ತಂದೆಯವರದ್ದು ತುಂಬಾ ಮಡಿ ಇರುತ್ತಿತ್ತು. ಯಾಕಿರುತ್ತಿತ್ತು ಎಂಬುದು ನನಗೆ ಈಗಲೂ ಗೊತ್ತಿಲ್ಲ. ಯಾಕೆಂದರೆ ಮಡಿ ಮಾಡುವಂಥ ಅನುಕೂಲಸ್ಥರೇನೂ ನಾವು ಆಗಿರಲಿಲ್ಲ. 'ನಾವೆಲ್ಲರೂ ಮನುಷ್ಯರೇ ಅಲ್ಲವಾ? ಯಾಕೆ ಈ ಮಡಿಯನ್ನೆಲ್ಲ ಮಾಡಬೇಕು? ನಾವ್ಯಾಕೆ ಬೇರೆಯವರನ್ನು ಮುಟ್ಟಬಾರದು?' ಎಂಬ ಪ್ರಶ್ನೆ ನನಗೆ ಮೊದಲಿನಿಂದಲೂ ಕಾಡುತ್ತಿತ್ತು. ಆ ಪ್ರಶ್ನೆ ಎಷ್ಟಿತ್ತು ಎಂದರೆ, ಅವರು ಯಾರನ್ನು ಮುಟ್ಟಬಾರದು ಎಂದು ಹೇಳುತ್ತಿದ್ದರೋ, ಅವರು ಸ್ವಲ್ಪ ಪಕ್ಕಕ್ಕೆ ಹೋದಾಕ್ಷಣ ನಾನು ಅವರನ್ನು ಮುಟ್ಟುತ್ತಿದ್ದೆ.

ಆ ಕಾಲದಲ್ಲಿ ಪ್ರೈಮರಿ ಸ್ಕೂಲ್ ಆದಮೇಲೆ ಮಿಡಲ್ ಸ್ಕೂಲ್ ಅಂತಿತ್ತು. ನಮ್ಮೂರಿನ ಸಮೀಪದ ಮಿಡಲ್ ಸ್ಕೂಲ್ ನಲ್ಲೂರಿನಲ್ಲಿತ್ತು; ನಮ್ಮ ಊರಿನಿಂದ ಮೂರು ಮೈಲಿ ದೂರದಲ್ಲಿತ್ತು. ಬೆಳಿಗ್ಗೆ ನಾವೆಲ್ಲ ನಡೆದುಕೊಂಡು ಹೋಗುತ್ತಿದ್ದೆವು. ಸ್ಕೂಲ್ ಮುಗಿಸಿ ನಡೆದುಕೊಂಡು ಬರುತ್ತಿದ್ದೆವು. ಅದು ನನಗೆ ತುಂಬ ಇಷ್ಟವಾದ ಚಟುವಟಿಕೆಯಾಗಿತ್ತು.

ಶಾಲೆಗೆ ಹೋಗುವ ದಾರಿಯಲ್ಲಿ ಬೇರೆ ಯಾವ ಹಳ್ಳಿಗಳೂ ಇರಲಿಲ್ಲ. ಒಂದು ಬಯಲು, ಗುಡ್ಡಗಳ ನಡುವೆ ನಡೆದುಕೊಂಡು ಹೋಗುತ್ತಿದ್ದೆವು. ಬಹುಶಃ ಆ ಕಾಲದಲ್ಲಿ ಆ ನಿಸರ್ಗವನ್ನು ನಾನು ಆಸ್ವಾದಿಸುತ್ತಿದ್ದೆ ಅನಿಸುತ್ತದೆ. ಈಗಲೂ ನಾನು ಏನಾದರೂ ಬರೆಯುವಾಗ ನನಗೆ ಗೊತ್ತಿಲ್ಲದೆಯೇ ಆ ಪ್ರದೇಶದ ವಿವರಗಳು ಬಂದುಬಿಡುತ್ತವೆ! ಆ ಬಿಸಿಲಿನಲ್ಲಿ, ಚಳಿಗಾಲದಲ್ಲಿ, ಮಳೆಯಲ್ಲಿ, ಆ ಮೂರು ಮೈಲಿಗಳನ್ನು ನಾವು ದಿನವೂ ನಡೆದುಕೊಂಡು ಹೋಗುತ್ತಿದ್ದೆವು ಮತ್ತು ನಡೆದುಕೊಂಡು ಬರುತ್ತಿದ್ದೆವು. ನನ್ನ ಜೊತೆಗೆ ಮೂರು ನಾಲ್ಕು ಜನ ಇರುತ್ತಿದ್ದರು. ಅವರನ್ನು ಆರಾಮವಾಗಿ ನಾನು ಮುಟ್ಟಬಹುದಾಗಿತ್ತು! ಇದು ನನ್ನ ಮನಸ್ಸಿನಲ್ಲಿ ಉಳಿದುಕೊಂಡಿರುವ ಬಾಲ್ಯಕಾಲದ ನೆನಪು. ಬಡತನದ ಬಗ್ಗೆ ಯೋಚನೆ ಮಾಡದೆ, ನಾಳೆಗೆ ಏನು ಎಂಬ ಯಾವುದೇ ಯೋಚನೆ ಇಲ್ಲದೆ ಒಂದು ರೀತಿಯಲ್ಲಿ ಹಕ್ಕಿಗಳ ಹಾಗೆ ಹೋಗಿ ಬರುತ್ತಿದ್ದೆವು.

ಆ ಕಾಲದ ಮೇಷ್ಟ್ರುಗಳು ತುಂಬ ಒಳ್ಳೆಯವರು. ಆ ಕಾಲದ ಕಾದಂಬರಿಗಳನ್ನು ಓದುತ್ತಿದ್ದರೆ, ಮೇಷ್ಟ್ರುಗಳು ರಾಕ್ಷಸಾಕಾರದವರು, ರೂಲುದೊಣ್ಣೆಗಳನ್ನು ಇಟ್ಟುಕೊಂಡು ಹೊಡೆಯುತ್ತಿದ್ದರು ಎನ್ನುವಂಥ ವಿವರಗಳು ಸಾಕಷ್ಟು ಸಿಗುತ್ತವೆ. ಅಂಥ ಒಬ್ಬರೇ ಒಬ್ಬ ಮೇಷ್ಟ್ರು ನನಗೆ ಸಿಗಲಿಲ್ಲ. ನಮ್ಮ ಮೇಷ್ಟ್ರುಗಳು ನಮಗೆ ಹೊಡೆಯುತ್ತಿರಲಿಲ್ಲ. ನಾನಂತೂ ಒಂದು ಸಲವೂ ಯಾವ ಮೇಷ್ಟ್ರ ಬಳಿಯೂ ಏಟು ತಿಂದಿರಲಿಲ್ಲ.

ನಾನು ಹೈಸ್ಕೂಲು ಓದಿದ್ದು ದೇವನಹಳ್ಳಿಯಲ್ಲಿ. ಅಲ್ಲಿಂದ ಮೂರು ನಾಲ್ಕು ಮೈಲಿ ದೂರದಲ್ಲಿ ನನ್ನ ಸೋದರಮಾವನ ಮನೆ ಇತ್ತು. ನಾನು ಅಲ್ಲಿದ್ದುಕೊಂಡು ಹೈಸ್ಕೂಲಿಗೆ ನಡೆದುಕೊಂಡು ಹೋಗಿ ಬರುತ್ತಿದ್ದೆ. ಆ ದಾರಿಯಲ್ಲಿ ಮರಗಳು, ಗುಡ್ಡಗಳು, ನೀರ ಹರಿವು, ಎಮ್ಮೆಗಳು, ಹಸುಗಳನ್ನು ನೋಡುವುದೆಲ್ಲ ನನಗೆ ತುಂಬ ಪ್ರಿಯವಾಗಿತ್ತು.

ಈಗ ಹಳೆಯ ಕಾಲವನ್ನು ನೆನಪಿಸಿಕೊಂಡರೆ ನಾನು ಆಗಿನಿಂದಲೂ ಒಂದು ರೀತಿಯಲ್ಲಿ ಅಂತರ್ಮುಖಿಯೇ ಆಗಿದ್ದೆ ಅನಿಸುತ್ತದೆ. ಆಗಲೂ ನನಗೆ ತುಂಬ ಸ್ನೇಹಿತರೇನೂ ಇರಲಿಲ್ಲ. ನನ್ನ ಸುತ್ತಮುತ್ತಲಿನವರೆಲ್ಲ ಫುಟ್‌ಬಾಲ್, ವಾಲಿಬಾಲ್ ಆಡುತ್ತಿದ್ದರು. ನಾನೆಂದೂ ಆ ಆಟಗಳನ್ನು ಆಡಿದವನಲ್ಲ. ಕ್ರೀಡೆಯಲ್ಲಿ ನನಗೆ ಆಸಕ್ತಿಯೂ ಇರಲಿಲ್ಲ. ನನಗೆ ಯಾರೂ ಹೇಳಿಕೊಡಲೂ ಇಲ್ಲ. ಆದರೆ, ಪ್ರಕೃತಿಯನ್ನು ವಿಶೇಷ ಆಸ್ಥೆಯಿಂದ

ನೋಡುತ್ತಿದ್ದೆ ಮತ್ತು ಅದನ್ನು ನನ್ನದೇ ರೀತಿಯಲ್ಲಿ ಆಸ್ವಾದಿಸುತ್ತಿದ್ದೆ. ನಮ್ಮ ಟೆಕ್ಸ್ಟ್ ಬುಕ್‌ನಲ್ಲಿ ಸಮುದ್ರದ ಉಲ್ಲೇಖ ಬಂದ ತಕ್ಷಣ ನನಗೆ ಸಮುದ್ರವನ್ನು ನೋಡಬೇಕೆಂದು ಆಸೆಯಾಗುತ್ತಿತ್ತು. ಮದ್ರಾಸ್‌ಗೆ ಹೋಗುವವರೆಗೂ ಸಮುದ್ರವನ್ನು ನೋಡಲು ನನಗೆ ಸಾಧ್ಯವಾಗಿರಲಿಲ್ಲ. ಕೆಲಸದ ನಿಮಿತ್ತ 1965–66ರಲ್ಲಿ ಮದ್ರಾಸ್‌ಗೆ ಹೋಗಬೇಕಾಯ್ತು. ಬೆಳಿಗ್ಗೆ ಹೋಗಿ ಕೆಲಸಕ್ಕೆ ಸೇರಿಕೊಂಡೆ. ಸಾಯಂಕಾಲವೇ ನಾನು 'ಸಮುದ್ರಕ್ಕೆ ದಾರಿ ಎಲ್ಲಿ?' ಎಂದು ಹುಡುಕಿಕೊಂಡು ಹೋಗಿ ಸಮುದ್ರದ ಎದುರು ಕುಳಿತಿದ್ದೆ! ಈ ಥರದ ಆಸೆಗಳು ನನಗೆ ಮೊದಲಿನಿಂದಲೂ ಇವೆ. ಬಾಲ್ಯಕಾಲದಲ್ಲಿ ನನಗೆ ಇರುವ ನೆನಪುಗಳೆಲ್ಲವೂ ಇಂಥವೇ.

ನನಗೆ ಸಾಹಿತ್ಯದಲ್ಲಿ ಆಸಕ್ತಿ ಬರಲು ಏನು ಕಾರಣ ಎಂದು ಯೋಚಿಸಿದರೆ, ನಾನು ಅಂತರ್ಮುಖಿ ಆಗಿದ್ದಿದ್ದು ಒಂದು ಕಾರಣ ಅನ್ನಿಸುತ್ತದೆ. ಇನ್ನೊಂದು, ನಮ್ಮ ಸಂಬಂಧಿಕರೆಲ್ಲರಲ್ಲಿಯೂ ಡಿವಿಜಿ ಬಗ್ಗೆ ಅಪಾರ ಗೌರವ ಇದ್ದಿದ್ದನ್ನು ನೋಡುತ್ತಲೇ ಬೆಳೆದಿದ್ದರಿಂದ, ನಾನೂ ಒಬ್ಬ ಬರಹಗಾರನಾಗಬೇಕು ಎಂಬ ಆಸೆ ನನ್ನೊಳಗೆ ಹುಟ್ಟಿರಬೇಕು.

ನಿಮ್ಮನ್ನು ಬರವಣಿಗೆ, ಓದು, ಚಿತ್ರಕಲೆ ಸೇರಿದಂತೆ ವಿವಿಧ ಸೃಜನಶೀಲ ಕಲೆಗಳ ಜಗತ್ತಿನೆಡೆಗೆ ಹೊರಳಿಕೊಳ್ಳಲು ಪ್ರೇರೇಪಿಸಿದ ಸಂಗತಿಗಳು ಯಾವುವು? ಆ ಹೊರಳುಕೊಳ್ಳುವಿಕೆ ಆರಂಭವಾದುದು ಯಾವಾಗ?

ನಾನು ಹೈಸ್ಕೂಲಿನಲ್ಲಿದ್ದಾಗ ಅನಿಸುತ್ತದೆ. 1960ರ ಆಸುಪಾಸು ಇರಬಹುದು. ನಮ್ಮ ದೇವನಹಳ್ಳಿ ಹೈಸ್ಕೂಲಿನಲ್ಲಿ ಒಳ್ಳೆಯ ಗ್ರಂಥಾಲಯ ಇತ್ತು. ಹೈಸ್ಕೂಲಿನಲ್ಲಿ ಒಬ್ಬ ಕನ್ನಡ ಪಂಡಿತರೂ ಇದ್ದರು. ನನಗೆ ಆಗಲೇ ಪುಸ್ತಕಗಳನ್ನು ಓದುವ ಹುಚ್ಚಿತ್ತು. ನನಗೆ ಮೊದಲು ಹುಚ್ಚು ಹಿಡಿದಿದ್ದು ಕಾವ್ಯದ್ದು. ಅದಕ್ಕೆ ರೇಡಿಯೊ ಕಾರಣ ಅನಿಸುತ್ತದೆ.

ರೇಡಿಯೊ ಕೇಳುವುದು ಬಹಳ ದೊಡ್ಡ ಅನುಭವ ನಮಗೆಲ್ಲ. ರೇಡಿಯೊದಲ್ಲಿ 'ಕನ್ನಡ ಗೀತೆಗಳು', 'ಭಾವಗೀತೆಗಳು' ಎಂಬ ಶೀರ್ಷಿಕೆಯಲ್ಲಿ ಗಾಯನ ಕಾರ್ಯಕ್ರಮಗಳು ಬರುತ್ತಿದ್ದವು. ಪಿ. ಕಾಳಿಂಗರಾವ್, ಎಚ್.ಆರ್. ಲೀಲಾವತಿ, ಧಾರವಾಡದ ಕಡೆಯಿಂದ ಪಿ.ಆರ್. ಭಾಗವತ್, ಬಾಳಪ್ಪ ಹುಕ್ಕೇರಿ ಇವರೆಲ್ಲರ ಹಾಡುಗಳು ಬರುತ್ತಿದ್ದವು. ಹಾಡಿಗೂ ಮುಂಚೆ ಉದ್ಘೋಷಣೆ ಮಾಡುತ್ತಿದ್ದರು: 'ಕುವೆಂಪು ಅವರ ತೇನವಿನಾ ಕವನ. ಹಾಡುತ್ತಿರುವವರು ಪಿ. ಕಾಳಿಂಗರಾವ್ ಮತ್ತು ಮೋಹನ ಕುಮಾರಿ' ಹೀಗೆ... 'ಓ... ಕುವೆಂಪು ಅಂತ ಒಬ್ಬರು ದೊಡ್ಡ ಕವಿ ಇದ್ದಾರೆ' ಎಂದು ನನಗೆ ಅನಿಸಿ ನಾನು ಕುವೆಂಪು ಅವರ ಕೃತಿಗಳನ್ನು ಓದಲು ಶುರುಮಾಡಿದೆ. ಇದಕ್ಕೆ ರೇಡಿಯೊವೇ ಮುಖ್ಯ ಕಾರಣ.

ನಮ್ಮ ಮನೆಯಲ್ಲಿ ಓದುವ ಹವ್ಯಾಸ ಮೊದಲಿನಿಂದಲೂ ಇತ್ತು. ನಮ್ಮ ತಂದೆ ಓದುತ್ತಿದ್ದರು, ತಾಯಿ ಓದುತ್ತಿದ್ದರು. ನನ್ನ ಅಕ್ಕಂದಿರು ಓದುತ್ತಿದ್ದರು. ಚಂದಮಾಮ ಮನೆಗೆ ಬರುತ್ತಿತ್ತು. ನಾನು ಅಂತರ್ಮುಖಿ ಆಗಲಿಕ್ಕೆ ಈ ಓದುವ ಹವ್ಯಾಸವೂ ಒಂದು ಕಾರಣವೆನಿಸುತ್ತದೆ. ಪುಸ್ತಕಗಳನ್ನು ಓದುತ್ತಿದ್ದಾಗ ನಾವು ಒಬ್ಬರೇ ಇರುವುದಿಲ್ಲ. ಅಲ್ಲಿನ ಪಾತ್ರಗಳ ಜೊತೆಗೇ ನಾವು ಓಡಾಡುತ್ತಿರುತ್ತೇವೆ; ವ್ಯವಹರಿಸುತ್ತಿರುತ್ತೇವೆ. ಆಗ ನಾವು ಒಬ್ಬರು ಅಂತ ಅನಿಸುವುದೇ ಇಲ್ಲ.

ನಿಜವಾದ ಓದು ಅಂದರೆ ನೀವು ಒಂದು ಕಾದಂಬರಿಯ ಒಂದು ಪಾತ್ರ ಆಗಲೇಬೇಕು. ಆಗಲಿಲ್ಲವೆಂದರೆ ನೀವು ಆ ಕಾದಂಬರಿಯನ್ನು ಇಷ್ಟಪಡಲು ಸಾಧ್ಯವಿಲ್ಲ. ಅಷ್ಟು ಸೂಕ್ಷ್ಮವಾಗಿ ಓದಬೇಕಾಗುತ್ತದೆ.

ನಾನು ಆ ಕಾಲದಲ್ಲಿ ಅಷ್ಟು ಸೂಕ್ಷ್ಮವಾಗಿ ಓದುತ್ತಿದ್ದೆ ಎಂದು ಹೇಳಲಾರೆ. ಆದರೆ

ಇಷ್ಟು ವರ್ಷಗಳಾದ ಮೇಲೆ ಯೋಚಿಸಿದರೆ, ನಾನು ಅಷ್ಟು ಸೂಕ್ಷ್ಮವಾಗಿ ಓದಿರಬೇಕು ಅನಿಸುತ್ತದೆ. ತಾದಾತ್ಮ್ಯ, ಅನುಭೂತಿಯನ್ನು ಗಳಿಸಿಕೊಳ್ಳಬೇಕು ಎಂದರೆ ನಾವು ಪಾತ್ರಗಳ ಜೊತೆಗೆ ಗುರ್ತಿಸಿಕೊಳ್ಳಲೇಬೇಕು. ಹಾಗಾದಾಗ ನಾನಿಲ್ಲಿ ಒಬ್ಬನೇ ಇದ್ದರೂ ನಾನು ಓದುತ್ತಿರುವ ಪುಸ್ತಕದಲ್ಲಿ ಒಂದು ದೊಡ್ಡ ಜಗತ್ತಿರುತ್ತದೆ. ಆ ಜಗತ್ತು ಒಂದು ಹಳ್ಳಿಯಾಗಿರಬಹುದು, ಒಂದು ನಗರವಾಗಿರಬಹುದು, ಒಂದು ರೈಲ್ವೆ ಸ್ಟೇಷನ್ ಆಗಿರಬಹುದು. ಅಲ್ಲಿ ನಾನು ಇದ್ದೇನೆ. ಆ ಪಾತ್ರ ನಾನಲ್ಲದೇ ಇರಬಹುದು. ಆ ಪಾತ್ರದ ಜೊತೆಗೆ ನಾನು ಮಾನಸಿಕವಾಗಿ ವ್ಯವಹರಿಸುತ್ತ ಇದ್ದುದರಿಂದ ನಾನು ಅಲ್ಲಿ ಇದ್ದೇನೆ. ಹೊರಲೋಕಕ್ಕೆ ನಾನು ಅಂತರ್ಮುಖಿಯೇ; ಆದರೆ ನಾನು ಅಂತರ್ಮುಖಿ ಆಗಿರುತ್ತಿರಲಿಲ್ಲ.

ಮೊದಲೇ ಹೇಳಿದ ಹಾಗೆ ನಾನು ತುಂಬ ರೇಡಿಯೊ ಕೇಳುತ್ತಿದ್ದೆ. ಅಲ್ಲಿ ರೇಡಿಯೊ ನಾಟಕಗಳು ಬರುತ್ತಿದ್ದವು. ಎಚ್.ಕೆ. ರಂಗನಾಥ್, ನೀಲಕಂಠರಾವ್ ಅಂತೊಬ್ಬರು ಇದ್ದರು. ಅವರ ಧ್ವನಿಗಾಗಿಯೇ ರೇಡಿಯೊ ಕೇಳುತ್ತಿದ್ದೆವು. ರಾತ್ರಿ 9 ಗಂಟೆಗೆ ಇಂಗ್ಲಿಷಿನಲ್ಲಿ ಮೆಲ್‌ವಿಲ್ ಡಿಮೆಲೊ ಅವರು ಸುದ್ದಿ ಓದುತ್ತಿದ್ದರು. ಅದು ದೆಹಲಿಯಿಂದ ಬರುತ್ತಿತ್ತು. ಏನು ಅದ್ಭುತವಾದ ಧ್ವನಿ ಅವರದ್ದು! ಅಂಥ ಧ್ವನಿಯನ್ನು ನಾನು ಮತ್ತೆ ಕೇಳಲೇ ಇಲ್ಲ. ನಾಗಮಣಿ ಶ್ರೀನಾಥ್ ಅವರು ಕನ್ನಡ ಸುದ್ದಿ ಓದುತ್ತಿದ್ದರು. ಇವುಗಳಿಂದ ಜಗತ್ತು ನನಗೆ ತಿಳಿಯುತ್ತಿತ್ತು.

ಹೈಸ್ಕೂಲಿನಲ್ಲಿದ್ದ ನಮ್ಮ ಕನ್ನಡ ಪಂಡಿತರು 'ಕಾರಂತರು ಬಹಳ ದೊಡ್ಡ ಲೇಖಕ' ಎಂದು ಹೇಳುತ್ತಿದ್ದರು. ನಾನು ಕಾರಂತರ ಮೊದಲ ಪುಸ್ತಕ ಓದಿದ್ದು ಎಸ್ಸೆಸ್ಸೆಲ್ಸಿಯಲ್ಲಿ ಅನಿಸುತ್ತದೆ, 'ಹುಚ್ಚು ಮನಸ್ಸಿನ ಹತ್ತು ಮುಖಗಳು'. ಆ ಪುಸ್ತಕ ಓದಿದ ತಕ್ಷಣ, ಒಬ್ಬ ವ್ಯಕ್ತಿ ಏನೆಲ್ಲ ಮಾಡಬಹುದು ಎಂದು ಅಚ್ಚರಿಯಾಯಿತು. ಅವರ ಸಾಹಸಗಳನ್ನೆಲ್ಲ ಅಲ್ಲಿ ಬರೆದುಕೊಂಡಿದ್ದಾರೆ. ಅವರೊಬ್ಬ ಪೇಂಟರ್, ಮ್ಯೂಸಿಕ್ ಬಗ್ಗೆ ತಿಳಿದುಕೊಂಡಿದ್ದರು. ಮಂಗಳೂರಿನಲ್ಲಿ ಕಟ್ಟಿಗೆ ವ್ಯಾಪಾರ ಮಾಡುತ್ತಿದ್ದ ಉತ್ತರ ಭಾರತದ ಒಬ್ಬ ಬುವಾ ಹಾಡು ಹೇಳುತ್ತಿದ್ದನಂತೆ. ಅವನ ಬಳಿ ಹೋಗಿ ಕಾರಂತರು ಆರು ತಿಂಗಳ ಕಾಲ ಹಿಂದೂಸ್ತಾನಿ ಸಂಗೀತ ಕಲಿತಿದ್ದಾರೆ!

ಇಲ್ಲೊಂದು ಘಟನೆ ನೆನಪಾಗುತ್ತಿದೆ. ನಾನು ಯೂನಿವರ್ಸಿಟಿ ಅಯೋವಾಕ್ಕೆ ಹೋಗಿದ್ದೆ. ಅಲ್ಲಿ ನಾನು ಕನ್ನಡ ಸಾಹಿತ್ಯದ ಬಗ್ಗೆ ಅರ್ಧ ಗಂಟೆ ಮಾತನಾಡಬೇಕಿತ್ತು, ಇಂಗ್ಲಿಷಿನಲ್ಲಿ. ಕನ್ನಡ ಸಾಹಿತ್ಯ ಅರ್ಧಗಂಟೆಯಲ್ಲಿ ವಿವರಿಸಲಾಗದಷ್ಟು ವಿಸ್ತೃತವಾದದ್ದು. ಹಾಗಾಗಿ ನಾನು ಕನ್ನಡದ ಒಬ್ಬ ಬರಹಗಾರನ ಬಗ್ಗೆ ಮಾತಾಡುತ್ತೇನೆ ಎಂದು ಹೇಳಿ, ಶಿವರಾಮ ಕಾರಂತರ ಬಗ್ಗೆ ಮಾತನಾಡಿದ್ದೆ. ಅರ್ಧ ಗಂಟೆಯಲ್ಲಿ ಎಷ್ಟು ಹೇಳಲು ಸಾಧ್ಯ? ಹಾಗಾಗಿ ನಾನು ಕಾರಂತರು ಮಾಡಿದ ಕೆಲಸಗಳ ಒಂದು ಪಟ್ಟಿ ಮಾಡಿದ್ದೆ. ಆ ಪಟ್ಟಿಯನ್ನು ಹೇಳಿದೆ ಅಷ್ಟೆ. ಅದನ್ನು ಕೇಳಿದ ತಕ್ಷಣವೇ ನನ್ನ ಜೊತೆಗಿದ್ದ 36 ದೇಶಗಳ ಲೇಖಕರಲ್ಲಿ ಬಹುಮಂದಿ ಹೇಳಿದ್ದು: You are a fabulous man, and you created a fabulous character ಅಂತ! ಅಂಥ ಮನುಷ್ಯ ಇರೋಕೆ ಸಾಧ್ಯವೇ ಇಲ್ಲ ಎಂಬುದು ಅವರ ಕಲ್ಪನೆ. ಆದರೆ ಕನ್ನಡದಲ್ಲಿ ಅಂಥ ಮಹಾನುಭಾವರಿದ್ದಾರೆ ಮತ್ತು ಅಷ್ಟೊಂದು ಕೆಲಸಗಳನ್ನು ಮಾಡಿದ್ದಾರೆ.

ನನ್ನ ನೆನಪುಗಳಿಗೆ ಹಿಂತಿರುಗುವುದಾದರೆ, ಪಿ. ಕಾಳಿಂಗರಾವ್ ಆಗ 'ರತ್ನನ ಪದ'ಗಳನ್ನು ಹಾಡುತ್ತಿದ್ದರು. 'ಯೇಳ್ಕೊಳ್ಳಾಕ್ ಒಂದೂರು', 'ಬ್ರಮ್ಮ ನಿಂಗೆ ಜೋಡುಸ್ತೀನಿ' ಹಾಡುಗಳನ್ನು. ಆಗ 'ಸತ್ಯಶೋಧನ ಪ್ರಕಾಶನ' ಎಂಬ ಒಂದು ಪ್ರಕಾಶನ ಇತ್ತು. ನಿಟ್ಟೂರು ಶ್ರೀನಿವಾಸ ರಾವ್ ಅವರ ಪುಸ್ತಕದಂಗಡಿ ಅದು. ಬೆಂಗಳೂರಿನ ಸಿಟಿ ಮಾರುಕಟ್ಟೆ ಕೋಟೆಯ ಎದುರುಗಡೆ ಇತ್ತು ಅದು. ಅಲ್ಲಿ

ಹೋಗಿ ನಾನು 'ರತ್ನನ್ ಪದಗಳು' ಎಂಬ ಪುಸ್ತಕವನ್ನು ಮೂರಾಣೆಯೋ ಏನೋ ಕೊಟ್ಟು ಕೊಂಡುಕೊಂಡೆ. ಅದಕ್ಕೆ ಚಿತ್ರಗಳನ್ನು ಬರೆದಿದ್ದು ಶಿವರಾಮ ಕಾರಂತರು! ನನಗೆ ಹಾಗೆ ಚಿತ್ರ ಬರೆಯಬೇಕು ಎಂಬುದೊಂದು ಆಸೆ ಇತ್ತು.

ದೇವನಹಳ್ಳಿಯಲ್ಲಿ ಇದ್ದಾಗ ಹನುಮಂತಾಚಾರ್ ಎನ್ನುವವರಿದ್ದರು. ಅವರದೊಂದು ಕಲಾಮಂದಿರ ಇತ್ತು. ಆ ಕಲಾಮಂದಿರವನ್ನು ದಾಟಿಕೊಂಡೇ ಸ್ಕೂಲಿಗೆ ಹೋಗಬೇಕಾಗುತ್ತಿತ್ತು. ಅವರು ಸಕಲಕಲಾವಲ್ಲಭರಾಗಿದ್ದರು. ತಮ್ಮ ಮನೆಯಲ್ಲಿ ಪೇಂಟಿಂಗ್ ಮಾಡಿಕೊಂಡು ಇರುತ್ತಿದ್ದರು. ಆ ಹನುಮಂತಾಚಾರ್ ಅವರು, ಬಿ.ಕೆ.ಎಸ್. ವರ್ಮಾ ಇದ್ದರಲ್ಲ, ಅವರ ಗುರುಗಳು.

ಹನುಮಂತಾಚಾರ್ ವೀಣೆ ನುಡಿಸುತ್ತಿದ್ದರು, ಪೇಂಟ್ ಮಾಡುತ್ತಿದ್ದರು. ಆಯುರ್ವೇದದ ಮೂಲಿಕೆಗಳನ್ನು ಸಂಗ್ರಹಿಸುತ್ತಿದ್ದರು. ದೇವನಹಳ್ಳಿ ಒಂದು ಕಾಲದಲ್ಲಿ ಕುಸ್ತಿಗೆ ಸಾಕಷ್ಟು ಪ್ರಸಿದ್ಧವಾಗಿತ್ತು. ಹನುಮಂತಾಚಾರ್ ಕುಸ್ತಿಯನ್ನೂ ಮಾಡುತ್ತಿದ್ದರು! ಬಹಳ ಅದ್ಭುತವಾದ ವ್ಯಕ್ತಿತ್ವ ಅವರದ್ದು. ಅವರನ್ನು ಒಂದು ದಿನವೂ ನಾನು ಮಾತನಾಡಿಸಲಿಲ್ಲ. ನಾವು ಕೆಲವು ಹುಡುಗರು ದೂರದಲ್ಲಿ ಅಡಗಿಕೂತು ಅವರು ಪೇಂಟ್ ಮಾಡುವುದನ್ನು ನೋಡುತ್ತಿದ್ದೆವು. ಅವರು 'ಯಾರು?' ಎಂದು ಕೂಗಿದ ತಕ್ಷಣ ಓಡಿಹೋಗುತ್ತಿದ್ದೆವು. ಈ ಎಲ್ಲವುಗಳೂ ನನ್ನೊಳಗೆ ಚಿತ್ರ, ಬರವಣಿಗೆಯ ಕುರಿತು ಆಸೆ ಹುಟ್ಟಿಸಿದ್ದವು ಅನಿಸುತ್ತದೆ.

ನಾನು ಒಂದು ಕಾಲದಲ್ಲಿ ಭಾವಗೀತೆಗಳನ್ನು ಹಾಡುತ್ತಿದ್ದೆ. ರೇಡಿಯೊದಲ್ಲಿ ಆ ಕಾಲದಲ್ಲಿ ಜಾನಪದ ಗೀತೆಗಳು ಬರುತ್ತಿದ್ದವು. ಹತ್ತು ನಿಮಿಷ ಜಾನಪದ ಗೀತೆಗಳನ್ನು ಹಾಡಲು ಅವಕಾಶ ಕೊಡುತ್ತಿದ್ದರು. ಅದಕ್ಕೆ ಆಡಿಷನ್ ಅಂತೆಲ್ಲ ಏನೂ ಇರುತ್ತಿರಲಿಲ್ಲ. ಅದಕ್ಕೆ ನಾನೂ ಹಾಡುತ್ತಿದ್ದೆ. ಅದಕ್ಕೆ ಇಪ್ಪತ್ತೈದು ರೂಪಾಯಿ ಗೌರವ ಸಂಭಾವನೆ ಕೊಡುತ್ತಿದ್ದರು. ಆ ಕಾಲದಲ್ಲಿ ಅದು ದೊಡ್ಡ ಮೊತ್ತ. ಎರಡು ಮೂರು ತಿಂಗಳಿಗೊಮ್ಮೆ ಕರೆಸಿ ಹಾಡಿಸುತ್ತಿದ್ದರು. ನಾನು ಕಾಳಿಂಗರಾವ್ ಮುಂತಾದವರನ್ನು ಅನುಕರಿಸಿ ಹಾಡುತ್ತಿದ್ದೆ.

ವೀಣೆ ದೊರೆಸ್ವಾಮಿ ಅಯ್ಯಂಗಾರ್ ಅವರು ಆಕಾಶವಾಣಿಗೆ ಸಂಗೀತ ನಿರ್ದೇಶಕರಾಗಿದ್ದ ಸಮಯದಲ್ಲಿ, ಅವರು ಆಡಿಷನ್ ಶುರು ಮಾಡಿದರು. ನನ್ನನ್ನೂ ಆಡಿಷನ್‌ಗೆ ಕರೆದರು. ಭಾವಗೀತೆ ಹಾಡು ಎಂದರು. ಯಾವುದೋ ಹಾಡು ಹಾಡಿದೆ. ಜಾನಪದ ಗೀತೆ ಹಾಡು ಅಂದರು. ಇನ್ನಾವುದೋ ಜಾನಪದ ಗೀತೆ ಹಾಡಿದೆ. ಅವರು ನನ್ನನ್ನು ಫೇಲ್ ಮಾಡಿದರು. ನಂತರ ನಾನು ಹಾಡುವುದನ್ನು ಬಿಟ್ಟೆ. ಬಹುಶಃ ಅಲ್ಲಿಯೇ ಇದ್ದಿದ್ದರೆ ಸಂಗೀತವನ್ನು ಮುಂದುವರಿಸುತ್ತಿದ್ದೆನೋ ಏನೋ, ಗೊತ್ತಿಲ್ಲ.

ಬೆಂಗಳೂರಿನ ಕೋಟೆ ಹೈಸ್ಕೂಲ್ ಮೈದಾನದಲ್ಲಿ ರಾಮನವಮಿ ಸಂಗೀತೋತ್ಸವ ನಡೆಯುತ್ತಿತ್ತು. ಒಂದು ರೂಪಾಯಿ, ಎರಡು ರೂಪಾಯಿ, ಮೂರು ರೂಪಾಯಿಗಳ ಪ್ರವೇಶ ಶುಲ್ಕ ಇರುತ್ತಿತ್ತು. ನಮ್ಮ ಬಳಿ ಅಷ್ಟೂ ಹಣ ಇರುತ್ತಿರಲಿಲ್ಲ. ಹೊರಗಡೆ ಮಕ್ಕಳ ಕೂಟದ ಉದ್ಯಾನವನದಲ್ಲಿ ಮೈಕ್ ಹಾಕಿರುತ್ತಿದ್ದರು. ನಾವೆಲ್ಲ ಅಲ್ಲಿ ಕೂತು ಕಛೇರಿ ಕೇಳುತ್ತಿದ್ದೆವು. ಟಿ.ಆರ್. ಮಹಾಲಿಂಗಂ, ಚೌಡಯ್ಯ, ಮುಸುರಿ ಸುಬ್ರಹ್ಮಣ್ಯ ಅಯ್ಯರ್, ದ್ವಾರಂ ವೆಂಕಟಸ್ವಾಮಿ ನಾಯ್ಡು ಇವರದೆಲ್ಲ ಸಂಗೀತ ಕಛೇರಿ ಒಳಗೆ ನಡೆಯುತ್ತಿತ್ತು.

ನನಗಿನ್ನೂ ನೆನಪಿದೆ. ಆಗ ನಾನು ಪಿಯುಸಿ. ಒಂದು ಸಲ ಟಿ.ಆರ್. ಮಹಾಲಿಂಗಂ ಕಛೇರಿ ಇತ್ತು. ಅವರೊಬ್ಬ ಜೀನಿಯಸ್ ಮತ್ತು ಲೆಜೆಂಡರಿ ಸಂಗೀತಗಾರ. ಅವರ ಕೊಳಲ ವಾದನ ಕೇಳಲು ಹೊರಗಡೆಯೂ ಸಾಕಷ್ಟು ಜನ ಸೇರಿದ್ದರು. ಅವರು ತೋಡಿ ರಾಗವನ್ನು ನುಡಿಸುತ್ತಿದ್ದರು ಅನಿಸುತ್ತದೆ. ಅದೇ ಸಮಯಕ್ಕೆ ಒಂದು ಮದುವೆಯ ಮೆರವಣಿಗೆ ಬಂತು. ಆ ಮದುವೆಯ ವಾಲಗದವನು

ಅಮೆರಿಕದ ಅಯೋವಾ ವಿಶ್ವವಿದ್ಯಾಲಯ 2002ರಲ್ಲಿ ಆಯೋಜಿಸಿದ್ದ ಅಂತರರಾಷ್ಟ್ರೀಯ ಲೇಖಕರ ಸಮ್ಮೇಳನದಲ್ಲಿ ಎಸ್. ದಿವಾಕರ್.

ಇನ್ನೊಂದೇನೋ ನುಡಿಸಿಕೊಂಡು ಬರುತ್ತಿದ್ದ. ಮಹಾಲಿಂಗಂ, ತಾನು ನುಡಿಸುವುದನ್ನು ಬಿಟ್ಟು, ಅವನು ನುಡಿಸುವುದನ್ನು ನುಡಿಸಲು ಶುರುಮಾಡಿಬಿಟ್ಟರು. ಆಗ ಪ್ರೇಕ್ಷಕರೆಲ್ಲ ನಗಲು ಶುರುಮಾಡಿದ್ದು ಹೊರಗಿದ್ದ ನಮಗೆ ಕೇಳಿಸುತ್ತಿತ್ತು.

ಇಂಥವುಗಳನ್ನು ಕೇಳುತ್ತ, ಹನುಮಂತಾಚಾರ್ ಅವರಂಥವರನ್ನು ನೋಡುತ್ತ ಬೆಳೆದುದರಿಂದ, ಓದುವ ಹವ್ಯಾಸ ಮೊದಲಿಂದಲೂ ಇದ್ದುದರಿಂದ ನಾನು ಸಾಹಿತ್ಯದ ಬಗ್ಗೆ ಆಸಕ್ತಿ ಬೆಳೆಸಿಕೊಳ್ಳಲು ಕಾರಣವಾಯ್ತು ಅನಿಸುತ್ತದೆ.

ಆದರೆ ಆಗ ನಮಗೆ ಬಹಳ ಹುಚ್ಚಿದ್ದುದು ಕಾರಂತರಲ್ಲ. ಕಾರಂತರ 'ಹುಚ್ಚು ಮನಸ್ಸಿನ ಹತ್ತು ಮುಖಗಳನ್ನು ಹೈಸ್ಕೂಲಿನಲ್ಲಿದ್ದಾಗಲೇ ಓದಿದ್ದರೂ ಕೂಡ ಅವರ ಕಾದಂಬರಿಗಳನ್ನು ಓದಿದ್ದು ಕಾಲೇಜಿಗೆ ಬಂದಮೇಲೆ. ಅಲ್ಲಿವರೆಗೆ ನಮಗೆ ಓದಿನ ಹುಚ್ಚು ಹಿಡಿಸಿದ್ದುದು ಅನಕೃ, ತರಾಸು, ಕೃಷ್ಣಮೂರ್ತಿ ಪುರಾಣಿಕ ಹಾಗೂ ಪತ್ತೇದಾರಿ ಕಾದಂಬರಿಕಾರರಾದ ಎಂ. ರಾಮಮೂರ್ತಿ. ಇವರ ಕಾದಂಬರಿಗಳನ್ನು ಹೆಚ್ಚು ಓದುತ್ತಿದ್ದೆವು. ಎಲ್ಲದಕ್ಕಿಂತ ಹೆಚ್ಚಿಗೆ ನಾನು ಅನಕೃ ಅವರ ಭಾಷಣಗಳನ್ನು ಕೇಳಲು ಹೋಗುತ್ತಿದ್ದೆ. ಅದು ಕನ್ನಡ ಚಳವಳಿ ನಡೆಯುತ್ತಿದ್ದ ಕಾಲ. ಗಾಂಧಿಬಜಾರು ಮತ್ತು ಚಾಮರಾಜಪೇಟೆಯ ಸರ್ಕಲ್‌ಗಳಲ್ಲಿ ಅನಕೃ ಅವರ ಭಾಷಣಗಳಿರುತ್ತಿದ್ದವು. ನಿರ್ದಿಷ್ಟ ಪ್ರೇಕ್ಷಕರು ಎಂದೇನೂ ಇರುತ್ತಿರಲಿಲ್ಲ. ರಸ್ತೆಯಲ್ಲಿ ಹೋಗುವವರೆಲ್ಲ ಪ್ರೇಕ್ಷಕರೇ. ಅನಕೃ ತಾರಸಿಯಲ್ಲಿ ನಿಂತುಕೊಂಡು ಮೈಕಿನಲ್ಲಿ ಮಾತನಾಡುತ್ತಿದ್ದರು. ರಸ್ತೆಯಲ್ಲಿ ತಿರುಗಾಡುತ್ತಿದ್ದವರೆಲ್ಲರೂ ಅವರ ಭಾಷಣಗಳನ್ನು ಕೇಳುತ್ತಿದ್ದರು.

ಆಗ ನಾವುಗಳೆಲ್ಲ ಕಾಳಿಂಗರಾವ್ ಅವರ

ಸಂಗೀತ ಎಲ್ಲಿದೆ, ಅನಕೃ ಭಾಷಣ ಎಲ್ಲಿದೆ ಎಂದು ಹುಡುಕಲಿಕ್ಕಾಗಿಯೇ ಪತ್ರಿಕೆಗಳಲ್ಲಿ 'ನಗರದಲ್ಲಿ ಇಂದು' ಕಾಲಂ ಓದುತ್ತಿದ್ದೆವು. ಎಲ್ಲಿಯೇ ಕಂಡರೂ ಅಲ್ಲಿಯವರೆಗೆ ನಡೆದುಕೊಂಡು ಹೋಗುವುದೇ! ಅನಕೃ ಭಾಷಣಕ್ಕೆ ನಿಂತರೆ ಕನಿಷ್ಠ ಎರಡು ಗಂಟೆ ಮಾತನಾಡುತ್ತಿದ್ದರು. ಅಡಿಗರ ಹೆಸರನ್ನು ನಾನು ಮೊದಲು ಕೇಳಿದ್ದೂ ಅನಕೃ ಅವರ ಬಾಯಿಯಲ್ಲಿಯೇ. ನಾನು ಹೈಸ್ಕೂಲಿನಲ್ಲಿ ಓದುತ್ತಿದ್ದಾಗ ಅಲ್ಲಿದ್ದ ಕನ್ನಡ ಪಂಡಿತರು ಅನಕೃ ಭಕ್ತರಾಗಿದ್ದರು ಅನಿಸುತ್ತದೆ. ಒಮ್ಮೆ ಅನಕೃ ಕೋಲಾರಕ್ಕೆ ಭಾಷಣ ಮಾಡಲು ಬರುತ್ತಿದ್ದಾರೆ ಎಂದು ಅವರಿಗೆ ಗೊತ್ತಾಗಿ, 'ನೀವು ಹೋಗುವ ದಾರಿಯಲ್ಲಿ ದೇವನಹಳ್ಳಿಯಲ್ಲಿ ಇಳಿದು, ನಮ್ಮ ವಿದ್ಯಾರ್ಥಿಗಳಿಗೆ ಒಂದು ಭಾಷಣ ಮಾಡಿ ಹೋಗಿ' ಎಂದು ಕೇಳಿಕೊಂಡಿದ್ದರು. ಹನ್ನೊಂದೂವರೆಗೆ ಅನಕೃ ಬಂದು, ನಮಗೆಲ್ಲ ಒಂದು ಭಾಷಣ ಮಾಡಿದರು. ಅವರು ಏನೇನು ಮಾತಾಡಿದರು ಎಂದು ನನಗೆ ನೆನಪಿಲ್ಲ. ಆದರೆ ಒಂದು ಸಂಗತಿ ಸ್ಪಷ್ಟವಾಗಿ ನೆನಪಿದೆ. 'ಈಗ ಹೊಸತಾಗಿ ಒಬ್ಬರು ತುಂಬ ಚೆನ್ನಾಗಿ ಬರೆಯುತ್ತಿದ್ದಾರೆ. ನೀವು ಅವರನ್ನೆಲ್ಲ ಓದಬೇಕು. ಅವರ ಹೆಸರು ಗೋಪಾಲಕೃಷ್ಣ ಅಡಿಗ' ಎಂದು ಹೇಳಿದ್ದರು. ಅದು ಯಾಕೆ ನೆನಪಿದೆ ಎಂದರೆ, ಹೆಸರಿನ ಕಾರಣಕ್ಕೆ. 'ಅಡಿಗ' ಎಂಬ ಹೆಸರನ್ನು ನಾನಾಗ ಕೇಳಿಯೇ ಇರಲಿಲ್ಲ. 'ಅಡುಗೆ ಸರಿ, ಏನಿದು ಅಡಿಗ?' ಅನಕೃ ಅವರ ಮೂಲಕ ಮೊಟ್ಟ ಮೊದಲ ಬಾರಿಗೆ ಅಡಿಗರ ಹೆಸರು ನಾನು ಕೇಳಿದ್ದು.

ವಿಶ್ವೇಶ್ವರಪುರಂನಲ್ಲಿ ಎನ್‌ಎಂಎಚ್ ಹೋಟೆಲ್ ಹಿಂಭಾಗದಲ್ಲಿ ಅನಕೃ ಅವರ ಮನೆ ಇತ್ತು. ಅದೊಂದು ಬಂಗಲೆ. ಬೆಳಿಗ್ಗೆ ಅವರು ಒಂಬತ್ತು ಗಂಟೆಗೆ ಏಳುತ್ತಿದ್ದರು, ರಾತ್ರಿಯೆಲ್ಲ ಕೂತು ಕಾದಂಬರಿ ಬರೆಯುತ್ತಿದ್ದರು ಎಂಬ ಪ್ರತೀತಿ ಇತ್ತು. ಒಂಬತ್ತು ಗಂಟೆಗೆ ಅವರು ಎದ್ದರೆ ಕೊನೆಯ ಪಕ್ಷ ಒಂದೈವತ್ತು ಜನ ಸರತಿಯಲ್ಲಿ ನಿಂತಿರುತ್ತಿದ್ದರು, ಅವರನ್ನು ನೋಡಲಿಕ್ಕೆ! ಒಮ್ಮೆ ಹೋಗಿ ಅನಕೃ ಅವರನ್ನು ಮಾತಾಡಿಸಬೇಕು ಎಂಬ ಹುಚ್ಚು ನನಗೂ ಹಿಡಿಯಿತು. ಒಂದು ದಿನ ನಾನೂ ಹೋಗಿ ಸರತಿಯಲ್ಲಿ ನಿಂತೆ. ನನ್ನ ಪಾಳಿ ಬರುವಷ್ಟರಲ್ಲಿ ಹನ್ನೊಂದು ಹನ್ನೊಂದೂವರೆಯಾಗಿತ್ತು. ಅವರೊಂದು ಪಂಚೆ ಉಟ್ಟುಕೊಂಡು, ಬನಿಯನ್ ತೊಟ್ಟುಕೊಂಡು, ಹೆಗಲ ಮೇಲೊಂದು ಟವೆಲ್ ಹಾಕಿಕೊಂಡಿದ್ದರು. ಬಹುಶಃ ಅವರು ಸ್ನಾನಕ್ಕೆ ಹೋಗಲು ಕಾಯುತ್ತಿದ್ದರು ಅನಿಸುತ್ತದೆ.

ನನ್ನ ನೋಡಿ, 'ಯಾರಪ್ಪಾ?' ಎಂದರು. ನನ್ನ ಪರಿಚಯ ಹೇಳಿಕೊಂಡೆ.

'ಓಹ್... ನೀನು ಡಿವಿಜಿ ಸಂಬಂಧನಾ? ಸ್ವಾಮಿ ಹೇಗಿದ್ದಾನೆ?' ಎಂದು ಕೇಳಿದರು.

'ಸ್ವಾಮಿ?' ಎಂದೆ.

'ಬಿಜಿಎಲ್' ಎಂದರು.

ಆಮೇಲೆ ನಾನು ಅವರನ್ನೇನಾದರೂ ಕೇಳಬೇಕಲ್ಲ... ಅವರದೊಂದು ಪುಸ್ತಕ ಇತ್ತು. ಅದರಲ್ಲಿ 'ಅನಕೃ ಅವರ ಮುಂಬರುವ ಕೃತಿಗಳು' ಎಂದು ಒಂದು ಲಿಸ್ಟ್ ಇತ್ತು. ಅದರಲ್ಲಿ ಒಂದು ಇಂಗ್ಲಿಷ್ ಶೀರ್ಷಿಕೆಯ ಪುಸ್ತಕ: 'ಕನ್ನಡ ಪೊಯೆಟ್ರಿ ದೇನ್ ಅಂಡ್ ನೌ' ಎಂದು.

ನಾನು 'ಸರ್, ಕನ್ನಡ ಪೊಯೆಟ್ರಿ ದೇನ್ ಅಂಡ್ ನೌ ಪುಸ್ತಕ ಬಂತಾ? ನಾನು ಓದಬೇಕಿತ್ತು' ಎಂದೆ.

ಅನಕೃ ಏನು ಹೇಳಿದರು ಗೊತ್ತಾ? 'ಬರೀಬೇಕು ಅಂತ ನೋಟ್ಸ್ ಎಲ್ಲ ಮಾಡಿದ್ನಪ್ಪಾ... ಆಗ ನನಗನಿಸ್ತು, ಇದಕ್ಕೆ ನಾನು ಸರಿಯಾದ ವ್ಯಕ್ತಿ ಅಲ್ಲ ಅಂತ. ಮೈಸೂರಿನಲ್ಲಿ ಅನಂತಮೂರ್ತಿ ಅಂತೊಬ್ಬರು ಇದ್ದಾರೆ. ಸಮರ್ಥವಾದ ವ್ಯಕ್ತಿ ಅವರು. ಅಂಥವರು ಬರೆಯಬೇಕು ಅದನ್ನು. ನಾನು ಅನಂತಮೂರ್ತಿ ಅವರಿಗೆ ನೀವು ಬರೆಯಿರಿ ಎಂದು ಹೇಳಿದ್ದೀನಿ' ಎಂದರು. ಇದು ಅನಕೃ! ಅಡಿಗರ ಬಗ್ಗೆ ಹೇಗೋ ಹಾಗೆ ಅನಂತಮೂರ್ತಿ ಅವರ ಬಗ್ಗೆ ನಾನು

ಮೊದಲು ಕೇಳಿದ್ದು ಅನಕೃ ಮೂಲಕವೇ.

ಎಲ್ಲರಿಗೂ ಮೊದಲ ಬರವಣಿಗೆ ಅನ್ನುವುದು ಮರೆಯಲಾರದ್ದು. ನಿಮ್ಮ ಮೊದಮೊದಲ ಬರವಣಿಗೆ ಯಾವುದು? ಆ ಬರವಣಿಗೆಗಳು ಹುಟ್ಟಿಕೊಂಡ ಸಂದರ್ಭ ಎಂಥದ್ದು?

ನನ್ನ ಮೊದಲ ಬರವಣಿಗೆ ಕವನಗಳೇ. ಆಗ ಕೆ.ಎಸ್. ನರಸಿಂಹಸ್ವಾಮಿ ಅವರ ಕವನಗಳ ಹುಚ್ಚೂ ಇತ್ತು. ಒಂದಿಷ್ಟು ಕವನಗಳನ್ನು ಬರೆಯುತ್ತಿದ್ದೆ. ಹರೆಯ, ಪ್ರೇಮದ ಬಗ್ಗೆ ಬರೆಯುತ್ತಿದ್ದೆ. ಅದಕ್ಕೇನೂ ಅನುಭವ ಬೇಕಿಲ್ಲವಲ್ಲ. ಒಬ್ಬಳು ಹುಡುಗಿಯನ್ನು ಕಲ್ಪನೆ ಮಾಡಿಕೊಳ್ಳುವುದು, ಬರೆಯುವುದು. ಬಹುತೇಕ ಪದ್ಯಗಳು ಹಾಗೆಯೇ ಇರುತ್ತಿದ್ದವು. ಆಗ 'ಮೈಸೂರ ಮಲ್ಲಿಗೆ' ಬಹಳ ಪ್ರಖ್ಯಾತ ಕವನಸಂಕಲನ. ದೇವಂಗಿ ಚಂದ್ರಶೇಖರ್ ಅಂತೊಬ್ಬರು ಇದ್ದರು. ಅವರು ಕುವೆಂಪು ಅವರ ಸಂಬಂಧಿಕರು. ತುಂಬ ಸೊಗಸಾಗಿ ನರಸಿಂಹಸ್ವಾಮಿ ಅವರ ಹಾಡುಗಳನ್ನು ಹಾಡುತ್ತಿದ್ದರು. ನರಸಿಂಹಸ್ವಾಮಿ 'ಮೈಸೂರ ಮಲ್ಲಿಗೆ'ಯ ಮುನ್ನುಡಿಯಲ್ಲಿ, 'ಇಲ್ಲಿಯ ಕೆಲವು ಕವನಗಳನ್ನು ಅಲ್ಲಲ್ಲಿ ಹಾಡಿ ಪ್ರಚಾರ ಮಾಡಿದ ದೇವಂಗಿ ಚಂದ್ರಶೇಖರ್ ಅವರಿಗೆ' ಎಂದು ಬರೆದಿದ್ದಾರೆ. ಆ ದೇವಂಗಿ ಚಂದ್ರಶೇಖರ್ ಸುಮಾರು ಮೂವತ್ತು ವರ್ಷಗಳ ನಂತರ ಆಕಾಶವಾಣಿ ಆಡಿಷನ್‌ಗೆ ಬಂದಿದ್ದರು. ಆಗ ನಾನು ಅವರನ್ನು ಭೇಟಿ ಮಾಡಿದ್ದೆ.

ನನಗೆ ಆಗ 'ಮೈಸೂರ ಮಲ್ಲಿಗೆ' ಪದ್ಯಗಳ ಥರ ಬರೆಯಬೇಕು ಎಂಬ ಹುಚ್ಚಿತ್ತು. 'ಬೆಂಗಳೂರ ಚೆಂಗುಲಾಬಿ' ಅಂತೊಂದು ಪದ್ಯ ಬರೆದಿದ್ದೆ. ಆ ರೀತಿಯ ಸೋ ಕಾಲ್ಡ್ ಪ್ರೇಮಪದ್ಯಗಳನ್ನು ಸಾಕಷ್ಟು ಬರೆಯುತ್ತಿದ್ದೆ. ಆಗ ಮಾಸ್ತಿ ಅವರು 'ಜೀವನ' ಪತ್ರಿಕೆ ನಡೆಸುತ್ತಿದ್ದರು. ಅದಕ್ಕೆ ಕಳಿಸುತ್ತಿದ್ದೆ. ಹತ್ತು ಪದ್ಯಗಳನ್ನು ಕಳಿಸಿದರೆ ಒಂದು ಪದ್ಯ ಪ್ರಕಟಿಸುತ್ತಿದ್ದರು. ನನ್ನ ಮೊದಲ ಬರಹಗಳನ್ನು ಪ್ರಕಟ ಮಾಡಿದ್ದು ಮಾಸ್ತಿ. ಹಾಗೆ ನನ್ನ ಏಳೆಂಟು ಕವನಗಳು 'ಜೀವನ'ದಲ್ಲಿ ಪ್ರಕಟವಾಗಿದ್ದವು. ಆಗ ನನಗಿನ್ನೂ ಇಪ್ಪತ್ತೆರಡು ಇಪ್ಪತ್ಮೂರು ವರ್ಷ ಇರಬೇಕು. ಆ ಯಾವ ಪದ್ಯಗಳೂ ನೆನಪಿಲ್ಲ.

ನನ್ನ ಮೊದಲ ಪುಸ್ತಕ ಒಂದು ಅನುವಾದ. ಅದು ಇಬ್ಸನ್ನನ 'ಎನಿಮಿ ಆಫ್ ದಿ ಪೀಪಲ್'. ಅದನ್ನು ಗೋಪಾಲಕೃಷ್ಣ ಅಡಿಗರೇ ಅನುವಾದಿಸಲು ಹೇಳಿ ಪ್ರಕಟಿಸಿದ್ದು. ಎರಡನೇ ಪುಸ್ತಕ 'ಇತಿಹಾಸ' ಕಥಾಸಂಕಲನ. ಅದನ್ನು ಬಾಕಿನ ಪ್ರಕಟಿಸಿದರು. ಆದರೆ ಮೊದಲು ಬರೆಯುತ್ತಿದ್ದದ್ದು ಪದ್ಯಗಳನ್ನೇ. ಆಗ ನವ್ಯ ಚಳವಳಿ ಶುರುವಾಗಿತ್ತು. ನಾಲ್ಕು ಶಬ್ದಗಳ ಒಂದು ಸಾಲಿನ ಕೆಳಗೆ ಇಪ್ಪತ್ತು ಶಬ್ದಗಳ ಇನ್ನೊಂದು ಉದ್ದನೆ ಸಾಲು. ಹೀಗೆಲ್ಲ ಬರೆದರೆ ನವ್ಯ ಸಾಹಿತ್ಯ ಅಂತ ತಿಳಿದುಕೊಂಡಿದ್ದ ಕಾಲ ಅದು. ನಾನು 'ಸಾಕ್ಷಿ', 'ಸಂಕ್ರಮಣ' ಪತ್ರಿಕೆಗಳ ಚಂದಾದಾರ ಆಗಿದ್ದೆ. ಅವುಗಳಲ್ಲೆಲ್ಲ ಇಂಥ ಪದ್ಯಗಳೇ ಬರುತ್ತಿದ್ದವು. ನಾನು ಹಾಗೆ ಬರೆದ ಕವನಗಳನ್ನೆಲ್ಲ ಒಮ್ಮೆ ಎ.ಕೆ. ರಾಮಾನುಜನ್ ಅವರಿಗೆ ತೋರಿಸಿದೆ. ಅವೆಲ್ಲ ಯಾಕೆ ಒಳ್ಳೆಯ ಪದ್ಯಗಳಲ್ಲ ಎಂದು ರಾಮಾನುಜನ್ ನನಗೆ ಕನ್ವಿನ್ಸ್ ಆಗುವ ಹಾಗೆ ಹೇಳಿದರು. ಹಾಗಾಗಿ ಪದ್ಯ ಬರೆಯುವುದನ್ನು ನಿಲ್ಲಿಸಿದೆ.

ನಿಮ್ಮ ಮೊದಲ ಕವನ ಸಂಕಲನ 'ಆತ್ಮಚರಿತ್ರೆಯ ಕೊನೆಯ ಪುಟ'. ಅದಕ್ಕೆ ಮುದ್ದಣ ಪ್ರಶಸ್ತಿ ಬಂತು, ಸಾಕಷ್ಟು ಒಳ್ಳೆಯ ವಿಮರ್ಶೆಗಳೂ ಬಂದವು. ಅದಾದ ಮೇಲೆ ನೀವು ಪದ್ಯ ಬರೆಯುವುದನ್ನೇ ಬಿಟ್ಟುಬಿಟ್ಟಿದ್ದಿರಿ. ಆಮೇಲೆ ಇದ್ದಕ್ಕಿದ್ದಂತೆ, 2019ರಲ್ಲಿ 'ಸೋತ ಕಣ್ಣುಗಳನ್ನು ಮಿಟುಕಿಸುವ ಮಧ್ಯಾಹ್ನ' ಮತ್ತು 2020ರಲ್ಲಿ 'ವಿಧಾನಸಭೆಯಲ್ಲೊಂದು ಹಕ್ಕಿ' –

ಹೀಗೆ ಎರಡು ಕವನಸಂಕಲನಗಳನ್ನು ಒಂದರ ಹಿಂದೊಂದು ಪ್ರಕಟಿಸಿದಿರಿ. ನಿಮ್ಮ ಒಟ್ಟಾರೆ ಬರವಣಿಗೆಯನ್ನು ನೋಡಿದರೆ ಹೀಗೆ ಪಟ್ಟುಬಿಡದೇ ಒಂದರ ಹಿಂದೆ ಇನ್ನೊಂದು ಪುಸ್ತಕ ಪ್ರಕಟವಾಗಿದ್ದು ತುಂಬ ಕಡಿಮೆ. ಅದರಲ್ಲಿಯೂ ಕಾವ್ಯವಂತೂ ಇರಲೇ ಇಲ್ಲ. ನಿಮಗೆ ಇದ್ದಕ್ಕಿದ್ದ ಹಾಗೆ ಮತ್ತೆ ಕವಿತೆ ಬರೆಯಬೇಕು ಅನಿಸಿದ್ದು ಯಾಕೆ?

ನಾನು ನನ್ನ ಆರಂಭಿಕ ಕವನಗಳನ್ನೆಲ್ಲ ರಾಮಾನುಜನ್ ಅವರಿಗೆ ತೋರಿಸಿದೆನೆಂದು ಹೇಳಿದೆನಲ್ಲ, ಆಗ ಅವರು ಅದನ್ನೆಲ್ಲ ಓದಿ, 'ಈ ಸಾಲು ಏನು ಹೇಳುತ್ತದೆ? ಇದರಲ್ಲಿ ನಿಮ್ಮ ಸ್ವಂತಿಕೆ ಏನಿದೆ? ಇಡೀ ಕವನದ ಮೂಲಕ ನೀವು ಏನು ಹೇಳಲು ಹೊರಟಿದ್ದೀರಿ? ಕವನದಲ್ಲಿ ಒಂದು ಧ್ವನಿ ಅಂತ ಇರುತ್ತದಲ್ಲ, ಆ ಧ್ವನಿ ಎಲ್ಲಿದೆ ಇಲ್ಲಿ?' ಎಂದೆಲ್ಲ ಕೇಳಿದರು. ಅವರು ತುಂಬ ಸೌಮ್ಯ ವ್ಯಕ್ತಿ. ಒಂದು ಮಾತು ಹೇಳಿದ್ರು: 'ಏನೇ ಬರೆದರೂ ಬರೆದವರ ಧ್ವನಿ ಇರಬೇಕು. ನಮ್ಮದೇ ಒಂದು ಧ್ವನಿ ಬರುವವರೆಗೆ ನಾವು ಬರೆಯುವುದರಲ್ಲಿ ಅರ್ಥ ಇಲ್ಲ.' ಅದಾಗಿ ಎಷ್ಟೋ ವರ್ಷಗಳಾದ ಮೇಲೆ ಅಡಿಗರ 'ಭಾವತರಂಗ'ದ ಮೊದಲ ಪದ್ಯದಲ್ಲಿ–

'ಅನ್ಯರೊರೆದುದನೆ ಬರೆದುದನೆ ನಾ ಬರೆಬರೆದು
ಬಿನ್ನಗಾಗಿದೆ ಮನವು ಬಗೆಯೊಳಗನೇ ತೆರೆದು
ನನ್ನ ನುಡಿಯನೆ ಬಣ್ಣ ಬಣ್ಣದಲಿ ಬಣ್ಣಿಸುವ
ಪನ್ನತಿಕೆ ಬರುವನಕ, ನನ್ನ ಬಾಳಿದು ನರಕ

ಎಂಬ ಸಾಲುಗಳನ್ನು ಓದಿದಾಗ ಅಚ್ಚರಿಯಾಗಿತ್ತು. ಅಡಿಗರಿಗೆ ಮೊದಲ ಕವನ ಬರೆಯುವಷ್ಟರಲ್ಲಿಯೇ ತಾವು ಏನು ಎಂಬುದು ಗೊತ್ತಾಗಿಬಿಟ್ಟಿತ್ತಲ್ಲ. ನಮ್ಮಲ್ಲಿ ಕಾರಂತ, ಕುವೆಂಪು, ಚಿತ್ತಾಲ, ಅನಂತಮೂರ್ತಿ, ಹೀಗೆ ದೊಡ್ಡ ಲೇಖಕರು ಯಾರನ್ನೇ ತೆಗೆದುಕೊಳ್ಳಿ. ತಮ್ಮ ಸಾಧ್ಯತೆ ಏನು ಎಂಬುದು ಅವರಿಗೆಲ್ಲ ಬಹಳ ಕಿರಿಯ ವಯಸ್ಸಿನಲ್ಲಿಯೇ ಗೊತ್ತಾಗಿಬಿಟ್ಟಿತ್ತು. ನಾನು ಅಷ್ಟು ಪುಣ್ಯವಂತ ಅಲ್ಲ.

ಅಡಿಗರ 'ಭಾವತರಂಗ', 'ಕಟ್ಟುವೆವು ನಾವು' ಸಂಕಲನಗಳ ನಂತರ 'ಚೆಂಡೆಮದ್ದಳೆ' ಬಂತಲ್ಲ, ಅದರಲ್ಲಿ ಕಾವ್ಯದ ಸ್ವರೂಪವೇ ಬದಲಾಗಿತ್ತು. 'ಗೊಂದಲಪುರ' ಅಥವಾ 'ಹಿಮಗಿರಿಯ ಕಂದರ' ಪದ್ಯದಲ್ಲಿ ಬರುವ ಸಾಲುಗಳು ಅದುವರೆಗಿನ ಕನ್ನಡ ಸಾಹಿತ್ಯದಲ್ಲಿಯೇ ನಿಮಗೆ ಸಿಗುವುದಿಲ್ಲ. ಅದು ಹೇಗೆ ಸಾಧ್ಯವಾಯ್ತು? ನಾವು ಪರಂಪರೆ ಎಂದು ಮಾತಾಡುತ್ತೇವೆ. ಆದರೆ ಪರಂಪರೆಯ ಜೊತೆಗೆ ಆಧುನಿಕತೆಯ ಅನುಸಂಧಾನ ನಡೆದಾಗಲೇ ಒಂದು ಹೊಸದು ಹುಟ್ಟುತ್ತದೆ. ಬರೀ ಪರಂಪರೆಗೇ ಅಂಟುಕೊಂಡಿದ್ದರೆ ಹಳೆಯ ಛಂದೋರೂಪಗಳಲ್ಲಿ ಬರೆದುಕೊಂಡು ಇರಬೇಕಾಗುತ್ತದೆ. ಅದು ಅಡಿಗರಿಗೆ ಗೊತ್ತಾಗಿತ್ತು. ಅದರ ಜೊತೆಗೆ ತನಗೇನು ಸಾಧ್ಯವಿದೆ ಎಂಬುದೂ ಅವರಿಗೆ ತಿಳಿದಿತ್ತು.

ದಿವಾಕರ್ ಅವರ ಸ್ಕೆಚ್ ಬುಕ್‌ನಲ್ಲಿನ ಒಂದು ರೇಖಾಚಿತ್ರ

ಈ ಭಿನ್ನತೆಯ ಆಸೆ ನನಗೂ ಬಹಳ ಇದೆ. ನಾನು ಏನೂ ಮಾಡದೇ ಇದ್ದರೂ ಪರವಾಗಿಲ್ಲ. ಏನಾದರೂ ಮಾಡಿದರೆ ಅದು ಉಳಿದವರಿಗಿಂತ ಭಿನ್ನವಾಗಿರಬೇಕು ಎಂಬ ಹಟ ನನಗೆ ಇದ್ದೇ ಇದೆ. ಪೇಂಟಿಂಗ್, ಕಾರ್ಟೂನ್, ಇತ್ಯಾದಿ ರಚಿಸುವುದು; ಸಂಗೀತ ಕಲಿಯಲು ಹೋಗುವುದು – ಈ ಎಲ್ಲವೂ ನನ್ನನ್ನು ನಾನು ಕಂಡುಕೊಳ್ಳುವ ಪ್ರಯತ್ನಗಳು ಅನಿಸುತ್ತವೆ.

ನಾನು ಕಾರ್ಟೂನೇ ಮಾಡಿಕೊಂಡು ಇದ್ದಿದ್ದರೆ ಒಳ್ಳೆಯ ವ್ಯಂಗ್ಯಚಿತ್ರಕಾರ ಆಗಬಹುದಿತ್ತೇನೋ. ಆದರೆ ಅದು ನನ್ನ ಕ್ಷೇತ್ರವಲ್ಲ ಎಂದು ಬಹಳ ಬೇಗ ಅನಿಸಿತು. ಬಿಟ್ಟುಬಿಟ್ಟೆ. ಆ ಕಾಲದಲ್ಲಿ ಪತ್ರಿಕೆಗಳವರು ಒಂದು ಇಪ್ಪತ್ತೈದು ಮೂವತ್ತು ರೂಪಾಯಿ ಸಂಭಾವನೆ ಕೊಡುತ್ತಿದ್ದರು. ನನಗದು ದೊಡ್ಡ ಮೊತ್ತ ಆಗ. ಎರಡು ಮೂರು ವರ್ಷ ಕಾರ್ಟೂನ್ ರಚಿಸಿದೆ.

ಕಾವ್ಯದ ಬಗೆಗಿನ ಚರ್ಚೆಗೇ ಹಿಂತಿರುಗುವುದಾದರೆ, ನಿಮ್ಮ ಇತ್ತೀಚಿನ ಎರಡು ಸಂಕಲನಗಳಲ್ಲಿ ಇಂದಿನ ರಾಜಕೀಯಕ್ಕೆ ಪ್ರತಿಕ್ರಿಯೆಯಾಗಿ ಬಂದಿರುವಂಥ ಕವನಗಳು ಸಾಕಷ್ಟಿವೆ. ಪ್ರಖರ ರಾಜಕೀಯ ಪ್ರಜ್ಞೆ ಇಂದಿನ ಕಾವ್ಯದಲ್ಲಿ ವಾಚ್ಯವಾಗಿ ಕಾಣಿಸುತ್ತಿದೆ. ರಾಜಕೀಯ ಪ್ರಜ್ಞೆ ಕಾವ್ಯವಾಗಿ ಕಲೆಯಾಗಿ ನಿಮ್ಮ ರಚನೆಗಳಲ್ಲಿ ಕಾಣಿಸಿಕೊಂಡಿದೆ. ಇಂದಿನ ಸಂದರ್ಭಕ್ಕೆ ಪ್ರತಿಕ್ರಿಯೆ ನೀಡಲು ಕಾವ್ಯವೇ ಅತ್ಯುತ್ತಮ ಅಭಿವ್ಯಕ್ತಿ ಮಾಧ್ಯಮ ಎಂದು ನಿಮಗೆ ಅನಿಸಿದೆಯಾ? ಆ ಕಾರಣಕ್ಕಾಗಿಯೇ ನೀವು ಕಾವ್ಯಕ್ಕೆ ಮರಳಿದಿರಾ?

ಇರಬಹುದು. ಕಳೆದ ಹತ್ತು ಹದಿನೈದು ವರ್ಷಗಳಿಂದ ನಮ್ಮ ರಾಜಕೀಯ ರಂಗದ ಭ್ರಷ್ಟತೆ ನನ್ನನ್ನು ತುಂಬ ಕಾಡುತ್ತಿದೆ. ರಾಜಕಾರಣದಲ್ಲಿನ ಜೀವನದ ಎಲ್ಲ ರಂಗಗಳಲ್ಲಿಯೂ ಭ್ರಷ್ಟತೆ ಬೆಳೆಯುತ್ತಿದೆ. ಇಂದಿನ ರಾಜಕೀಯ ನೋಡಿದರೆ ಬಹಳ ದುಃಖಕರ ಅನಿಸುತ್ತದೆ. ಸಾಹಿತ್ಯ ಕ್ಷೇತ್ರವೂ ಒಳಗೊಂಡ ಹಾಗೆ ಎಲ್ಲ ಕ್ಷೇತ್ರಗಳಲ್ಲಿಯೂ ಈ ಭ್ರಷ್ಟತೆ ಎದ್ದು ಕಾಣಿಸುತ್ತಿದೆ. ಕಾಂಚಾಣದಿಂದ, ಅಧಿಕಾರದಿಂದ ಯಾರನ್ನು ಬೇಕಾದರೂ ಸೂತ್ರದ ಗೊಂಬೆಯ ಥರ ಆಡಿಸಬಹುದು ಎಂಬ ಸ್ಥಿತಿಗೆ ನಾವು ಬಂದುಬಿಟ್ಟಿದ್ದೇವೆ.

ಲೋಕಾಯುಕ್ತದ ಬಗ್ಗೆ ಎಲ್ಲರಿಗೂ ಗೊತ್ತು. ಲೋಕಾಯುಕ್ತದವರು ಭ್ರಷ್ಟ ಅಧಿಕಾರಿಗಳನ್ನು ಹಿಡಿಯುತ್ತಾರೆ. ಪತ್ರಿಕೆಯವರು ಅದಕ್ಕೆ ಎರಡು ಮೂರು ಕಾಲಂ ಸ್ಥಳಾವಕಾಶ ಕೊಟ್ಟು ಸುದ್ದಿ ಪ್ರಕಟಿಸುತ್ತಾರೆ. ಆ ಭ್ರಷ್ಟನಿಗೆ ಎಷ್ಟು ಮನೆ ಇತ್ತು, ಎಷ್ಟು ಆಸ್ತಿ ಇತ್ತು, ಎಷ್ಟು ಚಿನ್ನ ಸಿಕ್ಕಿತು ಎಲ್ಲವನ್ನೂ ಪ್ರಕಟಿಸುತ್ತಾರೆ. ಅದಾದಮೇಲೆ ಏನಾಯ್ತು? ಇದನ್ನು ಯಾರೂ ಕೇಳುವುದಿಲ್ಲ. ಈ ರೀತಿಯ ಅಮ್ನೇಶಿಯಾ (ವಿಸ್ಮೃತಿ) ಆವರಿಸಿರುವುದು ನನ್ನನ್ನು ತುಂಬ ಕಾಡುತ್ತಿದೆ. ಹೀಗೆ ಕಾಡುವುದನ್ನು ಬರೆಯುವುದಕ್ಕೇ ಕಾವ್ಯವೆಂಬ ಮಾಧ್ಯಮ ಇದೆ ಅನಿಸುತ್ತದೆ. ಅಡಿಗರ ಎಷ್ಟೋ ಪದ್ಯಗಳನ್ನು ನೋಡಿದಾಗ, ಇಂಥದೊಂದು ಭ್ರಷ್ಟ ಸಮಾಜ ಮುಂದೆ ಬಂದರೆ ಏನಾಗಬಹುದು ಎಂಬುದನ್ನು ಯೋಚಿಸಿ ಬರೆದರೇನೋ ಅನಿಸುತ್ತದೆ.

ನಾನು ಮೊನ್ನೆ ಒಂದು ಪುಸ್ತಕ ಓದುತ್ತಿದ್ದೆ. 'ದಿ ರೈಸ್ ಅಂಡ್ ಫಾಲ್ ಆಫ್ ದಿ ಮ್ಯಾನ್ ಅಂಡ್ ಲೆಟರ್ಸ್' ಅಂತ. ಜಾನ್ ಗ್ರಾಸ್ ಬರೆದದ್ದು. ಅದರಲ್ಲಿ, ಇಂಗ್ಲೆಂಡ್‌ನಲ್ಲಿ ಎಲಿಯಟ್‌ನ ಕಾಲದವರೆಗೂ ಲೇಖಕನಿಗೆ ಅಥವಾ ಕವಿಗೆ ವಿಶೇಷ ಗೌರವ ಇರುತ್ತಿತ್ತು, ಒಬ್ಬ ದೊಡ್ಡ ಕವಿ ಹೇಳಿದ ಮಾತನ್ನು ಟೋರಿ, ಲೇಬರ್ ಸಂಸದರೆಲ್ಲರೂ ಗೌರವಿಸುತ್ತಿದ್ದರು ಎಂಬ ವಿವರವಿತ್ತು. ನಮ್ಮಲ್ಲೂ ಅಂಥ ಸನ್ನಿವೇಶ ಇಲ್ಲದಿರಲಿಲ್ಲ. ಉದಾಹರಣೆಗೆ, ಮೈಸೂರಿನಲ್ಲಿ ಕುವೆಂಪು ಇದ್ದರಲ್ಲ, ಅವರು ತಮ್ಮ ಸ್ನೇಹಿತರ ಜೊತೆ ಮಾತಾಡುತ್ತ ಸಮಾಜಕ್ಕೆ ಸಂಬಂಧಿಸಿದ ಯಾವುದಾದರೂ

ಸಮಸ್ಯೆಯನ್ನು ಉಲ್ಲೇಖಿಸಿ ಅದರ ಪರಿಹಾರೋಪಾಯವೇನೆಂದು ಹೇಳಿದರೆ ಅದು ಮಾರನೆಯ ದಿವಸವೇ ವಿಧಾನಸೌಧ ತಲಪುತ್ತಿತ್ತು. ಆಗ ಟೀವಿ ಇರಲಿಲ್ಲ. ಇದ್ದದ್ದು ರೇಡಿಯೊ ಅಷ್ಟೆ. ಆದರೂ ಅದು ವಿಧಾನಸೌಧವನ್ನು ತಲುಪುತ್ತಿತ್ತಲ್ಲ! ಆಗ ಕುವೆಂಪು ಯಾರು? ಅವರು ಎಷ್ಟು ದೊಡ್ಡ ಕವಿ? ಎಂಬುದು ವಿಧಾನಸೌಧದಲ್ಲಿರುವ ಎಲ್ಲರಿಗೂ ಗೊತ್ತಿತ್ತು. ಇಂದು ಆ ಪರಿಸ್ಥಿತಿ ಇಲ್ಲ.

ಒಮ್ಮೆ ಅಡಿಗರ ಮನೆಗೆ ಬಂದಿದ್ದ ಜಾರ್ಜ್ ಫರ್ನಾಂಡಿಸರು 'ಭೂಮಿಗೀತ'ದ ಕೆಲವು ಭಾಗಗಳನ್ನು ನೆನಪಿನಿಂದಲೇ ಹೇಳಿದ್ದನ್ನು ಕೇಳಿ ನನಗಂತೂ ತುಂಬಾ ಆಶ್ಚರ್ಯವಾಗಿತ್ತು.

ಅಡಿಗರು ಪದ್ಯ ಬರೆಯುತ್ತಿದ್ದ ಕಾಲದಲ್ಲಿಯೂ ಪರಿಸ್ಥಿತಿ ಇಷ್ಟು ಕೆಟ್ಟಿರಲಿಲ್ಲ. ನನಗಿನ್ನೂ ನೆನಪಿದೆ. ಆಗ ಜಯನಗರ 5ನೇ ಬ್ಲಾಕ್‌ನಲ್ಲಿ ಅಡಿಗರ ಮನೆ ಇತ್ತು. ನಾನೊಮ್ಮೆ ಅಲ್ಲಿಗೆ ಹೋಗಿದ್ದಾಗ ಜಾರ್ಜ್ ಫರ್ನಾಂಡೀಸ್ ಅಡಿಗರನ್ನು ನೋಡಲಿಕ್ಕೆ ಬಂದಿದ್ದರು. ಅವರು 'ಭೂಮಿಗೀತ'ದ ಕೆಲವು ಸಾಲುಗಳನ್ನು ಬಾಯಿಪಾಠ ಮಾಡಿಕೊಂಡು ಅಡಿಗರಿಗೆ ಒಪ್ಪಿಸುತ್ತಿದ್ದರು. ರಾಜಕಾರಣಿ ಅವರು. ಅಂಥ ಸ್ಥಿತಿ ಈವತ್ತಿಲ್ಲ.

ಕಾವ್ಯ ಯಾರಿಗೆ ಬೇಕು? ಜನರು ಇವತ್ತು ಓದಬಹುದು, ನಾಳೆ ಓದಬಹುದು ಅಥವಾ ಯಾರೂ ಓದದೆಯೂ ಇರಬಹುದು. 2019ರ ಸುಮಾರಿಗೆ ನನಗೆ ಇದ್ದಕ್ಕಿದ್ದ ಹಾಗೆ ಒಂದು ರೀತಿಯ ಅರ್ಜ್ ಬಂತು. ಕಾವ್ಯ ಬರೆಯಬೇಕು ಅನಿಸಿತು. ಅಡಿಗರಿಗೆ ಬಹಳ ದೊಡ್ಡ ಆಯುಧ ಎಂದರೆ ವ್ಯಂಗ್ಯ. ನಾನೊಮ್ಮೆ ಅವರ ಸಂದರ್ಶನ ಮಾಡುತ್ತಿದ್ದಾಗ, 'ಕನ್ನಡದಲ್ಲಿ ಯಾರ ಕಾವ್ಯದಲ್ಲೂ ಇಲ್ಲದ ಒಂದು ವ್ಯಂಗ್ಯ ನಿಮ್ಮ ಕಾವ್ಯದಲ್ಲಿ ಯಾಕೆ ಇದೆ?' ಎಂದು ಕೇಳಿದ್ದೆ. 'ನೇರವಾಗಿ ಮಾತಾಡಿದರೆ ಯಾರಿಗೂ ತಾಗುವುದೇ ಇಲ್ಲವಲ್ಲಯ್ಯಾ; ಚುಚ್ಚಬೇಕು' ಎಂದವರು ಉತ್ತರಿಸಿದ್ದರು. ಆದರೆ ಇಂದು ವ್ಯಂಗ್ಯ ಕೂಡ ಅರ್ಥವಾಗದಂತಹ ಸ್ಥಿತಿಯಿದೆ. ತುರ್ತು ಪರಿಸ್ಥಿತಿ ಘೋಷಣೆಯಾದಾಗ ಅಡಿಗರು ಬರೆದ 'ನಿನ್ನ ಗದ್ದೆಗೆ ನೀರು ತರುವ ನಾಲೆಗಳೆಲ್ಲ ಬಂದು; ಬೇಕಾದದ್ದು ಬೆಳೆದುಕೋ ಬಂಧು' ಎಂದು ಶುರುವಾಗುವ ಕವನವನ್ನು 'ಪ್ರಜಾವಾಣಿ' ಪ್ರಕಟಿಸಿತ್ತು. ಅಂಥದ್ದೊಂದು ಕವನವನ್ನು ಇವತ್ತು ಯಾವ ಪತ್ರಿಕೆಯಾದರೂ ಪ್ರಕಟ ಮಾಡುತ್ತದೆಯೋ ಇಲ್ಲವೋ ಹೇಳಲಾರೆ. ಕಾಲ ಬದಲಾಗಿದೆ. ಅಭಿರುಚಿಗಳು ಬದಲಾಗಿವೆ; ಆದ್ಯತೆಗಳು ಬದಲಾಗಿವೆ.

ನನ್ನ ಕಾವ್ಯ ಬರವಣಿಗೆಗೇ ಹಿಂತಿರುಗುವುದಾದರೆ 2019ರಲ್ಲಿ ನಾನು ಮತ್ತೆ ಕವನಗಳನ್ನು ಬರೆಯಲು ಪ್ರಾರಂಭಿಸುವಾಗ, ನನ್ನ ಸುಪ್ತಪ್ರಜ್ಞೆಯ ಎದುರು ಅಡಿಗರ ರಾಜಕೀಯ ಕಾವ್ಯದ ಒಂದು ಮಾದರಿ ಇತ್ತು. ಆಗಲೇ ಹೇಳಿದ ಹಾಗೆ ಕಳೆದ ಹತ್ತು ಹನ್ನೆರಡು ವರ್ಷಗಳಲ್ಲಿ ಆದ ಈ ರಾಜಕೀಯ ಅಧೋಗತಿ ನನ್ನನ್ನು ತುಂಬ ಕಾಡುತ್ತಿದೆ. ಅದೇ ಯೋಚನೆ ತೀವ್ರವಾದಂತೆಲ್ಲ ನಾನು ಮತ್ತೆ ಎರಡು ಸಂಕಲನಕ್ಕಾಗುವಷ್ಟು ಕವನಗಳನ್ನು ಬರೆದೆನೇನೋ. ಆದರೆ ಅಡಿಗರಂಥ ದ್ರಷ್ಟಾರ ನಾನಲ್ಲವಲ್ಲ. ಅವರಿಗೆ ಮುಂದೆ ಏನಾಗಬಹುದು ಎಂಬುದು ಮೊದಲೇ ಹೊಳೆಯುತ್ತಿತ್ತು ಅನಿಸುತ್ತದೆ. ಅವರು 'ದೆಹಲಿಯಲ್ಲಿ...' ಕವನವನ್ನು 1974ರಲ್ಲಿ ಬರೆದಿದ್ದಿರಬೇಕು. ತುರ್ತು ಪರಿಸ್ಥಿತಿಯಲ್ಲಿ ಏನೇನು ಆಗಬಹುದು ಎಂಬುದೆಲ್ಲವೂ ಆ ಕವನದಲ್ಲಿದೆ.

ನಾನು ಅಮೆರಿಕಕ್ಕೆ ಹೋಗಿದ್ದಾಗ ಅಲ್ಲಿ ರಷ್ಯಾ ಮತ್ತು ಪೂರ್ವ ಯುರೋಪಿಯನ್ ಲೇಖಕರು ಕೆಲವರನ್ನು ಭೇಟಿಯಾಗಿದ್ದೆ. ಅವರ ಜೊತೆ ಮಾತನಾಡುವಾಗ ಆ ದೇಶಗಳಲ್ಲಿ ಸ್ಟಾಲಿನ್ ಕಾಲದಲ್ಲಿ ಕಮ್ಯುನಿಸ್ಟ್ ನೊಗದಿಂದ ಎಷ್ಟೆಲ್ಲ ಕವಿಗಳು ಕುಸಿದುಹೋದರು, ಅವರು ಹೇಗೆಲ್ಲ ತಮ್ಮ ದನಿ ಕಳೆದುಕೊಂಡರು

ಎನ್ನುವುದು ಅಷ್ಟಿಷ್ಟು ತಿಳಿಯಿತು. ಹಾಗೆ ನೋಡಿದರೆ, ಆ ಕವಿಗಳು ಕಮ್ಯುನಿಸಂ ವಿರುದ್ಧ ಬರೆಯಬಹುದಾಗಿದ್ದ, ಆದರೆ ಬರೆಯದ ಕವನಗಳನ್ನು ಅಡಿಗರು ಬರೆದಿದ್ದಾರೆ. ಇದು ಹೇಗೆ ಸಾಧ್ಯವಾಯಿತು? 'ಬಲವೆಂದರೆ ಎಡ; ಎಡವೆಂದರೂ ಎಡ; ಇದು ಈ ಕಾಲದ ಗೂಢ'. ಇನ್ನೊಂದು ಪದ್ಯದಲ್ಲಿ 'ಎಡದ ಹುಬ್ಬೇರಿಸುತ್ತ; ಎಡದ ಕಣ್ಣ ಮಿಟುಕಿಸುತ್ತ'... ಎಂದು ಬರೆದಿದ್ದಾರೆ. ಇದು ಯಾವುದರ ಮುನ್ಸೂಚನೆ? ಮುಂದೆ ಯಾವಾಗಲಾದರೂ ನಮ್ಮಲ್ಲಿಯೂ ಕಮ್ಯುನಿಸಂ ಬರಬಹುದು ಎಂಬುದರ ಸೂಚನೆಯಾ? ಅಥವಾ ನಿಜವಾದ ಪ್ರಜಾಪ್ರಭುತ್ವವಾದಿಯ ದೃಷ್ಟಿ ಇರಬೇಕಾಗಿದ್ದೇ ಹಾಗೆ ಎಂದೇ?

ನಿಮ್ಮ ಕಾವ್ಯದ ಹಿನ್ನೆಲೆಯಲ್ಲಿ ಅಡಿಗರ ಪದ್ಯಗಳನ್ನು ನೆನಪಿಸಿಕೊಂಡಿರಿ. ಅಡಿಗರ 'ಇಂದು ನಮ್ಮೀ ನಾಡು' ಪದ್ಯವನ್ನು ಮತ್ತೆ ಈ ಕಾಲಕ್ಕೆ ಹೊಂದುವ ಹಾಗೆ ಬರೆದಿದ್ದೀರಿ? ಅಂಥದ್ದೊಂದು ಕವನವನ್ನು ಯಾಕೆ ಬರೆಯಬೇಕು ಅನ್ನಿಸಿತು ನಿಮಗೆ?

ಕರ್ನಾಟಕ ಸಂಗೀತದಲ್ಲಿ ಮೇಳಕರ್ತ ರಾಗಗಳು ಎಂದಿವೆ. ಒಟ್ಟು 72 ಮೇಳಕರ್ತ ರಾಗಗಳು. ಅವು ಒಂದೊಂದೂ ಒಬ್ಬೊಬ್ಬ ದೊರೆ ಇದ್ದ ಹಾಗೆ. ಆ ರಾಗಗಳಲ್ಲೇ ಒಂದು ರಾಗದ ಒಂದು ಸ್ವರ, ಇನ್ನೊಂದು ರಾಗದ ಮತ್ತೊಂದು ಸ್ವರ, ಮತ್ತೊಂದು ರಾಗದ ಮಗದೊಂದು ಸ್ವರವನ್ನು ತೆಗೆದುಕೊಂಡು ಒಂದು ಹೊಸ ರಾಗ ಸೃಷ್ಟಿಸಬಹುದು. ಅದನ್ನು ಜನ್ಯರಾಗ ಅನ್ನುತ್ತಾರೆ. ಬಹುತೇಕ ಸಿನಿಮಾಗಳಲ್ಲಿ ಅನೇಕ ರಾಗಗಳನ್ನು ತೆಗೆದುಕೊಂಡು ಕಸಿಮಾಡಿ ಒಂದು ಹೊಸ ರಾಗ ಸೃಷ್ಟಿಸಿರುತ್ತಾರೆ. ಅಂದರೆ, ಜನಕರಾಗಗಳು ಇರುವುದು 72, ಜನ್ಯರಾಗಗಳು ಸಾವಿರಾರು. ಈ ಒಂದು ಪರಿಕಲ್ಪನೆಯನ್ನು ನೀವು ಕಾವ್ಯಕ್ಕೆ ಅನ್ವಯಿಸಿದರೆ, ಜನಕಕವಿಗಳು ಕೆಲವೇ ಕೆಲವರು. ಜನ್ಯ ಕವಿಗಳು, ನಮ್ಮಂಥವರು, ಬೇಕಾದಷ್ಟು ಮಂದಿ. ಜನಕ ಕವಿ ಮಾಡಿದ ಒಂದು ಪ್ರಯೋಗಕ್ಕೆ ಜನ್ಯ ಕವಿ ಕೂಡ ಒಂದು ಪ್ರತಿಕ್ರಿಯೆ ಕೊಡುತ್ತಾನೆ. ಬಹುಶಃ ನಾನು ಅದನ್ನೇ ಮಾಡಿದೆ ಅನಿಸುತ್ತದೆ. ನೀವು ಆ ಎರಡೂ ಪದ್ಯಗಳನ್ನು ಓದಿಕೊಂಡರೆ ಅಡಿಗರು ಎಷ್ಟು ದೊಡ್ಡ ಕವಿ ಎಂದು ಗೊತ್ತಾಗುತ್ತದೆ.

ನೀವು ಸಂಗೀತ, ಸಾಹಿತ್ಯ, ಚಿತ್ರಕಲೆ, ಸಿನಿಮಾ – ಹೀಗೆ ಹಲವು ಕ್ಷೇತ್ರದಲ್ಲಿ ಸ್ಕ್ರಿಯರಾಗಿದ್ದಿರಿ. ಸಾಹಿತ್ಯದಲ್ಲಿಯೂ ಕವಿತೆ, ಸಣ್ಣಕತೆ, ಅನುವಾದ, ಪ್ರಬಂಧ, ವಿಮರ್ಶೆ ಸಂಪಾದನೆ ಸೇರಿದಂತೆ ಹಲವು ಪ್ರಕಾರಗಳಲ್ಲಿ ಬರವಣಿಗೆ ಮಾಡಿರುವಿರಿ. ಇಷ್ಟು ವರ್ಷಗಳಲ್ಲಿ ನೀವು ಮುಟ್ಟದೇ ಇರುವ ಒಂದು ಪ್ರಕಾರ, ಕಾದಂಬರಿ. ಕಾದಂಬರಿ ಅನುವಾದ ಮಾಡಿದ್ದರೂ, ಸ್ವತಃ ಕಾದಂಬರಿ ಬರೆದಿಲ್ಲ. ಇದಕ್ಕೆ ಕಾರಣ ಏನಿರಬಹುದು? ಕಾದಂಬರಿ ಬರೆಯಬೇಕು ಎಂದು ನಿಮಗೆ ಅನಿಸಿಲ್ಲವಾ?

ಅನಿಸಿದೆ. ಆದಷ್ಟು ಬೇಗ ಒಂದು ಕಾದಂಬರಿ ಬರೆಯಬೇಕೆಂದಿದ್ದೇನೆ. ಆದರೆ ನಾನು ಬರೆಯುವ ಕಾದಂಬರಿ ಇಡೀ ಕನ್ನಡ ಕಾದಂಬರಿ ಪರಂಪರೆಗಿಂತ ತುಂಬ ಭಿನ್ನವಾಗಬೇಕಲ್ಲ... ಅದೇ ನನ್ನೆದುರಿನ ದೊಡ್ಡ ಸವಾಲು.

ಹಿಂದೆ ಬರೆಯಲು ಪ್ರಯತ್ನಿಸಿದ್ದೇನೆ ಕೂಡ. ಎಷ್ಟೋ ಚೆನ್ನಾಗಿಲ್ಲ ಅನಿಸಿದಾಗ ಬಿಟ್ಟುಬಿಟ್ಟಿದ್ದೇನೆ. ಕಾದಂಬರಿ ಒಂದೇ ಅಲ್ಲ, ರಾಮಾನುಜನ್ ಪರಿಚಯ ಆಗುವುದಕ್ಕೂ ಮೊದಲು ಸುಮಾರು ಐನೂರು ಆರುನೂರು ಕವನಗಳನ್ನು ಬರೆದಿದ್ದೆ.

ನಿಮ್ಮ ಒಡನಾಡಿಗಳು ಹೇಳುವ

ಹಾಗೆ, ನಿಮ್ಮ ಮನಸ್ಸಿನಲ್ಲಿ ಹಲವು ಕಾದಂಬರಿಗಳಿವೆ ಮತ್ತು ಹಲವರ ಬಳಿ ಆ ಕಾದಂಬರಿಗಳ ಕಥನವನ್ನು ಹೇಳಿದ್ದೀರಿ ಕೂಡ.

ಹೌದು. ಕತೆ ಹೇಳುವುದರಲ್ಲಿ ನನಗೆ ತುಂಬ ಆಸಕ್ತಿ ಇದೆ. ಹಾಗೆ ಪ್ರತಿಸಲ ಹೇಳುವಾಗಲೂ ಅದು ಏನೋ ಬದಲಾಗುತ್ತಿರುತ್ತದೆ. ನಮ್ಮ ಹಳ್ಳಿಯಲ್ಲಿ ಒಬ್ಬರು ಕತೆ ಹೇಳುತ್ತಿದ್ದರು. ಮಾಸ್ತಿಯವರ 'ಮಾತುಗಾರ ಸುಬ್ಬಣ್ಣ' ಅಂತೊಂದು ಕತೆ ಇದೆಯಲ್ಲ, ಹಾಗೆಯೇ ಇದ್ದರು, ನಮ್ಮ ಹಳ್ಳಿಯಲ್ಲಿ ಕತೆ ಹೇಳುತ್ತಿದ್ದ ಆ ವ್ಯಕ್ತಿ. ಅವರು ಎಷ್ಟು ಸಲ ಒಂದೇ ಕತೆ ಹೇಳಿದರೂ ಅದು ಪ್ರತಿಯೊಂದು ಸಲವೂ ಏನೋ ಬದಲಾಗುತ್ತಿತ್ತು. ನಾನೂ ಅಷ್ಟೇ. ಬೇರೆಯವರಿಗೆ ಕತೆ ಹೇಳುವಾಗ ನಾನೇ ಮನಸ್ಸಿನಲ್ಲಿ ಏನೋ ಬದಲಾವಣೆ ಮಾಡಿಕೊಳ್ಳುತ್ತಿರುತ್ತೇನೆ. ಹಾಗೆ ಮಾಡಿಕೊಂಡ ಬದಲಾವಣೆಗಳಿಂದ ಅದು ಕಥೆಯಾಗಬಹುದು, ಆಗದೆಯೂ ಇರಬಹುದು. ಆದರೆ ಅದೂ ಒಂದು ರೀತಿಯ ಸೃಜನಶೀಲ ಪ್ರಕ್ರಿಯೆಯೇ ಆಗಿರುತ್ತದೆ. ಅರ್ಜೆಂಟೀನಾದ ಬಹುದೊಡ್ಡ ಲೇಖಕ ಬೋರ್ಹೆಸ್‌ನ 'ಸೀಕ್ರೆಟ್ ಮಿರಾಕಲ್' ಅಂತೊಂದು ಅದ್ಭುತ ಕತೆ ಇದೆ. ಅದು ನಡೆಯುವುದು ಪೋಲೆಂಡಲ್ಲಿ, ಸುಮಾರು 17ನೇ ಶತಮಾನದಲ್ಲಿ. ಅದರಲ್ಲೊಬ್ಬ ನಾಟಕಕಾರ ಇದ್ದಾನೆ. ಅವನಿಗೆ ನಾಲ್ಕು ಅಂಕಗಳ ಒಂದು ನಾಟಕ ಬರೆಯುವ ಆಸೆ. ಮೂರು ಅಂಕಗಳನ್ನು ಬರೆಯುತ್ತಾನೆ ಕೂಡ. ಆದರೆ ನಾಲ್ಕನೇ ಅಂಕ ಬರೆಯಲೇ ಆಗುವುದಿಲ್ಲ. ಒಂದು ವರ್ಷ, ಎರಡು ವರ್ಷ, ಮೂರು ವರ್ಷ, ಹತ್ತು ವರ್ಷಗಳಾದರೂ ಬರೆಯಲಾಗುವುದಿಲ್ಲ. ಹನ್ನೊಂದನೇ ವರ್ಷ ರಾಜದ್ರೋಹದ ಆರೋಪದ ಮೇಲೆ ಅವನನ್ನು ಬಂಧಿಸುತ್ತಾರೆ. ಒಂದು ದಿನ ಬೆಳಗ್ಗೆ ಒಂಬತ್ತು ಗಂಟೆಗೆ ಅವನನ್ನು ಗುಂಡಿಟ್ಟು ಕೊಲ್ಲಬೇಕೆಂದು ನಿರ್ಧರಿಸುತ್ತಾರೆ. ಅಂದು ಬೆಳಗ್ಗೆ ಎಂಟೂಮುಕ್ಕಾಲಿಗೆ ಅವನನ್ನು ಕೊಲ್ಲುವ ಜಾಗಕ್ಕೆ ಕರೆದುಕೊಂಡು ಬರುತ್ತಾರೆ. ಶೂಟ್ ಮಾಡಿ ಕೊಲ್ಲುವುದು ಎಂದೂ ನಿಗದಿಯಾಗಿರುತ್ತದೆ. ಎಂಟು ಗಂಟೆ ಐವತ್ತು ನಿಮಿಷಕ್ಕೆ ಅವನಿಗೆ ನಾಟಕದ ನಾಲ್ಕನೇ ಅಂಕ ಹೊಳೆಯುತ್ತದೆ. ಅವನು ಮನಸ್ಸಿನಲ್ಲೇ 'ಮೈ ಗಾಡ್! ಗಿವ್ ಮಿ ಅನದರ್ 20 ಇಯರ್ಸ್, ಸೊ ದಟ್ ಐ ಕ್ಯಾನ್ ಫಿನಿಷ್ ದಿಸ್' ಎಂದು ಹೇಳಿಕೊಳ್ಳುತ್ತಾನೆ. ಹಾಗೆ ಸಾವಿನ ಎದುರಲ್ಲಿ ನಿಂತಿರುವಾಗಲೇ ತನ್ನ ಮನಸ್ಸಿನಲ್ಲಿ ನಾಟಕದ ನಾಲ್ಕನೇ ಅಂಕ ಬರೆದುಬಿಡುತ್ತಾನೆ. ಹೀಗೆ ನಾವೂ ಮನಸಲ್ಲಿ ಎಷ್ಟೋ ಕೃತಿಗಳನ್ನು, ಕಥೆಗಳನ್ನು ಬರೆಯುತ್ತಿರುತ್ತೇವೆ. ಅವು ಪೂರ್ಣವೂ ಆಗಿರುತ್ತವೆ. ಕಾಗದದ ಮೇಲೆ ಪೂರ್ಣವಾಗುವುದಿಲ್ಲ, ಅಷ್ಟೆ.

ಬಹಳಷ್ಟು ಬರಹಗಾರರ ಅನುಭವದ ಪ್ರಕಾರ, ಬರವಣಿಗೆ ಎನ್ನುವುದು ಒಂದು ಆಲೋಚನಾ ಕ್ರಮವೂ ಆಗಿರುತ್ತದೆ. ಬರೆಯುತ್ತಲೇ ಹೊಸತೇನೋ ಹುಟ್ಟುತ್ತಿರುತ್ತದೆ; ಬದಲಾಗುತ್ತಿರುತ್ತದೆ. ಮನಸಿನಲ್ಲಿರುವ ಎಷ್ಟೋ ಸಂಗತಿಗಳು ಕಾಗದದಲ್ಲಿ ಬರೆಯುವಾಗ ಬೇರೆಯೇ ಏನೋ ಆಗಿಬಿಡುತ್ತದೆ. ಈ ಬರವಣಿಗೆಯ ಪ್ರಕ್ರಿಯೆಯ ಕುರಿತು ನಿಮ್ಮ ಅನುಭವ ಏನು?

ಎಷ್ಟೋ ಸಲ ನನ್ನ ಕತೆಯೋ ಕವನವೋ ಶುರುವಾಗುವುದಕ್ಕೆ ಯಾವುದೋ ಒಂದು ಇಮೇಜ್ ಕಾರಣವಾಗುತ್ತದೆ. ಅದು ಸಿನಿಮಾದಲ್ಲಿ ನೋಡಿದ ಒಂದು ದೃಶ್ಯವಾದರೂ ಆಗಿರಬಹುದು. 'ಡಾ. ಝಿವಾಗೊ' ಎಂಬ ಒಂದು ಸಿನಿಮಾ ನೋಡಿದ್ದೆ ನಾನು. ಅದು ಪಾಸ್ತರ್‌ನಾಕ್ ಬರೆದ ಅದೇ ಹೆಸರಿನ ಕಾದಂಬರಿ ಆಧಾರಿತ. ಅಗಲಿದ ಪ್ರೇಮಿಗಳು ಒಂದು ಕಡೆ ಸೇರಿದ್ದಾರೆ. ಹಿಂದಿನ ರಾತ್ರಿಯ ಒಂದು ಘಟನೆಯಿಂದ ಇಬ್ಬರಿಗೂ ಬಹಳ ದುಃಖವಾಗಿದೆ. ಮರುದಿನ ಎಲ್ಲಿಗೋ

ಹೊರಟಿದ್ದಾರೆ. ಅವರು ಟಾಂಗಾದಲ್ಲಿ ಹೋಗುತ್ತಿರುವಾಗ ಗಾಳಿ ಬೀಸುತ್ತಿದೆ. ಸಾಲುಮರಗಳ ಹಳದಿ ಹೂವುಗಳು ಮಳೆಯ ರೀತಿ ಮೆಲ್ಲನೆ ಬೀಳುತ್ತಲೇ ಇವೆ. ಅದೊಂದು ಅದ್ಭುತ ದೃಶ್ಯ. ಅದನ್ನು ನೋಡಿದಾಗ ನನಗೆ 'ಹಳದಿ' ಎನ್ನುವಂಥ ಒಂದು ಪ್ರಬಂಧ ಬರೆಯಬೇಕು ಅನಿಸಿತು.

ಈ ಸಾಹಿತ್ಯ ಪ್ರಕಾರಗಳ ಬಗ್ಗೆ ನಾನು ಇತ್ತೀಚೆಗೆ ಹೆಚ್ಚು ತಲೆಕೆಡಿಸಿಕೊಳ್ಳುತ್ತಲೇ ಇಲ್ಲ. ಒಂದು ಕಥೆ ಬರೆದಷ್ಟೇ ಶ್ರಮವಹಿಸಿ, ಅಷ್ಟೇ ಮುತುವರ್ಜಿ ವಹಿಸಿ ಒಂದು ಪ್ರಬಂಧ ಯಾಕೆ ಬರೆಯಬಾರದು? ಒಂದು ಲೇಖನ ಯಾಕೆ ಬರೆಯಬಾರದು? ಒಂದು ವಿಮರ್ಶೆ ಯಾಕೆ ಬರೆಯಬಾರದು?

ಆಗಲೇ ಹೇಳಿದ ಹಾಗೆ ನನಗೆ ಬರವಣಿಗೆ ಶುರುವಾಗುವುದು ಒಂದು ಇಮೇಜ್‌ನಿಂದ. ಎಷ್ಟೋ ಇಮೇಜ್‌ಗಳನ್ನು ನಾವು ನೋಡುತ್ತಲೇ ಇರುತ್ತೇವೆ. ಅವುಗಳಲ್ಲಿ ಯಾವುದೋ ಒಂದು ಇಮೇಜ್ ನಿಮ್ಮನ್ನು ಸೆರೆಹಿಡಿದುಬಿಡುತ್ತದೆ. ಆ ಇಮೇಜ್ ಕುರಿತು ನೀವು ಮತ್ತೆ ಮತ್ತೆ ಯೋಚನೆ ಮಾಡಿದಾಗ, ಅದಕ್ಕೆ ಮತ್ತೇನೋ ಸೇರಿಕೊಂಡು, ಇನ್ನೇನೋ ಕೂಡಿಕೊಂಡು, ಮತ್ತೊಂದೇ ಏನೋ ಆಗಿ ಒಂದು ಹಂತಕ್ಕೆ ಬರುತ್ತದೆ; 'ಓ... ಇದೊಂದು ಕಥೆ ಆಗಬಹುದು', 'ಇದೊಂದು ಕವನ ಆಗಬಹುದು', 'ಇದಕ್ಕೆ ಇಂಥದ್ದೊಂದು ಪಾತ್ರ ಸೇರಿದರೆ ಅಥವಾ ಇದರ ಮುಖ್ಯ ಪಾತ್ರ ಸ್ಕೂಲ್ ಮಾಸ್ಟ್ರೋ ಇನ್ನೇನೋ ಆಗಬಹುದು' ಎಂದು ಅನಿಸುತ್ತದೆ. ಆಗ ಬರೆಯಲು ಕೂರುತ್ತೇನೆ. ಹಾಗೆ ಕೂತು ಬರೆಯುವ ಪ್ರಕ್ರಿಯೆಯಲ್ಲಿ ಅದು ಬೇರೆಯದೇ ಏನೋ ಆಗಿ ರೂಪುಗೊಳ್ಳುತ್ತದೆ. ಇದು ನನ್ನೊಬ್ಬನ ಅನುಭವ ಅಷ್ಟೇ ಅಲ್ಲ, ಎಲ್ಲ ಲೇಖಕರ ಅನುಭವವೂ ಹೌದು.

ಹಲವು ಪ್ರಕಾರಗಳಲ್ಲಿ ಕೆಲಸ ಮಾಡಿದ್ದರೂ, ಸಣ್ಣಕತೆಯ ಮೇಲೆ ನೀವು ಮಾಡಿರುವ ಕೆಲಸ ತುಂಬ ದೊಡ್ಡದು ಮತ್ತು ಅಷ್ಟೇ ಮಹತ್ವದ್ದು. ಸ್ವತಃ ಕತೆಗಳನ್ನು ಬರೆಯುವುದರ ಜೊತೆಗೆ ಅನುವಾದದ ಮೂಲಕ ಜಗತ್ತಿನ ಸಣ್ಣಕತೆಗಳನ್ನು ಕನ್ನಡ ಜಗತ್ತಿಗೆ ಪರಿಚಯಿಸಿ, ಕಥಾಪ್ರಕಾರದ ವ್ಯಾಪ್ತಿಯನ್ನು ಹಿಗ್ಗಿಸಿದ್ದೀರಿ. ಸಣ್ಣಕತೆಯ ಮೇಲೆ ನಿಮಗೆ ಒಲವು ಹುಟ್ಟಿದ್ದು ಹೇಗೆ?

ಅತ್ಯುತ್ತಮ ಸಣ್ಣಕಥೆಗಳನ್ನು ನೆನಪಿಸಿಕೊಳ್ಳಿ. ರಾಘವೇಂದ್ರ ಖಾಸನೀಸರ 'ತಬ್ಬಲಿಗಳು', ಮಾಸ್ತಿ ಅವರ 'ಜೋಗ್ಯೋರ ಅಂಜಪ್ಪನ ಕೋಳಿಕಥೆ', ಚಿತ್ತಾಲರ 'ಮುಖಾಮುಖಿ' ಇವೆಲ್ಲವೂ ಸಣ್ಣಕಥೆಗಳು ಎಂಬುದು ನಿಜ. ಆದರೆ ಅವುಗಳ ಒಳಗೇ ಒಂದು ವಿಶ್ವ ಇದೆ. ನೀವು ಅಡಿಗರ 'ಕೂಪಮಂಡೂಪ' ಪದ್ಯ ನೆನಪಿಸಿಕೊಳ್ಳಿ. ಕೂಪ ಮಂಡೂಕ ಅನ್ನುವುದನ್ನು ನಾವು 'ಅವನೊಬ್ಬ ಬಾವಿ ಒಳಗಿನ ಕಪ್ಪೆ. ಅವನಿಗೆ ಏನು ಗೊತ್ತಿದೆ?' ಎಂಬ ಅರ್ಥದಲ್ಲಿಯೇ ಬಳಸುತ್ತಿರುತ್ತೇವೆ ಅಲ್ಲವೇ? ಬಾವಿ ಒಳಗಿನ ಕಪ್ಪೆಗೆ ಹೊರಗಿನ ಜಗತ್ತು ಗೊತ್ತಿರುವುದಿಲ್ಲ ಎಂಬುದು ಅದರ ಅರ್ಥ. ನಾವು ಅಡಿಗರ ಕೂಪ ಮಂಡೂಕ ಓದಿದರೆ ಆ ಬಾವಿ ಒಳಗಿನದ್ದೇ ಒಂದು ದೊಡ್ಡ ಜಗತ್ತು ಎಂಬುದು ಅರಿವಾಗುತ್ತದೆ. ಬಾವಿ ಒಳಗಿನ ಕಪ್ಪೆ, ಆ ಕಪ್ಪೆಯನ್ನು ಸುತ್ತುವರಿದಿರುವ ನೀರು, ಪಾಚಿ ಇನ್ನೂ ಏನೇನೋ ಇವೆಯಲ್ಲ, ಅದೇ ಒಂದು ವಿಶ್ವ. ಹಾಗೆ ಸಣ್ಣಕತೆ ಕೂಡ ತನ್ನೊಳಗೇ ಒಂದು ವಿಶ್ವವನ್ನು ಹುದುಗಿಸಿಕೊಂಡಿರುತ್ತದೆ. ಬೋರ್ಹೆಸ್ ಅಂತ ಒಬ್ಬ ಲೇಖಕನ ಬಗ್ಗೆ ಹೇಳಿದೆನಲ್ಲ, ಅವನು ಹೇಳುತ್ತಾನೆ, ಒಂದು ಸಾವಿರ ಪುಟದ ಒಂದು ದೊಡ್ಡ ಕಾದಂಬರಿ ಓದಿದರೆ, ಅದರ ಬಗ್ಗೆ ನಿಮ್ಮ ಸ್ನೇಹಿತರಿಗೆ ಹದಿನೈದರಿಂದ ಇಪ್ಪತ್ತು ನಿಮಿಷಗಳಿಗಿಂತ ಹೆಚ್ಚು ಹೇಳಲು ಸಾಧ್ಯವಿಲ್ಲ ಅಂತ. ಆ ಹದಿನೈದರಿಂದ ಇಪ್ಪತ್ತು ನಿಮಿಷಗಳಲ್ಲೇ

ಒಂದು ಸಣ್ಣಕತೆಯ ಸತ್ವ, ಸಾರ ಇರುತ್ತದೆ ಎಂಬುದು ಬೋರ್ಹೆಸ್‌ನ ಅನಿಸಿಕೆ.

ಕಾದಂಬರಿಯದು ಬೇರೆಯದೇ ಜಗತ್ತು. 'ಚೋಮನ ದುಡಿ' ಕಾದಂಬರಿಯನ್ನೆ ತೆಗೆದುಕೊಳ್ಳಿ. ಚೋಮನ ದೈನ್ಯವಾದ ಸ್ಥಿತಿ, ಬಡತನ, ಜೀತ ಎಲ್ಲವನ್ನೂ ಒಳಗೊಂಡ ಸುಮಾರು ನೂರು ಪುಟದ ಕಾದಂಬರಿ ಅದು. 'ಅಕ್ರಮ ಸಂತಾನ' ಎಂಬ ಶರಣಕುಮಾರ್ ಲಿಂಬಾಳೆ ಅವರ ಕಾದಂಬರಿ ಓದಿದರೆ ಅಷ್ಟೇ ಭೀಕರವಾದ ಬದುಕಿನ ಚಿತ್ರ ಒಂದು ಸಣ್ಣ ಅಧ್ಯಾಯದಲ್ಲಿ ಬಂದುಹೋಗುತ್ತದೆ! ಆತ್ಯಂತಿಕವಾಗಿ ಇಲ್ಲಿ ಸಣ್ಣದು ದೊಡ್ಡದು ಎಂಬುದು ಇಲ್ಲ; ಅದೊಂದು ಕಲೆಯಾಗಿದೆಯೆ? ಪರಿಪೂರ್ಣ ಆಗಿದೆಯೆ ಎಂಬುದು ಬಹಳ ಮುಖ್ಯ. ಯಾವುದು ಪರಿಪೂರ್ಣ ಆಗಿರುತ್ತದೆಯೋ, ಅದು ಸಾಕಷ್ಟು ಕಾಲ ಬದುಕಿರುತ್ತದೆ ಎಂದು ನಾನು ನಂಬಿಕೊಂಡಿದ್ದೇನೆ.

ನೀವು ಮೊದಲು ಸಣ್ಣಕತೆ ಬರೆದಿದ್ದು ಯಾವಾಗ ಮತ್ತು ಅದಕ್ಕೆ ಪ್ರೇರಣೆಗಳೇನು? ಅದಕ್ಕೆ ಸಿಕ್ಕ ಸ್ಪಂದನ ಹೇಗಿತ್ತು?

ನಾನು ಆರಂಭದಲ್ಲಿ ಏಳೆಂಟು ಸಣ್ಣಕತೆಗಳನ್ನು ಬರೆದಿದ್ದೆ. ಅದರಲ್ಲಿ ಒಂದು ಕತೆ ನನಗೆ ನೆನಪಿದೆ. 'ಮೌನ, ಸ್ತಬ್ಧ, ನೀರವ...' ಅಂತ. ಅದನ್ನು ತೆಗೆದುಕೊಂಡು ಹೋಗಿ 'ಪ್ರಜಾವಾಣಿ'ಯ ವೈಕುಂಠರಾಜು ಅವರಿಗೆ ಕೊಟ್ಟೆ. ಅವರು, 'ಓಹ್, ನೀವು ಕತೆ ಬರ್ದಿದೀರಾ? ನೋಡ್ರೀ ರಂಗನಾಥ ರಾವ್' ಎಂದು ಪಕ್ಕದಲ್ಲಿದ್ದ ಜಿ.ಎನ್. ರಂಗನಾಥ ರಾವ್ ಅವರಿಗೆ ಕೊಟ್ಟರು. ಮುಂದಿನ ವಾರ ಅದು ಪ್ರಕಟವಾಗಿತ್ತು. ಅದು ನನ್ನ ಮೊದಲ ಪ್ರಕಟಿತ ಕತೆ. ಆಮೇಲೆ ಒಂದು ಮೂರು ನಾಲ್ಕು ಕತೆ ಬರೆದೆ. ಸಮಸ್ಯೆ ಏನೆಂದರೆ, ಆಗಲೇ ನಾನು ಸಾಕಷ್ಟು ಓದಿಕೊಂಡಿದ್ದದ್ದು. ಮಾಸ್ತಿ, ಆನಂದ, ಅನಂತಮೂರ್ತಿ, ಚಿತ್ತಾಲ, ಕಾರಂತರು, ಅಡಿಗರು ಎಲ್ಲರನ್ನೂ. ಮನೋಹರ ಗ್ರಂಥಮಾಲೆ ಪ್ರಕಟಿಸಿದ್ದ 'ಹೊಸ ಕ್ಷಿತಿಜ' ಪುಸ್ತಕದ ಕತೆಗಳನ್ನೂ ಓದಿದ್ದೆ. ಆದ್ದರಿಂದ ನನಗೆ ಯಾರೂ ವಿಮರ್ಶಕರು ಬೇಕಿರಲಿಲ್ಲ. ನಾನು ಕಷ್ಟಪಟ್ಟು ಬರೆದ ಏಳೆಂಟು ಕತೆಗಳನ್ನು ಕನ್ನಡದ ಅತ್ಯುತ್ತಮ ಕತೆಗಳ ಪಕ್ಕದಲ್ಲಿಟ್ಟುಕೊಂಡು ನೋಡಿದರೆ, ಅವು ಎಷ್ಟು ಕೆಟ್ಟ ಕತೆಗಳು ಎಂದು ನನಗೇ ಗೊತ್ತಾಗುತ್ತಿತ್ತು.

'ಕ್ರೌರ್ಯ' ಕಥೆ ಬರೆದಿದ್ದು ಹೇಗೆ?

ನಾನು ಮೊದಲು 'ಪ್ರಾಣದೇವರು' ಅಂತೇನೋ ಒಂದು ಫ್ಯಾಂಟಸಿ ಬರೆದಿದ್ದೆ. ಅದನ್ನು ಉದಯವಾಣಿ ದೀಪಾವಳಿ ಸಂಚಿಕೆಗೆ ಕೊಟ್ಟೆ. ಅದು ಪ್ರಕಟವಾಯಿತು. ಅದರ ನಂತರ 'ಅನಾಥರು' ಅಂತ ಇನ್ನೊಂದು ಕಥೆ ಬರೆದೆ. ಅದಾದಮೇಲೆ, 'ಕ್ರೌರ್ಯ' ಬರೆಯಬೇಕು ಅನಿಸಿತು. ಬರೆಯುವುದಕ್ಕೂ ಮೊದಲೇ ಎಲ್ಲೋ ನೋಡಿದ ಹೆಳವಿ, ಅವಳಿಗೆ ಹೀಗಾದರೆ ಹೇಗೆ ಎಂಬ ಕಲ್ಪನೆ ಮಾಡಿಕೊಂಡೆ. ಅದೊಂದು ರೀತಿಯಲ್ಲಿ ಚೆಸ್ ಆಟ ಇದ್ದ ಹಾಗೆ.

ನಮ್ಮೊಳಗೆ ಒಂದು ಇಮೇಜ್ ಹುಟ್ಟಿಕೊಂಡು, ಅದನ್ನು ಹೀಗೆ ಮಾಡಿದರೆ ಏನಾಗಬಹುದು, ಹಾಗೆ ಮಾಡಿದರೆ ಏನಾಗಬಹುದು ಎಂಬುದನ್ನೆಲ್ಲ ಯೋಚಿಸಿ, ಚಿಂತಿಸುತ್ತ ಹೋದ ಹಾಗೆ ಅದು ಏನೇನೋ ಆಗಿ ಬದಲಾಗುತ್ತ ಹೋಗುತ್ತದೆ. 'ಕ್ರೌರ್ಯ' ಕೂಡ ಹಾಗೆಯೇ ಬರೆದಿದ್ದು. ಆಗ ನಾನು 'ಮಲ್ಲಿಗೆ' ಪತ್ರಿಕೆಯ ಸಂಪಾದಕ ಆಗಿದ್ದೆ. ಅಲ್ಲಿ ನನ್ನ ನೋಡಲಿಕ್ಕೆ ನಿಸಾರ್ ಅಹಮದ್ ಬರುತ್ತಿದ್ದರು. ಆ ಕಥೆ ಬರೆದು ಮುಗಿಸಿದಾಗ ನಿಸಾರ್ ಅಹಮದ್ ಅವರಿಗೆ ತೋರಿಸಿದೆ. ಅವರು ಅದನ್ನು ಅಲ್ಲಿಯೇ ಓದಿ, 'ಏನ್ ಕಥೆ ಇದು... ಅದ್ಭುತವಾಗಿದೆ! ಇದನ್ನು ಪ್ರಜಾವಾಣಿ ದೀಪಾವಳಿ ಕಥಾಸ್ಪರ್ಧೆಗೆ ಕಳಿಸಿ' ಅಂತ ಹೇಳಿದರು. ಅವರೇ ಪೋಸ್ಟ್ ಆಫೀಸಿಗೆ

ಹೋಗಿ ಕವರ್ ತೆಗೆದುಕೊಂಡು ಬಂದು, ಸ್ಟ್ಯಾಂಪ್ ಹಚ್ಚಿ, ಪೋಸ್ಟ್ ಮಾಡಿದರು ಕೂಡ! ಅದಕ್ಕೆ ಪ್ರಜಾವಾಣಿ ದೀಪಾವಳಿ ಕಥಾಸ್ಪರ್ಧೆಯಲ್ಲಿ ಪ್ರಥಮ ಬಹುಮಾನ ಬಂತು.

ಎಂ.ಎಸ್.ಕೆ. ಪ್ರಭು ನಿಮಗೆ ಆಪ್ತರು. ಕನ್ನಡದಲ್ಲಿ ಪ್ರಭು ಅವರನ್ನು ಬಿಟ್ಟರೆ ಫ್ಯಾಂಟಸಿಯನ್ನು ದೊಡ್ಡ ಪ್ರಮಾಣದಲ್ಲಿ ಮತ್ತು ಪರಿಣಾಮಕಾರಿಯಾಗಿ ಕಥೆಗಳಲ್ಲಿ ಬಳಸಿರುವವರು ನೀವು. ಈ ಫ್ಯಾಂಟಸಿ ಒಲವಿನ ಹಿಂದೆ ಏನಾದರೂ ಫ್ಯಾಂಟಸಿ ಕತೆ ಇದೆಯೆ?

ನಮ್ಮ ರಾಮಾಯಣ, ಮಹಾಭಾರತದ ಕಥೆಗಳಲ್ಲಿ ರಾಕ್ಷಸರು, ಹನುಮಂತ ಹಾರುವುದು, ಎಷ್ಟೋ ಜನ್ಮಾಂತರಗಳನ್ನು ದಾಟಿ ಬರುವುದು, ಇವೆಲ್ಲವೂ ಇವೆ. ಆದರೆ ಆ ಗ್ರಂಥಗಳಿಗೆ ಧಾರ್ಮಿಕ ಎಂಬ ಭಾವನೆ ಬಂದಿರುವುದರಿಂದ ಅವುಗಳನ್ನು ನಾವು ಫ್ಯಾಂಟಸಿ ಎಂದು ಕರೆಯುವುದಿಲ್ಲ. ಹಾಗೆಯೇ ಒಪ್ಪಿಕೊಂಡುಬಿಡುತ್ತೇವೆ.

ನಾನು ಮೊಟ್ಟಮೊದಲು ನಿಜವಾದ ಫ್ಯಾಂಟಸಿಯನ್ನು ನೋಡಿದ್ದು ಕಾಫ್ಕಾನ 'ಮೆಟಮಾರ್ಫಸಿಸ್'ನಲ್ಲಿ. ಅದನ್ನು ಓದಿದಾಗ ಅದು ಸೋ ರಿಯಲಿಸ್ಟಿಕ್ ಅನಿಸಿತು! ಯಾಕೆ ಅಂದರೆ, ನಮ್ಮಲ್ಲಿ ನಿಜವಾದ ದಲಿತರಿಗೆ, ಅವರು ಸೂಕ್ಷ್ಮಜ್ಞರೂ ಆದರೆ, ಜಾಗತಿಕ ಪ್ರಜ್ಞೆ ಇದ್ದರೆ, ಬಹುಶಃ ಕಾಫ್ಕಾನ ಹುಳುವಿನ ಥರವೇ ಅವರು ಫೀಲ್ ಮಾಡುತ್ತಿರಬೇಕು ಎಂದು ನನಗೆ ಅನಿಸುತ್ತದೆ. ಒಂದು ಬೆಳಿಗ್ಗೆ ಎದ್ದಾಗ ಕಾಫ್ಕಾನ ಕಥೆಯ ನಾಯಕ ಹುಳುವಾಗಿಬಿಟ್ಟಿರುತ್ತಾನೆ. ಕೊನೆಯಲ್ಲಿ ಅವನ ತಂಗಿಯೇ ಪೊರಕೆ ತೆಗೆದುಕೊಂಡು ಅವನನ್ನು ಗುಡಿಸಿಹಾಕುತ್ತಾಳೆ. ಅದು ಏನು ಅದ್ಭುತವಾದ ಕಥೆ ಎಂದರೆ ಮೊದಲ ಬಾರಿಗೆ ಅದನ್ನು ಓದಿದಾಗ ನನ್ನ ಮೈ ಜುಮ್ ಅಂದಿತ್ತು.

ಇನ್ನೊಂದು ಗೊಗೋಲ್‌ನ 'ನೋಸ್' ಅಂತೊಂದು ಕತೆ. 19ನೇ ಶತಮಾನದ ಬರಹಗಾರ ಅವನು. ಒಂದು ದಿನ ಬ್ರೆಡ್ ತಿನ್ನುತ್ತಿರಬೇಕಾದ ಆ ಕತೆಯ ನಾಯಕನ ಮೂಗು ಕಳೆದುಹೋಗಿಬಿಡುತ್ತದೆ. ಆ ಮೂಗು ನಗರದ ಒಳಗೆ ಎಲ್ಲೆಲ್ಲೋ ಅಡ್ಡಾಡುತ್ತಿರುತ್ತದೆ.

ಈ ಥರದ ಎರಡು ಮೂರು ಕತೆ ಓದಿದಾಗ ನನಗೆ ಬಹಳ ಇಷ್ಟವಾದವು. ಆ ಸಮಯದಲ್ಲಿಯೇ ನನಗೆ ಪ್ರಭು ಅವರ ಪರಿಚಯ ಆಯ್ತು. ಅವರು ತುಂಬ ಓದ್ತಾ ಇದ್ರು. ನಾನೂ ತುಂಬಾ ಓದುತ್ತಿದ್ದೆ ಆಗ. ನಾವಿಬ್ಬರೂ ಬೇಗ ಆಪ್ತರಾದೆವು. ನಾನು ಓದಿದ್ದನ್ನು ಅವರಿಗೆ ಹೇಳುತ್ತಿದ್ದೆ; ಅವರು ಓದಿದ್ದನ್ನು ನನಗೆ ಹೇಳುತ್ತಿದ್ದರು. ನಮ್ಮ ಜೊತೆಗೆ ಎಂ.ಕೆ. ಅನಿಲ್ ಅಂತ ಇಬ್ಬರು ಇದ್ದರು. ಅವರು ಎ.ಕೆ. ರಾಮಾನುಜನ್ ಅವರ ಬ್ರದರ್ ಇನ್ ಲಾ. ಅವರಿಗಂತೂ ಬೆಂಗಳೂರಿನಲ್ಲಿರುವ ಲೈಬ್ರರಿಗಳು ಸಾಕಾಗದೆ ಮದ್ರಾಸ್‌ಗೆ ಹೋಗಿ ಹೈದರಾಬಾದ್‌ಗೆಲ್ಲ ಹೋಗಿ ಓದುತ್ತಿದ್ದರು.

ಫ್ಯಾಂಟಸಿ ಎಂದರೆ ಕೊನೆಗೂ ಒಂದನ್ನು ಹೇಳಿ ಇನ್ನೇನನ್ನೋ ತೋರಿಸುತ್ತಿರುತ್ತೇವೆ. ನನಗೆ ಪ್ರಭು ಅವರು ಪರಿಚಯವಾದಾಗ ಮೊಟ್ಟಮೊದಲು ಕೊಟ್ಟಿದ್ದ ಕಥೆ 'ಎರಡು ತೆಂಗಿನ ಮರದುದ್ದದ ಮನುಷ್ಯ'. ಅದನ್ನು ಓದಿ ಇದರಲ್ಲಿ ಏನೋ ಹೊಸದಿದೆ ಎಂದು ಅನಿಸಿತು. ಹಾಗಾಗಿ ನಾನು ಓದಿದ ದಿನವೇ ಅಡಿಗರಿಗೆ ತೆಗೆದುಕೊಂಡು ಹೋಗಿ ಕೊಟ್ಟೆ. ಅವರು ಆ ಕಥೆಯನ್ನು ಓದಿ, 'ನಿಜವಾಗಲೂ ಈ ಕಥೆ ಚೆನ್ನಾಗಿದೆ' ಎಂದು ಹೇಳಿ 'ಸಾಕ್ಷಿ' ಪತ್ರಿಕೆಯಲ್ಲಿ ಪ್ರಕಟ ಮಾಡಿದರು. 'ಸಾಕ್ಷಿ'ಯಲ್ಲಿ ಬಂದಿದ್ದರಿಂದ ಎಷ್ಟೋ ಜನರಿಗೆ ಪ್ರಭು ಅವರ ಹೆಸರು ಗೊತ್ತಾಯಿತು. ನಂತರ ಅವರು ಅದೇ ಥರದ ಕಥೆಗಳನ್ನು ಬರೆದರು.

ನನಗೆ ಆ ರೀತಿಯ ಕಥೆಗಳನ್ನು ಬರೆಯುವುದು ಸಾಧ್ಯವಿರಲಿಲ್ಲ. ನನಗೆ ಅವರಿಗಿಂತ ಭಿನ್ನವಾಗಿ ಬರೆಯಬೇಕಿತ್ತು.

ನಾನು ನನ್ನ ಕಥೆಗಳಲ್ಲಿ ರಿಯಲಿಸ್ಟಿಕ್ ಮತ್ತು ಫ್ಯಾಂಟಸಿಗಳನ್ನು ಬೆಸೆಯಲು ಪ್ರಯತ್ನ ಮಾಡುತ್ತೇನೆ. ನನ್ನ ಇತ್ತೀಚೆಗಿನ ಕೆಲವು ಕಥೆಗಳನ್ನು ನೋಡಿದರೆ ಅವು ರಿಯಲಿಸ್ಟಿಕ್ ಎಳೆಯಿಂದ ಶುರುವಾಗಿ ಕೊನೆಗೆಲ್ಲೋ ಫ್ಯಾಂಟಾಸ್ಟಿಕ್ ಆಗಿ ಕೊನೆಗೊಳ್ಳುತ್ತದೆ.

ಫ್ಲ್ಯಾನರಿ ವೋಕೋನ್ ಅಂತೊಬ್ಬಳು ಸಣ್ಣಕತೆಗಾರ್ತಿ 'ಫ್ಯಾಂಟಸಿ ಅನ್ನುವುದೇನೂ ಇಲ್ಲ' ಎಂದು ಹೇಳುತ್ತಾಳೆ. 'ಎ ಸ್ಟೋರಿ ಈಸ್ ಸೋ ರಿಯಲ್ ಬಿಕಾಸ್ ಇಟ್ ಈಸ್ ಫ್ಯಾಂಟಾಸ್ಟಿಕ್; ಎ ಸ್ಟೋರಿ ಈಸ್ ಸೋ ಫ್ಯಾಂಟಾಸ್ಟಿಕ್ ಬಿಕಾಸ್ ಇಟ್ ಈಸ್ ರಿಯಲ್' ಅನ್ನುವುದು ಅವಳ ಮಾತು. ಅದೇ ವ್ಯತ್ಯಾಸ. ಕಥೆ ವಾಸ್ತವಿಕವಾಗಿದೆ ಅಂದರೆ ಅದು ಕಾಲ್ಪನಿಕವೇ ಆಗಿರುತ್ತದೆ. ಅನಂತಮೂರ್ತಿ ಅವರ 'ಸೂರ್ಯನ ಕುದುರೆ' ಏನದು? ಅದು ರಿಯಲಿಸ್ಟಿಕ್ ಸ್ಟೋರಿನಾ? ಹೌದು. ಫ್ಯಾಂಟಾಸ್ಟಿಕ್ ಸ್ಟೋರಿನಾ? ನನ್ನ ಪ್ರಕಾರ ಹೌದು. ಫ್ಯಾಂಟಾಸ್ಟಿಕ್ ಸ್ಟೋರಿ ಆಗಬೇಕಾದರೆ ಹಡೆ ವೆಂಕಟ ಆಕಾಶಕ್ಕೇನೂ ಹಾರಿ ಹೋಗಬೇಕಾಗಿಲ್ಲ. ಆದರೆ ನಗರದಿಂದ ಬಂದಿರುವ ನಿರೂಪಕ ಇವನಿಗಿಂತ ಭಿನ್ನವಾಗಿದ್ದಾನೆ. ಇವನಿಗಿಂತ ಬೇರೆ ರೀತಿಯ ಜಗತ್ತು ನೋಡುತ್ತಿದ್ದಾನೆ. ಬೇರೆ ಜಗತ್ತಲ್ಲಿ ಬದುಕುತ್ತಿದ್ದಾನೆ.

'ಬೆಟ್ಟದ ಜೀವ' ಕಾದಂಬರಿ ನೆನಪಿಸಿಕೊಳ್ಳಿ. 'ಬೆಟ್ಟದ ಜೀವ'ಕ್ಕೂ 'ಸೂರ್ಯನ ಕುದುರೆ'ಗೂ ಬಹಳ ದೊಡ್ಡ ಸಂಬಂಧ ಇದೆ. ಅಲ್ಲಿಯೂ ನಿರೂಪಕ, ಗೋಪಾಲಯ್ಯ, ಶಂಕರಿಯರ ಮನೆಗೆ ಹೋಗಿ, ಅಲ್ಲಿನ ಪ್ರಕೃತಿಯನ್ನು ನೋಡಿ, ಅವರ ಜೊತೆಗೆ ಮಾತನಾಡಿ ಎಷ್ಟು ಒಳ್ಳೆಯ ಜೀವನ ಎಂದು ಹೇಳುತ್ತಾನೆ ನಿರೂಪಕ. ಆದರೆ ಅವನಿಗೆ ಅಲ್ಲಿ ಉಳಿಯುವುದು ಸಾಧ್ಯವಿಲ್ಲ. ವಾಪಸ್ಸು ಬಂದುಬಿಡುತ್ತಾನೆ. 'ಸೂರ್ಯನ ಕುದುರೆ'ಯಲ್ಲಿಯೂ ಅಷ್ಟೆ. ನಿರೂಪಕ ಹಡೆ ವೆಂಕಟನ ಬದುಕನ್ನು ನೋಡಿ 'ಆಹಾ! ಎಂಥ ಬದುಕು' ಎಂದೆಲ್ಲ ಉದ್ಗರಿಸುತ್ತಾನೆ. ಆದರೆ ಅವನು ಅಲ್ಲಿಯೇ ಉಳಿಯಲಾರ. ತಿರುಗಿ ಬಂದುಬಿಡುತ್ತಾನೆ. ಹಡೆ ವೆಂಕಟನ ಥರ ಇರುವುದು ಐಡಿಯಲ್, ಆದರೆ ನಮಗೆ ಆ ರೀತಿ ಬದುಕುವುದು ಸಾಧ್ಯವಿಲ್ಲ. ಐಡಿಯಲಿಸಂ ಬೇರೆ, ವಾಸ್ತವದ ಬದುಕು ಬೇರೆ. ಈ ಎರಡೂ ಬೆಸೆಯುವುದಕ್ಕೆ ಪ್ರಯತ್ನಿಸುತ್ತೇವಲ್ಲ, ಅದನ್ನೇ ನಾನು ಫ್ಯಾಂಟಸಿ ಎಂದು ಹೇಳುತ್ತೇನೆ. ಫ್ಯಾಂಟಸಿ ಅಂತ ಬರೋದು ಇಂಥ ಕಡೆಗಳಲ್ಲಿಯೇ.

ಅನುವಾದ ಒಂದು ರೀತಿಯ ಥ್ಯಾಂಕ್‌ಲೆಸ್ ಜಾಬ್ ಅನ್ನುವ ಭಾವನೆ ಇದೆ. ಅದರಲ್ಲಿ ಅಂಥ ಕ್ರಿಯೇಟಿವಿಟಿಯೂ ಇಲ್ಲ ಎಂಬ ಉದಾಸೀನವೂ ಇದೆ. ಆದರೆ ನಿಮ್ಮ ಸಾಹಿತ್ಯದ ಕೃಷಿಯಲ್ಲಿ ಅನುವಾದದ ಪಾತ್ರ ತುಂಬ ದೊಡ್ಡದಿದೆ. ಜಗತ್ತಿನ ಬೇರೆ ಬೇರೆ ಭಾಷೆಗಳ ಸಾಹಿತ್ಯವನ್ನು ಕನ್ನಡಕ್ಕೆ ತಂದಿರುವಿರಿ. ಅನುವಾದ ನಿಮಗೆ ಮುಖ್ಯ ಅನಿಸಿದ್ದು, ಅನುವಾದದ ದಾರಿ ಹಿತವೆನಿಸಲು ಶುರುವಾಗಿದ್ದು ಹೇಗೆ?

ನನ್ನ ಜೀವನದಲ್ಲಿ ಎಲ್ಲವೂ ಆಕಸ್ಮಿಕವಾಗಿಯೇ ಆಗಿದೆ. ಇದ್ದಕ್ಕಿದ್ದ ಹಾಗೆ ಕಾರ್ಟೂನ್ ಬರೆಯಬೇಕು ಅನಿಸಿತು; ಬರೆದೆ. ಸಂಗೀತ ಕಲಿಯಬೇಕು ಅನಿಸಿತು; ಕಲಿಯಲಿಕ್ಕೆ ಹೋದೆ. ಎಲ್ಲವೂ ಆಕಸ್ಮಿಕವೇ. ಅಲೆಗ್ಸಾಂಡರ್ ಸೋಲ್ಜೆನಿತ್ಸಿನ್ ಅಂತೊಬ್ಬ ರಷ್ಯನ್ ಬರಹಗಾರ, ಆತನಿಗೆ ನೊಬೆಲ್ ಬಹುಮಾನ ಬಂತು. ಅದಕ್ಕೋಸ್ಕರ ದೇಶ ಬಿಡಬೇಕಾಯ್ತು. ದೇಶ ಬಿಟ್ಟು ಅಮೆರಿಕಕ್ಕೆ ಹೋದ. ಕೊನೆಯಲ್ಲಿ ಗೊರ್ಬಚೆವ್ ಬಂದಮೇಲೆ ಮತ್ತೆ ರಷ್ಯಾಗೆ ಬಂದು ಒಂದೆರಡು ವರ್ಷಗಳಲ್ಲಿ ತೀರಿಕೊಂಡ. ಟಾಲ್‌ಸ್ಟಾಯ್ ನಂತರದ ದೊಡ್ಡ ಬರಹಗಾರ ಅವನು.

ಅವನಿಗೆ ನೊಬೆಲ್ ಪ್ರೈಸ್ ಬಂದ

ಸಂದರ್ಭದಲ್ಲಿ ಅಡಿಗರು ನನಗೆ, 'ನೀನೇನಾದರೂ ಅವನದ್ದನ್ನು ಓದಿದ್ದೀಯೇನಯ್ಯಾ?' ಎಂದು ಕೇಳಿದರು. 'ಓದಿದ್ದೇನೆ ಸರ್, ಅವನ ಒಂದು ಕಥೆ ತುಂಬ ಚೆನ್ನಾಗಿದೆ' ಎಂದೆ. 'ಯಾವ್ದು ಅದು?' ಎಂದು ಕೇಳಿದರು. 'ಮಾತ್ರಿಯೋನಾ' ಎಂದು ಹೇಳಿದೆ. 'ನೀನದನ್ನು ಅನುವಾದ ಮಾಡಿಕೊಡು' ಎಂದರು. 'ಎನ್‌ಕೌಂಟರ್' ಎನ್ನುವ ಪತ್ರಿಕೆಯಲ್ಲಿ ಆ ಕಥೆ ಪ್ರಕಟವಾಗಿತ್ತು. ತುಂಬ ದೊಡ್ಡ ಕಥೆ ಅದು. 'ಮಾಡಿಕೊಡ್ತೀನಿ ಸರ್, ಏನಾದ್ರೂ ತಪ್ಪಿದ್ರೆ ತಿದ್ದುತ್ತೀರಲ್ವಾ?' ಎಂದು ಕೇಳಿದೆ. 'ತಿದ್ದುತ್ತೀನಿ, ನೀನು ಮಾಡು' ಎಂದರು.

ರಾಮಾನುಜನ್ ಒಂದು ಮಾತು ಹೇಳಿದ್ದರು. ಆಗ 'ಸ್ಪೀಕಿಂಗ್ ಆಫ್ ಶಿವ' ಹೆಸರಿನಲ್ಲಿ, ಅಲ್ಲಮಪ್ರಭು, ಅಕ್ಕಮಹಾದೇವಿ, ಬಸವಣ್ಣ ಮತ್ತು ದೇವರ ದಾಸಿಮಯ್ಯ ಅವರ ಆಯ್ದ ವಚನಗಳನ್ನು ರಾಮಾನುಜನ್ ಇಂಗ್ಲಿಷಿಗೆ ಅನುವಾದ ಮಾಡಿದ್ದರು. ಆ ಪುಸ್ತಕ ಇನ್ನೂ ಪ್ರಕಟವಾಗಿರಲಿಲ್ಲ. ಆದರೆ ಅನುವಾದ ಮಾಡಿದ ವಚನಗಳನ್ನು ಅವರು ಮದ್ರಾಸ್‌ನಲ್ಲಿ ಓದಿದ್ದರು. ಮದ್ರಾಸಿನ ಕರ್ನಾಟಕ ಸಂಘದಲ್ಲಿ ನಾನೇ ಒಂದು ಕಾರ್ಯಕ್ರಮ ಏರ್ಪಾಡು ಮಾಡಿದ್ದೆ. ಅಲ್ಲಿ ಅವರು, 'ಎ ಟ್ರಾನ್ಸ್‌ಲೇಟರ್ ಹ್ಯಾಸ್ ಟು ಕೀಪ್ ಹಿಮ್‌ಸೆಲ್ಫ್ ವೆರಿ ಕ್ಲೋಸ್ ಟು ದ ಒರಿಜಿನಲ್' ಅಂತ ಹೇಳಿದ್ದರು. ಆ ಮಾತು ನನ್ನ ಮನಸ್ಸಿನಲ್ಲಿತ್ತು. ಅದನ್ನು ಇಟ್ಟುಕೊಂಡೇ ಮೂರು ದಿನ ತೆಗೆದುಕೊಂಡು 'ಮಾತ್ರಿಯೋನಾ' ಕತೆಯನ್ನು ಅನುವಾದ ಮಾಡಿಕೊಟ್ಟೆ. ನಂತರ ಒರಿಜಿನಲ್ ಮತ್ತು ಅನುವಾದ ಎರಡನ್ನೂ ಅಡಿಗರಿಗೆ ಕೊಟ್ಟೆ. ಎಂಟು ದಿನಗಳಾದ ಮೇಲೆ 'ಸಾಕ್ಷಿ' ಪತ್ರಿಕೆ ಬಂದಾಗ, ಅದರಲ್ಲಿ ಕಥೆ ಪ್ರಕಟವಾಗಿತ್ತು. ಓದಿನೋಡಿದರೆ ಅವರು ಏನನ್ನೂ ಬದಲಿಸಿರಲಿಲ್ಲ. ಹಾಗೆಯೇ ಪ್ರಕಟಿಸಿದ್ದರು. ನಂತರ ಅವರ ಸಲಹೆಯ ಮೇರೆಗೇ 'ಕಥಾಜಗತ್ತು' ಅನುವಾದ ಮಾಡಿದೆ.

ಇವೆಲ್ಲವೂ ಆಕಸ್ಮಿಕ. ಆದರೆ ಇದರಿಂದ ನಾನು ಅನುವಾದದ ಕೆಲವು ಸಿದ್ಧಾಂತಗಳನ್ನು ಓದಲು ಶುರುಮಾಡಿದೆ. ನಾನೇನೂ ಅಕಡೆಮಿಷಿಯನ್ ಅಲ್ಲ. ಆದರೆ ಇವೆಲ್ಲದರಲ್ಲಿಯೂ ನನಗೆ ಕುತೂಹಲವಿದೆ. ಬೋರ್ಹೆಸ್, ಅರ್ಜೆಂಟೀನಾದ ಲೇಖಕ. ಅವನ ಅನುವಾದಕ ಥಾಮಸ್ ಬಿ ಜಿಯೊವಾನ್ ಅಂತ. ಬೋರ್ಹೆಸ್‌ಗೆ ಇಂಗ್ಲಿಷ್ ಬರುತ್ತಿತ್ತು. ಒಂದು ಹಂತದಲ್ಲಿ ಬೋರ್ಹೆಸ್ ಹೇಳಿದನಂತೆ; 'ಡೋಂಟ್ ಟ್ರಾನ್ಸ್‌ಲೇಟ್ ವಾಟ್ ಐ ಆಮ್ ಸೇಯಿಂಗ್. ಟ್ರಾನ್ಸ್‌ಲೇಟ್ ವಾಟ್ ಐ ಆಮ್ ಟ್ರೈಯಿಂಗ್ ಟು ಸೇ.' ಮೂಲ ಲೇಖಕ ಏನು ಹೇಳುತ್ತಿದ್ದಾನೆ ಅನ್ನುವುದನ್ನಷ್ಟೇ ಅನುವಾದಿಸಿದರೆ ಅದು ಅಕ್ಷರಶಃ ಅನುವಾದ ಆಗುತ್ತದೆ. ಮೂಲ ಲೇಖಕ ಏನನ್ನು ಹೇಳಲು ಪ್ರಯತ್ನಿಸುತ್ತಿದ್ದಾನೆ ಎನ್ನುವುದನ್ನು ಅನುವಾದಿಸಲು ಯತ್ನಿಸಬೇಕು.

ನಮ್ಮಲ್ಲಿ ರವೀಂದ್ರನಾಥ ಟ್ಯಾಗೋರ್ ಅವರ ಕೆಲವು ಪದ್ಯಗಳನ್ನು ಪ್ರಾಸ ಗೀಸ ಇಲ್ಲದೇ ಅನುವಾದ ಮಾಡಿದ್ದಾರೆ. ರಮಾನಾಥ ಭಟ್ಟ ಅನ್ನುವವರ ಅನುವಾದವೂ ಇದೆ. ಅವರಿಗೆ ಬೆಂಗಾಲಿ ಬರುತ್ತಿತ್ತು. ಅವರು ಟ್ಯಾಗೋರರ ಸುಮಾರು ನೂರು ಪದ್ಯಗಳನ್ನು ಕನ್ನಡಕ್ಕೆ ಅನುವಾದ ಮಾಡಿದ್ದಾರೆ. ಪ್ರಾಸಬದ್ಧವಾಗಿ ಅನುವಾದ ಮಾಡಿದ್ದಾರೆ. ಅದ್ಭುತವಾದ ಸಂಕಲನ ಅದು. ವಿಮರ್ಶಕರು ಆ ಪುಸ್ತಕವನ್ನು ಗಮನಿಸಿದಂತಿಲ್ಲ. ಟ್ಯಾಗೋರ್ ಅವರು ನಮ್ಮ ಕುವೆಂಪು ಥರ ಎಲ್ಲ ಪದ್ಯಗಳನ್ನೂ ಪ್ರಾಸಬದ್ಧವಾಗಿಯೇ ಬರೆದಿದ್ದಾರೆ. ಸ್ವಚ್ಛಂದವಾಗಿ ಬರೆದೇ ಇಲ್ಲ.

ಜಾರ್ಜ್ ಸ್ಟೈನರ್ ತನ್ನೊಂದು ಲೇಖನದಲ್ಲಿ ಹೇಳುತ್ತಾನೆ: 'ಮೂಲಭಾಷೆಯಲ್ಲಿ ಪ್ರಾಸಬದ್ಧವಾಗಿದ್ದ ಒಂದು ಪದ್ಯವನ್ನು, ಅದು ಒರಟಾಗಿದ್ದರೂ ಪರವಾಗಿಲ್ಲ, ನಿನ್ನ ಭಾಷೆಯಲ್ಲಿ ಪ್ರಾಸಬದ್ಧವಾಗಿಯೇ ಅನುವಾದ ಮಾಡುವುದು ಒಳ್ಳೆಯದು' ಅಂತ. ಇವೆಲ್ಲವೂ ನನ್ನ ಮನಸಲ್ಲಿದೆ.

ರಾಮಾನುಜನ್ 'ಅನುವಾದಕ ಮೂಲಕ್ಕೆ ಹೆಚ್ಚು ಸಮೀಪದಲ್ಲಿರಬೇಕು' ಎಂದು ಹೇಳಿದ್ದನ್ನು ನೆನಪಿಸಿಕೊಂಡಿರಿ. ಸಮೀಪ ಎಂದರೆ ಯಾವ ರೀತಿ? ಅದು ಭಾವದ ವಿಷಯದಲ್ಲಿಯೋ, ಭಾಷೆಗೆ ಸಂಬಂಧಿಸಿದ್ದೋ ಅಥವಾ ಶಿಲ್ಪದ ವಿಷಯಕ್ಕೆ ಸಂಬಂಧಿಸಿದ್ದೋ? ಯಾಕೆಂದರೆ ನಮ್ಮಲ್ಲಿನ ಬಹುತೇಕ ಅನುವಾದಗಳು ಮೂಲಕೃತಿಯ ಭಾವವನ್ನು ಹಿಡಿಯಲಿಕ್ಕೆ ಪ್ರಯತ್ನಿಸುತ್ತವೆ ಅನಿಸುತ್ತದೆ.

ಮೂರೂ ವಿಷಯದಲ್ಲಿಯೂ ಮೂಲಕ್ಕೆ ಸಮೀಪದಲ್ಲಿರಬೇಕು. ಶಿಲ್ಪವೂ ಬಂದೇ ಬರಬೇಕು. ಅಮೆರಿಕದ ಫಾಕ್ನರ್ ಎನ್ನುವ ಬರಹಗಾರನನ್ನು ತೆಗೆದುಕೊಳ್ಳಿ. ಅವನ ಒಂದು ವಾಕ್ಯ ಇಪ್ಪತ್ತು ಪುಟಗಳಿರುತ್ತದೆ. ಕನ್ನಡದಲ್ಲಿ ಅದೇ ರೀತಿಯಲ್ಲಿ ಯಾರಾದರೂ ಅನುವಾದ ಮಾಡುತ್ತಾರಾ? ಮಾರ್ಕೆಸ್‌ನನ್ನೇ ನೋಡಿ, ಅವನ 'ದಿ ಆಟಂ ಆಫ್ ದಿ ಪೇಟ್ರಿಯಾರ್ಕ್' ಕಾದಂಬರಿಯಲ್ಲಿ ಒಂದು-ಒಂದೂವರೆ ಪುಟಗಳಷ್ಟು ಉದ್ದನೆಯ ವಾಕ್ಯಗಳು ಇವೆ. ಕನ್ನಡದಲ್ಲಿ ಅನುವಾದ ಮಾಡುವಾಗ ದೊಡ್ಡ ದೊಡ್ಡ ಅನುವಾದಕರೂ ಅದನ್ನು ಐದು ಆರು ವಾಕ್ಯಗಳಾಗಿ ಬದಲಾಯಿಸುತ್ತಾರೆ. ನೀವು ಒಂದು ಓಘದಲ್ಲಿ ಪುಟಗಳಷ್ಟು ಮಾತಾಡುವುದಕ್ಕೂ, ಅದನ್ನು ನಾಲ್ಕು ವಾಕ್ಯಗಳಲ್ಲಿ ಕತ್ತರಿಸಿ ಮಾತಾಡುವುದಕ್ಕೂ ಸಾಕಷ್ಟು ವ್ಯತ್ಯಾಸವಿದೆ. ಹೌದಲ್ವಾ? ಪ್ರತಿ ಲೇಖಕನಿಗೂ ಅವನದೇ ಆದ ಒಂದು ಟೋನ್ ಇರುತ್ತದೆ. ಶಿವರಾಮ ಕಾರಂತರಿಗೆ ಇರುವ ಟೋನ್ ಅನಕೃಗೆ ಇಲ್ಲ, ಅನಂತಮೂರ್ತಿಗೆ ಇಲ್ಲವೇ ಇಲ್ಲ ಅದು. ಬೀಚಿಗೆ ಇಲ್ಲವೇ ಇಲ್ಲ. ಬೀಚಿಯನ್ನು ಅನುವಾದ ಮಾಡುವವನಿಗೆ ಅನಂತಮೂರ್ತಿಯನ್ನು ಅನುವಾದಿಸಲು ಸಾಧ್ಯವಾಗುವುದೇ ಇಲ್ಲ. ಅನುವಾದಕನಿಗೂ ಒಂದು ಅಭಿರುಚಿ ಇರುತ್ತದೆ. ಅದಕ್ಕೆ ಅನುಗುಣವಾಗಿಯೇ ಅನುವಾದ ಮಾಡಲು ಸಾಧ್ಯ.

ತಮಿಳಿನಲ್ಲಿ ಸದಾಶಿವಂ ಅಂತೊಬ್ಬರು ಅನುವಾದಕರು ಇದ್ದರು. ಅವರೊಮ್ಮೆ ನನ್ನನ್ನು ಸಂಪರ್ಕಿಸಿ, 'ನಿಮ್ಮ ಕೆಲವು ಕಥೆಗಳನ್ನು ತಮಿಳಿಗೆ ಅನುವಾದ ಮಾಡುತ್ತೀನಿ. ನೀವು ಅನುಮತಿ ಕೊಡಬೇಕು' ಎಂದು ಹೇಳಿದರು. 'ನೀವು ಯಾವ್ಯಾವ ಕೃತಿಗಳನ್ನು ಅನುವಾದ ಮಾಡಿದ್ದೀರಿ?' ಎಂದು ಕೇಳಿದೆ. ಅವರು, 'ಚೋಮನದುಡಿ', 'ಸಂಸ್ಕಾರ', 'ಸರಸಮ್ಮನ ಸಮಾಧಿ', 'ತುಂಗಭದ್ರಾ' ಮತ್ತು 'ಒಡಲಾಳ' ಮಾಡಿದ್ದೀನಿ ಅಂದರು. ನಾನು ತಕ್ಷಣವೇ, 'ಒಡಲಾಳ'ವನ್ನು ಯಾವ ತಮಿಳಿಗೆ ಮಾಡಿದ್ದೀರಿ?' ಎಂದು ಕೇಳಿದೆ. ಅವರು, 'ರಾಮನಾಥ ಜಿಲ್ಲೆಯಲ್ಲಿ ಒಂದು ಹಳ್ಳಿ ಇದೆ. ಅಲ್ಲಿರುವವರೆಲ್ಲ ದಲಿತರು. ಅವರೊಂದು ಬಗೆಯ ತಮಿಳು ಮಾತನಾಡುತ್ತಾರೆ. ನಾನು ಆ ತಮಿಳಿಗೆ ಅನುವಾದ ಮಾಡಿದ್ದೀನಿ' ಅಂದರು. ಮರುಕ್ಷಣವೇ ನಾನು, 'ನಾನು ನಿಮ್ಮನ್ನು ಓದಬೇಕಾಗಿಲ್ಲ. ನೀವೊಬ್ಬ ಒಳ್ಳೆಯ ಅನುವಾದಕ. ನೀವು ಅನುವಾದಿಸಬಹುದು' ಎಂದುಬಿಟ್ಟೆ. ಇದೇ ಟೋನ್. ಲೇಖಕ ಬಳಸುವ ಭಾಷೆ, ಅವನ ನಿಲುವು ಎಲ್ಲವೂ ಆ ಟೋನ್‌ನಲ್ಲಿರುತ್ತದೆ. ಅವನು ಉದ್ದ ವಾಕ್ಯಗಳನ್ನು ಬಳಸಿದಾಗಲೂ ಅದು ಅವನ ಟೋನ್ ಆಗಿರುತ್ತದೆ.

ಇತ್ತೀಚೆಗೆ ಟಾಲ್‌ಸ್ಟಾಯ್‌ನ 'ವಾರ್ ಆಂಡ್ ಪೀಸ್'ನ ಇಂಗ್ಲಿಷ್ ಟ್ರಾನ್ಸ್‌ಲೇಷನ್ ಓದಿದೆ. ಅದರ ಒಂದು ಪ್ಯಾರಾವನ್ನು ಮೂಲದೊಂದಿಗೆ ಇಟ್ಟು ನೋಡಿದೆ. ಮೂಲದಲ್ಲಿ ಎರಡೇ ವಾಕ್ಯ ಇದೆ. ಕನ್ನಡದಲ್ಲಿ ಅದು ಹದಿಮೂರು ವಾಕ್ಯ ಆಗಿದೆ. ನಾನು ಆ ಅನುವಾದಕರ ಬಳಿ, 'ಇದು ಹೀಗೆ ಮಾಡುವುದು ತಪ್ಪಲ್ವಾ?' ಎಂದು ಕೇಳಿದೆ. ಅವರು, 'ಕನ್ನಡಿಗರಿಗೆ ಅರ್ಥ ಆಗಬೇಕು' ಎಂದು ಹೇಳಿದರು. ಕನ್ನಡಿಗರಿಗೆ ಅರ್ಥ ಆಗಬೇಕು ಎಂಬ ಕಾರಣಕ್ಕೆ ನೀವು ಮೂಲಕೃತಿಯನ್ನು ಕಿಲ್ ಮಾಡಬಹುದಾ? ಅನುವಾದಕನ ಜವಾಬ್ದಾರಿ ಮೂಲ ಲೇಖಕನಿಗೆ ಇರಬೇಕೋ ಅಥವಾ

ಕನ್ನಡಕ್ಕೆ ಇರಬೇಕೋ?

ಕೇಂದ್ರ ಸಾಹಿತ್ಯ ಅಕಾಡೆಮಿ 'ರವೀಂದ್ರ ಟ್ಯಾಗೋರರ ನಿಬಂಧಮಾಲಾ' ಎಂಬ ಪುಸ್ತಕ ಪ್ರಕಟಿಸಿದೆ. ಬೆಂಗಾಲಿಯಿಂದ ಕನ್ನಡಕ್ಕೆ ಯಾರೋ ಅನುವಾದಿಸಿದ ಆ ಪುಸ್ತಕಕ್ಕೆ ವೀಸಿ ಮುನ್ನುಡಿ ಬರೆದಿದ್ದಾರೆ. ಬಹಳ ಅದ್ಭುತ ಮುನ್ನುಡಿ ಅದು. ಅದರಲ್ಲಿ ಅವರು ಹೇಳುತ್ತಾರೆ, 'ಕೆಲವು ಕಡೆ ಅನುವಾದಗಳು ಪೆಡಸು ಅನಿಸುತ್ತವೆ. ಕೆಲವು ಕಡೆ ಕನ್ನಡ ಜಾಯಮಾನಕ್ಕೆ ಒಗ್ಗುವಂಥ ವಾಕ್ಯಗಳು ಇಲ್ಲ. ಆದರೂ ಕೂಡ ಇದು ಒಳ್ಳೆಯ ಅನುವಾದ ಎಂದು ನಾನು ಯಾಕೆ ಹೇಳುತ್ತಿದ್ದೇನೆಂದರೆ, ಈ ಕನ್ನಡದಲ್ಲಿ ಮುಖ್ಯವಾಗಿ ಕೇಳಬೇಕಾಗಿದ್ದುದು ರವೀಂದ್ರರ ಧ್ವನಿ. ಆ ರವೀಂದ್ರರ ಧ್ವನಿ ಇಲ್ಲಿದೆ' ಎಂದು ಬರೆದಿದ್ದಾರೆ. ಅವರು ರವೀಂದ್ರರ ಧ್ವನಿ ಎಂದು ಹೇಳಿದ್ದನ್ನೇ ನಾನು 'ಟೋನ್' ಎಂದು ಹೇಳಿದ್ದು. ಅದನ್ನು ವೀಸಿ ಆ ಕಾಲದಲ್ಲಿ, ಅಂದರೆ 1950ರ ದಶಕದಲ್ಲೇ ಹೇಳಿದ್ದಾರೆ.

ಮೊದಲೇ ಹೇಳಿದ ಹಾಗೆ ಅನುವಾದವನ್ನು ನಮ್ಮಲ್ಲಿ ಸೆಕೆಂಡರಿ ಕೆಲಸವಾಗೇ ನೋಡಲಾಗುತ್ತದೆ. ಓದುಗರೂ ಅದನ್ನು ಸ್ವೀಕರಿಸುವುದು ಹಾಗೆಯೇ. ಅನುವಾದಕರಿಗೆ ಸಿಗುವ ಗೌರವಧನವೂ ಅಷ್ಟಕ್ಕಷ್ಟೇ. ಸಿಗುವ ಸ್ಪಂದನವೂ ನೇರ ರಚನೆಯ ಕೃತಿಗಳಿಗೆ ಹೋಲಿಸಿದರೆ ಅಷ್ಟಕ್ಕಷ್ಟೆ. ಈ ಎಲ್ಲ ಕಾರಣಗಳಿಂದ ಇಂದು ಕನ್ನಡದ ಮುಖ್ಯ ಮತ್ತು ಒಳ್ಳೆಯ ಬರಹಗಾರರೆಲ್ಲರೂ ಅನುವಾದದಿಂದ ಬಹುಬೇಗ ವಿಮುಖರಾಗಿದ್ದಾರೆ ಅಥವಾ ತೀರಾ ಅಪರೂಪಕ್ಕೆಲ್ಲೋ ಅದನ್ನು ಮಾಡುತ್ತಾರೆ. ನಿಮ್ಮ ಸಮಕಾಲೀನ ಬರಹಗಾರರಲ್ಲಿ ಬಹುಶಃ ನೀವೊಬ್ಬರೇ ಸ್ವಂತ ಕೃತಿಗಳನ್ನು ಬರೆಯುವ ಸಾಮರ್ಥ್ಯವಿದ್ದೂ ಅನುವಾದದಲ್ಲಿ ಇಷ್ಟೊಂದು ಕೆಲಸ ಮಾಡಿರುವುದು. ಆದರೆ, ಇಂದು ಅನುವಾದ ಕೃತಿಗಳು ಸಾಕಷ್ಟು ಬರುತ್ತಿವೆ. ಆದರೆ ಅವುಗಳ ಗುಣಮಟ್ಟ ದಿಗಿಲು ಹುಟ್ಟಿಸುವಂತಿದೆ. ಅನುವಾದ ಅನ್ನುವುದು ಬಹಳ ಸಲ, ಸ್ವಂತ ಕೃತಿ ಬರೆಯಲಾಗದವರ, ಆದರೆ ಪುಸ್ತಕ ಬರೆಯಬೇಕು ಎಂದುಕೊಂಡವರ ಸುಲಭದಾರಿಯಾಗಿಯೂ ಬದಲಾದಂತಿದೆ. ಈ ಎಲ್ಲವುಗಳ ಬಗ್ಗೆ ನಿಮ್ಮ ಅಭಿಪ್ರಾಯ ಏನು?

ಓದಿದ್ದನ್ನು ಹಂಚಿಕೊಳ್ಳುವ ಅಭ್ಯಾಸ ನನಗೆ ಯಾವಾಗಲಿನಿಂದಲೂ ಇದೆ. ನನ್ನ ನಿಜವಾದ ಸ್ನೇಹಿತ ಅನಿಲ್. ಅವರನ್ನು ನಾನು ಕಳೆದುಕೊಂಡಿದ್ದೇನೆ. ನಾನು ಓದಿದ್ದನ್ನೆಲ್ಲ ಅವರ ಬಳಿ ಚರ್ಚೆ ಮಾಡುತ್ತಿದ್ದೆ. ಯಾಕೆಂದರೆ ಅವರು ಅದನ್ನು ಓದಿರುತ್ತಿದ್ದರು; ಅಥವಾ ಓದುತ್ತಿದ್ದರು. ಅನಿಲ್ ನಂತರ ನಾನು ಹೆಚ್ಚು ಚರ್ಚೆ ಮಾಡುತ್ತಿದ್ದದ್ದು ಕೆ.ವಿ. ತಿರುಮಲೇಶ್ ಅವರ ಬಳಿ. ಈಗ ಅವರೂ ಇಲ್ಲ. ಈಗ ನಾನು ಓದುವ ಪುಸ್ತಕಗಳ ಬಗ್ಗೆ ಆಗಾಗ ಚರ್ಚೆ ಮಾಡುವುದು ವಿವೇಕ ಶಾನಭಾಗ ಅವರ ಬಳಿ, ಎಂ.ಎಸ್. ಶ್ರೀರಾಮ್ ಅವರ ಬಳಿ. ಅವರು ಓದುತ್ತಿರುತ್ತಾರೆ. ಆದರೆ ಕೆಲವರ ಬಳಿ, ಉದಾಹರಣೆಗೆ, ಮೂಲ ಪುಸ್ತಕಗಳನ್ನು ಓದದವರ ಬಳಿ ಪುಸ್ತಕಗಳ ಬಗ್ಗೆ ಚರ್ಚೆ ಮಾಡುವುದಿಲ್ಲ. ಬದಲಿಗೆ ಅದರ ಕಥೆಯನ್ನು ಹೇಳುತ್ತಿರುತ್ತೇನೆ. ಹೀಗೆ ಹಂಚಿಕೊಳ್ಳುವ ಬಯಕೆಯಿಂದಲೇ ನಾನು ಅನುವಾದವನ್ನೂ ಮಾಡುವುದು ಅನಿಸುತ್ತದೆ.

ನಾನು 'ಶಾರ್ಟ್ ಶಾರ್ಟ್' ಅಂತೊಂದು ಪುಸ್ತಕ ಓದಿದೆ. ಆರ್ವಿಂಗ್ ಹೋ ಎಂಬ ಬಹಳ ದೊಡ್ಡ ವಿಮರ್ಶಕ ಸಂಪಾದನೆ ಮಾಡಿದ ಪುಸ್ತಕ ಅದು. ನಾನು ಆ ಪುಸ್ತಕ ಕೊಂಡುಕೊಂಡಿದ್ದೇ ಅವನು ಸಂಪಾದನೆ ಮಾಡಿದ್ದಾನೆ ಎಂಬ ಕಾರಣಕ್ಕೆ. ಅದರ ಮುನ್ನುಡಿ ಓದಿದೆ. ಅವನು ಆಯ್ಕೆ ಮಾಡಿಕೊಂಡಿರುವ ಕತೆಗಳಲ್ಲಿ ಬೇರೆಯದೇ

ಜಗತ್ತು ಇತ್ತು. ಆ ಜಗತ್ತು ಕನ್ನಡಕ್ಕೆ ಗೊತ್ತೇ ಇಲ್ಲ. ಹಾಗಾಗಿ ಒಂದೊಂದನ್ನೇ ಅನುವಾದ ಮಾಡಲು ಶುರುಮಾಡಿದೆ. ಬೇರೆ ಬೇರೆ ದೇಶದ ಕತೆಗಳನ್ನು ಓದುತ್ತಿದ್ದ ಹಾಗೆಯೇ ಹಲವು ಅತಿ ಸಣ್ಣಕತೆಗಳು ಸಿಗುತ್ತಲೇ ಹೋದವು. ಈವತ್ತಿಗೂ ಸಿಗುತ್ತಿವೆ. ಅವು ನಿಜವಾಗಲೂ ನನಗೆ ತಟ್ಟಿದರೆ, ಅದನ್ನು ಕನ್ನಡದಲ್ಲಿಯೂ ಇನ್ನಷ್ಟು ಜನ ಓದಬೇಕು ಅನಿಸುತ್ತದೆ.

ಅತಿಸಣ್ಣ ಕತೆಗಳನ್ನು ಈಗಲೂ ನಾನು ಯಾಕೆ ಅನುವಾದ ಮಾಡುತ್ತಿದ್ದೇನೆ ಅಂದರೆ ಕನ್ನಡದಲ್ಲಿ ಒಂದು ಪರಂಪರೆ ಬೆಳೆಯಲಿ ಎಂಬ ಉದ್ದೇಶವೂ ಇದ್ದಿರಬಹುದು. ಆದರೆ ಯಾರಾದರೂ ನೀವ್ಯಾಕೆ ಅನುವಾದ ಮಾಡುತ್ತೀರಿ ಎಂದು ಕೇಳಿದರೆ ಏನು ಉತ್ತರ ಹೇಳಲಿ? ನನಗೋಸ್ಕರವೇ ನಾನು ಮಾಡುವುದು. ಅನುವಾದ ಮಾಡುವ ಪ್ರಕ್ರಿಯೆಯನ್ನು ನಾನು ಎಂಜಾಯ್ ಮಾಡುತ್ತೇನೆ. ನಾನು ಕತೆ ಬರೆದಷ್ಟೇ, ಅಥವಾ ಅದಕ್ಕಿಂತ ಹೆಚ್ಚೇ ಎಂಜಾಯ್ ಮಾಡುತ್ತೇನೆ. ಬೋರ್ಹೆಸ್ ಒಂದು ಮಾತು ಹೇಳುತ್ತಾನೆ. 'ಒಂದು ಪಠ್ಯವನ್ನು ಓದುಗರಾಗಿ ಓದುತ್ತೀರಲ್ಲಾ ಅದು ಬೇರೆ. ವಿಮರ್ಶಕರಾಗಿ ಓದುವುದು ಬೇರೆ. ಆದರೆ ಅನುವಾದಕರಾಗಿ ಓದುವವರು ಇರುತ್ತಾರಲ್ಲಾ, ಅವರು ಎಲ್ಲರಿಗಿಂತ ಸೂಕ್ಷ್ಮ ಓದುಗರು' ಎನ್ನುತ್ತಾನೆ ಅವನು. ಯಾಕೆಂದರೆ ಮೂಲ ಲೇಖಕನ ತಪ್ಪುಗಳೇನಾದರೂ ಇದ್ದರೆ ಅನುವಾದಕನಿಗೆ ಹೊಳೆಯುತ್ತದೆ. ಅಷ್ಟು ಸೂಕ್ಷ್ಮವಾಗಿ ಅವನು ಓದುತ್ತಾನೆ. ವಿಮರ್ಶಕ–ಓದುಗರು ಅಷ್ಟು ಸೂಕ್ಷ್ಮವಾಗಿ ಓದುವುದಿಲ್ಲ. ಅಂದರೆ, ಅನುವಾದಕನ ಮಹತ್ತು ಎಷ್ಟು ದೊಡ್ಡದಿದೆ ನೋಡಿ. ಮೂಲ ಲೇಖಕನ ತಪ್ಪು ಗೊತ್ತಾಗುವುದಾದರೆ ಅದು ಅನುವಾದಕನಿಗೆ ಮಾತ್ರ.

ನಿಮಗೆ ಅಚ್ಚರಿಯಾಗಬಹುದು. ಫಾಕ್ನರ್‌ನ ಒಂದು ಕತೆ ಇದೆ. ಅದು ಪ್ರಪಂಚದ ಶ್ರೇಷ್ಠವಾದ ಕತೆ ನನ್ನ ದೃಷ್ಟಿಯಲ್ಲಿ. ನಿರೋಸ್‌ಪರ್ ಎಮಿಲಿ ಎಂಬ ಕಥೆ. ಅಡಿಗರಿಗೆ ಈ ಕತೆ ಅನುವಾದ ಮಾಡುತ್ತೇನೆ ಎಂದು ಹೇಳಿದಾಗ ಅವರು, 'ಬಹಳ ಕಷ್ಟವಲ್ಲಯ್ಯಾ' ಎಂದರು. ನಾನು ಅನುವಾದ ಮಾಡಿ ಕೊಟ್ಟೆ. ಅವರು, 'ಸ್ವಲ್ಪ ಬದಲಾವಣೆ ಮಾಡಬೇಕು' ಎಂದರು. ನನಗೂ ಹೌದು ಅನಿಸಿತು. ಮೂರನೇ ಆವೃತ್ತಿ ಮಾಡಿದ ಮೇಲೆ (ಈಗಲಾದರೆ ಇನ್ನೂ ಒಂದೆರಡು ಆವೃತ್ತಿ ಮಾಡುತ್ತಿದ್ದೆ) ಪ್ರಕಟ ಮಾಡಿದೆ. ಯಾಕೆ ಅಂದರೆ ಅದರಲ್ಲಿ ಉದ್ದುದ್ದ ವಾಕ್ಯ ಇದೆ. ನನಗೆ ಅಂಥ ಕತೆ ಪ್ರಪಂಚದಲ್ಲಿಯೇ ಇನ್ನಾವುದೂ ಸಿಕ್ಕಿಲ್ಲ. ಅದು ಒಂದು ದೆವ್ವದ ಕತೆ. ಒಂದು ಪ್ರೇಮದ ಕತೆ. ಒಂದು ಪತ್ತೇದಾರಿ ಕತೆ. ಶ್ರೀಮಂತರು ಮತ್ತು ಬಡವರ ಕತೆ. ಏನು ಬೇಕಾದರೂ ಆಗಬಹುದು. ಇಷ್ಟೂ ಕತೆಗಳು ಒಂದು ಕತೆಯಲ್ಲಿವೆ. ಅದೇ ಸಮಯದಲ್ಲಿ ಇದೊಂದು ಫ್ಯಾಂಟಸಿ ಕತೆ. ಇಟ್ ಈಸ್ ಫೆಂಟಾಸ್ಟಿಕ್.

ನೀವು ಅಪಾರವಾಗಿ ಓದಿಕೊಂಡವರು. ಅದರ ಜೊತೆಜೊತೆಗೇ ಸಾಹಿತ್ಯಲೋಕದ ಹಲವು ಹಿರಿಯರ ಜೊತೆಗೆ ಆಪ್ತವಾದ ಒಡನಾಟವನ್ನೂ ಹೊಂದಿದವರು. ಈ ಒಡನಾಟದ ಬಗ್ಗೆ ಹೇಳಿ? ನಿಮ್ಮ ಮೇಲೆ ತುಂಬ ಪ್ರಭಾವ ಬೀರಿದ, ನಿಮ್ಮ ಸಂವೇದನೆಯನ್ನು ತಿದ್ದಿದ ಹಿರಿಯರು ಯಾರು? ಅವರ ಪ್ರಭಾವ ನಿಮ್ಮ ಮೇಲೆ ಹೇಗೆ ಉಂಟಾಗಿದೆ?

ಪ್ರಭಾವ ಎನ್ನುವುದು ನನಗೆ ಗೊತ್ತಿಲ್ಲ. ನಾವು ಒಬ್ಬ ಲೇಖಕನನ್ನು ಇಷ್ಟಪಡಬಹುದು. ಅಲ್ಲಿಂದಾಚೆಗೆ ನಾವು ಅವರನ್ನು ಅನುಕರಿಸಬಹುದು. ಇಲ್ಲವೇ, ಅವರ ಥರ ಆಗೋಕೆ ಪ್ರಯತ್ನ ಪಡಬಹುದು. ಅದು ದೊಡ್ಡ ತಪ್ಪು ಅನಿಸುತ್ತದೆ ನನಗೆ.

ನನಗೆ ತುಂಬ ಜನರ ಜೊತೆಗೆ ಒಡನಾಟ ಇತ್ತು. ಹಾಗಾಗಿಯೇ ಹೇಳುವುದು ಕಷ್ಟ. ಮೊದಲು ಮಾಸ್ತಿ, ವೀಸಿ, ಅಡಿಗರು, ನಿಸಾರ್

ಎಂ. ಬಾಲಮುರಳಿ ಕೃಷ್ಣ ಅವರೊಂದಿಗೆ ಎಸ್. ದಿವಾಕರ್

ಅಹಮದ್, ನಾಡಿಗ್, ಲಂಕೇಶ್, ಎಲ್ಲರ ಜೊತೆಗೂ ಒಡನಾಟ ಇತ್ತು. ಅವೆಲ್ಲವೂ ನಾನೇ ಕಟ್ಟಿಕೊಂಡ ಸಂಬಂಧಗಳು. ಮೊದಲು ಅವರ ಕೃತಿಗಳನ್ನು ಓದಿ, ಅವರನ್ನು ನೋಡಿ, ಬಹಳ ಆಸಕ್ತನಾಗಿ ಬಹಳ ಗೌರವದಿಂದ ಅವರ ಕೃತಿಗಳನ್ನು ಓದಿದವನು. ನಂತರ ಅವರ ಹತ್ತಿರದ ಸಂಪರ್ಕಕ್ಕೋಸ್ಕರ ಹೋದೆ. ಅವರೂ ನನ್ನನ್ನು ಬಹಳ ಚೆನ್ನಾಗಿ ನಡೆಸಿಕೊಂಡರು. ಬೇಂದ್ರೆ, ಕಾರಂತರನ್ನೆಲ್ಲ ನೋಡಲಿಕ್ಕೆ ಹೋಗಿದ್ದೆ.

ಸಂಗೀತಗಾರರ ಜೊತೆಗೂ ಸಾಕಷ್ಟು ಒಡನಾಟ ಇಟ್ಟುಕೊಂಡಿದ್ದಿರಿ. ಬಾಲಮುರಳಿ ಕೃಷ್ಣ ಅವರ ಜೊತೆಗಿನ ಒಡನಾಟ ಇತ್ತು. ಭೀಮಸೇನ ಜೋಷಿ ಅವರ ಪರಿಚಯ ಇತ್ತು. ಕೆಲವು ನೆನಪುಗಳನ್ನು ಹಂಚಿಕೊಳ್ಳಬಹುದೇ?

ಬಾಲಮುರಳಿ ಕೃಷ್ಣ ಅವರ ಪರಿಚಯವಾಗಿದ್ದು ವಿಚಿತ್ರವಾದ ಅನುಭವ. ಬೆಂಗಳೂರಿನ ರಾಮನವಮಿ ಸಂಗೀತೋತ್ಸವಗಳಲ್ಲಿ ಅವರ ಕಛೇರಿಗಳನ್ನು ಕೇಳುತ್ತಿದ್ದೆ. ನಾನು ಮದ್ರಾಸ್‌ನಲ್ಲಿ ಸ್ವಲ್ಪ ದಿವಸಗಳಿದ್ದಾಗ, ಅವರ ಕಛೇರಿ ಎಲ್ಲಿಯೇ ಇದ್ದರೂ ಹೋಗುತ್ತಿದ್ದೆ.

ಬಾಲಮುರಳಿ ಕೃಷ್ಣ ಅವರ ಕಛೇರಿಗಳನ್ನು ಕೇಳುತ್ತ ಕೇಳುತ್ತ ಅವರನ್ನು ಮಾತಾಡಿಸಬೇಕು ಎಂಬ ಆಸೆ ಆಯ್ತು. ಮಾತಾಡಿಸುವುದು ಎಂದರೆ ಏನು? ನಾನು ನಿಮ್ಮ ಅಭಿಮಾನಿ ಎಂದು ಹೇಳಿಕೊಂಡು ಮಾತಾಡಿಸುವುದರಲ್ಲಿ ಆಸಕ್ತಿ ಇರಲಿಲ್ಲ. ಅವರು ನನ್ನನ್ನು ಗುರ್ತು ಹಿಡಿಯಬೇಕು ಎಂಬುದು ನನ್ನ ಆಸೆ. ಏನೂ ಅಲ್ಲದಿರುವ ನನ್ನನ್ನು ಅವರು ಗುರ್ತು ಹಿಡಿಯುವುದು ಹೇಗೆ ಸಾಧ್ಯ? ಆ ಕಾಲದ ನನ್ನನ್ನು ನೆನಪು ಮಾಡಿಕೊಂಡರೆ ನನಗೇ ಈಗ ತಮಾಷೆ ಅನಿಸುತ್ತದೆ.

ಸಂಗೀತ ಸಭಾಗಳಲ್ಲಿ ಅವರ ಕಛೇರಿ ಇರುತ್ತಿತ್ತು ಎಂದು ಹೇಳಿದೆನಲ್ಲ... ಸುಮಾರು ಆರೂವರೆಗೆ ಕಛೇರಿ ಶುರುವಾಗುತ್ತಿತ್ತು. ಐದೂ ಮುಕ್ಕಾಲರ ಹೊತ್ತಿಗೆ ನಾನು ಟಿಕೆಟ್ ತೆಗೆದುಕೊಂಡು ಅಲ್ಲಿಯೇ ಓಡಾಡುತ್ತಿದ್ದೆ.

ಅಷ್ಟು ಹೊತ್ತಿಗೆ ಕಾರ್ಯಕ್ರಮದ ಸಂಘಟಕರು ಹೊರಗಡೆ ಬಂದು ಬಾಲಮುರಳಿ ಕೃಷ್ಣ ಅವರಿಗೆ ಕಾಯುತ್ತಿದ್ದರು. ಅವರು ಕಾರಿನಲ್ಲಿ ಬರುತ್ತಿದ್ದರು. ಬಂದಾಗ ಸಂಘಟಕರು ನಾಲ್ಕೈದು ಜನ ಹೋಗಿ ಕಾರಿನ ಬಾಗಿಲು ತೆಗೆದು ಅವರನ್ನು ಬರಮಾಡಿಕೊಳ್ಳುತ್ತಿದ್ದರು. ಆ ಸಮಯದಲ್ಲಿ ಅವರ ಜೊತೆಗೆ ಸೇರಿಕೊಂಡು ನಾನೂ ನಮಸ್ಕಾರ ಮಾಡುತ್ತಿದ್ದೆ. ಇದನ್ನು ಸುಮಾರು ಒಂದು ವರ್ಷ ಮಾಡಿದ್ದೇನೆ.

'ಮದ್ರಾಸ್ ಸಂಗೀತ ಅಕಾಡೆಮಿ'ಯ ಹಿಂಭಾಗದಲ್ಲಿ ಕನಕಶ್ರೀನಗರ ಇದೆ. ಅಲ್ಲಿ ಬಾಲಮುರಳಿ ಕೃಷ್ಣ ಅವರ ಮನೆ. ಅದೊಂದು ಸಣ್ಣ ರಸ್ತೆ. ನಾನು ಆ ಕಡೆಗೆ ಹೋದಾಗಲೆಲ್ಲ ಆ ರಸ್ತೆಯಲ್ಲಿ ಈ ಕಡೆಯಿಂದ ಆ ಕಡೆಗೆ ಆ ಕಡೆಯಿಂದ ಈ ಕಡೆಗೆ ಅವರು ಎಲ್ಲಾದರೂ ಕಾಣಬಹುದು ಎಂದು ಓಡಾಡುತ್ತಿದ್ದೆ.

ನಂತರ ನನಗೆ ಜಿ.ವಿ. ಅಯ್ಯರ್ ಪರಿಚಯವಾಯಿತು. ಅವರು 'ಹಂಸಗೀತೆ' ಸಿನಿಮಾ ಮಾಡುತ್ತಿದ್ದರು. ಒಂದು ದಿನ ಏನೋ ಮಾತನಾಡುತ್ತಿದ್ದಾಗ 'ಮುಂದಿನ ವಾರದಿಂದ ಐದು ದಿನ ಹಾಡುಗಳ ರೆಕಾರ್ಡಿಂಗ್' ಅಂತ ಹೇಳಿದ್ರು.

ಅವತ್ತು ಯಾರೋ ಟ್ಯಾಕ್ಸಿಯವನಿಗೆ ಹೇಳಿದ್ದರು. ಅವನು ಬರಲಿಲ್ಲ. ಕೊನೆಗೆ, 'ನೀನು ಒಂದು ಟ್ಯಾಕ್ಸಿ ಮಾಡಿಕೊಂಡು ಬಾಲಮುರಳಿ ಕೃಷ್ಣ ಅವರ ಮನೆಗೆ ಹೋಗಿ ರೋಹಿಣಿ ಸ್ಟುಡಿಯೋಸ್‌ಗೆ ಕರೆದುಕೊಂಡು ಬಾ' ಎಂದು ಹೇಳಿದರು. ನಾನು ಹೋದೆ. ಬೆಳಿಗ್ಗೆ ಒಂಬತ್ತು ಗಂಟೆ ಅಂತ ಕಾಣುತ್ತದೆ. ಬಾಲಮುರಳಿ ಕೃಷ್ಣ ಸಿದ್ಧರಾಗಿ ಕೂತಿದ್ದರು. ನಾನು, 'ಸರ್, ನಾನು ಟ್ಯಾಕ್ಸಿ ತಂದಿದ್ದೇನೆ' ಎಂದು ಹೇಳಿದೆ. ಅವರು ನನ್ನನ್ನು ನೋಡಿ, 'ಐ ನೋ ಯು?' ಎಂದರು. 'ನಿಮಗೆ ನಾನು ಪರಿಚಯ ಇರಲಿಕ್ಕೆ ಕಾರಣವೇ ಇಲ್ಲ ಸರ್. ನನಗೆ ನೀವು ಗೊತ್ತು ಅಷ್ಟೆ' ಎಂದೆ. 'ಇಲ್ಲ. ನನ್ನ ಬಹುತೇಕ ಎಲ್ಲ ಕಛೇರಿಗಳಲ್ಲಿಯೂ ನಾನು ನಿನ್ನನ್ನು ನೋಡಿದ್ದೇನೆ. ಏನು ನಿನ್ನ ಹೆಸರು?' ಎಂದೆಲ್ಲ ಕೇಳಿದರು.

ಬಹಳ ಸ್ನೇಹಮಯಿ ವ್ಯಕ್ತಿ ಅವರು. ಎಲ್ಲರ ಜೊತೆಗೂ ನಗುನಗುತ್ತ ಮಾತಾಡುತ್ತಿದ್ದರು. ಮುಂದೊಮ್ಮೆ 'ನಾನು ನಿಮ್ಮ ಬಳಿ ಸಂಗೀತ ಕಲಿಯಬೇಕಿತ್ತು' ಎಂದು ಕೇಳಿದೆ. 'ಬಾ' ಎಂದರು. ನಾನು ಮೊದಲು ಯಾರ ಬಳಿಯಾದರೂ ಸಂಗೀತ ಕಲಿತುಕೊಂಡು, ಹೆಚ್ಚಿನ ಅಭ್ಯಾಸಕ್ಕಾಗಿ ಅವರ ಬಳಿ ಹೋಗಬೇಕಿತ್ತು. ಅದೂ ನನಗೆ ಗೊತ್ತಿರಲಿಲ್ಲ. 'ಕೆರೆಯ ನೀರನು ಕೆರೆಗೆ ಚೆಲ್ಲಿ...' ಹಾಡನ್ನು ಅವರು ಹೇಳಿಕೊಡಲು ಹೇಗೆ ಸಾಧ್ಯವಿತ್ತು ಹೇಳಿ? ಆದರೂ ನಾನು ಅವರ ಜೊತೆಗೆ ಇರುತ್ತಿದ್ದೆ. ಅವರ ಕಛೇರಿಗಳಲ್ಲಿ ಹಿಂದೆ ಕೂತುಕೊಂಡು ಅವರಿಗೆ ಕಾಫಿ ಹಾಕಿಕೊಡುವ ಕೆಲಸಗಳನ್ನೆಲ್ಲ ಮಾಡುತ್ತಿದ್ದೆ.

ಇವೆಲ್ಲ ನನ್ನ ವೈಯಕ್ತಿಕ ಹುಚ್ಚಿನಿಂದ ಆಗಿದ್ದು. ಅವರ ಸಂಗೀತ ನನಗೆ ಇಷ್ಟ. ನಾನು ಹೋಗಿ ಅವರನ್ನು ಭೇಟಿಯಾಗಬೇಕು. ಅವರನ್ನು ಪರಿಚಯ ಮಾಡಿಕೊಳ್ಳಬೇಕು ಎಂಬ ಹುಚ್ಚಿನಿಂದ ಆಗಿದ್ದು. ಇದೇ ಉದ್ದೇಶದಿಂದಲೇ ಭೀಮಸೇನ ಜೋಷಿ ಅವರನ್ನು ಭೇಟಿ ಮಾಡಲೂ ಹೋಗಿದ್ದೆ.

ಭೀಮಸೇನ ಜೋಷಿ ಅವರ ಅಳಿಯ ಅರವಿಂದ ಮುಳಗುಂದ ಅವರು ನನಗೆ ಪರಿಚಯವಿದ್ದರು. ಅವರು ಹುಬ್ಬಳ್ಳಿಯವರು; ರಿಸರ್ವ್ ಬ್ಯಾಂಕ್‌ನಲ್ಲಿ ಕೆಲಸ ಮಾಡುತ್ತಿದ್ದರು. ಮದ್ರಾಸ್‌ನಲ್ಲಿ ನನಗೆ ಮನೆ ಸಿಗುವವರೆಗೂ ಸ್ವಲ್ಪ ದಿನಗಳ ಕಾಲ ಅವರ ಮನೆಯಲ್ಲಿಯೇ ಇದ್ದೆ. ನಂತರ ಅವರು ಭೀಮಸೇನ ಜೋಷಿ ಅವರ ಮಗಳನ್ನು ಮದುವೆಯಾಗಿ ವರ್ಗ ಮಾಡಿಸಿಕೊಂಡು ಪುಣೆಗೆ ಹೊರಟುಹೋದರು. ನಂತರ ಅವರು ರಿಸರ್ವ್ ಬ್ಯಾಂಕ್ ಕೆಲಸ ಬಿಟ್ಟು, ವಕೀಲರಾಗಿ ಕೆಲಸ ಮಾಡುತ್ತಿದ್ದರು. ನನಗೆ ಫೋನ್‌ನಲ್ಲಿ ಸಂಪರ್ಕದಲ್ಲಿದ್ದರು. ನಾನವರಿಗೆ, 'ಮುಂದಿನ ಸಲ ಭೀಮಸೇನ ಜೋಷಿ ಅವರು ಮದ್ರಾಸಿಗೆ ಬಂದಾಗ ನಾನವರನ್ನು ಒಮ್ಮೆ ನೋಡಬೇಕು'

ಅಂತ ಹೇಳಿದ್ದೆ. 'ಅದಕ್ಕೇನು, ನಾನು ಹೇಳ್ತೀನಿ' ಅಂತ ಹೇಳಿದ್ದರು. ಅದಾಗಿ ಎರಡು ಮೂರು ತಿಂಗಳಾದ ಮೇಲೆ ಮದ್ರಾಸ್‌ನಲ್ಲಿ ಭೀಮಸೇನ ಜೋಷಿ ಅವರದೊಂದು ಕಛೇರಿ ಇತ್ತು. ಅದಕ್ಕೂ ಮೊದಲು ನನಗೆ ಫೋನ್ ಮಾಡಿದರು. 'ನಾನು ಹೇಳಿರ್ತೀನಿ. ಬೆಳಿಗ್ಗೆ ಹತ್ತು ಹತ್ತೂವರೆ ಸುಮಾರಿಗೆ ಹೋಟೆಲ್ ರೆಸಿಡೆನ್ಸಿಗೆ ಹೋಗು. ಸಿಗ್ತಾರೆ' ಎಂದು ಹೇಳಿದರು.

ನಾನು ಹತ್ತೂವರೆಗೆ ಹೋದೆ. ಅಲ್ಲಿದ್ದವರು ನನ್ನನ್ನು ಒಳಗೆ ಬಿಡಲಿಲ್ಲ. ನಾನು ಅರವಿಂದ ಮುಳಗುಂದ ಅವರ ಹೆಸರು ಹೇಳಿದ ಮೇಲೆ ಅವರು ಒಳಗೆ ಹೋಗಿ ಹೇಳಿದರು. ಆಗ ಭೀಮಸೇನ ಜೋಷಿ, 'ಕಳಿಸು' ಎಂದು ಹೇಳಿದರು. ನಾನು ಒಳಗೆ ಹೋಗುತ್ತಿದ್ದ ಹಾಗೆಯೇ ಉಳಿದವರನ್ನೆಲ್ಲ ಹೊರಗೆ ಕಳಿಸಿಬಿಟ್ಟರು. ನಾನೊಬ್ಬನೇ ಅವರ ಜೊತೆಗೆ ಒಳಗೆ ಒಂದರ್ಧ ಗಂಟೆ ಕೂತಿದ್ದೆ. ಆ ಅನುಭವದ ಬಗ್ಗೆ ನಾನು ಈಗಾಗಲೇ 'ಭೀಮಸೇನ ಮೌನ' ಎಂದು ಒಂದು ಲೇಖನ ಬರೆದಿದ್ದೇನೆ.

ಅವರ ಬಳಿ ಏನು ಮಾತಾಡುವುದು? 'ಸರ್, ನಾನು ಮುಳಗುಂದ ಅವರ ಸ್ನೇಹಿತ' ಎಂದೆ.

'ಹೌದು, ಹೇಳಿದ್ರು ಅವರು. ಆಗಲಿ' ಎಂದರು. 'ಸರ್, ನಿಮ್ಮ ಹಾಡು ನಾನು ಮೊದಲು ಕೇಳಿದ್ದು ರೇಡಿಯೊದಲ್ಲಿ. ಅದು ಬೇಂದ್ರೆ ಅವರ ಹಾಡು, ನನ್ನ ಹರಣ ನಿನಗೆ ಶರಣ ಸಕಲ ಕಾರ್ಯ ಕಾರಣ... ಆಗ ನಾನಿನ್ನೂ ಸಣ್ಣ ಹುಡುಗನಾಗಿದ್ದೆ. ಆಗಲೇ ಬಂತಿದೋ ಶೃಂಗಾರ ಮಾಸ ಈ ಎಲ್ಲ ಹಾಡುಗಳನ್ನು ಕೇಳಿದ್ದೆ' ಎಂದೆ. 'ಹೌದೌದು. ಆ ಕಾಲದಲ್ಲಿ ಎಚ್‌ಎಂವಿ ಕಂಪನಿಯಲ್ಲಿ ಬೇಂದ್ರೆ ಅವರನ್ನು ಕೂಡಿಸಿಕೊಂಡೇ ಹಾಡಿದ್ದು ಅದು. ಆಗಲಿ ಆಗಲಿ...' ಅಂದರು. 'ನೀವು ಬಾಲಮುರಳಿ ಕೃಷ್ಣ ಅವರ ಜೊತೆಗೆ ಜುಗಲಬಂದಿ ಮಾಡಿದ್ದೀರಲ್ಲಾ' ಎಂದು ಕೇಳಿದೆ. 'ಅವ್ರಿಗೂ ನಮಗೂ ಮನೋಧರ್ಮ ಒಟ್ಟಾಗ್ತದ. ಆಗಲಿ ಆಗಲಿ' ಅಂದರು. ಹೀಗೆ 'ಆಗಲಿ ಆಗಲಿ ಆಗಲಿ...' ಅಂದಿದ್ದೇ ಹೆಚ್ಚು.

ಆಗತಾನೆ ಕುರ್ತಾ ಹಾಕಿಕೊಂಡಿದ್ದರು. ಅದರ ಒಂದು ಗುಂಡಿ ಹಾಕಿಕೊಳ್ಳಲು ಬಹಳ ಒದ್ದಾಡುತ್ತಿದ್ದರು. 'ನಾನು ಗುಂಡಿ ಹಾಕಲಾ ಸರ್?' ಎಂದು ಕೇಳಿದೆ. 'ಆಗಲಿ ಆಗಲಿ' ಎಂದರು. ನಾನು ಅವರ ಕುರ್ತಾದ ಗುಂಡಿ ಹಾಕಿದೆ.

ಮತ್ತೆ ಸ್ವಲ್ಪ ಹೊತ್ತು ಕೂತಿದ್ದೆ. ಏನು ಮಾತಾಡುವುದು? ನನಗೂ ಏನೂ ಇರಲಿಲ್ಲ. ಅವರಿಗಂತೂ ನನ್ನಿಂದ ಖಂಡಿತ ಏನೂ ಸಿಕ್ಕಿರುವುದಿಲ್ಲ. ತುಸು ಹೊತ್ತಾದ ಮೇಲೆ ಒಬ್ಬ ಹುಡುಗ ಒಳಗೆ ಬಂದು ಅವರ ಬಳಿ, 'ಯಾರೋ ಬಂದಿದಾರೆ' ಅಂತೇನೋ ಹೇಳಿದ. ಅವನಿಗೆ ಹಿಂದಿಯಲ್ಲಿ ಏನೋ ಹೇಳಿದರು.

ಆಗ ಬಹಳ ಸುಂದರವಾದ ಒಬ್ಬಳು ಹುಡುಗಿ ಕೈಯಲ್ಲಿ ಹೂಗುಚ್ಛ ಹಿಡಿದುಕೊಂಡು ಬಂದಳು. ನೋಡಿದರೆ ಇನ್ನೊಮ್ಮೆ ನೋಡಬೇಕು ಅನ್ನಿಸುವಷ್ಟು ಸುಂದರವಾದ ಹುಡುಗಿ. ಬಂದು ಅವರಿಗೆ ಹೂಗುಚ್ಛ ಕೊಟ್ಟು, ಕಾಲಿಗೆ ನಮಸ್ಕರಿಸಿದಳು.

ಅವಳು ಹಿಂದಿಯಲ್ಲಿ ಏನೋ ಹೇಳಿದಳು. ಇವರೂ ಹಿಂದಿಯಲ್ಲಿ ಏನೋ ಹೇಳಿದರು. ಬಹುಶಃ 'ಆಗಲಿ ಆಗಲಿ' ಎಂದಿರಬೇಕು. ಆಮೇಲೆ ಅವಳು ಹೊರಟುಹೋದಳು.

ಅವಳು ಯಾರು ಗೊತ್ತೆ? ಖ್ಯಾತ ನಟಿ ಶ್ರೀದೇವಿ!

ಭೀಮಸೇನ ಜೋಷಿ ಶ್ರೇಷ್ಠ ಹಾಡುಗಾರರು, ಅದರಲ್ಲಿ ಸಂಶಯವೇ ಇಲ್ಲ. 1956ರಲ್ಲಿ ಕೆನೆಡಿಯನ್ ಒಬ್ಬ ಅವರ ಬಗ್ಗೆ 'ಮಿಯಾ ಮಲ್ಹಾರ್' ಅಂತೊಂದು ಸಿನಿಮಾ ಮಾಡಿದ್ದಾನೆ (https://youtu.be/V6F2cdRrlqU?si=ZkigeUM2XlJPer2T). ಅದರಲ್ಲೊಂದು ಮಿಯಾ ಮಲ್ಹಾರ್ ತಾನ್ ಹಾಕಿದ್ದಾರೆ. ಅದ್ಭುತ ಅದು!

ಕಾವ್ಯ ಕೆಲವರ ಪಾಲಿಗೆ ಖಾಸಗಿಯಾದದ್ದು. ಇನ್ನು ಕೆಲವರ ಪಾಲಿಗೆ ಜೋರಾಗಿ ಓದಿಕೊಳ್ಳುವುದು. ಕೆಲವರಿಗೆ ಹಾಡುವುದು. ಕಾವ್ಯಾನುಸಂಧಾನಕ್ಕೆ ನಿಮ್ಮ ಇಷ್ಟದ ದಾರಿ ಯಾವುದು? ಕಾವ್ಯವಾಚನದ ಬಗ್ಗೆ ನಿಮಗಿರುವ ಅಭಿಪ್ರಾಯ ಏನು? ಕಾವ್ಯದ ಖಾಸಗಿ ಓದಿಗೂ, ವಾಚನಕ್ಕೂ ಇರುವ ವ್ಯತ್ಯಾಸ ಯಾವ ಬಗೆಯದ್ದು?

ಮೊದಲೇ ಹೇಳಿದ ಹಾಗೆ ನನಗೆ ಕಾವ್ಯದ ಅಭಿರುಚಿ ಹುಟ್ಟಿದ್ದು ಸುಗಮಸಂಗೀತದಿಂದ. ಈ ಕಾಲದ ಸುಗಮ ಸಂಗೀತ ಅಲ್ಲ; ಆ ಕಾಲದಲ್ಲಿ ರೇಡಿಯೊದಲ್ಲಿ ಕೇಳುತ್ತಿದ್ದ ಸುಗಮ ಸಂಗೀತ. ಅದರಿಂದ ನಾನು ಕಾವ್ಯದ ಓದಿನ ಅಭ್ಯಾಸ ರೂಢಿಸಿಕೊಂಡಿದ್ದು.

ಕನ್ನಡ ಸಾಹಿತ್ಯ ಪರಿಷತ್ತಿನಲ್ಲಿ ಒಮ್ಮೆ ಬೇಂದ್ರೆ ಬಂದಿದ್ದರು. 1963 ಇರಬೇಕು. ಅವತ್ತು ಬೇಂದ್ರೆ ಅವರ ಕವನಗಳನ್ನು ವಾಚಿಸಿದ್ದರು. ಅದೇ ಮೊದಲ ಬಾರಿಗೆ ನಾನು ಬೇಂದ್ರೆ ಅವರನ್ನು ನೋಡಿದ್ದು. ಪರಿಷತ್ತಿನ ಹಾಲ್ ತುಂಬಿತ್ತು ಆಗ.

ಅಂಥ ದೊಡ್ಡ ಮನುಷ್ಯರು ಬಂದಿದ್ದರೂ, ಆಗ ಒಬ್ಬರೇ ಫೋಟೊಗ್ರಾಫರ್. ಅದು ಡೆಕ್ಕನ್ ಹೆರಾಲ್ಡ್, ಪ್ರಜಾವಾಣಿಯ ಟಿ.ಎಲ್. ರಾಮಸ್ವಾಮಿ. ಮಾಸ್ತಿ ಆ ಕಾರ್ಯಕ್ರಮಕ್ಕೆ ಅಧ್ಯಕ್ಷರಾಗಿದ್ದರು. ಬೇಂದ್ರೆ ಅವರ ಹೆಸರು ಕರೆದರು. ಬೇಂದ್ರೆ ಎದ್ದು ನಿಂತುಕೊಂಡು ವೇದಿಕೆಗೆ ಬಂದು ಮೈಕ್ ಮುಂದೆ ನಿಂತುಕೊಂಡರು. ಆಗ ಟಿ.ಎಲ್. ರಾಮಸ್ವಾಮಿ ಫೋಟೊ ತೆಗೆಯಲು ಮುಂದಕ್ಕೆ ಹೋದರು. ಬೇಂದ್ರೆ, 'ತಮ್ಮಾ, ಸ್ವಲ್ಪ ಹಂಗಿರು' ಎಂದರು. ರಾಮಸ್ವಾಮಿ ಸ್ವಲ್ಪ ತಡೆದರು. ಬೇಂದ್ರೆ ತಮ್ಮ ಜೊತೆಗಿದ್ದ ಹುಡುಗನ ಕಡೆಗೆ ತಿರುಗಿ, 'ತಮ್ಮಾ, ಆ ಚೀಲ ತಗೊಂಡ್ ಬಾ' ಅಂದರು. ಅವನು ಚೀಲ ತಂದ. ಅದರಿಂದ ಒಂದು ಟೋಪಿ ಹೊರತೆಗೆದರು. ಅದನ್ನು ತಮ್ಮ ತಲೆಗೆ ಹಾಕಿಕೊಂಡರು. ನಂತರ, 'ಹಾ, ಈಗ ತೆಗಿ ಫೋಟೊ' ಎಂದರು. ಇವೆಲ್ಲವೂ ನನಗೆ ತುಂಬ ಸ್ಪಷ್ಟವಾಗಿ ನೆನಪಿದೆ. ಆಮೇಲೆ ಅವರು ಪದ್ಯಗಳನ್ನು ಓದಿದ್ದಿದೆಯಲ್ಲ... ಯಾವ ಪದ್ಯಗಳು ಏನು ಎಂಬುದೆಲ್ಲ ಮರೆತುಹೋಗಿದೆ. ಆದರೆ ಅವರು ಓದಿದ ರೀತಿ ಮಾತ್ರ ಇನ್ನೂ ನೆನಪಿದೆ. ಹಾಗೆ ಇನ್ಯಾರಿಗೂ ಪದ್ಯ ಓದಲಿಕ್ಕೆ ಸಾಧ್ಯವೇ ಇಲ್ಲ. ಅದು ಬೇಂದ್ರೆಗೆ ಮಾತ್ರ ಸಾಧ್ಯ. ಅಂಥವರನ್ನು ನೋಡುತ್ತಲೇ ನಮಗೆಲ್ಲ, ಪದ್ಯವನ್ನು ಹೇಗೆ ಓದಬೇಕು ಎಂದು ಗೊತ್ತಾಗಿದ್ದು.

ಅಡಿಗರು ಒಂದು ಪದ್ಯ ಬರೆದಿದ್ದಾರಲ್ಲಾ, 'ಅರ್ಥವಾಗುವ ಹಾಗೆ ಬರೆಯಬೇಕು' ಅಂತ. ಅದರಲ್ಲಿ 'ಅರ್ಥವಿರುವ ಹಾಗೆ ಬರೆಯಬೇಕು' ಎಂಬುದೊಂದು ಸಾಲು ಇದೆ. ಬಹಳ ಅದ್ಭುತ ಸಾಲು ಅದು. ಬೇಂದ್ರೆ ಅರ್ಥ ಇರುವ ಹಾಗೆ ಪದ್ಯ ಓದುತ್ತಿದ್ದರು.

'ಹಕ್ಕಿ ಹಾರುತಿದೆ ನೋಡಿದಿರಾ?' ಪದ್ಯವನ್ನು ನಾವೆಲ್ಲ ಸಾಮಾನ್ಯವಾಗಿ ಸಾಲು ಸಾಲು ಓದಿಕೊಂಡುಹೋಗುತ್ತೇವೆ. ರಾಮಚಂದ್ರ ಶರ್ಮ ಅವರೂ ಹಾಗೇ ಓದಿದ್ದರು. ಆದರೆ ಅದನ್ನು ಬೇಂದ್ರೆ ಓದುತ್ತಿದ್ದ ರೀತಿ ಇದೆಯಲ್ಲ... ಅದು ಅದ್ಭುತ. ಸಾಭಿನಯವಾಗಿ ಅರ್ಥ ಬರುವ ಹಾಗೆ ಅವರು ಪದ್ಯ ಓದುತ್ತಿದ್ದರು.

ಹಿಂದೆ ಕುಮಾರವ್ಯಾಸ ಭಾರತದಂಥ ಕಾವ್ಯಗಳನ್ನೂ ವಾಚಿಸುತ್ತಿದ್ದರು. ಅದರಲ್ಲಿ ಕಥಾಂಶ ಇರುತ್ತಿತ್ತು. ಗಮಕ ಮಾಡುತ್ತಿದ್ದರು. ಆದರೆ ಆಧುನಿಕ ಕಾಲದಲ್ಲಿ ನಾವು ನಮ್ಮ ಕವನಗಳನ್ನು ಓದಬೇಕು,

ಕಮ್ಯುನಿಸಮ್ ಇದ್ದಾಗ ರಷ್ಯಾದಲ್ಲಿ ಬಹಳ ದೊಡ್ಡ ಕವಿಗಳಿದ್ದರು. ಅವರಲ್ಲಿ ಒಬ್ಬ ಕವಿ ಎವ್ತುಶೆಂಕೊ ಅಂತ. ಇನ್ನೊಬ್ಬ ಆಂದ್ರೆಯಿ ವೋಝ್ನೆಸೆನ್‌ಸ್ಕಿ ಅಂತ. ಬಹಳ ಸಿಂಬಾಲಿಕ್ ಆಗಿ ಪದ್ಯಗಳನ್ನು ಬರೆದವರು. ಅವರ ಹಿಂದೆ ಪಾಸ್ತರ್‌ನಾಕ್ ಇದ್ದ. ಅವನಿಗಿಂತ ಮೊದಲು ಲೆನಿನ್‌ನ ಕಾಲದಲ್ಲೇ ಮಯಾಕೋವ್‌ಸ್ಕಿ ಇದ್ದ. ಒಂಥರ ಪಬ್ಲಿಕ್ ಪೋಯೆಟ್. ಬಹಳ ಒಳ್ಳೆಯ ಕವಿ ಆತ. ಅದರ ಜೊತೆಗೆ

ಎಸ್. ದಿವಾಕರ್ ಧ್ವನಿಯಲ್ಲಿ
ನಿಸಾರ್ ಅಹಮದ್‌ರ
'ಮನೋರಮಾ ಮನೋರಮಾ'

ಸಾರ್ವಜನಿಕವಾಗಿ ಕವಿತೆಯನ್ನು ಓದುವ ಒಂದು ಸಂಪ್ರದಾಯವನ್ನೇ ಹುಟ್ಟುಹಾಕಿದ ಅವನು. ಕೊನೆಗವನು ಆತ್ಮಹತ್ಯೆ ಮಾಡಿಕೊಂಡ. ರಾಮಚಂದ್ರ ಶರ್ಮ ಅವರ ಮೊದಲ ಕವನಸಂಕಲನ 'ಹೃದಯಗೀತ'ದಲ್ಲಿ ಅವನ ಮೂರು ಪದ್ಯಗಳ ಅನುವಾದ ಇದೆ. ಆ ಕಾಲದಲ್ಲಿ ಕಮ್ಯುನಿಸ್ಟರಿಗೆಲ್ಲ ಬಹಳ ಪ್ರಿಯವಾದ ಕವಿ ಆತ. 32ನೇ ವಯಸ್ಸಿಗೇ ಆತ್ಮಹತ್ಯೆ ಮಾಡಿಕೊಂಡುಬಿಟ್ಟ. ಎಲ್ಲೋ ಒಂದು ಕಡೆ ಆ ಕ್ರಾಂತಿ ಮತ್ತು ಅದು ಪ್ರತಿಪಾದಿಸಿದ ಸಂಗತಿಗಳು ಮತ್ತು ಅದು ಹೋಗುತ್ತಿದ್ದ ದಿಕ್ಕನ್ನು ಬಹುಶಃ ಅವನಿಗೆ ಸಹಿಸಿಕೊಳ್ಳಲು ಸಾಧ್ಯವಾಗಲಿಲ್ಲ ಅನಿಸುತ್ತದೆ. ಬಹಳ ಸೂಕ್ಷ್ಮ ಮನೋಭಾವದ ಕವಿ ಆತ.

ಅದಾದ ಮೇಲೆ ಎವ್ತುಶೆಂಕೊ ಮತ್ತು ವೋಜ್ನೆಸೆನ್‌ಸ್ಕಿ ಬಂದರಲ್ಲ, ಆಮೇಲೆ ಪದ್ಯ ಓದುವುದು ಒಂದು ಜನಪ್ರಿಯ ಸಂಪ್ರದಾಯ ಆಯ್ತು. ಎವ್ತುಶೆಂಕೊ ಪದ್ಯ ಓದುತ್ತಾರೆ ಎಂದರೆ ಒಂದು ಸ್ಟೇಡಿಯಂ ಜನ ಸೇರುತ್ತಿದ್ದರು. ಬಹುಶಃ ಇವೆಲ್ಲ ಮನಸಲ್ಲಿ ಇದ್ದುದರಿಂದಲೇ ನಮಗೆ, ವಿವಿಧ ಕ್ಷೇತ್ರಗಳಿಗೆ ಸೇರಿದ ಪ್ರಸಿದ್ಧರಿಂದ ಬೇಂದ್ರೆ, ಶಿವರುದ್ರಪ್ಪ, ನಿಸಾರ್ ಅವರ ಕವಿತೆಗಳನ್ನು ಓದಿಸುವ ಕಾರ್ಯಕ್ರಮ ಮಾಡಬೇಕು ಎಂದು ಐಡಿಯಾ ಬಂದಿದ್ದು ಅನಿಸುತ್ತದೆ.

ಕಾವ್ಯವನ್ನು ನಾವೆಲ್ಲರೂ ಓದಬೇಕು; ಓದುವ ಮೂಲಕವೇ ಅದು ಅಂತರ್ಗತವಾಗಬೇಕು. ಅದು ತುಂಬ ಮುಖ್ಯ.

ಕನ್ನಡದಲ್ಲಿ ಬೇಂದ್ರೆ ಬಿಟ್ಟರೆ ಬಹಳ ಅದ್ಭುತವಾಗಿ ಕಾವ್ಯ ಓದುತ್ತಿದ್ದವರು ರಾಮಚಂದ್ರ ಶರ್ಮ. ಅವರನ್ನು ಬಿಟ್ಟರೆ ತುಂಬ ಅದ್ಭುತವಾಗಿ ಕಾವ್ಯವಾಚನ ಮಾಡುತ್ತಿದ್ದವರು ಸುಮತೀಂದ್ರ ನಾಡಿಗ. ನಾಡಿಗರಂತೂ ಬೇಂದ್ರೆ ಓದಿದಂತೇ ಓದುತ್ತಿದ್ದರು. ಕೆಲವು ಸಲ ಬೇಂದ್ರೆಯನ್ನು ಇಮಿಟೇಟ್ ಕೂಡ ಮಾಡುತ್ತಿದ್ದರು.

ಇಂದು ಕಾವ್ಯಕ್ಕೆ ಇರಬೇಕಾದ ಪ್ರೇಕ್ಷಕರು ಇಲ್ಲ. ಅಂಥ ಪ್ರೇಕ್ಷಕರನ್ನು ಬೆಳೆಸಬೇಕಾದ ಅಗತ್ಯ ಖಂಡಿತ ಇದೆ. ಆದರೆ ಇಂದು ಪರಿಸ್ಥಿತಿ ಹೇಗಿದೆ ಅಂದರೆ, ನೀವು ಒಬ್ಬ ಕವಿಯ ಬಗ್ಗೆ ಕಾರ್ಯಕ್ರಮ ಮಾಡಲು ಹೊರಟರೆ, 'ಅವನನ್ನೇ ಯಾಕೆ ಆರಿಸಿದಿರಿ? ಅವನಿಗೂ ನಿಮಗೂ ಏನು ಸಂಬಂಧ? ಅವನು

ಎಸ್. ದಿವಾಕರ್ ಧ್ವನಿಯಲ್ಲಿ
ಬೇಂದ್ರೆ ಅವರ 'ಪಾತರಗಿತ್ತಿ'

ಯಾವ ಜಾತಿ, ನೀವು ಯಾವ ಜಾತಿ?' ಎಂಬೆಲ್ಲ ಪ್ರಶ್ನೆಗಳು ಬರುತ್ತವೆ. ಇವೆಲ್ಲವನ್ನೂ ಬಿಟ್ಟು ನಾವು ಕಾವ್ಯದ ಬಗ್ಗೆ ಮಾತನಾಡಲು ಸಾಧ್ಯವೆ? ಸಾರ್ವಜನಿಕವಾಗಿ ಮಾತನಾಡಲು ಸಾಧ್ಯವಾಗದ ಪರಿಸ್ಥಿತಿ ಇದೆ ಇಂದು.

ಕವಿ ಕಾವ್ಯವನ್ನು ಸೆಲೆಬ್ರೇಟ್ ಮಾಡಬೇಕು ಎಂದು ಬೇಂದ್ರೆ ಬಗ್ಗೆ 'ನಾದಲೀಲೆ' ಎನ್ನುವ ಒಂದು ಕಾರ್ಯಕ್ರಮ ಮಾಡಿದಿರಿ. ನಿಸಾರ್ ಅಹಮದ್ ಕವಿತೆಗಳ ವಾಚನದ 'ಗುಲ್‌ಮೊಹರ್' ಹಾಗೂ ಜಿ.ಎಸ್. ಶಿವರುದ್ರಪ್ಪ ಅವರ ಕವಿತೆಗಳ ವಾಚನದ 'ಚೈತ್ರೋದಯ' ಹೆಸರಿನ ಕಾರ್ಯಕ್ರಮಗಳನ್ನು ಮಾಡಿದಿರಿ. ಅವುಗಳ ಬಗ್ಗೆ ಹೇಳಿ. ಅಂಥ ಕಾರ್ಯಕ್ರಮಗಳನ್ನು ಮಾಡಬೇಕು ಎಂದು ನಿಮಗೆ ಯಾಕೆ ಅನಿಸಿತು?

ಮದ್ರಾಸ್‌ನಲ್ಲಿ ಇದ್ದಾಗ ನನಗೆ ಬಂದ

ಆಲೋಚನೆ ಅದು. ವಿಶೇಷವಾಗಿ ಅಡಿಗರ ಪದ್ಯ ಓದುತ್ತಿದ್ದಾಗ, ಅವರ ಕಾವ್ಯದಲ್ಲಿ ಒಂದು ನಾಟಕೀಯತೆ ಇತ್ತಲ್ಲ, ಹಾಗೆಯೇ ಆಡುಮಾತುಗಳೂ ಇರುತ್ತಿದ್ದವಲ್ಲ... ಇವುಗಳನ್ನು ಹತ್ತಾರು ಜನ ಒಟ್ಟಿಗೇ ಕೇಳಿದರೆ ಅದರ ಪರಿಣಾಮವೇ ಬೇರೆ ಆಗಬಹುದಲ್ವಾ ಎಂಬ ಆಲೋಚನೆ ಬಂತು. ಒಬ್ಬರೇ ಓದಿದರೆ ಜನ ಯಾಕೆ ಬರುತ್ತಾರೆ? ಬೇರೆ ಬೇರೆ ಕ್ಷೇತ್ರದ ಖ್ಯಾತರು ಪದ್ಯ ಓದಿದರೆ, ಅವರು ಹೇಗೆ ಪದ್ಯ ಓದುತ್ತಾರೆ ಎಂಬುದನ್ನು ಕೇಳಬೇಕು ಎಂದೇ ಜನರು ಬರಬಹುದಲ್ವಾ ಅನಿಸಿತು. ಹಾಗಾಗಿ, ಸಿನಿಮಾ, ಚಿತ್ರಕಲೆ, ಕ್ರೀಡೆ, ಸಂಗೀತ, ನಾಟಕ – ಹೀಗೆ ವಿವಿಧ ಕ್ಷೇತ್ರಗಳ ಜನರನ್ನು ಸೇರಿಸಿ ನಾವು ಸಮಾನಮನಸ್ಕರು ಕಾರ್ಯಕ್ರಮ ಮಾಡಿದೆವು. ಆದರೆ ಅದನ್ನು ನಮ್ಮಲ್ಲಿ ಬೆಳಸಬೇಕಾಗಿತ್ತು. ಯಾರೂ ಅದನ್ನು ಬೆಳೆಸಲಿಲ್ಲ.

ಹಳೆಯ ಕಾಲದ ಸುಗಮ ಸಂಗೀತ ಒಂದು ರೀತಿಯ ರಸಾಸ್ವಾದ ಅನ್ನುವ ಥರ ಹೇಳುವಿರಿ. ಇಂದಿನ ಸುಗಮ ಸಂಗೀತದ ಬಗ್ಗೆ ನಿಮಗೆ ಅಷ್ಟೊಂದು ಒಲವಿಲ್ಲ. ಹಳೆಯದೇ ಚೆನ್ನಾಗಿದೆ ಮತ್ತು ಈಗಿನದ್ದು ಅಷ್ಟೊಂದು ಚೆನ್ನಾಗಿಲ್ಲ ಎಂದು ನಿಮಗೆ ಅನ್ನಿಸುವುದು ಯಾಕೆ?

ನೀವು ಕಾಳಿಂಗರಾವ್ ಅವರ ಉದಾಹರಣೆ ತೆಗೆದುಕೊಳ್ಳಿ ಅಥವಾ ಬಾಳಪ್ಪ ಹುಕ್ಕೇರಿ, ಪಿ.ಆರ್. ಭಾಗವತ್, ಜಯಂತಿದೇವಿ ಹಿರೇಬೆಟ್ಟು. ಅವರಿಗೆ ತಾವು ಹಾಡುತ್ತಿದ್ದುದರ ಪಠ್ಯ ಚೆನ್ನಾಗಿ ಗೊತ್ತಿರುತ್ತಿತ್ತು. ಅವರು ಬರಹಗಾರರು ಅಲ್ಲದೇ ಇರಬಹುದು. ಆದರೆ ಅವರು ಒಂದು ಕವಿತೆ ಅಥವಾ ಭಾವಗೀತೆ ಏನು ಹೇಳುತ್ತಿದೆ ಎನ್ನುವುದನ್ನು ಗಮನಿಸುತ್ತಿದ್ದರು. ಕಾಳಿಂಗರಾವ್ ಅವರು ಚಾಮುಂಡಿ ಮೇಲೆ ಹಾಡಿದ ಒಂದು ಪದ್ಯ ಇದೆ ನೋಡಿ... 'ಬೆಟ್ಟವಿಳಿಯುತ...' ಎಂದು ಶುರುವಾಗುವ ಪದ್ಯ ಅದು. ಚಾಮುಂಡಿ ಬಂದಾಗ 'ಎಪ್ಪತ್ತೊಂದು ಹುಲ್ಲೆ ಬೆದರ್ಯಾವೆ' ಅಂತೊಂದು ಸಾಲು ಬರುತ್ತದೆ. ಆ ಹಾಡು ಕೇಳಿ ನೀವು, ಎಪ್ಪತ್ತೊಂದು ಹುಲ್ಲೆ ಬೆದರುವಿಕೆಯನ್ನು ತಮ್ಮ ಧ್ವನಿಯಲ್ಲಿಯೇ ಕಾಣಿಸುತ್ತಾರೆ ಕಾಳಿಂಗರಾವ್. ಇದನ್ನು ಬಾಲಮುರಳಿ ಕೃಷ್ಣ ಅವರಲ್ಲೂ ನೋಡಬಹುದು. ಕ್ಲಾಸಿಕಲ್ ಆಗಿ ಎಷ್ಟು ಶ್ರೇಷ್ಠ ಗಾಯಕನೋ, ಸುಗಮ ಸಂಗೀತದಲ್ಲಿಯೂ ಅವರು ಅಷ್ಟೇ ಶ್ರೇಷ್ಠ.'ಪ್ರಿಯೇ ಚಾರುಶೀಲೆ...' ಎಂದು ಅಷ್ಟಪದಿಯದ್ದು ಒಂದು ಹಾಡು ಇದೆ. ಆ ರೆಕಾರ್ಡಿಂಗ್ ಟೈಮ್‌ನಲ್ಲಿ ನಾನೂ ಇದ್ದೆ. ನನಗೆ ಆ ಸಂಗತಿ ಗೊತ್ತಿತ್ತು. ಆದರೆ ಬೇರೆಯವರೂ ಅದನ್ನು ಗಮನಿಸುತ್ತಾರೆ ಎಂದು ನನಗೆ ಗೊತ್ತಿರಲಿಲ್ಲ. ಅದರಲ್ಲಿ, 'ದೇಹಿ ಮುಖಕಮಲ ಮಧುಪಾನಂ' ಅಂತೊಂದು ಸಾಲು ಬರುತ್ತದೆ. ಅದನ್ನು ಬಾಲಮುರಳಿ ಅವರು ಹೇಗೆ ಹಾಡಿದ್ದಾರೆ ಎಂದರೆ ಆ ಮುಖಕಮಲದ ಮಧುಪಾನ ಮಾಡುತ್ತಿದೆ ಎಂಬುದನ್ನು ತಮ್ಮ ಧ್ವನಿಯಲ್ಲಿ ಕಾಣಿಸುತ್ತಾರೆ! ಆ ರೀತಿ ಭಾವತುಂಬಿ ಹಾಡುತ್ತಿದ್ದರು ಅವರು. ಶಾಸ್ತ್ರೀಯ ಸಂಗೀತಕ್ಕೆ ಅದು ಬೇಡದೆಯೇ ಇರಬಹುದು. ಆದರೆ ಸುಗಮ ಸಂಗೀತಕ್ಕೆ ಅದು ತೀರ ಅಗತ್ಯ.

ಕಾಳಿಂಗರಾವ್ ಅವರು ಹಾಡಿದ ಹಾಡುಗಳಲ್ಲಿ ಶೇ. 90 ಹಾಡುಗಳು ಅತ್ಯುತ್ತಮವಾಗಿವೆ. 'ಬಾರಯ್ಯಾ ಬೆಳದಿಂದಳೇ...' ಹಾಡು ಕೇಳಿ. ಅವರು ಬೇರೆಯೇ ಟ್ಯೂನ್ ಹಾಕಿ ಹಾಡಿದ್ದಾರೆ. ಆ ಹಾಡಿಗೆ ಭಾವತುಂಬಿದ್ದಾರೆ. ಆ ಫೀಲಿಂಗ್ ಬಹಳ ಮುಖ್ಯ. ನನಗೆ ನೆನಪಿರುವ ಹಾಗೆ ಕಾಳಿಂಗರಾವ್ ಹಾಡುವಾಗ ಮೂರರಿಂದ ನಾಲ್ಕು ಪಕ್ಕವಾದ್ಯಗಳಷ್ಟೇ ಇರುವುದು. ಅದಕ್ಕಿಂತ ಹೆಚ್ಚಿನ ವಾದ್ಯಗಳು ಇರುತ್ತಲೇ ಇರಲಿಲ್ಲ.

ಸಿನಿಮಾ ಕ್ಷೇತ್ರದಲ್ಲಿ ನೀವು ಮಾಡಿದ ಕೆಲಸದ ಬಗ್ಗೆ ನೀವು ಎಲ್ಲಿಯೂ ಹೆಚ್ಚು

ಮಾತಾಡುವುದಿಲ್ಲ. ಸಿನಿಮಾ ಕಡೆಗೆ ನಿಮ್ಮ ಒಲವು ಬೆಳೆದಿದ್ದು ಹೇಗೆ?

ಅದರ ಬಗ್ಗೆ ಹೆಚ್ಚು ಹೇಳಲಿಕ್ಕೆ ನನಗೆ ಇಷ್ಟವಿಲ್ಲ. ಯಾಕೆಂದರೆ ಅವು ನನ್ನ ಒಳ್ಳೆಯ ಅನುಭವಗಳು ಅಲ್ಲ. ನಮ್ಮಲ್ಲಿ ಬಿ.ವಿ. ಕಾರಂತರಿದ್ದರಲ್ಲ. ನಮಗೆಲ್ಲ ಅವರು ಗುರುಸಮಾನರು ಆ ಕಾಲದಲ್ಲಿ. ಎಲ್ಲ ಬುದ್ಧಿಜೀವಿಗಳೂ ಕಾರಂತರ ಜೊತೆಗೆ ಓಡಾಡುತ್ತಿದ್ದರು. ಅವರೂ ನಮ್ಮ ಹಂತಕ್ಕೆ ಇಳಿದು ಒಡನಾಡುತ್ತಿದ್ದರು.

ಒಮ್ಮೆ 'ನಾಗಾಭರಣ ಸಿನಿಮಾ ಮಾಡುತ್ತಿದ್ದಾನೆ. ನೀವೆಲ್ಲ ಸಹಾಯ ಮಾಡಬೇಕು' ಎಂದು ಹೇಳಿದರು. ಗುರು ಆಜ್ಞೆ! ನನಗೂ ಆಗ ಕೆಲಸ ಇರಲಿಲ್ಲ. ಸರಿ ಎಂದು ಹೋದೆ. ಅದಕ್ಕೂ ಮೊದಲು ನಾನು ಸಿನಿಮಾ ಸಿದ್ಧಾಂತಗಳನ್ನು ಸಾಕಷ್ಟು ಓದಿದ್ದೆ. 'ದ ಲೈವ್ಲಿಯಸ್ಟ್ ಆರ್ಟ್' ಅಂತೊಂದು ಪುಸ್ತಕ ನನ್ನ ಬಳಿ ಇತ್ತು. ಅದು ಸುಮಾರು ಐವತ್ತು ವರ್ಷಗಳ ಹಿಂದಿನ ಪುಸ್ತಕ. ಅದು ಸಿನಿಮಾ ಇತಿಹಾಸದ ಪುಸ್ತಕ. ವಿ.ಎನ್. ಸುಬ್ಬರಾವ್ ಅವರು 'ಮೇನಕಾ' ಅಂತೊಂದು ಸಿನಿಮಾ ಪತ್ರಿಕೆ ತರುತ್ತಿದ್ದರು. ಆ ಪತ್ರಿಕೆಯಲ್ಲಿ ನಾನು ಸುಮಾರು 50 ವಾರಗಳ ಕಾಲ ಸಿನಿಮಾ ಬಗ್ಗೆ ಲೇಖನಗಳನ್ನು ಬರೆದಿದ್ದೆ. ಆ ಲೇಖನಗಳು ಯಾವುವೂ ನನ್ನ ಬಳಿ ಇಲ್ಲ. ಹೀಗೆ ಸಿನಿಮಾ ಸಿದ್ಧಾಂತಗಳನ್ನು ಸಾಕಷ್ಟು ಓದಿಕೊಂಡಿದ್ದೆ ನಾನು. ಪುಟ್ಟಣ್ಣ ಕಣಗಾಲರು ಮದ್ರಾಸ್‌ನಲ್ಲಿ ಸಿನಿಮಾ ಮಾಡುತ್ತಿದ್ದಾಗ ಶೂಟಿಂಗ್ ನೋಡಿದ್ದೆ. ಎಸ್.ಕೆ.ಎ. ಚಾರಿ, ಟಿ.ವಿ. ಸಿಂಗ್ ಠಾಕೂರ್ ಅವರ ಸಿನಿಮಾಗಳ ಶೂಟಿಂಗ್ ನೋಡಿದ್ದೆ. ಹಾಗಾಗಿ ಕಾರಂತರು ಹೇಳಿದ ತಕ್ಷಣ ನಾನು ಒಪ್ಪಿಕೊಂಡು ಹೋದೆ. ನನ್ನನ್ನು ಆ ಸಿನಿಮಾಗೆ ಕಲಾ ನಿರ್ದೇಶಕ ಎಂದು ಮಾಡಿದರು. ಮೈಸೂರಿನ ಹನೂರಿನ ಹತ್ತಿರದ ಹೊಂಗನೂರು ಎಂಬ ಊರಿನಲ್ಲಿ ಚಿತ್ರೀಕರಣ. ನಾಗಾಭರಣ ಅವರ ಚಿಕ್ಕಪ್ಪನ ಮನೆಯಲ್ಲಿಯೇನೋ ಚಿತ್ರೀಕರಣ ಮಾಡಲು ಸಿದ್ಧತೆ ಮಾಡಿಕೊಂಡಿದ್ದೆವು. ಅಲ್ಲಿನ ಗೌಡನ ಕಥೆ ಅದು.

ಆ ಸಿನಿಮಾವನ್ನು ಎರಡು ಶೆಡ್ಯೂಲ್‌ನಲ್ಲಿ ಚಿತ್ರೀಕರಣ ಮಾಡಿದೆವು. ಒಂದು ವರ್ಷ ತೆಗೆದುಕೊಂಡಿತು. ಆನಂದ್ ಸಭಾಪತಿ ಅದರ ಹೀರೊ.

ನಾನು ಆ ಸಿನಿಮಾಗೆ ಕಲಾ ನಿರ್ದೇಶಕನಲ್ಲವೇ? ಒಂದು ದೊಡ್ಡ ಮನೆಯಲ್ಲಿ ಶೂಟಿಂಗ್ ಇತ್ತು. ಗೌಡನ ಪಾತ್ರವನ್ನು ಜಿ.ಕೆ. ಗೋವಿಂದರಾವ್ ಮಾಡುತ್ತಿದ್ದರು. ಚಿತ್ರೀಕರಣ ನಡೆಯುತ್ತದೆ ಎನ್ನುವ ಕಾರಣಕ್ಕೆ ಆ ಮನೆಯನ್ನು ತುಂಬ ಕ್ಲೀನ್ ಆಗಿ ವೈಟ್ ವಾಶ್ ಮಾಡಿಸಿಬಿಟ್ಟಿದ್ದರು! ಕಥೆಯಲ್ಲಿದ್ದದ್ದು ಹಳೆಯ ಮನೆ. ಆ ಸಿನಿಮಾದ ಕಲಾ ನಿರ್ದೇಶಕನಾಗಿ ನಾನು ಮಾಡಿದ ಮುಖ್ಯ ಕೆಲಸ ಏನೆಂದರೆ, ಇಡೀ ಗೋಡೆಗಳನ್ನು ಕೆರೆದಿದ್ದು. ಅದನ್ನು ಹಳೆಯ ಮನೆ ಮಾಡಿದ್ದು.

ನಿಮ್ಮ ಸಾಹಿತ್ಯ, ಆಸಕ್ತಿಗಳಲ್ಲಿರುವ ವೈವಿಧ್ಯ ನಿಮ್ಮ ವೃತ್ತಿಗಳಲ್ಲಿಯೂ ಇವೆ. 'ಸುಧಾ', 'ಮಲ್ಲಿಗೆ'ಗಳಲ್ಲಿ ಕೆಲಸ ಮಾಡಿದಿರಿ. ರಷ್ಯಾ ಎಂಬಸಿ ಮತ್ತು ಅಮೆರಿಕನ್ ಕಾನ್ಸುಲೇಟ್‌ನಲ್ಲಿಯೂ ಕೆಲಸ ಮಾಡಿದ್ದೀರಿ. ಈ ಭಿನ್ನ ಜಾಯಮಾನದ ವೃತ್ತಿ ಅನುಭವಗಳು ನಿಮ್ಮ ಒಟ್ಟಾರೆ ಸೃಜನಶೀಲತೆಯ ಮೇಲೆ ಯಾವ ರೀತಿಯ ಪ್ರಭಾವ ಬೀರಿವೆ?

ಅದರ ಬಗ್ಗೆ ನಾನು ಏನೂ ಹೇಳಲಾರೆ. ನನ್ನ ವೃತ್ತಿ ನನ್ನ ಸೃಜನಶೀಲತೆಯ ಮೇಲೆ ಯಾವ ರೀತಿ ಪ್ರಭಾವ ಬೀರಿದೆ ಎನ್ನುವುದು ಗೊತ್ತಿಲ್ಲ. ಆದರೆ, ವೃತ್ತಿಯಿಂದಾಗಿ ಬೇರೆ ಬೇರೆ ಜನರ ಪರಿಚಯದ ಲಾಭವಾಗಿದೆ. ಮೊದಲು ನಾನು ಕಮ್ಯುನಿಸ್ಟ್ ಆಗಿದ್ದಾಗ, ಮದರಾಸಿನ ಸೋವಿಯೆಟ್ ಕಾನ್ಸುಲೇಟ್ ಸೇರಿದೆ. ರಷ್ಯನ್ ಕೌನ್ಸಿಲ್‌ನಲ್ಲಿ ಕೆಲಸ ಮಾಡುತ್ತಿದ್ದೆ. ಆಗ ಹೆಚ್ಚು ಸಂಗೀತ ಕೇಳುವುದಕ್ಕೆ ಅವಕಾಶವಾಯ್ತು.

ಕ್ಯಾರಿಕೇಚರ್‌ಗಳ ರಚನೆ ಹಾಗೂ ಪುಸ್ತಕಗಳ ಮುಖಪುಟ ವಿನ್ಯಾಸಕ್ಕೂ 'ಎಸ್' ಎಂದವರು ನಮ್ಮ ದಿವಾಕರ್. ಅವರು ವಿನ್ಯಾಸ ಮಾಡಿದ ಮುಖಪುಟಗಳು, ಕಲೆಯ ಬಗೆಗಿನ ಅವರ ಪ್ರೀತಿ ಮತ್ತು ಕುತೂಹಲವನ್ನು ಸೂಚಿಸುವಂತಿವೆ.

ಎಸ್.ಜಿ. ವಾಸುದೇವ್, ರೆಡ್ಡಪ್ಪ ನಾಯ್ಡು, ಮೂಕಯ್ಯ, ಕೆ.ಸಿ.ಎಸ್. ಪಣಿಕರ್ ಅವರಂಥ ದೊಡ್ಡ ಕಲಾವಿದರನ್ನು ಭೇಟಿಯಾಗಲು ಸಾಧ್ಯವಾಯ್ತು. ಹೀಗೆ ಕೆಲಸದಿಂದ ನನಗೆ ಬೇರೆ ಬೇರೆ ರೀತಿಯಲ್ಲಿ ಅನುಕೂಲ ಆಗಿದೆ ಅಂತ ಹೇಳಬಹುದು.

ನೀವು ಪತ್ರಕರ್ತನಾಗಿಯೂ ಕೆಲಸ ಮಾಡಿದ್ದೀರಿ. ಪತ್ರಿಕೋದ್ಯಮದ ಭಾಷೆ ನಿಮ್ಮ ಸೃಜನಶೀಲ ಭಾಷೆಯ ಮೇಲೆ ಏನಾದರೂ ಪರಿಣಾಮ ಬೀರಿದೆಯಾ?

ಖಂಡಿತ ಬೀರಿದೆ. ಉದಾಹರಣೆಗೆ, ನನ್ನ ಪ್ರಬಂಧಗಳನ್ನು ಗಮನಿಸಬಹುದು. ಕು.ಶಿ.

ಹರಿದಾಸ ಭಟ್ಟರು ಉದಯವಾಣಿಯಲ್ಲಿ 'ಲೋಕಾಭಿರಾಮ' ಅಂತೊಂದು ಅಂಕಣ ಬರೆಯುತ್ತಿದ್ದರು. ಅವರು ತೀರಿಕೊಂಡ ಮೇಲೆ, ಮೋಹನದಾಸ ಪೈ ನನಗೆ ಫೋನ್ ಮಾಡಿ, 'ನೀವು ನಮಗೆ ಕಾಲಂ ಬರೆಯಬೇಕು' ಎಂದು ಕೇಳಿದರು. ನಾನು ಯೋಚಿಸಿದೆ. ಮೊದಲೆಲ್ಲ ನಾನು ಅಂಕಣ ಓದುತ್ತಿದ್ದೆ. 'ವರುಣ ಕುಂಜ' ಅಂತ ಸು.ರಂ. ಎಕ್ಕುಂಡಿ ಅಂಕಣ ಬರೆಯುತ್ತಿದ್ದರು. 'ಬೇವು-ಬೆಲ್ಲ' ಎಂದು ನಿರಂಜನರೂ ಅಂಕಣ ಬರೆದಿದ್ದಾರೆ. 'ಹಾ. ಮಾ. ನಾಯಕ ಬರೆಯುತ್ತಾರೆ' ಎನ್ನುವುದೇ 'ಪ್ರಜಾಮತ'ದಲ್ಲಿ ಒಂದು ಕಾಲಂ ಆಗಿತ್ತು. ಇವರೆಲ್ಲರಿಗಿಂತ ಭಿನ್ನನಾಗುವುದು ಹೇಗೆ? ಅದು ನನಗೆ ಮೊದಲಿನಿಂದಲೂ ಇದ್ದೇ ಇದೆ. ಕೆಟ್ಟದಾಗಿದ್ದರೂ ಪರವಾಗಿಲ್ಲ; ಉಳಿದವರಿಗಿಂತ ಭಿನ್ನನಾಗಬೇಕು. ಅಲ್ಲದೇ ಸಂಗೀತ, ಸಾಹಿತ್ಯ, ಕಾವ್ಯ, ಮಾನವಶಾಸ್ತ್ರ, ಕೊಂಚ ವಿಜ್ಞಾನ, ಸಿನಿಮಾ, ಇತಿಹಾಸ, ರಾಜಕೀಯ, ಗ್ರೀಕ್ ಪುರಾಣಗಳು... ಹೀಗೆ ಆಸಕ್ತಿಯಿಂದ ಏನೇನೋ ಓದಿಕೊಂಡಿದ್ದು, ಗಮನಿಸಿದ್ದು, ಇವನ್ನೆಲ್ಲ ಯಾಕೆ ಉಪಯೋಗಿಸಬಾರದು ಎಂದು ಅನಿಸಿತು. ಅಂಕಣ ಬರೆಯಲು ಒಪ್ಪಿಕೊಂಡೆ. ನನಗೆ ಪತ್ರಿಕೋದ್ಯಮದ ಹಿನ್ನೆಲೆ ಇದ್ದಿದ್ದರಿಂದ ಕಗ್ಗದ ಹಾಗೆ ಬರೆಯಬಾರದು ಎನ್ನುವುದು ಗೊತ್ತಿತ್ತು. ಏನೇ ಬರೆದರೂ ಜನರಿಗೆ ತಲುಪುವ ಹಾಗೆ, ಓದುಗರಿಗೆ ಆಸಕ್ತಿ ಹುಟ್ಟುವ ಹಾಗೆ ಬರೆಯಬೇಕು. ಇದನ್ನು ಪತ್ರಿಕೋದ್ಯಮ ಕಲಿಸುತ್ತದೆ. ನಿಮಗೆ ಗೊತ್ತಿರಬೇಕು, ಬಹಳ ಶ್ರೇಷ್ಠ ಬರಹಗಾರ ಮಾರ್ಕೆಸ್ ಒಬ್ಬ ಪತ್ರಕರ್ತನಾಗಿದ್ದ. ಹೆಮಿಂಗ್ವೆ ಪತ್ರಕರ್ತನಾಗಿದ್ದ.

ಬಿ.ಎನ್. ಗುಪ್ತ 'ಮಲ್ಲಿಗೆ' ಮತ್ತು 'ಪ್ರಜಾಮತ'ದ ಸಂಪಾದಕರಾಗಿದ್ದರು. ಅವರು ಸಿನಿಮಾ ವಿತರಕರೂ ಆಗಿದ್ದರು. ಅವರ ಬಗ್ಗೆ ಸಾಕಷ್ಟು ಕಥೆಗಳಿವೆ. ಮಾ.ನ. ಚೌಡಪ್ಪ ಅಂತೊಬ್ಬರು ಇದ್ದರು. ಅವರು ಜುಬ್ಬಾ ಮತ್ತು ಪಂಚೆ ಹಾಕಿಕೊಂಡು ಬರುತ್ತಿದ್ದರು. ಅವರು ನೋಡಕ್ಕೆ ಜೀನ್ ಪಾಲ್ ಸಾತ್ರ್ ಥರ ಇದ್ದಾರೆ ಎಂದು ನಾನು, ನಿಸಾರ್ ಅಹಮದ್ ಮಾತಾಡಿಕೊಳ್ಳುತ್ತಿದ್ದೆವು. ಬಿ.ಎನ್. ಗುಪ್ತ ಇಂಗ್ಲಿಷ್ ಸಾಹಿತ್ಯವನ್ನು ಸಾಕಷ್ಟು ಓದಿಕೊಂಡಿದ್ದರು. ಯಾವುದೋ ಅಮೆರಿಕನ್ ಅಧ್ಯಕ್ಷರಿಗೆ ಸಂಬಂಧಿಸಿದ ಸುಮಾರು ನಾಲ್ಕುನೂರು ಪುಟಗಳ ಪುಸ್ತಕವನ್ನು ತೆಗೆದುಕೊಂಡು ಚೌಡಪ್ಪ ಅವರಿಗೆ ಕೊಟ್ಟು, 'ಇಂದು ರಾತ್ರಿ ಈ ಪುಸ್ತಕವನ್ನು ಓದಿಬಿಡಪ್ಪ' ಎನ್ನುತ್ತಿದ್ದರು. ಇಲ್ಲಿ ಕೆಲಸ ಮಾಡಿದ್ದಲ್ಲದೆ, ರಾತ್ರಿಯೆಲ್ಲ ಆ ಪುಸ್ತಕ ಓದಿ ಮರುದಿನ ಬಂದರೆ, '322ನೇ ಪುಟದಲ್ಲಿ ಏನು ಬಂದಿದೆ ಹೇಳು' ಅಂತ ಕೇಳುತ್ತಿದ್ದರು. ಹಿಂದೆ ಆ ರೀತಿಯ ಜನರು ಇದ್ದರು.

'ಪ್ರಜಾವಾಣಿ'ಯಲ್ಲಿ ಎಸ್.ಆರ್. ಕೃಷ್ಣಮೂರ್ತಿ ಅಂತೊಬ್ಬರು ಇದ್ದರು. ಎಸ್.ಆರ್. ರಾಮಸ್ವಾಮಿ ಅವರ ಅಣ್ಣ. ಎಷ್ಟೊಂದು ವಿಷಯಗಳ ಮೇಲೆ ಅತಿ ಕಡಿಮೆ ಸಮಯದಲ್ಲಿ ಅವರು ಬರೆಯುತ್ತಿದ್ದರು ಗೊತ್ತಾ? ಕ್ರೀಡೆ ಬಗ್ಗೆ, ವಿಜ್ಞಾನದ ಬಗ್ಗೆ, ರಾಜಕೀಯದ ಬಗ್ಗೆ, ಸಮಾಜಶಾಸ್ತ್ರದ ಬಗ್ಗೆ, ಶಿವರಾಮ ಕಾರಂತರ ಬಗ್ಗೆ ಒಂದು ಲೇಖನ ಕೊಡಿ ಎಂದರೆ ರೆಡಿಯಾಗುತ್ತಿತ್ತು. ಸುಮ್ಮನೆ ಬರೆಯುವುದಲ್ಲ, ವಿಷಯ ಇರುತ್ತಿತ್ತು ಅವುಗಳಲ್ಲಿ. ಅಂಥ ಆಲ್‌ರೌಂಡರ್‌ಗಳು ಪತ್ರಿಕಾಮನೆಯಲ್ಲಿ ಸಾಕಷ್ಟು ಇರುತ್ತಿದ್ದರು. ಪತ್ರಕರ್ತನಾಗಿ ನಾನು ಅಂಥ ವ್ಯಕ್ತಿಗಳಿಂದ ಸಾಕಷ್ಟು ಉಪಯೋಗ ಪಡೆದುಕೊಂಡಿದ್ದೇನೆ.

ಪತ್ರಕರ್ತ ವೃತ್ತಿಯಿಂದ ಎಡಿಟಿಂಗ್ ಸ್ಕಿಲ್ ಚೆನ್ನಾಗಿ ಬರುತ್ತದೆ. ಮತ್ತೆ ರಾಮಾನುಜನ್ ಅವರ ಮಾತೇ ನೆನಪಾಗುತ್ತಿದೆ. 'ನಾನೊಂದು ಲೇಖನ ಬರೆದರೆ, ಎರಡನೇ ಸಲ ಓದುವಾಗ ಅನವಶ್ಯಕವಾದ ಶಬ್ದ, ಸಾಲುಗಳನ್ನೆಲ್ಲ ಹೊಡೆದುಹಾಕುತ್ತೇನೆ. ಮೂರನೇ ಸಲ ಓದಿದಾಗ ಅನವಶ್ಯಕ ಶಬ್ದಗಳು ಯಾವುವೂ ಕಾಣಿಸದೇ ಇದ್ದಾಗ ಅದನ್ನು ಪ್ರಕಟಣೆಗೆ ಕಳಿಸುತ್ತೇನೆ' ಎನ್ನುತ್ತಿದ್ದರು. ನಾನೂ

ಎಸ್. ದಿವಾಕರ್ ಧ್ವನಿಯಲ್ಲಿ
ಅಡಿಗರ 'ನೆಲ ಸಪಾಟಿಲ್ಲ'

ಹಾಗೆಯೇ ಮಾಡುತ್ತಿದ್ದೆ. ನನ್ನ ಬರವಣಿಗೆಗೆ ಈ ಬಿಗಿತನ ಬಂದಿದ್ದು ಪತ್ರಿಕೋದ್ಯಮದಿಂದ.

ನಿಮ್ಮ ಮಾತು ಮತ್ತು ಬರವಣಿಗೆಯಲ್ಲಿ ಮತ್ತೆ ಮತ್ತೆ ಪ್ರಸ್ತಾಪ ಆಗುವಂತಹವರು ಅಡಿಗರು. 'ಅಡಿಗ ಫಾರ್ ಆಲ್ ಅಕೇಷನ್ಸ್' ಎನ್ನುವುದು ನಿಮ್ಮದೇ ಮಾತು. ಅಡಿಗರ ವ್ಯಕ್ತಿತ್ವ ಮತ್ತು ಕಾವ್ಯವನ್ನು ನೀವು ಒಂದು ಮೌಲ್ಯದ ರೀತಿ ಕಾಣುತ್ತೀರಿ. ಆದರೆ, ಇವತ್ತು ಅಡಿಗರನ್ನು ಪ್ರತಿಗಾಮಿಯಂತೆ ಚಿತ್ರಿಸಲಾಗುತ್ತಿದೆ. ಇನ್ನೂ ಸ್ಪಷ್ಟವಾಗಿ ಹೇಳುವುದಾದರೆ, ಅಡಿಗ, ಮಾಸ್ತಿ, ಡಿವಿಜಿ, ಅನಂತಮೂರ್ತಿ, ಮುಂತಾದವರನ್ನು 'ಬ್ರಾಹ್ಮಣ್ಯ'ದ ಅಭಿವ್ಯಕ್ತಿಗಳ ರೂಪದಲ್ಲಿ ಚರ್ಚಿಸಲಾಗುತ್ತಿದೆ. ಈ ಚರ್ಚೆ–ಬೆಳವಣಿಗೆಗಳನ್ನು ಅರ್ಥ ಮಾಡಿಕೊಳ್ಳೋದು ಹೇಗೆ?

ಈ ರೀತಿಯ ಚರ್ಚೆ ಮಾಡುವವರು ಸಾಹಿತ್ಯೇತರ ಉದ್ದೇಶದಿಂದ ಈ ಚರ್ಚೆ ಮಾಡುತ್ತಿದ್ದಾರೆ. ಅದರ ಹಿಂದೆ ಒಂದು ರಾಜಕೀಯ ಇದೆ. ಎರಡನೇ ಕಾರಣ ಏನೆಂದರೆ, ಈ ರೀತಿ ಚರ್ಚೆ ಮಾಡುವ ಬಹು ಮಂದಿ ಸೂಕ್ಷ್ಮ ಓದುಗರಲ್ಲ. ಅಡಿಗರ ಬಗ್ಗೆ ನನಗೆ ಮಹಾಗೌರವ ಇರುವುದಕ್ಕೆ ಕಾರಣ ಏನೆಂದರೆ, ಅವರು ಕಾವ್ಯದಲ್ಲಿ ಏನನ್ನು ಪ್ರತಿಪಾದಿಸುತ್ತಿದ್ದರೋ ಅದನ್ನು ಬದುಕುತ್ತಿದ್ದರು.

1975ರ ಒಂದು ದಿನ ವೃತ್ತಪತ್ರಿಕೆಯಲ್ಲಿ ತುರ್ತು ಪರಿಸ್ಥಿತಿ ಘೋಷಣೆಯಾಗಿರುವ ಬಗ್ಗೆ ಸುದ್ದಿ ಬಂದಿತ್ತು. ಆದರೆ ನಮಗೆ ತುರ್ತು ಪರಿಸ್ಥಿತಿ ಅಂದರೆ ಏನೆಂದರೆ ಏನೂ ಗೊತ್ತಿರಲಿಲ್ಲ. ಅವತ್ತು ಸಾಯಂಕಾಲ ಅಡಿಗರು ಗಾಂಧಿಬಜಾರ್‌ನ ಸನ್ಮಾನ್ ಹೋಟೆಲಿಗೆ ಬಂದರು. ಅಲ್ಲೊಂದು ಕಾಫಿ ಕುಡಿದೆವು. ಸಾಮಾನ್ಯವಾಗಿ ಹೋಟೆಲ್‌ನಲ್ಲಿ ಜನ ಜಾಸ್ತಿ ಇದ್ದರೆ, ಸಮೀಪದ ಕೆನರಾ ಬ್ಯಾಂಕ್ ಕಟ್ಟೆಯ ಮೇಲೆ ಹೋಗಿ ಕೂತುಕೊಳ್ಳುತ್ತಿದ್ದೆವು ನಾವು. ಅವತ್ತು ಅಡಿಗರು ಅಲ್ಲಿ, ಡೆಮಾಕ್ರಸಿ ಎಂದರೆ ಏನು? ಗ್ರೀಕರ ಕಾಲದಲ್ಲಿ ಡೆಮಾಕ್ರಸಿ ಹೇಗಿತ್ತು? ಯೂರೋಪ್‌ನಲ್ಲಿ ಡೆಮಾಕ್ರಸಿ ಹೇಗಿತ್ತು? ಇಂಗ್ಲೆಂಡಿಗೆ ಡೆಮಾಕ್ರಸಿ ಹೇಗೆ ಬಂತು? ಆಟೊಕ್ರಸಿ ಅಂದರೆ ಏನು? ಥಿಯೋಕ್ರಸಿ ಎಂದರೆ ಏನು? ಎಂಬುದರ ಕುರಿತೆಲ್ಲ ಒಂದೂವರೆ ಗಂಟೆ ಭಾಷಣ ಮಾಡಿದರು.

ಪ್ರತಿದಿನ ನಮ್ಮ ಮಾತುಕತೆ ಮುಗಿದ ಮೇಲೆ ನಾವೇ ಒಂದು ಆಟೊ ಹಿಡಿದು ಅಡಿಗರನ್ನು ಮನೆಗೆ ಕಳಿಸುತ್ತಿದ್ದೆವು. ಅವತ್ತೂ ಕೂಡ ಒಂದು ಆಟೊದಲ್ಲಿ ಅವರನ್ನು ಕೂರಿಸಿ ಕಳಿಸಿದೆವು. ಒಂದು ಹತ್ತು ಮಾರು ಹೋಗಿ ಆಟೊ ನಿಂತುಬಿಡ್ತು. ಅಡಿಗರು ಕೆಳಗೆ ಇಳಿದರು. ನಮ್ಮನ್ನು ಕರೆದರು. ನಾವೆಲ್ಲ ಹೋದೆವು. ಅವರು ನಮ್ಮನ್ನು ನೋಡಿ, 'ನಾವು ಈಗ ಒಂದು ಬಾಂಬ್ ಮಾಡಬೇಕು' ಎಂದು ಹೇಳಿ ಮತ್ತೆ ಆಟೊ ಹತ್ತಿ ಹೊರಟು ಹೋದರು!

ದಿನವೂ ಬರುತ್ತಿದ್ದವರು ಮಾರನೇ ದಿನ ಬರಲೇ ಇಲ್ಲ. ನಾನು ಮತ್ತು ನಾಡಿಗ್, 'ಯಜಮಾನ್ರು ಬಾಂಬ್ ಮಾಡುತ್ತಿರಬೇಕು' ಎಂದು ಮಾತಾಡಿಕೊಂಡಿದ್ದೆವು. ಮರುದಿನ ಬಂದರು. ನೋಡಲು ಸ್ವಲ್ಪ ಗೆಲುವಾಗಿದ್ದರು. ಕಾಫಿ ಕುಡಿತೀರಾ? ದೋಸೆ ತಿಂತೀರಾ ಅಂತ ಕೇಳಿದರು. ನಾವೆಲ್ಲರೂ ದೋಸೆ ತಿಂದು, ಕಾಫಿ ಕುಡಿದೆವು. ನಮಗೆಲ್ಲರಿಗೂ ಅವರೇ ಒಂದೊಂದು ಸಿಗರೇಟು ಕೊಟ್ಟರು. ನಂತರ ಎಡಗಡೆ ಜೇಬಿನಿಂದ ಒಂದು ಪದ್ಯ ತೆಗೆದು

ಕೊಟ್ಟರು. 'ನಿನ್ನ ಗದ್ದೆಗೆ ನೀರು ತರುವ ನಾಲೆಗಳೆಲ್ಲ ಬಂದು; ಬೇಕಾದದ್ದು ಬೆಳೆದುಕೋ ಬಂಧು' ಎಂದು ಶುರುವಾಗುವ ಪದ್ಯ!

ಒಬ್ಬ ಕವಿ ಮಾಡಬಹುದಾದ ಬಾಂಬ್ ಅದೇ ಅಲ್ವಾ? ನಿಜವಾದ ಬಾಂಬ್ ಅದು!

ಇಡೀ ಜನಸಮುದಾಯಕ್ಕೆ ಗೊತ್ತಿಲ್ಲದ ತುರ್ತು ಪರಿಸ್ಥಿತಿಯ ಪರಿಣಾಮಗಳನ್ನು ಒಂದು ಕವನ ಹೇಳುತ್ತದೆ. ತನಗೂ ತಾನು ರಚಿಸುತ್ತಿರುವ ಕಾವ್ಯಕ್ಕೂ ಯಾವ ವ್ಯತ್ಯಾಸವೂ ಇಲ್ಲ ಎಂಬ ಅಚಲ ನಂಬಿಕೆ ಇದ್ದಾಗ ಮಾತ್ರವೇ ಅಂಥ ಕಾವ್ಯ ಬರೆಯಲು ಸಾಧ್ಯ.

ನಿಮಗೆ ಅಡಿಗರ ಕಾವ್ಯ ಬೇಕು ಎಂದರೆ ನೀವು ಓದಬೇಕು. ನಿಮಗೆ ಬೇಡ ಅಂತಂದರೆ, ಅಡಿಗ ವೈದಿಕ ಕವಿ, ಪ್ರತಿಗಾಮಿ ಕವಿ, ಹಿಂದುತ್ವವಾದಿ ಕವಿ... ಹೀಗೆ ಏನು ಬೇಕಾದರೂ ಹೇಳಬಹುದು. ಬೇಕು ಎಂದರೆ ಒಂದೇ ಕಾರಣ; ಕವಿತೆ ಓದುವುದು, ಅದರಿಂದ ಏನಾದರೂ ಸಿಗುತ್ತದೆಯೇ ಎಂದು ನೋಡಿ ಪಡೆದುಕೊಳ್ಳುವುದು. ಬೇಡ ಅಂದರೆ ಇಪ್ಪತ್ತೆಂಟು ಕಾರಣಗಳು.

ಕವಿತೆ ಓದಬೇಕು ಅಂದರೆ ಒಂದೇ ಕಾರಣ. ಅಡಿಗರು ಬೇಕು ಅಂದರೆ ಒಂದೇ ಕಾರಣ. ಮಾರ್ಕೆಸ್ ಬೇಕು ಅಂದರೆ ಒಂದೇ ಕಾರಣ. ಬೇಡ ಅಂದರೆ ಬೇಡ, ಅಷ್ಟೆ.

ಯಾರೋ ವಿದ್ಯಾರ್ಥಿಗಳು ಎಲ್ಲರನ್ನೂ ಬಿಟ್ಟು ಅಡಿಗರನ್ನು ಓದುತ್ತಿದ್ದಾರೆ ಅಂತ ನನಗೆ ಹೊಟ್ಟೆಕಿಚ್ಚಾದರೆ ಅಡಿಗರೇನು ಮಾಡಕ್ಕಾಗತ್ತೆ? ಯಾರು ಏನು ಮಾಡಕ್ಕಾಗತ್ತೆ? ಏನೂ ಮಾಡಕ್ಕಾಗಲ್ಲ. ಅದಕ್ಕೇ ನಾನು ಮೊದಲೇ ಹೇಳಿದೆ. ನಮ್ಮ ರಾಜಕೀಯದಲ್ಲಿನ ಭ್ರಷ್ಟತೆ ಎಲ್ಲ ಕಡೆಗಳಿಗೂ ವ್ಯಾಪಿಸಿದೆ. ಅದು ಎಷ್ಟೇ ದೊಡ್ಡ ಸಂಗತಿಯಾಗಿರಲಿ, ನಮ್ಮ ಮಟ್ಟಕ್ಕೆ ಇಳಿಸಿಯೇ ತೀರುತ್ತೇವೆ ಎನ್ನುವವರಿಗೆ ಏನು ಹೇಳಲು ಸಾಧ್ಯ?

19ನೇ ಶತಮಾನದಲ್ಲಿ ಯೂರೋಪ್‌ನಲ್ಲಿ ಎಲ್ಲರಿಗೂ ಸಾರ್ವಜನಿಕ ಶಿಕ್ಷಣ ಬಂತು. ಅಲ್ಲಿಯವರೆಗೆ ಬರಹಗಾರರು, ತತ್ವಜ್ಞಾನಿಗಳು, ಕಲಾವಿದರು, ಎಲ್ಲರೂ ಒಂದೊಂದು ಕಾಫಿಹೌಸ್‌ಗಳಲ್ಲಿ ಕೂತು ಗಂಟೆಗಟ್ಟಲೆ ಚರ್ಚೆ ಮಾಡುತ್ತಿದ್ದರು. ಎಲ್ಲರಿಗೂ ಶಿಕ್ಷಣ ಬಂದ ತಕ್ಷಣ ಎಲ್ಲರೂ ಕಾಫಿಹೌಸ್‌ಗೆ ಹೋಗಲಿಕ್ಕೆ ಶುರುಮಾಡಿದರು. ಆಗ ಅಲ್ಲಿ ಕೂಡುತ್ತಿದ್ದ ಬುದ್ಧಿಜೀವಿಗಳು ಜಾಗ ಖಾಲಿ ಮಾಡಿ, ಉದ್ಯಾನವೋ ಮತ್ತೊಂದೋ ಜಾಗ ಹುಡುಕಿಕೊಳ್ಳಬೇಕಾಯ್ತು. ಆ ಸಮಯದಲ್ಲಿ ಆರ್ಟೆಗಾ ಯಿ ಗ್ಯಾಸೆಟ್ ಅಂತೊಬ್ಬ ಒಂದು ಪುಸ್ತಕ ಬರೆದ. ಈ ಕಾಲಕ್ಕೆ ಅದು ರೆಲವೆಂಟ್ ಅಲ್ಲ. ಎಲ್ಲರಿಗೂ ಶಿಕ್ಷಣ ಬೇಕು ಎನ್ನುವುದು ಸರಿ. ಆದರೆ ಆ ಕಾಲ-ಸಂದರ್ಭದಲ್ಲಿ ನೋಡಿದರೆ, ಅಲ್ಲಿಯವರೆಗೆ ಕಲಾಕ್ಷೇತ್ರದಲ್ಲಿ ನಡೆದ ಬದಲಾವಣೆಗಳಿಗೆ, ಕಾಫಿಹೌಸ್‌ನಲ್ಲಿ ಸೇರುತ್ತಿದ್ದ ಕೆಲವೇ ಕೆಲವು ಬುದ್ಧಿಜೀವಿಗಳ ಚರ್ಚೆಯೂ ಕಾರಣವಾಗಿತ್ತು ಎನ್ನುವುದೂ ಅಷ್ಟೇ ನಿಜ ಅನ್ನುವುದನ್ನು ಮರೆತರೆ ಆ ಪುಸ್ತಕ ತಪ್ಪು ಅನಿಸುತ್ತದೆ.

ಗ್ರೀಕರೆಲ್ಲ - ಅಂದರೆ ಅರಿಸ್ಟಾಟಲ್, ಯೂರಿಪಿಡಿಸ್ ಅಂಥ ನಾಟಕಕಾರರು, ಸಾಕ್ರೆಟಿಸ್, ಪ್ಲೇಟೊ ಇವರದ್ದೆಲ್ಲ ಕಾಲ ಇತ್ತಲ್ಲ; ಮೊಟ್ಟ ಮೊದಲು ಜಗತ್ತಿಗೆ ಪ್ರಜಾಪ್ರಭುತ್ವವನ್ನು ತೋರಿಸಿದವರು ಅವರು. ಅದರ ಬಗ್ಗೆ ಸಿದ್ಧಾಂತ ಕಟ್ಟಿದವರು. ಚರ್ಚೆ ಮಾಡಿದವರು. ಆದರೆ ಆ ಸಮಾಜದ ಬಗ್ಗೆ ಯೋಚನೆ ಮಾಡಿ. ಗುಲಾಮರಿದ್ದರು ಆ ಸಮಾಜದಲ್ಲಿ! ಅಷ್ಟು ದೊಡ್ಡ ಚಿಂತಕರು ಯಾರೂ ಗುಲಾಮರ ಬಗ್ಗೆ ಮಾತನಾಡಲಿಲ್ಲ. ಗುಲಾಮರು ಇದ್ದುದರಿಂದಲೇ ಅಷ್ಟು ಗಾಢವಾಗಿ ಆಲೋಚನೆ ಮಾಡಲು ಅವರಿಗೆ ಸಾಧ್ಯವಾಯ್ತು. ಇದೇನು ವಿಪರ್ಯಾಸ ಹೇಳಿ? ಆದರೆ ಪ್ರಜಾಪ್ರಭುತ್ವದ ಥಾಟ್ ಬಂದಿದ್ದು ಅಲ್ಲಿಂದಲೇ ಅಲ್ಲವಾ? ಆ ಪ್ರಜಾಪ್ರಭುತ್ವ ನಮಗೆ ಬೇಡವಾ? ಎರಡು ಮೂರು ಸಾವಿರ ವರ್ಷಗಳ ಹಿಂದೆ ಹುಟ್ಟಿದ ಒಂದು ಥಾಟ್, ಬೆಳೆದು ಇಂಡಿಯಾಗೆ ಬಂದು ಕರ್ನಾಟಕದಲ್ಲಿಯೂ ಇಂದು ಪ್ರಜಾಪ್ರಭುತ್ವ

ಇದೆ ಅಂತಾದರೆ ಅದು ಎಷ್ಟು ದೊಡ್ಡದು, ಘನವಾದದ್ದಲ್ವಾ? ಆದರೆ ಅಂಥ ಘನವಾದ ಪರಿಕಲ್ಪನೆಯನ್ನು ಹುಟ್ಟುಹಾಕಿದ ಸಮಾಜ ಗುಲಾಮರಿಂದಲೇ ನಡೆಯುತ್ತಿತ್ತಲ್ಲ... ಏನು ಹೇಳುವುದು ಇದಕ್ಕೆ?

ಈಗಿನ ತಲೆಮಾರಿನ ಬರಹಗಾರರಲ್ಲಿ ಪರಂಪರೆಯ ಬಗ್ಗೆ ಒಂದು ಬಗೆಯ ನಿರ್ಲಕ್ಷ್ಯ, ತಿರಸ್ಕಾರ ಇದೆ. ಪರಂಪರೆ ಎನ್ನುವುದನ್ನು ನೀವು ಹೇಗೆ ನೋಡುತ್ತೀರಿ? ಒಬ್ಬ ಬರಹಗಾರನಿಗೆ ಪರಂಪರೆಯ ಅರಿವು ಮತ್ತು ಸದ್ಯದ ತುರ್ತು ಈ ಎರಡು ಸಂಗತಿಗಳು ಎಷ್ಟು ಮುಖ್ಯ?

ಪರಂಪರೆ ಅನ್ನುವುದನ್ನು ನಾನು ಹೀಗೆ ನೋಡುತ್ತೇನೆ. ಶಿವರಾಮ ಕಾರಂತರ 'ಬೆಟ್ಟದ ಜೀವ' ಕಾದಂಬರಿಯನ್ನು ಅನಂತಮೂರ್ತಿ ಅವರು ಹಿಂದೆ ಯಾವಾಗಲೋ ಓದಿಲ್ಲದೇ ಇದ್ದಿದ್ದರೆ 'ಸೂರ್ಯನ ಕುದುರೆ' ಬರೆಯಲು ಸಾಧ್ಯವಾಗುತ್ತಿರಲಿಲ್ಲ ಎಂದೇ ನನಗೆ ಅನಿಸುತ್ತದೆ. ಎರಡಕ್ಕೂ ತುಂಬ ವ್ಯತ್ಯಾಸ ಇದೆ. ಆದರೆ ಹಲವು ಸಾಮ್ಯಗಳೂ ಇವೆ.

ನಿಮಗೆ ಪರಂಪರೆಯ ಪ್ರಜ್ಞೆ ಇಲ್ಲದೇ ಇದ್ದರೆ, ಬರೀ ಆಧುನಿಕತೆಯಿಂದ ನೀವು ಏನೂ ಮಾಡುವುದಕ್ಕೆ ಸಾಧ್ಯ ಇಲ್ಲ. ಪರಂಪರೆಯ ಜೊತೆ ಅನುಸಂಧಾನ ಬೇಕೇಬೇಕು. ಆಗ ಮಾತ್ರ ಹೊಸತೇನಾದರೂ ಸೃಷ್ಟಿ ಮಾಡಲು ಸಾಧ್ಯ. ಸಂಗೀತದ ಉದಾಹರಣೆಯನ್ನೇ ತೆಗೆದುಕೊಳ್ಳಿ. ಎ.ಆರ್. ರೆಹಮಾನ್ ನೋಡಿ. ಅವರಿಗೇನು ಕಡಿಮೆ ಸಂಗೀತಜ್ಞಾನ ಇದೆಯಾ? ಆ ಜ್ಞಾನ ಪರಂಪರೆಯಿಂದ ಬಂದಿದ್ದೇ ಅಲ್ವಾ? ನಮ್ಮ ಸಾಹಿತ್ಯಕ್ಕೆ ಯಾವ ಸಿಲಬಸ್ ಕೂಡ ಇಲ್ಲ. ಆದರೆ ಸಂಗೀತಕ್ಕೆ ನಿಜವಾದ ಸಿಲಬಸ್ ಇದೆ. ಆ ಸಿಲಬಸ್ ಇಲ್ಲದೆ ಒಂದು ಹೆಜ್ಜೆಯೂ ಮುಂದೆ ಹೋಗಲಿಕ್ಕಾಗುವುದಿಲ್ಲ. ಅದನ್ನು ಕಲಿತಿದ್ದಕ್ಕೇ ಅಲ್ಲವೇ ರೆಹಮಾನ್ ಅಷ್ಟು ದೊಡ್ಡ ಸಂಗೀತ ನಿರ್ದೇಶಕನಾಗಲು ಸಾಧ್ಯವಾಗಿದ್ದು.

ನಮ್ಮಲ್ಲಿ ಎಷ್ಟೊಂದು ವಿಶ್ವವಿದ್ಯಾಲಯಗಳಿವೆ, ಅಕಾಡೆಮಿ ಪ್ರಾಧಿಕಾರಗಳಿವೆ. ಅವು ಏನು ಮಾಡುತ್ತಿವೆ? ಅಮೆರಿಕದಲ್ಲಿ ಪ್ರತಿಯೊಂದು ವಿಶ್ವವಿದ್ಯಾಲಯದಲ್ಲಿಯೂ, ಸಣ್ಣ ಸಣ್ಣ ಕಾಲೇಜುಗಳಲ್ಲಿಯೂ ಸಾಹಿತ್ಯದ ಕೋರ್ಸ್‌ಗಳಿವೆ. ನೀವು ಸಾಹಿತ್ಯ ಕೋರ್ಸ್ ಆಯ್ಕೆ ಮಾಡಿಕೊಂಡು ಬಿ.ಎ. ಮಾಡಬಹುದು. ಅವುಗಳಲ್ಲಿ ಶೇ. 90ರಷ್ಟು ವಿದ್ಯಾರ್ಥಿಗಳು ಲೇಖಕರಾಗುವುದಿಲ್ಲ. ಆದರೆ ಒಳ್ಳೆಯ ವಿಮರ್ಶಕರಾಗುತ್ತಾರೆ. ಒಂದು ಪಠ್ಯವನ್ನು ಹೇಗೆ ಓದಬೇಕು, ಕಾವ್ಯವನ್ನು ಹೇಗೆ ಅನುಸಂಧಾನ ಮಾಡಿಕೊಳ್ಳಬೇಕು ಎನ್ನುವುದನ್ನು ಅಲ್ಲಿ ಕಲಿಸಿಕೊಡುತ್ತಾರೆ. ನಮ್ಮಲ್ಲಿ ಈ ಕೆಲಸವನ್ನು ಯಾರೂ ಮಾಡುವುದಿಲ್ಲ. ಬೇಂದ್ರೆ ಏನು ಕಡಿಮೆ ಕವಿಯಾ? ಎಷ್ಟು ಜನರಿಗೆ ನಾವೆಲ್ಲರೂ ಬೇಂದ್ರೆಯನ್ನು ಓದಿಸಬೇಕಿತ್ತು ಅಲ್ಲವೇ? ಯಾಕೆ ಅದು ಆಗುವುದಿಲ್ಲ? ಗೊತ್ತಿಲ್ಲ ನನಗೆ.

ನಾನು ಡಿವಿಜಿ ಅವರ ಇಂಗ್ಲಿಷ್ ಬರಹಗಳ ಬಗ್ಗೆ ಒಂದು ಲೇಖನ ಬರೆದಿದ್ದೆ. ಅದನ್ನು ಓದಿ ಒಬ್ಬರು, 'ಡಿವಿಜಿ ಅವರು ಇಂಗ್ಲಿಷಿನಲ್ಲಿ ಇಷ್ಟೊಂದು ಬರೆದಿದ್ದಾರೆ ಎಂದು ನನಗೆ ಗೊತ್ತಿರಲಿಲ್ಲ. ಆದರೆ ಈಗ ಎಲ್ಲರೂ ಅವರನ್ನು ಬಲಪಂಥೀಯರನ್ನಾಗಿ ಮಾಡಿಬಿಟ್ಟಿದ್ದಾರಲ್ಲಾ?' ಎಂದು ಮೆಸೇಜ್ ಕಳಿಸಿದ್ದರು. ಅದಕ್ಕೆ ನಾನು ಏನು ಉತ್ತರ ಕೊಡುವುದು? 'ಮಾಡಿಕೊಂಡು ಸಾಯಲಿ ಬಿಡಿ' ಎಂದು ಉತ್ತರ ಬರೆದು ಸುಮ್ಮನಾದೆ.

ಇವತ್ತಿನ ಸಾಹಿತ್ಯಿಕ ರಾಜಕೀಯ 'ಸಾಯಲಿ ಬಿಡಿ' ಎಂದು ಉತ್ತರಿಸಿ ಸುಮ್ಮನಾಗುವಷ್ಟು ಸರಳವಾದ ವಿಷಯವಾಗಿ ಉಳಿದಿಲ್ಲ. ಜಗಳಗಳು, ಸಂವಾದಗಳು, ವಾಗ್ವಾದಗಳು ಎಲ್ಲ ಕಾಲಕ್ಕೂ ಇದ್ದವು. ಆದರೆ ಆ ಜಗಳಗಳು ಒಂದು ಅಭಿರುಚಿಯನ್ನು

ಮೂಡಿಸುವುದರಲ್ಲಿ ಕೊನೆಯಾಗುತ್ತಿದ್ದವು. ಸಾಹಿತ್ಯ ಸಂವೇದನೆಯನ್ನು ಮೂಡಿಸುವ ಕೆಲಸವನ್ನೂ ಮಾಡುತ್ತಿದ್ದವು. ಆದರೆ ಈವತ್ತಿನ ಚರ್ಚೆಗಳು ಸೇಡು, ಜಿದ್ದು, ಪ್ರತ್ಯೇಕತೆ, ವಿಘಟನೆಯ ಕೆಲಸವನ್ನು ಮಾಡುತ್ತಿವೆ. ಕನ್ನಡದಲ್ಲೀಗ ಒಂದು ಒಳ್ಳೆಯ ಪುಸ್ತಕ ಪ್ರಕಟವಾದರೆ ಇಡೀ ಓದುಗ ಸಮೂಹ ಸಂಭ್ರಮಿಸುವ ಸ್ಥಿತಿ ಇಲ್ಲ. ಒಂದು ಕೃತಿ ಒಂದು ನಿರ್ದಿಷ್ಟ ಗುಂಪಿಗಷ್ಟೇ ಸೇರಿದ ಪುಸ್ತಕವಾಗಿಯಷ್ಟೇ ಉಳಿದುಕೊಳ್ಳುತ್ತಿದೆ. ಇನ್ನೊಂದು ಗುಂಪು ತಾನದನ್ನು ಓದಬೇಕಾಗಿಲ್ಲ, ಅವನು ಬರೆದುಕೊಂಡು ಸಾಯಲಿ ಎನ್ನುವ ಧೋರಣೆಯಲ್ಲಿ ವರ್ತಿಸುತ್ತದೆ. ಇಂಥ ಬೆಳವಣಿಗೆಗಳು ಸಾಹಿತ್ಯದ ಮೂಲಭೂತ ಉದ್ದೇಶಕ್ಕೇ ವಿರುದ್ಧವಾದವುಗಳಲ್ಲವಾ? ಈ ಬಿಕ್ಕಟ್ಟನ್ನು ಹೇಗೆ ಎದುರಿಸುವುದು?

1954–55ರಲ್ಲಿ ಯೂರೋಪ್‌ಗೆ ಟೀವಿ ಬಂದಾಗ ಪಿಕಾಸೋ ಒಂದು ಮಾತು ಹೇಳಿದ. 'ಇನ್ ಫ್ಯೂಚರ್ ಎವರಿಬಡಿ ವಿಲ್ ಬಿಕಮ್ ಫೇಮಸ್ ಫಾರ್ ಫಿಫ್ಟೀನ್ ಮಿನಿಟ್ಸ್' ಅಂತ. ನಿಜ ಅದು. ಫೇಮಸ್ ಅಂದರೆ ಏನು? ಜಗತ್ಪ್ರಸಿದ್ಧಿ ಅಂದರೆ ಏನು? ನಮ್ಮ ಕೇರಿಯಲ್ಲಿ ಫೇಮಸ್ ಅಂದರೆ ಏನು? ಫೇಮಸ್ ಫೇಮಸ್ಸೇ ಅಲ್ಲವೇ?

ಇಂದಿನ ಸುದ್ದಿವಾಹಿನಿಗಳನ್ನು ಗಮನಿಸಿ. ಟೊಮ್ಯಾಟೊ ಬೆಲೆ ಜಾಸ್ತಿ ಆಯ್ತು ಅಂದರೆ ತರಕಾರಿಯವನನ್ನು ಅರ್ಧ ಗಂಟೆ ಮಾತನಾಡಿಸುತ್ತಾರೆ. ನಂತರ ಮೋದಿ ಭಾಷಣ ಹಾಕುತ್ತಾರೆ. ಸರ್ವರಿಗೆ ಸಮಬಾಳು. ಆ ಹದಿನೈದು ನಿಮಿಷ ಯಾರು ಟೀವಿಯಲ್ಲಿ ಬರುತ್ತಾರೋ ಅವರು ಆ ಸಮಯದಲ್ಲಿ ಫೇಮಸ್ಸೇ ಅಲ್ವಾ?

ಈ ಫೇಸ್‌ಬುಕ್ ಮತ್ತೆ ಇತರೆ ಸಾಮಾಜಿಕ ಜಾಲತಾಣಗಳಿವೆಯಲ್ಲ. ಇವೊಂಥರ ದಿಢೀರ್ ಖ್ಯಾತಿ ಕೊಡುವಂಥವು. ಅವರೆಲ್ಲರೂ ಖ್ಯಾತಿ ಅಂತ ತಿಳಿದುಕೊಂಡು ಹಾಗೆ ವರ್ತಿಸುತ್ತಾರೆ ಎಂದು ಹೇಳಲಾರೆ. ಆದರೆ, ನಾನು ಹೇಳಿದ ಮಾತು ಇಷ್ಟು ಜನರಿಗೆ ತಲುಪುತ್ತಿದೆ. ಇಷ್ಟು ಲೈಕ್ಸ್ ಬಂತು. ಇಷ್ಟು ಜನ ಪ್ರತಿಕ್ರಿಯಿಸುತ್ತಿದ್ದಾರೆ ಎಂಬುದು ಸುಪ್ತವಾಗಿ ಕೆಲಸ ಮಾಡುತ್ತಿರುತ್ತದೆ. ಆಗ ಚರ್ಚೆಯಲ್ಲಿ ವಿಷಯವೊಂದು ನೆಪವಷ್ಟೇ ಆಗುತ್ತದೆ. ವಿಷಯಾಂತರವೇ ವಿಷಯ ಆಗುತ್ತದೆ. ವಿಷಯದಿಂದ ಸಾಕಷ್ಟು ದೂರ ಹೋಗುತ್ತಿದ್ದೇವೆ. ವಿಷಯವನ್ನು ನೆಪವಾಗಿಯಷ್ಟೇ ಇಟ್ಟುಕೊಂಡಿದ್ದೇವೆ.

ಇನ್ನೊಂದು ವಿಷಯ ಏನೆಂದರೆ, ನಮ್ಮ ಅಭಿರುಚಿಗಳೇ ಬದಲಾಗಿವೆ. ಒಬ್ಬ ಎಡ ಪಂಥೀಯನೋ ಬಲಪಂಥೀಯನೋ ಅಂತಾದ್ರೆ ಎದುರಿನವನು ಎಷ್ಟು ಕಟುವಾಗಿ ಬೈಯುತ್ತಾನೆ ಅಂತಂದ್ರೆ, ಒಂದು ಕ್ಷಣವೂ ಅವನಿಗೆ, 'ಅರೆ, ನಾನು ಇನ್ನೊಬ್ಬ ಮನುಷ್ಯನ ಜೊತೆಗೆ ಮಾತನಾಡುತ್ತಿದ್ದೇನೆ. ನಾನು ಚರ್ಚೆ ಪ್ರಾರಂಭಿಸಿದರೆ ಅವನು ತಿರುಗಿ ನನ್ನ ಜೊತೆ ಚರ್ಚೆ ಮಾಡಬೇಕಲ್ವಾ? ಹಾಗೆ ಮಾಡಬೇಕಾದರೆ ನನಗೆ ವಿನಯ ಅಥವಾ ಆ ವ್ಯಕ್ತಿಯ ಬಗ್ಗೆ ಕನಿಷ್ಠ ಗೌರವವಾದರೂ ಇರಬೇಕಲ್ವಾ' ಎಂದು ಅನಿಸುವುದೇ ಇಲ್ಲ. ಯಾರೂ ಇದನ್ನು ಯೋಚಿಸುವುದಿಲ್ಲ.

ನಾನೊಮ್ಮೆ ಮಾಸ್ತಿ ಮನೆಯಲ್ಲಿ ಕೂತಿದ್ದೆ. ಆಗ ಒಂದಿಷ್ಟು ಜನ ಕನ್ನಡ ಚಳವಳಿಗಾರರು ಬಂದರು. 'ತಮಿಳರ ವಿರುದ್ಧ ಚಳವಳಿ ಮಾಡುತ್ತಿದ್ದೇವೆ. ಅವರು ಕನ್ನಡ ಕಲಿಯುತ್ತಿಲ್ಲ' ಎಂದು ಕನ್ನಡ ಹೋರಾಟಗಾರರು ಹೇಳಿದರು. ಮಾಸ್ತಿ, 'ತಮಿಳರಾದರೆ ಏನಾಯ್ತು? ನೀನು ನಮ್ಮ ಜೊತೆಯಲ್ಲಿದ್ದೀಯಾ... ಕನ್ನಡ ಕಲಿಯಪ್ಪಾ ಎಂದು ಹೇಳಬೇಕೇ ಹೊರತು ಹೋರಾಟ ಮಾಡಿದರೆ ಯಾರು ಕಲಿಯುತ್ತಾರೆ? ಕಲಿಯುವವರೂ ಕಲಿಯುವುದಿಲ್ಲ. ಬೇರೆ ವ್ಯಕ್ತಿ ನಿನ್ನ ಮಾತು ಕೇಳಬೇಕು ಅಂತಾದರೆ ನೀನು ಅವನನ್ನು ಪ್ರೀತಿಸಬೇಕು. ಅವನನ್ನು ಪ್ರೀತಿಸದೇ ಅವರನ್ನು ಬದಲಾಯಿಸುವುದು ಸಾಧ್ಯವೇ ಇಲ್ಲ' ಎಂದು

ತಿಳಿಹೇಳಿದರು. ಈಗ ಯಾರಿಗೂ ತಾನು ತನಗಿಂತ ಭಿನ್ನವಾಗಿ ಮಾತನಾಡುವವನನ್ನೂ ಪ್ರೀತಿಸಬೇಕು, ಗೌರವಿಸಬೇಕು ಎಂಬುದು ಇಲ್ಲವೇ ಇಲ್ಲ. ಅವನನ್ನು ನಾನು ಬೈಯಬೇಕು. ನನ್ನ ಹಿಂಬಾಲಕರು ಒಂದಿಷ್ಟು ಜನ ಇದ್ದಾರೆ. 'ಆಹಾಹಾ! ಏನ್ ಬರೆದೆ ಗುರೂ...' ಅಂತ ಕೊಂಡಾಡುವುದನ್ನು ಕೇಳಿಕೊಂಡು ಮತ್ತಷ್ಟು ಅಂಥದ್ದೇ ಬರೆಯುವುದು. ಅದೇ ಆಗಿಹೋಗಿದೆ.

ನಿಮ್ಮ ಒಟ್ಟಾರೆ ಬದುಕಿನಲ್ಲಿ ಸಾಹಿತ್ಯ ಅಥವಾ ಸೃಜನಶೀಲ ಕಲೆಗಳು ವಹಿಸಿದ ಪಾತ್ರ ಎಂಥದ್ದು? ಅದನ್ನು ನೀವು ಹೇಗೆ ನೋಡುವಿರಿ?

ನನಗೆ ಸಂತೋಷ ಸಿಕ್ಕಿದೆ. ಒಂದು ಪೇಂಟಿಂಗ್ ಅನ್ನು ನೋಡಿದಾಗ ನನಗೆ ಖುಷಿಯಾಗುತ್ತದೆ. ನೀವು ಪೇಂಟಿಂಗ್ ಅನ್ನು ಮುದ್ರಣದಲ್ಲಿ ನೋಡಿದರೆ ಒರಿಜಿನಲ್ ಪೇಂಟಿಂಗ್‌ನಲ್ಲಿನ ಗ್ರೇನ್ಸ್ ಎಲ್ಲ ಅದರಲ್ಲಿ ಗೊತ್ತಾಗುವುದಿಲ್ಲ ಎಂದು ಶಿವರಾಮ ಕಾರಂತರು ಹೇಳುತ್ತಾರೆ. ಅಮೆರಿಕಕ್ಕೆ ಹೋದಾಗ ಡೀಮೋಯ್ನ್ ಎನ್ನುವ ಊರಿಗೆ ಹೋಗಿದ್ದೆ. ಅಲ್ಲಿ ಒಂದು ಮ್ಯೂಸಿಯಂ ಇದೆ. ಪಾಯಿಂಟಲಿಸಂ, ಸರ್ರಿಯಲಿಸಂ, ಎಕ್ಸ್‌ಪ್ರೆಶಲಿಸಂ – ಇವರೆಲ್ಲದರ ಒರಿಜಿನಲ್ ಪೇಂಟಿಂಗ್ ನೋಡಿದೆ. ಪಿಕಾಸೋನ ಹದಿನಾರು ಪೇಂಟಿಂಗ್ ಇತ್ತು. ಅವುಗಳನ್ನು ನೋಡುವ ಅನುಭವವೇ ಬೇರೆ.

ಒಂದು ಮಾಡರ್ನ್ ಪೇಂಟಿಂಗ್‌ನಲ್ಲಿ ಸಿಗುವ ಅನುಭವ ನಿಮಗೆ ಒಂದು ಕಾದಂಬರಿಯಲ್ಲಿ ಸಿಗುವುದಿಲ್ಲ. ಒಂದು ಕಾವ್ಯದಲ್ಲಿ ಸಿಗುವುದಿಲ್ಲ. ಸಂಗೀತದಲ್ಲಿಯೂ ಸಿಗುವುದಿಲ್ಲ. ಆದ್ದರಿಂದಲೇ ನಾವು ಪೇಂಟಿಂಗ್ ನೋಡಬೇಕು. ಸಂಗೀತದಲ್ಲಿ ಸಿಗುವುದು ಕಾವ್ಯದಲ್ಲಿ ಸಿಗುವುದಿಲ್ಲ, ಕಾದಂಬರಿ–ಪೇಂಟಿಂಗ್‌ಗಳಲ್ಲಿ ಸಿಗುವುದಿಲ್ಲ. ನಾಟಕದಲ್ಲಿಯೂ ಸಿಗುವುದಿಲ್ಲ. ಕಾದಂಬರಿಯಲ್ಲಿ ಸಿಗುವುದು ಸಂಗೀತದಲ್ಲಿ ಖಂಡಿತ ಸಿಗುವುದಿಲ್ಲ. ಆದ್ದರಿಂದಲೇ ಎಲ್ಲ ರೀತಿಯ ಕಲೆಗಳೂ ಬೇಕು.

ನಾನು ಈ ಎಲ್ಲವನ್ನೂ ಎಂಜಾಯ್ ಮಾಡಿದ್ದೇನೆ. ಒಂದು ಒಳ್ಳೆಯ ಕಾವ್ಯ ಓದಿದಾಗ ನನಗೆ ಸಂತೋಷ ಆಗಿದೆ. ಭೀಮಸೇನ ಜೋಷಿ ಸಂಗೀತ ಕೇಳಿದಾಗ ನನಗೆ ಸಂತೋಷ ಆಗಿದೆ. ಜೋನ್ ಮಿರೊ, ಸಾಲ್ವಡಾರ್ ಡಾಲಿ ಅವರ ಪೇಂಟಿಂಗ್ ನೋಡಿದರೆ ನನಗೆ ಸಂತೋಷವಾಗುತ್ತದೆ. ನಿಜಜೀವನದಲ್ಲಿ ಇಂಥದ್ದು ಇಲ್ಲವೇ ಇಲ್ಲವಲ್ಲ. ಡಾಲಿ ಕೃತಿಗಳು ಎಂಥ ಫ್ಯಾಂಟಸಿಕ್ ಅವು! ಅದು ಡಾಲಿಯಲ್ಲಿ ಮಾತ್ರ ಸಿಗಲು ಸಾಧ್ಯ. ಬೇರೆ ಎಲ್ಲಿಯೂ ಸಿಗಲು ಸಾಧ್ಯವಿಲ್ಲ. ಹಾಗಾಗಿ ಈ ಎಲ್ಲ ಕಲೆಗಳಿಂದ ನನಗೆ ಸಂತೋಷ ಸಿಕ್ಕಿದೆ.

ಎಂಬತ್ತರ ಹೊಸ್ತಿಲಲ್ಲಿ ನಿಂತಿರುವ ಈ ಸಂದರ್ಭ ಹಾಗೂ ನಿಮ್ಮ ಸಾಹಿತ್ಯದ ಹದಿಹರೆಯದ ದಿನಗಳ ಸಂದರ್ಭ – ಈ ಎರಡೂ ತುದಿಗಳನ್ನು ಗಮನಿಸಿದರೆ, ಸಾಹಿತ್ಯ ಕುರಿತ ನಿಮ್ಮ ನಂಬಿಕೆ, ನಿರೀಕ್ಷೆ, ಅಪೇಕ್ಷೆಗಳಲ್ಲಿ ಯಾವ ಬದಲಾವಣೆಯೇನಾದರೂ ಆಗಿದೆಯೆ?

ಬದಲಾವಣೆ ಆಗಿಲ್ಲ. ಬಾಲಮುರಳಿ ಕೃಷ್ಣ ಮತ್ತು ಜಾಕ್ಸನ್ ಪೊಲಾಕ್ ಎಂಬ ಅಮೆರಿಕನ್ 'ಆಕ್ಷನ್ ಪೇಂಟರ್' ಕುರಿತು ಒಂದು ಲೇಖನ ಬರೆದಿದ್ದೆ. ಅವನ ಮೇಲೆ ಸಾಕಷ್ಟು ಸಿನಿಮಾಗಳಿವೆ. ಅವನು ದೊಡ್ಡ ಕ್ಯಾನ್ವಾಸ್ ಅನ್ನು ನೆಲದ ಮೇಲೆ ಹರಡುತ್ತಿದ್ದ. ನಂತರ ಪೇಂಟ್ ಟ್ಯೂಬ್‌ಗಳನ್ನು ಅದರ ಮೇಲೆಯೇ ಹಿಂಡುತ್ತಿದ್ದ. ಕೊನೆಗೆ ಅದಕ್ಕೊಂದು ಫಾರ್ಮ್ ಕೊಡುತ್ತಿದ್ದ. ಅದಕ್ಕೆ 'ಆಕ್ಷನ್ ಪೇಂಟಿಂಗ್' ಅಂತ ಹೆಸರು ಬಂತು. ನವ್ಯಕಲೆಯಲ್ಲಿ ಒಂದು ಮೂಮೆಂಟ್ ಶುರುಮಾಡಿದ. ಪೆಂಗ್ವಿನ್‌ನ ಎಷ್ಟೋ ಪುಸ್ತಕಗಳಿಗೆ ಕವರ್ ಪುಟಕ್ಕೂ ಆ ಪೇಂಟಿಂಗ್ ಬಳಸಿದ್ದಾರೆ.

ಬಾಲಮುರಳಿ ಕೃಷ್ಣ ಅವರು ಹಾಕುವ ಸ್ವರ ಪ್ರಸ್ತಾರ ಇದೆಯಲ್ಲ. ಪರ್ಮುಟೇಷನ್, ಕಾಂಬಿನೇಷನ್ ಎಲ್ಲ ನೋಡಿದಾಗ ಇದೊಂಥರ ಜಾಕ್ಸನ್ ಪೊಲಾಕ್ ಪೇಂಟಿಂಗ್ ಥರ ಅಂತ ನನಗೆ ಅನಿಸಿತು. ಅದರ ಬಗ್ಗೆ ಒಂದು ಲೇಖನ ಬರೆದೆ. ಬಹುಶಃ ಯಾವ ಸಂಗೀತಗಾರನೂ ಅಂಥದ್ದೊಂದು ಲೇಖನ ಬರೆಯಲು ಸಾಧ್ಯವಿಲ್ಲ. ನಾನು ಪೇಂಟಿಂಗ್ ಬಗ್ಗೆ ಓದಿದ್ದರಿಂದ, ಜಾಕ್ಸನ್ ಪೊಲಾಕ್ ಪೇಂಟಿಂಗ್ ನೋಡಿದ್ದರಿಂದ ಬಾಲಮುರಳಿ ಕೃಷ್ಣ ಅವರ ಸ್ವರ ಹಾಕುವ ರೀತಿಯನ್ನು ಬೇರೆಯದೇ ರೀತಿ ಗ್ರಹಿಸಲು ನನಗೆ ಅನುಕೂಲವಾಯ್ತು.

ಸಾಹಿತ್ಯದ ಕುರಿತ, ಕಲೆಗಳ ಕುರಿತು ನನ್ನ ಗ್ರಹಿಕೆ, ಅಪೇಕ್ಷೆಗಳು ಬದಲಾಗಿಲ್ಲ. ಯಾಕೆ ಬದಲಾಗಿಲ್ಲ ಅಂದರೆ ನಾನಿನ್ನೂ ಶೋಧಿಸಬೇಕಾದದ್ದು ಸಾಕಷ್ಟಿದೆ.

ಒಂದು ಕಲೆಯಲ್ಲಿ ಸಿಗುವ ಅನುಭವ ಇನ್ನೊಂದು ಕಲೆಯಲ್ಲಿ ಸಿಗುವುದಿಲ್ಲ. ಹಾಗೆ ಸಿಗದಿರುವುದರಿಂದಲೇ ಅಷ್ಟೂ ಕಲೆಗಳು ನಮ್ಮಲ್ಲಿ ಉಳಿದಿವೆ. ಸಿನಿಮಾ ಯಾಕೆ ಬೇಕು ನಮಗೆ? ಸಿನಿಮಾದಲ್ಲಿ ಸಿಗುವ ಅನುಭವ ಬೇರೆ ಯಾವ ಕಲೆಯಲ್ಲಿಯೂ ಸಿಗುವುದಿಲ್ಲ. ಒಂದು ಕಾದಂಬರಿಯನ್ನೇ ಆಧರಿಸಿದ್ದರೂ ಆ ಸಿನಿಮಾ ಕಾದಂಬರಿಯಾಗಿರುವುದಿಲ್ಲ; ಆಗಿರಬಾರದು ಕೂಡ. ಸಿನಿಮಾ ಕೊಡುವ ಅನುಭವವೇ ಬೇರೆ. ಅದಕ್ಕಾಗಿಯೇ ನಾವು ಸಿನಿಮಾ ನೋಡಬೇಕಾಗುತ್ತದೆ. ಒಂದು ಕಾದಂಬರಿಯಲ್ಲಿಯೇ ಎಲ್ಲವೂ ಸಿಗುತ್ತದೆ ಅಂತಾದರೆ ಸಿನಿಮಾ ಯಾಕೆ ನೋಡಬೇಕು? ನಾವು ಮನುಷ್ಯರಾಗಿದ್ದರಿಂದ ನಮಗೆ ಅವೆಲ್ಲವೂ ಬೇಕಾಗುತ್ತವೆ. 'ಮನುಷ್ಯರಾಗಿ ಹುಟ್ಟಿದವರಲ್ಲ; ಮನುಷ್ಯರಾಗಲು ಹುಟ್ಟಿದವರು.' ಹಾಗೆ ಮನುಷ್ಯರಾಗಲು ಇಂಥ ಅಭಿರುಚಿಗಳು, ಆಸಕ್ತಿಗಳು, ಕುತೂಹಲಗಳು ಬೇಕಾಗುತ್ತವೆ ಸ್ವಲ್ಪ ಮಟ್ಟಿಗೆ ಪರಿಶ್ರಮವೂ ಬೇಕಾಗುತ್ತದೆ.

ಮಾತುಕತೆಯ ಆರಂಭದಲ್ಲಿ ಶಿವರಾಮ ಕಾರಂತರ 'ಹುಚ್ಚುಮನಸ್ಸಿನ ಹತ್ತು ಮುಖಗಳು' ಪುಸ್ತಕದ ಬಗ್ಗೆ ಉಲ್ಲೇಖಿಸಿದ್ದಿರಿ. ನಿಮ್ಮ 'ಹುಚ್ಚು ಮನಸ್ಸಿನ ಹತ್ತು ಮುಖಗಳು' ಬರುವುದು ಯಾವಾಗ?

ಏನು ಹೇಳಲಿ? ಯಾಕೆಂದರೆ ಯಾವ ಕಲೆಯಲ್ಲಿಯೂ ನಾನು ಪರಿಪೂರ್ಣನಾಗಲು ಸಾಧ್ಯವಾಗಿಲ್ಲ. ಐ ಆಮ್ ನಾಟ್ ಹ್ಯಾಪಿ. ಎಷ್ಟೋ ವರ್ಷಗಳ ನಂತರ ಒಂದು ಕತೆಯನ್ನು ಬರೆದಿರುತ್ತೇನೆ. ವಾರದ ನಂತರ ಅದನ್ನು ಓದಿದಾಗ ಅದೊಂದು ಕೆಟ್ಟ ಕತೆ ಎಂದು ನನಗೇ ಅನಿಸುತ್ತದೆ. ಪ್ರತಿಯೊಂದರಲ್ಲಿಯೂ ಹಾಗೆಯೇ ಅನಿಸುತ್ತದೆ.

ಯಾವ ಯಾವ ಕಲಾಪ್ರಕಾರಗಳಿಂದ ಏನೇನು ಕಲಿತೆ, ಯಾವ ರೀತಿಯ ಸಂತೋಷ ನನಗೆ ಸಿಕ್ಕಿತು ಎಂದು ನಾನು ಹೇಳಬಹುದೇ ಹೊರತು, ನಾನೇನು ಸಾಧಿಸಿದೆ ಎಂದು ನಾನು ಹೇಳಲು ಸಾಧ್ಯವೇ ಇಲ್ಲ.

ಹಲವಾರು ಕಲಾಪ್ರಕಾರಗಳನ್ನು ನೀವು ಹೊರಗಿನಿಂದಲೂ ಒಳಗಿನಿಂದಲೂ ನೋಡಿದ್ದೀರಾ. ಕಲೆಯ ಮೂಲ ಉದ್ದೇಶ ಏನು?

ನಾವಿರುವ ಪ್ರಪಂಚದ ಬಗ್ಗೆ ಕಲೆಗಳು ಏನೋ ಹೇಳುತ್ತ ಇರುತ್ತವೆ. ಏಸ್ತಟಿಕ್ ಪ್ಲೆಷರ್ ಅನ್ನುವುದು ಇದ್ದೇ ಇರುತ್ತದೆ. ಅದು ಫಾರ್ಮ್‌ನಿಂದ ಬರುವಂಥದ್ದು. ಫಾರ್ಮ್ ಇರಲೇಬೇಕು. ಅದು ಬಹಳ ಮುಖ್ಯ. ಫಾರ್ಮ್ ಇಲ್ಲದೆ ಇದ್ದರೆ ಅದು ನೆನಪಿನಲ್ಲಿ ಉಳಿಯುವುದೂ ಇಲ್ಲ. ನಮ್ಮನ್ನು ಆಕರ್ಷಿಸುವುದೂ ಇಲ್ಲ. ಆ ಫಾರ್ಮ್ ಮೂಲಕ ಅದು ಜಗತ್ತಿನ ಬಗ್ಗೆ ನಮಗೆ ಗೊತ್ತಿಲ್ಲದೇ ಇರುವಂಥದ್ದು, ಗೊತ್ತಾಗಬೇಕಾದ್ದೇನನ್ನೋ ಹೇಳುತ್ತಿರುತ್ತದೆ. ಕಲೆಗಳಿಗೂ ಸರಹದ್ದಿರುತ್ತದಲ್ಲ; ಎಲ್ಲ ಕಲೆಗಳೂ ಆ ಸರಹದ್ದನ್ನು ದಾಟುವ ಪ್ರಯತ್ನ

ಮಾಡುತ್ತವೆ. ಹಾಗೆ ದಾಟಿದಾಗ ಒಂದು ರೀತಿಯ ಕ್ರಾಂತಿಯೇ ಆಗುವುದು.

ನೀವು ಪೇಂಟಿಂಗ್ ಹಿಸ್ಟರಿ ನೋಡುತ್ತ ಹೋದರೆ, ಪ್ಯಾರಿಸ್‌ನಲ್ಲಿ ಗುಹಾ ಚಿತ್ರಗಳಿವೆಯಲ್ಲ, ಆ ಕಾಲದಿಂದ ಹಿಡಿದು ಈ ಕಾಲದವರೆಗಿನ ಪೇಂಟಿಂಗ್ ನೋಡಿದಾಗ ಕೆಲವು ರಿಪೀಟ್ ಆಗಿವೆ. ಕೆಲವು ಇನ್ನೇನೋ ಆಗಿವೆ. ಆ ಗುಹಾ ಪೇಂಟಿಂಗ್ ನೋಡಿಲ್ಲದೇ ಇದ್ದಿದ್ದರೆ ಜಾನ್ ಮಿರೊ ಅಂತ ಮಾಡರ್ನ್ ಕಲಾಕಾರನ ಪೇಂಟಿಂಗ್ ಈಗಿರುವ ಹಾಗೆ ಇರಲು ಸಾಧ್ಯವಿರಲಿಲ್ಲ ಅನಿಸುತ್ತದೆ. ಆದರೆ ಅದರ ನಕಲು ಅಲ್ಲ, ಅನುಸಂಧಾನದಿಂದ ಆ ಪ್ರಕಾರಕ್ಕಿರುವ ಸರಹದ್ದನ್ನು ಹಿಗ್ಗಿಸಲು ಪ್ರಯತ್ನಿಸುತ್ತಿರುತ್ತವೆ. ಹಿಗ್ಗಿಸುವ ಕ್ರಮದ ಮೂಲವೇ ಮನುಷ್ಯನ ಬಗ್ಗೆ ಇರುತ್ತದೆ. ಮನುಷ್ಯನ ಬಗ್ಗೆ, ಮನುಷ್ಯನಿಗೆ ತಿಳಿಯಬೇಕಾದ ಸಂಗತಿಗಳ ಬಗ್ಗೆ ಇರುತ್ತದೆ. ಅದು ಪ್ರಕೃತಿಯ ಬಗ್ಗೆ ಇರಬಹುದು. ಪ್ರಾಣಿಗಳ ಬಗ್ಗೆ ಇರಬಹುದು. ಯಾವುದರ ಬಗ್ಗೆಯಾದರೂ ಇರಬಹುದು.

ಪ್ರಾಣಿಗಳಿಗೆ ಬದುಕುವುದೇ ಮುಖ್ಯವಾದ ಪ್ರವೃತ್ತಿ. ಅದನ್ನು ಬಿಟ್ಟರೆ ಬೇರೆ ಏನೂ ಇಲ್ಲ. ನಾಯಿಗಳಿಗೆ ಮತ್ತೆ ಮತ್ತೆ ಟ್ರೇನ್ ಮಾಡಿ ಶೇಕ್ ಹ್ಯಾಂಡ್ ಮಾಡಲು ರೂಢಿ ಮಾಡಿಸಬಹುದು. ಅದು ರೂಢಿಯಿಂದ ಮಾಡುತ್ತದಷ್ಟೆ. ಮನುಷ್ಯ ಹಾಗಲ್ಲ. ಎದುರಿಗೆ ಒಂದು ಮಾತಾಡುತ್ತ, ಮನಸ್ಸಿನಲ್ಲಿ ಅದಕ್ಕೆ ವಿರುದ್ಧವಾದ ಯೋಚನೆ ಮಾಡುತ್ತಿರಬಹುದು. ನಿಮ್ಮನ್ನು ಬಹಳ ಹೊಗಳಿ, ನಿಮ್ಮ ಬಗ್ಗೆ ಗೌರವ ತೋರಿಸುತ್ತಲೇ ಮನಸಲ್ಲಿ ಇವನನ್ನು ಹೇಗಾದರೂ ಬಲಿಹಾಕಬೇಕಲ್ಲ ಅಂತ ಯೋಚಿಸುತ್ತಿರಬಹುದು.

ಮೂಲಪ್ರವೃತ್ತಿಗೆ ವಿರುದ್ಧವಾದ ಸಂಸ್ಕೃತಿಜನ್ಯವಾದದ್ದು ಏನಿದೆಯಲ್ಲ, ಇದರಲ್ಲಿ ಪ್ರೀತಿಯೂ ಇದೆ; ದ್ವೇಷವೂ ಇದೆ. ಕಲೆಯ ಮೂಲಕ ಇವನ್ನು ಅರಿತುಕೊಂಡು, ಹೇಗೆ ನಮ್ಮ ಅರಿವನ್ನ ಬೆಳೆಸಿಕೊಳ್ಳಬಹುದು ಎಂಬುದನ್ನು ಕಲೆಗಳು ತೋರಿಸುತ್ತಿರುತ್ತವೆ. ಬಹುಶಃ ಎಲ್ಲ ಕಲೆಗಳ ಉದ್ದೇಶವೂ ಇದೇ ಆಗಿದೆ ಅನಿಸುತ್ತದೆ.

*****

ದಿವಾಕರ್ ಸರ್, ನಿಮ್ಮ ಜೊತೆಗೆ ಸಂವಾದ ಮಾಡಿದ್ದು ನಮಗೆ ಖುಷಿ ಕೊಟ್ಟಿತು. ಭೂತಕಾಲ, ವರ್ತಮಾನ ಮತ್ತು ಭವಿಷ್ಯತ್ ಕಾಲಗಳಲ್ಲಿ ಅಡ್ಡಾಡಿ ಬಂದ ಅನುಭವವಾಯಿತು. ಒಂದು ವಿಚಿತ್ರವೂ ವಿಶಿಷ್ಟವೂ ಆದ ಅನುಭವವನ್ನು ನಮಗೆ ಕೊಟ್ಟಿದ್ದಕ್ಕೆ ನಿಮಗೆ ಧನ್ಯವಾದಗಳು. ಎಂಬತ್ತರ ಕ್ಲಬ್ಬಿಗೆ ಅಡಿಯಿಡುತ್ತಿರುವ ನಿಮಗೆ ಮತ್ತೊಮ್ಮೆ ಶುಭಾಶಯಗಳು. ●

ಎಸ್. ದಿವಾಕರ್ ಅವರ ಪೂರ್ಣ ಸಂದರ್ಶನ

ಯಶವಂತ ಚಿತ್ತಾಲರ ಪತ್ರ

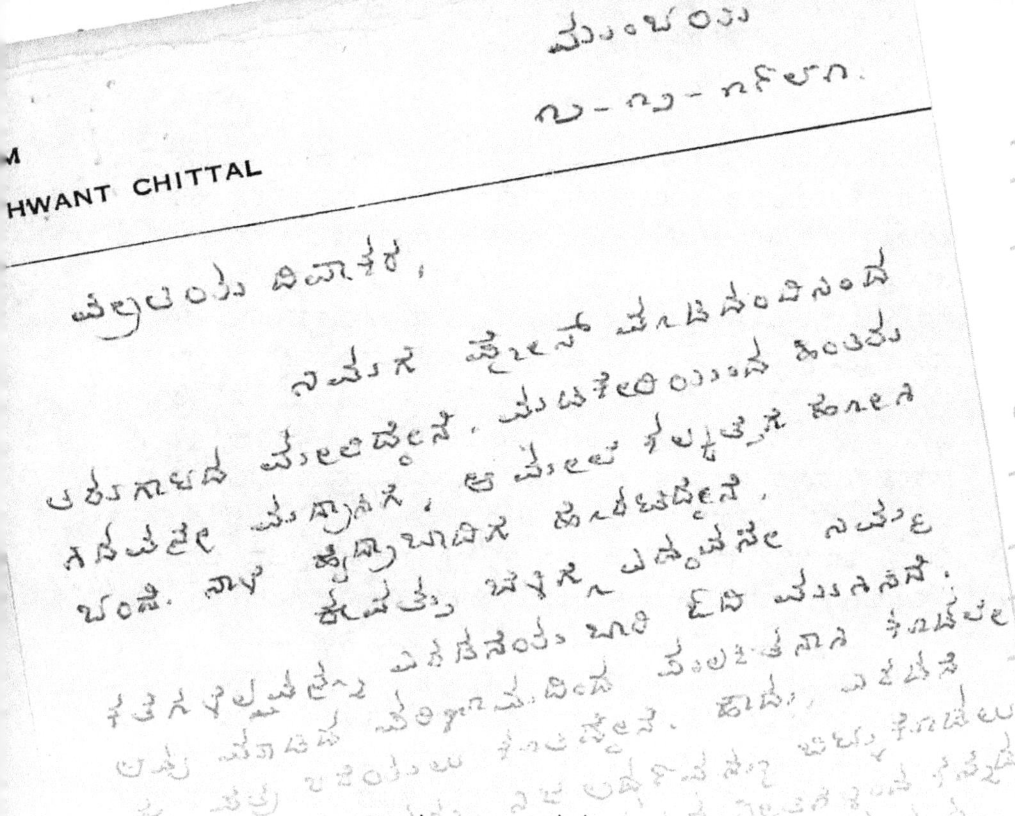
M
HWANT CHITTAL
ಮುಂಬಯಿ
ಪ್ರಿಯ ದಿವಾಕರ,

ಪ್ರೀತಿಯ ದಿವಾಕರ,

ನಿಮಗೆ ಫೋನ್ ಮಾಡಿದಂದಿನಿಂದ ತಿರುಗಾಟದ ಮೇಲಿದ್ದೇನೆ. ಮಡಿಕೇರಿಯಿಂದ ಹಿಂತಿರುಗಿದವನೇ ಮದ್ರಾಸಿಗೆ, ಆಮೇಲೆ ಕಲ್ಕತ್ತೆಗೆ ಹೋಗಿ ಬಂದೆ. ನಾಳೆ ಹೈದ್ರಾಬಾದಿಗೆ ಹೊರಟಿದ್ದೇನೆ.

ಈವತ್ತು ಬೆಳಿಗ್ಗೆ ಎದ್ದವನೇ ನಿಮ್ಮ ಕತೆಗಳೆಲ್ಲವನ್ನೂ ಎರಡನೆಯ ಬಾರಿ ಓದಿ ಮುಗಿಸಿದೆ. ಅವು ಮಾಡಿದ ಪರಿಣಾಮದಿಂದ ಪುಲಕಿತನಾಗಿ ಕೂಡಲೇ ಈ ಪತ್ರ ಬರೆಯಲು ಕೂತಿದ್ದೇನೆ. ಹೌದು, ಎರಡನೆಯ ಓದಿಗೆ ತಮ್ಮ ನಿಜ ಅರ್ಥವನ್ನು ಬಿಟ್ಟುಕೊಡಲು ಸಿದ್ಧವಾಗುವ ಕತೆಗಳಿವು. ಹಲವು ರೀತಿಗಳಿಂದ ಕನ್ನಡ ಕಥಾಪ್ರಪಂಚಕ್ಕೆ ಹೊಸತನ್ನು ತಂದಂಥವುಗಳು.

ಮೊದಲನೆಯದಾಗಿ ಇಲ್ಲಿ ಬರುವ ಜನ, ಜನವಸತಿ ಕನ್ನಡ ಕತೆಗಳಲ್ಲಿ ಸಾಮಾನ್ಯವಾಗಿ ಬರುವಂಥವುಗಳಲ್ಲ. ಮೇಲಾಗಿ ಇಲ್ಲಿಯ ಪ್ರತಿಯೊಂದು ವ್ಯಕ್ತಿಗೂ ಬರಿಯ ಹೆಸರು ಮಾತ್ರವಲ್ಲ, ತನ್ನದೇ ಆದ ರೂಪವಿದೆ; ಗುರುತು ಹಿಡಿಯಬಹುದಾದ ಸ್ಪಷ್ಟವಾದ ಅಂಗಾಂಗಗಳಿವೆ– ಮೋರೆ, ಕಣ್ಣು, ಮೂಗು, ಕೈಕಾಲುಗಳೂ ಇವೆ– ಬರಿಯ ಉಡುಪು ಮಾತ್ರವಲ್ಲ! ನವ್ಯ ಕತೆಗಳ ದಿನಗಳಲ್ಲಿ (ಬರೇ ಮನಸ್ಸು, ಹೆಸರುಗಳಿದ್ದ ದಿನಗಳಲ್ಲಿ!) ಮಾಯವಾಗಿದ್ದ ಈ ವ್ಯಕ್ತಿತ್ವದ ಚಹರೆಗಳು ನಿಮ್ಮ ಕತೆಗಳಲ್ಲಿ ಮತ್ತೆ ಕಾಣಿಸಿಕೊಂಡದ್ದು ಅತ್ಯಂತ ಸಂತೋಷದ ಸಂಗತಿಯಾಗಿದೆ.

ಒಬ್ಬ ಕತೆಗಾರನಾಗಿ ನಾನು ಮೆಚ್ಚಿಕೊಂಡ ಒಂದು ದೊಡ್ಡಗುಣವೆಂದರೆ ಒಂದೇ ಒಂದು ಸಣ್ಣ ವಿವರದಲ್ಲಿ, ಆಕಸ್ಮಿಕವಾಗಿ

ಎಂಬಂತೆ ಕಾಣಿಸಿಕೊಳ್ಳುವ ಒಂದು ಸಣ್ಣ ಮಾತಿನಲ್ಲಿ, ಇಡೀ ಕತೆಯ ಮರ್ಮವನ್ನು ಧ್ವನಿಸುವ ಚಾತುರ್ಯ. ಉದಾಹರಣೆಗೆ: 'ಕ್ರೌರ್ಯ'ದಲ್ಲಿ ಬರುವ ಕಟ್ಟ ಕೊನೆಯ ವಾಕ್ಯ – ''ಪೇದೆಗಳು ಚೂರಿ ಎಲ್ಲಿಟ್ಟಿದ್ದೀಯ?'' ಎಂದು ಪಳನಿ ಚಾಮಿಯ ತನಿಖೆ ಆರಂಭಿಸಿದರು''. ಕತೆಯ ಹೆಸರನ್ನು ಸಾರ್ಥಕಗೊಳಿಸುವ ಈ ವಾಕ್ಯ ಓದುವ ರೀತಿ ನನ್ನನ್ನು ಬಲವಾಗಿ ತಟ್ಟಿದೆ. ಇಡೀ ಕತೆಯ ಅರ್ಥವನ್ನು ಸ್ಪಷ್ಟಪಡಿಸುವ ಕ್ರೌರ್ಯ ಕಾರ್ಯವನ್ನು ತೀರ 'ಸಾದಾ' ಎಂದು ತೋರುವ ಇಂಥ ಒಂದು ವಾಕ್ಯಕ್ಕೆ ಬಿಟ್ಟುಕೊಡುವ ಲೇಖಕನ ಧೈರ್ಯ ನಿಜಕ್ಕೂ ಮೆಚ್ಚುವಂಥದ್ದು. ಹಾಗೆಯೇ 'ಮೃತ್ಯುಂಜಯ' ಕತೆಯಲ್ಲಿ ಬರುವ ಈ ವಾಕ್ಯ: ''ಏ ಕೊಲೆಪಾತಕಿ, ಎಷ್ಟು ಜನ ಇದ್ದೀರೋ ನೀವು?'' ಸರಕ್ಕನೆ ಬರುವ ಈ ಮಾತು ರಾಧಾಳನ್ನು ಕೊಂದವರು ಒಬ್ಬರಲ್ಲ, ಹಲವರು, ಬಹುಶಃ ನಾವಲ್ಲ ಎನ್ನುವ ಅರ್ಥ ಧ್ವನಿಸುವ ಬಲವುಳ್ಳದ್ದು. ಪ್ರತಿಯೊಂದು ಕತೆಯಲ್ಲಿ ಇಂಥ ವಾಕ್ಯಗಳು ಇದ್ದದ್ದು ಬಹುಶಃ ನಿಮ್ಮ ಲಕ್ಷ್ಯಕ್ಕೂ ಬಂದಿರಲಿಕ್ಕಿಲ್ಲ. ಹಾಗೆಂದೇ, ಅವು ಅಷ್ಟೊಂದು ಸಹಜವಾಗಿ ಬಂದಿವೆ. ಈ ಸಹಜತೆಯನ್ನು ನೀವು ಕಾಪಾಡಿಕೊಳ್ಳಬೇಕು.

'ಕ್ರೌರ್ಯ', 'ಮೃತ್ಯುಂಜಯ', 'ದಾರಿಯಲ್ಲಿ', 'ಒಂದು ಸಣ್ಣ ಘಟನೆ' – ಇವು ನಾನು ತುಂಬ ಮೆಚ್ಚಿಕೊಂಡ ಕತೆಗಳು. 'ಕ್ರೌರ್ಯ' ಹಾಗೂ 'ಮೃತ್ಯುಂಜಯ' ಕನ್ನಡದ ಅತ್ಯುತ್ತಮ ಕತೆಗಳಲ್ಲಿ ಸ್ಥಾನ ಪಡೆಯುವಂಥವುಗಳು. ಕೆಲವೇ ಕೆಲವು ಪಾತ್ರಗಳ ಸುತ್ತ ಹೆಣೆದ ಕತೆಗಳಾದರೂ ಇಡೀ ಸಮಾಜವನ್ನು ಅವು ಒಳಗೊಳ್ಳುವ ಬಗೆ ಬೆರಗುಗೊಳಿಸುವಂತಹದಾಗಿದೆ. ಇವುಗಳ ಭಾಷೆ ಕೂಡ ಕತೆಗಳ ಸಂದರ್ಭದಲ್ಲೇ ಹುಟ್ಟಿಕೊಳ್ಳುವ ಬಗೆಯಿಂದಾಗಿ (ಭಾಷೆಯ ಕಾವ್ಯಗುಣದ ಮೂಲ ಇಲ್ಲಿದೆ) ಅತ್ಯಂತ ಪರಿಣಾಮಕಾರಿಯಾಗಿದೆ. ಕೆಲವು ಕಡೆಗಳಲ್ಲಂತೂ ನನ್ನ ಅಸೂಯೆಗೆ ಕಾರಣವಾಯಿತು.

ಒಂದು ವಿಶೇಷ ಕಾರಣಕ್ಕಾಗಿ ಇಡೀ ಸಂಗ್ರಹದಲ್ಲೇ ನಾನು ತುಂಬ ಮೆಚ್ಚಿಕೊಂಡ ಕತೆ ''ಒಂದು ಸಣ್ಣ ಘಟನೆ''. ತೀರ ಚಿಕ್ಕದಾಗಿ ತೋರುವ ಈ ಕತೆ ತೋರಿಸಿದ ಸಣ್ಣಕತೆಯ ಸಾಧ್ಯತೆ ಜುಮ್ಮೆದಟ್ಟಿಸುವಂಥದ್ದು. ಅದರ ಸರಳತೆಯೇ ಅದರ ದೊಡ್ಡಗುಣ. ಮತ್ತೆ ಮತ್ತೆ ಈ ಕತೆಯನ್ನು ಓದಿದ್ದೇನೆ, ಓದಿ ಸಂತೋಷಪಟ್ಟಿದ್ದೇನೆ. ಅದರ ನಿಗೂಢ ಶಕ್ತಿಗೆ ಆಶ್ಚರ್ಯಪಟ್ಟಿದ್ದೇನೆ. As it is so unassuming and yet so powerful.

ನಿಮ್ಮ ಕತೆಗಳನ್ನು ಮೊದಲ ಓದಿಗೇ ತುಂಬ ಮೆಚ್ಚಿಕೊಂಡ ನಾನು ನನ್ನ ತತ್ಕ್ಷಣದ ಪ್ರತಿಕ್ರಿಯೆಯನ್ನಷ್ಟೇ ಇಲ್ಲಿ ಹಿಡಿಯಲು ಪ್ರಯತ್ನಿಸಿದ್ದೇನೆ. ಅವುಗಳ ವಿಮರ್ಶೆ ಮಾಡುವ ಅವಕಾಶ ಸಿಕ್ಕಾಗ ವಿವರಪೂರ್ಣವಾಗಿ ಬರೆಯುತ್ತೇನೆ. ಸದ್ಯ ಉಳಿದವರಿಂದ ಕತೆ ಬರೆಯಿಸುವುದರಲ್ಲಿ ನೀವು ತೋರಿಸುವ ಆಸ್ಥೆಯನ್ನು ಅರ್ಧದಷ್ಟಾದರೂ ನಿಮ್ಮ ವಿಷಯದಲ್ಲೂ ತೋರಿಸಿರಿ ಎಂದು ಪ್ರಾರ್ಥಿಸುತ್ತೇನೆ. ನಿಮ್ಮಿಂದ ಇನ್ನಷ್ಟು ಕತೆಗಳು ಆದಷ್ಟು ಬೇಗ ಬರುವಂತಾಗಲಿ ಎಂದು ಅತ್ಯಂತ ಕಳಕಳಿಯಿಂದ ಆಶಿಸುತ್ತೇನೆ. ಈ ಕತೆಗಳನ್ನು ಓದಿದ ಮೇಲೆ ನಿಮ್ಮ ಬಗ್ಗೆ ವೈಯಕ್ತಿಕವಾಗಿ ನನಗಾದ ಕಲ್ಪನೆ ಇಷ್ಟು: ಯಾವಾಗಲೂ ಉಳಿದವರ ಪ್ರತಿಭೆಯ ಬಗೆಗೇ ಕಾಳಜಿ ವಹಿಸುವುದರಲ್ಲಿ ತನ್ನ ಪ್ರತಿಭೆಗೆ ಇಷ್ಟೊಂದು ನಿರಾಸಕ್ತನಾದ ಇನ್ನೊಬ್ಬ ಲೇಖಕನನ್ನು ನಾನಿನ್ನೂ ಕಂಡಿಲ್ಲ! ನೀವು ನನ್ನನ್ನು ಲೇಖಕನಾಗಿ ಜೀವಂತವಾಗಿ ಇರಿಸಲು ಮಾಡುತ್ತಿರುವ ಪ್ರಯತ್ನದ ನೆನಪು ಈ ಕತೆಗಳ ಓದಿನ ಸಂದರ್ಭದಲ್ಲಿ ವಿಷಾದ ತುಂಬಿದ ಅಪರಾಧ ಭಾವನೆಗೆ ಎಡೆಮಾಡಿಕೊಟ್ಟಿತು, ಎಂದು ಹೇಳಿದರೆ ನೀವು ನಂಬಬೇಕು. ಅದನ್ನು ದೂರ ಮಾಡಬಲ್ಲವರು ನೀವೊಬ್ಬರೇ – ಬೇಗ, ಇನ್ನಷ್ಟು ಕತೆಗಳನ್ನು ಬರೆಯುವುದರಿಂದ!

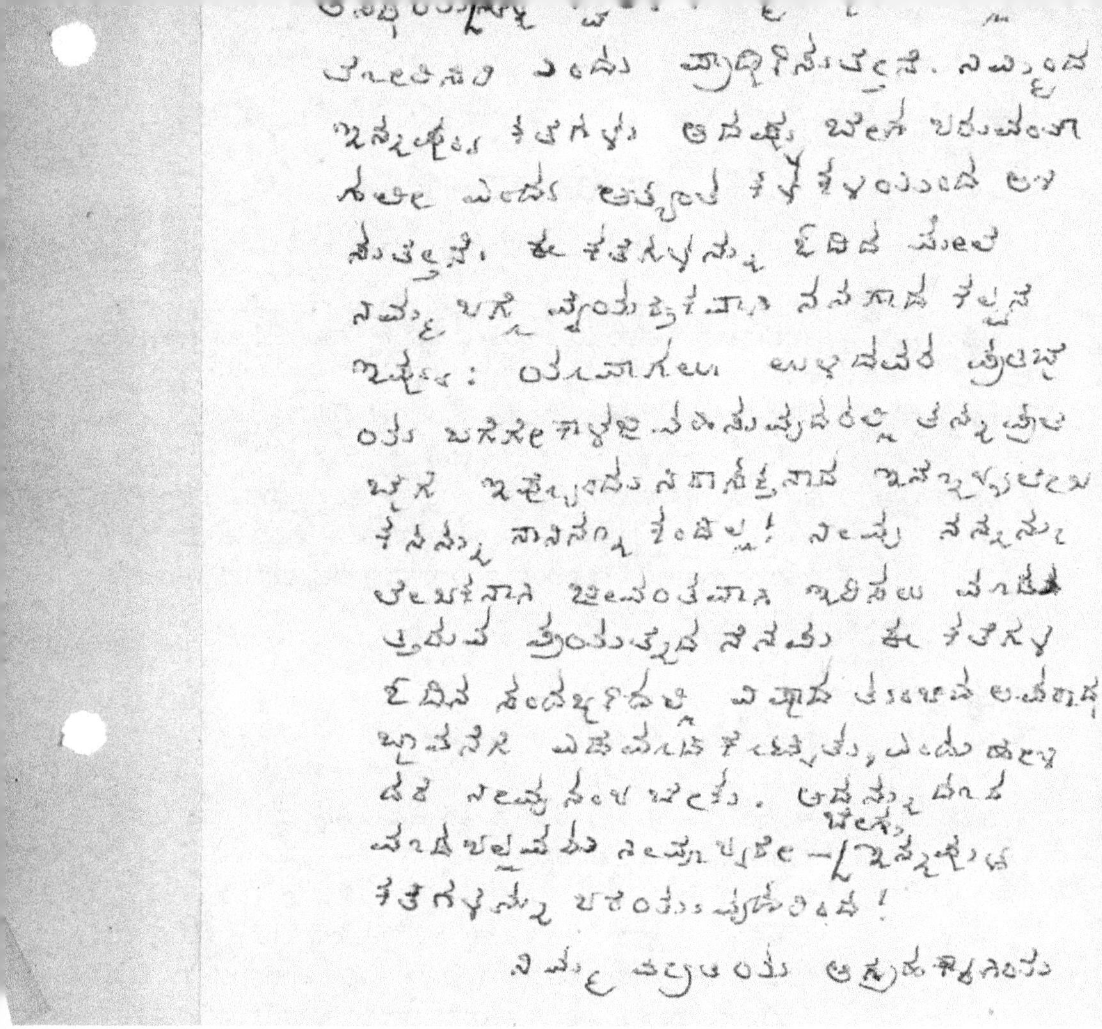

ನಿಮ್ಮ ಪ್ರೀತಿಯ ಆಗ್ರಹಕ್ಕಾಗಿಯೇ ಜಯಶ್ರೀಯನ್ನು ಕಾಣಲು ಹೋಗಿದ್ದೆ. ಭೇಟಿಯಾಗದೆ ನಿರಾಸೆಯಾಯಿತು. ಅವಳನ್ನು ಕಾಣುವ ಇನ್ನೊಂದು ಅವಕಾಶವನ್ನು ಇದಿರು ನೋಡುತ್ತೇನೆ. ನನ್ನ ಪುಸ್ತಕದ ಪ್ರತಿಯನ್ನು ಕಳಿಸಿದ್ದೇನೆ. ಅವಳ ಪ್ರತಿಕ್ರಿಯೆ ಬರುತ್ತದೆಯೆಂದು ಆಶಿಸುತ್ತೇನೆ.

ನನ್ನ ಕಥಾಸಂಗ್ರಹಕ್ಕೆ ಹೆಸರನ್ನು ಆರಿಸಿದಿರಾ? ಇದೇ ತಿಂಗಳ 20ರ ಒಳಗೆ ಮುದ್ರಣ ಆರಂಭವಾಗಲಿದೆ. ಕತೆಗಳ ಸಂಖ್ಯೆಯನ್ನು ಹೆಸರನ್ನಾಗಿ ಮಾಡಿದರೆ ಹೇಗೆ? ಉದಾ: ''ನಲವತ್ತು ಕತೆಗಳು'' (ಕತೆಗಳ ಸಂಖ್ಯೆ ಎಷ್ಟೆಂಬುದು ಗೊತ್ತಿಲ್ಲ. ದಯಮಾಡಿ ಎಣಿಸಿ ನೋಡಿರಿ). ಹೈದ್ರಾಬಾದಿನಿಂದ ಸೋಮವಾರ ರಾತ್ರಿ ಹಿಂತಿರುಗಿ ಬರುತ್ತೇನೆ. ಮಂಗಳವಾರ ಫೋನ್ ಮಾಡುತ್ತೇನೆ.

ಜಯಶ್ರೀಗೆ ಬರೆಯುವಾಗ ನನ್ನ ನೆನಪು ಕೊಡಿ.

ಇತಿ ನಿಮ್ಮ ಪ್ರೀತಿಯ
ಯಶವಂತ
ಮುಂಬಯಿ, 12–12–1981

ಅನುಬಂಧ–1

ಜನನ: ಬೆಂಗಳೂರು ಗ್ರಾಮಾಂತರ ಜಿಲ್ಲೆಯ ದೇವನಹಳ್ಳಿ ತಾಲ್ಲೂಕಿನ ಸೋಮತ್ತನಹಳ್ಳಿ. ದಿವಾಕರ್ (ಜನನ: ನ. 28, 1944)

ವಿದ್ಯಾಭ್ಯಾಸ: ದೇವನಹಳ್ಳಿ ಮತ್ತು ಬೆಂಗಳೂರಿನಲ್ಲಿ. ಕರ್ನಾಟಕ ವಿಶ್ವವಿದ್ಯಾಲಯದಿಂದ ಪದವಿ.

ಪತ್ರಿಕಾ ವೃತ್ತಿ: ಪ್ರೆಸ್ ಇನ್ಫರ್ಮೇಶನ್ ಬ್ಯೂರೊ, ಸಂಯುಕ್ತ ಕರ್ನಾಟಕ, ಸುಧಾ, ಪ್ರಜಾವಾಣಿ, ಮಲ್ಲಿಗೆ, ಹಾಗೂ ಟೈಮ್ಸ್ ಆಫ್ ಇಂಡಿಯಾ ಪತ್ರಿಕೆಗಳ ವಿವಿಧ ಹುದ್ದೆಗಳಲ್ಲಿ ಕಾರ್ಯ ನಿರ್ವಹಣೆ. 1989ರಿಂದ 2005ರವರೆಗೆ ಚೆನ್ನೈನಲ್ಲಿರುವ ಅಮೆರಿಕನ್ ಕಾನ್ಸುಲೇಟ್‌ನಲ್ಲಿ ಸಂಪಾದಕರಾಗಿದ್ದರು.

ಕೃತಿಗಳು

ಕಥೆ: ಇತಿಹಾಸ, ಎಲ್ಲ ಬಲ್ಲವರಿಲ್ಲ ಈ ಊರಿನಲ್ಲಿ

ಕಾವ್ಯ: ಆತ್ಮಚರಿತ್ರೆಯ ಕೊನೆಯ ಪುಟ, ಸೋತ ಕಣ್ಣುಗಳನ್ನು ಮಿಟುಕಿಸುವ ಮಧ್ಯಾಹ್ನ, ವಿಧಾನಸಭೆಯಲ್ಲೊಂದು ಹಕ್ಕಿ

ಪ್ರಬಂಧ: ನಾಪತ್ತೆಯಾದ ಗ್ರಾಮಾಫೋನು ಮತ್ತು ಇತರ ಪ್ರಬಂಧಗಳು, ಕೃಷ್ಣಲೀಲೆಯಿಂದ ರಾಮರಾಜ್ಯಕ್ಕೆ, ಪುಸ್ತಕ ಓದಿದ್ದಕ್ಕೆ ಪುಸ್ತಕವೇ ಸಾಕ್ಷಿ, ಒಂದೊಂದು ನೆನಪಿಗೂ ಒಂದೊಂದು ವಾಸನೆ, ಸರ್ವ ಜನಾಂಗದ ಶಾಂತಿಯ ಭಾಷೆ

ಅನುವಾದ: ಕಥಾಜಗತ್ತು (ನೊಬೆಲ್ ಪ್ರಶಸ್ತಿ ವಿಜೇತ ಲೇಖಕರ 50 ಕಥೆಗಳ ಸಂಕಲನ), ಜಗತ್ತಿನ ಅತಿ ಸಣ್ಣಕಥೆಗಳು, ಉತ್ತರ ದಕ್ಷಿಣ ದಿಕ್ಕುಗಳನ್ನು ಬಲ್ಲವನು (ವಿವಿಧ ದೇಶದ ಕಥೆಗಳು), ಹಾರಿಕೊಂಡು ಹೋದವನು (ಜಗತ್ತಿನ ಅತಿಸಣ್ಣ ಕಥೆಗಳು), ಕ್ರಿಯಾಪದಗಳಿವೆ ಕೊಲ್ಲುವುದಕ್ಕೆ (ವಿವಿಧ ದೇಶಗಳ ಅತಿ ಸಣ್ಣಕತೆಗಳು), ಢಮಾರ್ ಎನ್ನುವ ಪತ್ರಿಕೆ (ಹಲವು ದೇಶಗಳ ಅತಿಸಣ್ಣಕತೆಗಳು), ಹಳ್ಳಿ (ಇವಾನ್ ಬುನಿನ್ ಕಾದಂಬರಿ), ನಿರ್ಭಯ (ಭಗತ್‌ಸಿಂಗ್ ಜೀವನ ಮತ್ತು ಹೋರಾಟ, ಮೂಲ: ಕುಲದೀಪ್ ನಯ್ಯರ್), ಈ ಊರಿನಲ್ಲಿ ಕಳ್ಳರೇ ಇಲ್ಲ (ಗ್ಯಾಬ್ರಿಯೇಲ್ ಗಾರ್ಸಿಯಾ ಮಾರ್ಕೇಸ್ ಕತೆಗಳು, ಜಯಶ್ರೀ ಕಾಸರವಳ್ಳಿ ಅವರೊಂದಿಗೆ ಅನುವಾದ), ವೆನಿಸ್ಸಿನಲ್ಲಿ ಸಾವು (ಥಾಮಸ್ ಮಾನ್ ಕಾದಂಬರಿ), ಪೋಸ್ಟ್‌ಮ್ಯಾನ್ (ಫ್ರೆಂಚ್ ಲೇಖಕ ರೋಜರ್ ಮಾರ್ತಿನ್ ದ್ಯು ಗಾರ್ ಕಾದಂಬರಿ), ಮಾಸ್ಟರ್ ಬಿಲ್ಡರ್ (ಹೆನ್ರಿಕ್ ಇಬ್ಸೆನ್‌ನ ನಾಟಕ), ದೀಪೂ ಕತ್ತೆಯ ಸಾಹಸಗಳು (ನ್ಯಾಷನಲ್ ಬುಕ್ ಟ್ರಸ್ಟ್‌ಗಾಗಿ), ಭಯ ನಿಮಗೇನು ಮಾಡೀತು? (ಜಿಡ್ಡು ಕೃಷ್ಣಮೂರ್ತಿ)

ಸಂಪಾದನೆ: ಶತಮಾನದ ಸಣ್ಣ ಕಥೆಗಳು, ಕನ್ನಡ ಅತಿಸಣ್ಣ ಕಥೆಗಳು, ನಾದದ ನವನೀತ, ಬೆಸ್ಟ್ ಆಫ್ ಕೇಫ, ಸಣ್ಣಕತೆ: ಆಕೃತಿ ಮತ್ತು ಆಶಯ

ಇತರೆ: ಪುಸ್ತಕ ಪ್ರಪಂಚ (ವಿಮರ್ಶಾ ಲೇಖನಗಳು), ಸ್ವಯಂದೀಪಕತೆ (ಗೋಪಾಲಕೃಷ್ಣ ಅಡಿಗರ ಕಾವ್ಯವನ್ನು ಕುರಿತು), ಪಂ. ಭೀಮಸೇನ ಜೋಶಿ (ಜೀವನಚಿತ್ರ), ಸಮೂಹ ಮಾಧ್ಯಮಗಳು (ಪರಿಚಯಾತ್ಮಕ)

ಇಂಗ್ಲಿಷ್‌ಗೆ: ಹಂಡ್ರೆಡ್ಸ್ ಆಫ್ ಸ್ಟ್ರೀಟ್ಸ್ ಟು ದ ಪ್ಯಾಲೇಸ್ ಆಫ್ ಲೈಟ್ಸ್ (ಇಂಗ್ಲಿಷ್‌ಗೆ: ಸುಶೀಲಾ ಪುನೀತಾ, ಪ್ರ: ಆಕ್ಸ್‌ಫರ್ಡ್ ಯೂನಿವರ್ಸಿಟಿ ಪ್ರೆಸ್). ಇದು 2016ರಲ್ಲಿ ಅಖಿಲ ಭಾರತ 'ಕ್ರಾಸ್‌ವರ್ಡ್ ಪ್ರಶಸ್ತಿ'ಗೆ ಶಾರ್ಟ್ ಲಿಸ್ಟ್ ಆಗಿತ್ತು.

ಸಂಘಟನೆ: ದಿವಾಕರ್ ಸಾಹಿತ್ಯ ಪರಿಚಾರಕರಾಗಿಯೂ ಹೆಸರಾದವರು. ಆಧುನಿಕ ಕಾವ್ಯವನ್ನು ಜನಪ್ರಿಯಗೊಳಿಸುವ ದಿಸೆಯಲ್ಲಿ ಅವರು ತಮ್ಮ ಗೆಳೆಯರೊಡನೆ ಏರ್ಪಡಿಸಿದ ಬೇಂದ್ರೆಯವರ ಕಾವ್ಯವನ್ನು ಕುರಿತ "ನಾದಲೀಲೆ', ಜಿಎಸ್‌ಎಸ್ ಅವರ ಕಾವ್ಯವನ್ನು ಕುರಿತ "ಚೈತ್ರೋದಯ', ನಿಸಾರ್ ಅಹಮದ್ ಅವರನ್ನು ಕುರಿತ "ಗುಲ್‌ಮೊಹರ್' ಕಾರ್ಯಕ್ರಮಗಳು ವಿವಿಧ ಕ್ಷೇತ್ರಗಳ ಗಣ್ಯರನ್ನು ಒಳಗೊಳಿಸಿಕೊಂಡ ಅಪೂರ್ವ ಕಾರ್ಯಕ್ರಮಗಳೆನಿಸಿವೆ. ಜೊತೆಗೆ ಅವರು ತರುಣ ಬರಹಗಾರರಿಗಾಗಿ ಅನೇಕ ಕಥಾ ಕಮ್ಮಟಗಳನ್ನೂ ನಡೆಸಿದ್ದಾರೆ.

ಪ್ರಶಸ್ತಿ–ಪುರಸ್ಕಾರ: ದಿವಾಕರ್ ಪಡೆದಿರುವ ಅನೇಕ ಪ್ರಶಸ್ತಿ, ಪುರಸ್ಕಾರಗಳಲ್ಲಿ ಭಾರತ ಸರಕಾರದ ಸಂಸ್ಕೃತಿ ಇಲಾಖೆಯ ಸೀನಿಯರ್ ಫೆಲೋಶಿಪ್, ರೈಟರ್-ಇನ್-ರೆಸಿಡೆನ್ಸ್, ಅಯೋವಾ ವಿಶ್ವವಿದ್ಯಾಲಯ, ಯು.ಎಸ್.ಎ., ಕರ್ನಾಟಕ ರಾಜ್ಯೋತ್ಸವ ಪ್ರಶಸ್ತಿ, ಕರ್ನಾಟಕ ಸಾಹಿತ್ಯ ಅಕಾಡೆಮಿ ಪ್ರಶಸ್ತಿ, ಮಾಸ್ತಿ ಪ್ರಶಸ್ತಿ, ಅಖಿಲ ಭಾರತ ಕಥಾ ಪ್ರಶಸ್ತಿ, ಕಥಾರಂಗಂ ಪ್ರಶಸ್ತಿ (ಬೆಂಗಳೂರಿನ ಮಲಯಾಳಂ ಸಂಘ), ಕುವೆಂಪು ಭಾಷಾ ಭಾರತಿ ಗೌರವ ಪ್ರಶಸ್ತಿ, ಕನ್ನಡ ಸಾಹಿತ್ಯ ಪರಿಷತ್ತಿನ ಗೌರವ ಪ್ರಶಸ್ತಿ, ಶಿವರಾಮ ಕಾರಂತ ಪ್ರಶಸ್ತಿ, ವಿ.ಸೀ.ಸಂಪದ ಪ್ರಶಸ್ತಿ, ಮುದ್ದಣ ಕಾವ್ಯ ಪ್ರಶಸ್ತಿ, ಬಿ.ಎಚ್. ಶ್ರೀಧರ ಸಾಹಿತ್ಯ ಪ್ರಶಸ್ತಿ, ಆರ್ಯಭಟ ಪ್ರಶಸ್ತಿ, ಕೋಲ್ಕತಾದ ಅಖಿಲ ಭಾರತ ಹಿಂದೀ ಪುರಸ್ಕಾರ ಮುಖ್ಯವಾದುವು.

ಅನುಬಂಧ–2

ಘಟನೆ
ಕಾವ್ಯಾ ಕಡಮೆ
ಅವರ ಧ್ವನಿಯಲ್ಲಿ

ಗತ
ಸ್ವರ್ಶ ಆರ್.ಕೆ.
ಅವರ ಧ್ವನಿಯಲ್ಲಿ

ಪೆಟ್ಟಿಗೆ
ಅಚ್ಯುತ್ ಕುಮಾರ್
ಅವರ ಧ್ವನಿಯಲ್ಲಿ

ಅತಿಸಣ್ಣ ಕಾದಂಬರಿ
ರಮೇಶ್ ಅರವಿಂದ್
ಅವರ ಧ್ವನಿಯಲ್ಲಿ

ಬೀಳುತ್ತಿದ್ದಾಳೆ ಹುಡುಗಿ
ಮೇಲಿಂದ ಕೆಳಕ್ಕೆ
ಯೋಗರಾಜ ಭಟ್
ಅವರ ಧ್ವನಿಯಲ್ಲಿ

ಪುಸ್ತಕ ಓದಿದ್ದಕ್ಕೆ
ಪುಸ್ತಕವೇ ಸಾಕ್ಷಿ
ಜಯಲಕ್ಷ್ಮಿ ಪಾಟೀಲ್
ಅವರ ಧ್ವನಿಯಲ್ಲಿ

ರೂಪ ರೂಪಗಳನು
ದಾಟಿ...
ನಂದಕುಮಾರ್ ಜಿ.ಕೆ.
ಅವರ ಧ್ವನಿಯಲ್ಲಿ

ಪುಸ್ತಕ
ಎಸ್. ದಿವಾಕರ್
ಅವರ ಧ್ವನಿಯಲ್ಲಿ

ಎಸ್. ದಿವಾಕರ್
ಧ್ವನಿಯಲ್ಲಿ ನಿಸಾರ್
ಅಹಮದ್‌ರ
'ಮನೋರಮಾ
ಮನೋರಮಾ'

ಎಸ್. ದಿವಾಕರ್
ಧ್ವನಿಯಲ್ಲಿ ಬೇಂದ್ರೆ ಅವರ
'ಪಾತರಗಿತ್ತಿ'

ಎಸ್. ದಿವಾಕರ್
ಧ್ವನಿಯಲ್ಲಿ ಅಡಿಗರ 'ನೆಲ
ಸಪಾಟಿಲ್ಲ'

ಎಸ್. ದಿವಾಕರ್ ಅವರ
ಪೂರ್ಣ ಸಂದರ್ಶನ

ಎಸ್. ದಿವಾಕರ್
ಧ್ವನಿಯಲ್ಲಿ ಕವನ ವಾಚನ

ವೀರಲೋಕದ ಪ್ರಕಟಣೆಗಳು

1. ಕೈ ಹಿಡಿದು ನೀ ನಡೆಸು ತಂದೆ–ವಿಶ್ವೇಶ್ವರ ಭಟ್............ 250/–
2. ವಿಶ್ವಸುಂದರಿ–ಕುಂ. ವೀರಭದ್ರಪ್ಪ............ 160/–
3. ನಿಮಗೆಷ್ಟು ಹಣ ಬೇಕು?–ಅನಂತ ಹುದೆಂಗಜೆ............ 250/–
4. ಆರ್ಟ್ ಆಫ್ ಸಕ್ಸಸ್–ರಮೇಶ್ ಅರವಿಂದ್............ 120/–
5. ಮನಿ ಮನಿ ಎಕಾನಮಿ–ರಂಗಸ್ವಾಮಿ ಮೂಕನಹಳ್ಳಿ............ 160/–
6. ಇವರು ಅವರು ದೇವರು–ಜೋಗಿ............ 200/–
7. ಲಾಸ್ಟ್ ಡೇಸ್ ಆಫ್ ಲೆಜೆಂಡ್ಸ್–ಗಣೇಶ್ ಕಾಸರಗೋಡು............ 225/–
8. ಒಳ್ಳೆಯ ಬದುಕಿನ ಸೂತ್ರಗಳು–ರವಿ ಕೃಷ್ಣಾರೆಡ್ಡಿ............ 150/–
9. ಸೋಲೆಂಬ ಗೆಲುವು–ದೀಪಾ ಹಿರೇಗುತ್ತಿ............ 150/–
10. ಬೆಳ್ಳಿತೆರೆಯ ಬಂಗಾರದ ಗೆರೆ–ಗಣೇಶ್ ಕಾಸರಗೋಡು............ 150/–
11. ನಟನ ಕಥೆ–ಮಂಡ್ಯ ರಮೇಶ್–ಎನ್. ಧನಂಜಯ............ 250/–
12. ತ್ಯಾಗಕ್ಕಿಲ್ಲ ನೂಕುನುಗ್ಗಲು–ಡಾ. ಗವಿಸ್ವಾಮಿ ಎನ್.............. 140/–
13. ಬದುಕೇ ಭಗವಂತ–ಡಾ. ಡಿ.ಎಸ್. ಶ್ರೀನಿವಾಸ ಪ್ರಸಾದ್............ 170/–
14. ಮಾದಕ ದೊರೆ–ಸಂತೋಷಕುಮಾರ ಮೆಹೆಂದಳೆ............ 375/–
15. ದ್ವೈತ–ರಾಘವ್............ 140/–
16. ಹೃದಯದ ಮಾತು ಕೇಳಿ–ಮಂಜುನಾಥ್ ಚಾಂದ್............ 150/–
17. ಹಿಂದಿನ ನಿಲ್ದಾಣ–ಶುಭಶ್ರೀ ಭಟ್ಟ............ 120/–
18. ಪ್ರೀತ್‌ಸು–ರಾಜೀವ ನಾರಾಯಣ ನಾಯಕ............ 170/–
19. ಕೃಷಿ ಯಾಕೆ ಖುಷಿ?–ನರೇಂದ್ರ ರೈ ದೇರ್ಲ............ 140/–
20. ಕ್ಷಯ–ಡಾ. ವಾಸುದೇವ ಶೆಟ್ಟಿ............ 120/–
21. ಅರ್ಧ ಬಿಸಿಲು ಅರ್ಧ ಮಳೆ...–ಸದಾಶಿವ ಸೊರಟೂರು............ 120/–
22. ಯಾರೂ ಹೇಳದ ಕಥೆಗಳು–(ಸಂ.) ಸುದರ್ಶನ ಚೆನ್ನಂಗಿಹಳ್ಳಿ............ 150/–
23. ಕಥಾ ಸಾಗರಿ–ನಾಗವೇಣಿ ವೆಂ. ಹೆಗಡೆ ಹೆಗ್ಗರ್ಸಿಮನೆ............ 120/–
24. ಮೆಮರೀಸ್ ಆಫ್ ಬಾಸ್ರಾ–ರಂಗಸ್ವಾಮಿ ಮೂಕನಹಳ್ಳಿ............ 160/–
25. ಮೇರುನಟ–ಡಾ. ಶರಣು ಹುಲ್ಲೂರು............ 120/–
26. ನಾ ಸೆರೆಹಿಡಿದ ಕನ್ಯಾಸ್ತ್ರೀ–ಶಶಿಧರ ಹಾಲಾಡಿ............ 200/–
27. ಟ್ರಾಯ್–ಗಾಯಿತ್ರಿ ರಾಜ್............ 200/–
28. ಫಾರೆಸ್ಟರ್ ಪೊನ್ನಪ್ಪ–ನೌಶಾದ್ ಜನ್ನತ್............ 300/–
29. ವಿಶ್ವಯಾನಕ್ಕೆ ಗಣಿತವಾಹನ–ಎಸ್.ವಿ. ಶ್ರೀನಿವಾಸಮೂರ್ತಿ............ 200/–
30. ಲೆಟ್ಸ್ ಮೇಕ್ ಎ ಶಾರ್ಟ್ ಫಿಲಂ–ಜಯರಾಮಾಚಾರಿ............ 120/–
31. ಕುಣಿಗಲ್ ಟು ಕಂದಹಾರ್–ಮಂಜುನಾಥ್ ಕುಣಿಗಲ್............ 260/–
32. ಗದಾಯುದ್ಧಂ–ಡಾ. ಎಂ.ಎ. ಜಯರಾಮ್ ರಾವ್............ 350/–
33. ಫೀನಿಕ್ಸ್–ದೀಪಾ ಹಿರೇಗುತ್ತಿ............ 120/–
34. ಹಿಟ್ಲರ್ ಲವ್ ಪಾಲಿಟಿಕ್ಸ್–ಸತೀಶ ಬಳೆಗಾರ............ 170/–
35. ಭಾನುಮತಿಯ ಪರಿವಾರ–ಕುಮಾರಸ್ವಾಮಿ ತೆಕ್ಕುಂಜ............ 140/–

36. ನೀ ದೂರ ಹೋದಾಗ–ಫೌಝಿಯ ಸಲೀಂ 220/–
37. ವ್ಯಗ್ರ ಮತ್ತು ಇತರ ಕಾದಂಬರಿಗಳು–ಕುಮಾರ ಬೇಂದ್ರೆ 180/–
38. ಸತ್ಯದ ಅನಾವರಣ–ಕೆ.ಎಸ್. ರಮಾಸುಂದರಿ 100/–
39. ಅಂತಾರಾಷ್ಟ್ರೀಯ ಕುಂಬಳಕಾಯಿ ಮತ್ತು ಇತರ ಕಥೆಗಳು–ಅಬ್ದುಲ್ ರಶೀದ್.120/–
40. ಅನಾಥ ಪ್ರೀತಿಯ ಅನುಬಂಧ–ಬಿ. ಮಂಜುನಾಥ್ ಕಾಮತ್ ಹಾಲಾಡಿ..........140/–
41. ಹಕ್ಕಿ ಮತ್ತು ಹುಡುಗಿ (ಕವನ ಸಂಕಲನ)–(ಸಂ.) ಪ್ರಜಾವಾಣಿ ಬಳಗ..............150/–
42. ಹಾವಿನ ಮನೆ–ಅನು ಬೆಳ್ಳೆ (ರಾಘವೇಂದ್ರ ಬಿ. ರಾವ್) 250/–
43. ಈಗಲ್ಸ್ ಲೈನ್–ರಾಜೇಶ್ ಕುಮಾರ್ ಕಲ್ಯಾ.. 220/–
44. ನಂಬಿಕೆಯೆಂಬ ಗಾಳಿಕೊಡೆ–ಡಾ. ಪ್ರೇಮಲತ ಬಿ. 180/–
45. 10 ಕುಟುಂಬ 18 ಗೋತ್ರದ ಗೌಡ ಪರಂಪರೆ–
ಪುತ್ತೂರು ಅನಂತರಾಜ ಗೌಡ 300/–
46. ಗಿಳಿಯು ಬಾರದೆ ಇರದು (ಕಥಾಸಂಕಲನ)–ಪಿ.ಎಸ್. ಶ್ರೀಧರನ್ ಪಿಳ್ಳ
(ಅನುವಾದ: ಮೇರಿ ಜೋಸೆಫ್)..85/–
47. ಒಂದು ಆದಿಮ ಪ್ರೇಮ (ಕವನ ಸಂಕಲನ)–ನಂದಿನಿ ಹೆದ್ದುರ್ಗ........................150/–
48. ಮಣ್ಣೇ ಮೊದಲು... (ಕವನ ಸಂಕಲನ)–ಪಾಪುಗುರು 120/–
49. ಬಿಂಜೆಮುಳ್ಳು (ಕವನ ಸಂಕಲನ)–ಫಾಲ್ಗುಣ ಗೌಡ ಅಚವೆ 120/–
50. ಅಮೋಘವರ್ಷ–ಡಾ. ಲಕ್ಷ್ಮಣ ಕೌಂಟೆ 420/–
51. ಗಾಯಗೊಂಡ ಸಾಲುಗಳು (ಕವನ ಸಂಕಲನ)–ಸದಾಶಿವ ಸೊರಟೂರು 110/–
52. ನಿನ್ನ ಧ್ಯಾನದ ನೂರೊಂದು ಹಣತೆ (ಕವನ ಸಂಕಲನ)–ವಾಸುದೇವ ನಾಡಿಗ್170/–
53. ಕ್ರಿಕೆಟಾಯಣ–ಎಚ್. ಪ್ರೇಮಾನಂದ ಕಾಮತ್ 230/–
54. ಹೂವಿನಕೊಲ್ಲಿ–ಅಬ್ದುಲ್ ರಶೀದ್.. 270/–
55. ಕನಸುಗಳ ಶ್ರಾದ್ಧ–(ಅನುವಾದ) ಡಾ. ಗೀತಾ ಸುನಿಲ್ ಕಶ್ಯಪ್ 200/–
56. ವೀರ ಸಿಂಧೂರ ಲಕ್ಷ್ಮಣ–ಕೌಂಡಿನ್ಯ..190/–
57. ಸಹಭಾಷಿಕರ ಕನ್ನಡ ಪ್ರೇಮ–ಡಾ. ಡಿ.ಎಸ್. ಶ್ರೀನಿವಾಸ ಪ್ರಸಾದ್ 400/–
58. ಚಿತ್ರ–ವಿಚಿತ್ರ–ರವೀಂದ್ರ ವೆಂಶಿ 220/–
60. ಹಂಸಾಕ್ಷರ–ಜಯರಾಮಾಚಾರಿ..165/–
61. ನದಿಯೊಂದು ಕಡಲ ಹುಡುಕುತ್ತಾ–ಸಂತೆಬೆನ್ನೂರು ಫೈಜ್ನಟ್ರಾಜ್........................180/–
62. ನೀಲಿ ಮತ್ತು ಸೇಬು–ಸುಧಾ ಆಡುಕಳ 180/–
63. ಕಾಗೆ ಮೇಷ್ಟ್ರು–ವಿಕ್ರಮ ಹತ್ವಾರ 125/–
64. ಪರಿಮಳದ ಪಡಸಾಲೆ (ಎಸ್. ದಿವಾಕರ್ ಪ್ರಪಂಚಕ್ಕೊಂದು ಪ್ರವೇಶಿಕೆ)..........190/–

www.ingramcontent.com/pod-product-compliance
Lightning Source LLC
LaVergne TN
LVHW010757051026
849532LV00007B/2392